रानगंधाचे गारुड

(ना. धों. महानोर यांचा निवडक पत्रसंग्रह)

संपादक
प्रकाश होळकर

पॉप्युलर प्रकाशन, मुंबई

रानगंधाचे गारूड
(म–१२९१)
पॉप्युलर प्रकाशन
ISBN : 978-81-7991-914-9

RANAGANDHAACHE GARUD
(Marathi : Letters written to Na. Dho. Mahanor)
Ed. Prakash Holkar

पहिली आवृत्ती : २००८/१९३०
साकेत प्रकाशन प्रा.लि., औरंगाबाद
दुसरी आवृत्ती : २०१७/१९३९

मुखपृष्ठ : संतुक गोलेगावकर

मुखपृष्ठावरील छायाचित्र : प्रसाद पवार, नाशिक

प्रकाशक
हर्ष भटकळ
पॉप्युलर प्रकाशन प्रा. लि.
३०१, महालक्ष्मी चेंबर्स
२२, भुलाभाई देसाई रोड
मुंबई ४०० ०२६

अक्षरजुळणी
धारा प्रिंटर्स प्रा. लि.
औरंगाबाद ४३१००५
आणि
ऑलरीच एन्टरप्रायझेस
माहीम, मुंबई ४०० ०१६

मुद्रक
इंडिया प्रिंटिंग वर्क्स
४२, जी. डी. आंबेकर मार्ग
वडाळा, मुंबई ४०० ०३१

या संग्रहातील सर्व
पत्रलेखक-लेखिकांना
आणि महानोरदादांच्या
सर्व आत्मीयांना...

– प्रकाश

काय म्या पामरे...

महानोरदादांचा आणि माझा परिचय कसा आणि कधी झाला, नेमके सांगता येणार नाही. अंदाजे पंचवीस वर्षे होऊन गेली असावीत. तेव्हापासून त्यांचे प्रेम आणि मार्गदर्शन माझ्या आयुष्यात फार मोलाचे ठरले आहे. मी वाट्टेल तेव्हा त्यांच्याकडे जात असे. कधी एकट्यानेच तर कधी माझ्या मित्रांसोबत कधी कवितेवर, कधी एकूण साहित्यावर त्यांच्याशी तासन्‌तास बोलत बसलो आहे. दर वेळी मला नव्या नव्या गोष्टी कळत गेल्या. कवितेचे अगदी बारीकसारीक ज्ञान मिळत गेले. नुसत्या कवितेनेच मला झपाटून टाकले होते असे नाही. माझे शेतीवरचे प्रेमही दादांशी केलेल्या संवादाने कायम वाढत गेले. कवितेची आणि शेतीची मशागत मी दादांच्या प्रेरणेनेच करीत गेलो.

या संपादनाची कुळकथा मात्र थोडी वेगळी आहे. एका बाजूला कवितेचा आणि शेतीचा ध्यास, तर दुसरीकडे रक्तातल्या नात्यांचा गळफास हे दादांचे गेल्या वीस-पंचवीस वर्षांतले जगणे मी अगदी जवळून पाहिले आहे. यातून दुसरा एखादा माणूस कधीच मोडून पडला असता. दादांचे तसे झाले नाही. उन्मळून पडलेल्या झाडाला काही काळाने नवी पालवी फुटावी तसे त्यांचे झाले; पण दादांचे पालवीनंतरचे भरगच्च वैभव अद्‌भुत वाटावे असेच होते. मोडून पडल्यावरही प्रत्येक वेळी दादा पुन्हा नव्याने सावरतात आणि पहिल्यासारखेच बहरतात. ही किमया त्यांना कशी जमते याचे मला फार कुतूहल होते; पण मुद्दाम त्याबद्दल काही विचारण्याचे मला धाडसच होत नव्हते.

लवकरच माझ्या आयुष्यावरही संकटाचे ढग दाटून आले. अगदी दादांसारखाच मोडून पडण्याचा प्रसंग माझ्यावरही आला. मी आतल्या आत सुकत चाललो. माझे रक्तसंबंध मला परके झाले आणि मी पोरका होत गेलो. त्याबद्दल मी कुठेच बोलत नव्हतो. कधीतरी दोन-चार मित्रांजवळच मी बोलत असे. मित्रांचा आधार आणि माझ्या बायकोचा (नीताचा) आधार मला आभाळाएवढा वाटत असे. मी यातले काहीच दादांना सांगितले नाही. तरीही दादांपर्यंत या बातम्या पोहचल्याच. असाच एकदा त्यांच्याकडे गेलो होतो. त्यांनीच विषय काढला. मला खूप कुतूहल होतेच. ते विलक्षण दुःखद क्षण त्यांनी कसे पार केले असतील? मी थेट असाच प्रश्न त्यांना विचारला. ते बोलले. बरेच काही बोलले आणि त्यांनी उठून एका फळीवरून एक गाठोडे काढले. त्यातली काही पत्रे निवडून मला वाचायला दिली. त्यात त्यांना धीर देणारी अनेक पत्रे होती. जवळच्या स्नेह्यांची पत्रे होती, तशीच अनेक अनोळखी लोकांचीही पत्रे होती. त्या पत्रांतून दादांबद्दलचे त्यांचे प्रेम, सखोल आस्था ओथंबलेली दिसत होती. त्या पत्रांनी मीही मोहरून गेलो. ती निवडक पत्रे वाचून नव्याने स्वतःकडे पाहू लागलो. मोडून पडल्यानंतरही सावरण्याचे आणि पुन्हा पहिल्यासारखे फुलून येण्याचे कोडे मला उमगले.

पुढच्या काही भेटींमध्ये मी काही वेळ त्यांना आलेली पत्रे चाळत राहिलो आणि एकदा धीर धरून मी त्यांना म्हणालो की, 'ही सगळी पत्रे गावी घेऊन जातो. नीट तारीखवार लावतो. माझ्यासारख्यांसाठी तो

महान ठेवा आहे.' सुरुवातीला अनुत्साही असलेले दादा माझ्या तगाद्यानंतर तयार झाले. त्यांनी ती सगळी पत्रे विश्वासाने मला दिली. त्यांच्याजवळच्या तीन-चार हजार पत्रांतली फक्त २००० पत्रेच माझ्या वाट्याला आली. नंतरचे अनेक महिने ती पत्रे वाचण्यात, त्यांची क्रमवारी करण्यात, वर्गीकरणात, वेगवेगळ्या फाइलींमधून ठेवण्यात गेले. एक दिवस मी आणि अरुण (काळे) बोलत असताना, पत्रवाचन झाल्यानंतर, आम्हा दोघांनाही वाटले, यातली निवडक पत्रे पुस्तकरूपात प्रकाशित करावीत. तीही कल्पना दादांनी मान्य केली. मग मी संपादनाचे काम सुरू केले. एकीकडे हे काम करीत असताना दुसरीकडे मूळ पत्रांची झेरॉक्स प्रत स्वतः उभा राहून काळजीपूर्वक करून घेत होतो. पत्रसंग्रहात सुमारे साडेतीनशे ते पावणेचारशे पत्रेच प्रकाशनयोग्य वाटली. पत्रे निवडण्यामागची माझी भूमिका स्पष्ट होती. पत्रातून दादांच्या आयुष्याची वाटचाल कळेल. या वाटेत त्यांना भेटलेले, त्यांच्यावर ओथंबून प्रेम करणारे लोक कळून येतील. दादांना समृद्ध करणारे सांस्कृतिक-साहित्यिक-सामाजिक-राजकीय सुहृद भेटतील. दादांचा संघर्ष कळेल. आनंदाचे क्षण कळतील आणि या सगळ्या गोष्टींची माझ्यासारख्या इतर अनेकांना मदत होईल. या पत्रांची निवड करण्याचे काम अतिशय अवघड होते; पण अनेक दिवसांच्या प्रयत्नांनी ते शक्य झाले. त्यात कितीतरी पत्रे वगळावी लागली. अनेक महत्त्वाची पत्रे किडामुंग्यांनी, वाळवीने फस्त करण्याचा प्रयत्न केला होता. काहींवर तारखा नव्हत्या. त्यांचा काळ ठरवण्याचे काम किचकट होते; पण पत्रातल्या काही संदर्भांवरून सहज लक्षात येत गेले आणि अंदाजे काळ ठरवण्यात आला. बऱ्याच वेळा ती पत्रं वाचत असताना मी तहान-भूकही हरवून बसलो होतो.

काम करत असताना एका मित्राने पाहिले. त्याने सरळ त्याची बातमी करून छापून टाकली. ती वाचून बाबा भांड आणि साकेत भांड यांनी लगेचच दादांशी व माझ्याशी स्वतंत्रपणे संपर्क साधला आणि ते पुस्तक छापण्याची त्यांची तीव्र इच्छा कळवली. या कामात त्यांनी खूपच रस घेतला. दादांना १६ सप्टेंबरला ६६ वर्षे पूर्ण होत आहेत आणि ते ६७ व्या वर्षांत पाऊल ठेवणार आहेत. त्यांना वाढदिवसाची भेट म्हणून हे पुस्तक द्यायचे बाबा भांड यांनी ठरवले आणि पुस्तकछपाईने खूप वेग घेतला. अशा तऱ्हेने काम करण्याचा माझा हा पहिलाच प्रसंग. कुणीतरी ज्येष्ठाने माझी पाठराखण करावी आणि या पुस्तकाचे अंतरंग उलगडून दाखवण्याचे संकेत द्यावेत असे मला वाटले. ते मी दादांना आणि बाबा भांड यांना बोलून दाखवले. दोघांनीही लगेच भास्कर लक्ष्मण भोळे यांच्याशी संपर्क साधला आणि त्यांना प्रस्तावना लिहिण्याची विनंती केली. ती त्यांनी तत्काळ मान्य केली. शिवाय काही मोलाच्या सूचनाही केल्या. त्या मला फारच उपयोगी ठरल्या.

या पत्रसंग्रहाला स्वतः महानोरदादांनी मनोगत लिहावे, असा माझा आग्रह होता. तोही मान्य करून दादांनी त्यांच्या नेहमीच्या मनमोकळ्या शैलीत मनोगत लिहून दिल्यामुळे या संग्रहाला आणखीनच उठाव आला आहे आणि त्याची वाचनीयता वाढली आहे, असे मला वाटते.

अरुणच्या सोबत ही पत्रे वाचली होती आणि तासन्‌तास चर्चाही केल्या होत्या. हा पत्रसंग्रह पुस्तकरूपाने बाहेर यावा ही कल्पना आम्हा दोघांची. आता हा पत्रसंग्रह प्रकाशित होण्याची वेळ आली आहे. तेव्हा अरुणच्या नसण्याने व त्यांच्या आठवणींनी गलबलून जाणे स्वाभाविकच आहे; पण त्यांच्या-माझ्या कल्पनेला साकार करण्याचे थोडे श्रेय घेताना दिलासाही वाटतो आहे. दादांवर अकृत्रिम प्रेम करणाऱ्या असंख्य रसिकांना हा ठेवा सादर करून मी थांबतो.

– प्रकाश होळकर

लासलगाव

३ सप्टेंबर २००८, गणेशचतुर्थी

ना. धों. महानोर यांचे मनोगत

पळसखेडे हे माझं गाव आज दोन हजार लोकसंख्येचं झालं आहे. माझ्या लहानपणी ते सातशे लोकसंख्येचं दोनशे घरांचं गाव होतं. मराठवाड्यातल्या औरंगाबाद जिल्ह्यात. जिल्ह्यापासून जळगावकडे एकशेदहा किलोमीटर अंतरावर आहे. इथून जळगाव केवळ पंचेचाळीस किलोमीटर आहे. खेड्याच्या आजूबाजूला सगळी जळगाव जिल्ह्यातली गावं आहेत. असा भौगोलिक हा प्रदेश. जळगाव जिल्ह्यात अकरावी व नंतर दोन वर्षे महाविद्यालयीन शिक्षण झाल्यावर मी अठराव्या वर्षी आई-वडिलांसोबत पळसखेडला शेतीत राहिलो ते थेट आजपर्यंत. अठराव्या वर्षांपर्यंतच खूप पुस्तकं वाचून झाली. पुढे पुस्तकांचा लळा वाढतच राहिला. दिवसभर लहानशा नापीक बरड शेतावर खूप कष्ट करावे लागत. थकल्यावर बऱ्याचदा रात्री तिथेच झोपडीत राहणं मला आवडत असे. कंदील उशाशी घेऊन रात्रीच्या वाचनानं सगळा थकवा हलका व्हायचा. खरा परमोच्च आनंद होता तो रात्रीच्या भाकरीसोबत शेतात टपाल यायचं त्यात. त्यात वाङ्मयीन मासिकं व महाराष्ट्रभरच्या लेखक-कवींची पत्रं, सुंदर पत्रं असायची. मी खूप पत्रे पाठवायचो. त्या पत्रांची भरभरून उत्तरं यायची. काही लेखकांना कविता पाठवायचो. त्यांची त्या कवितेसंबंधी पत्रं यायची, अशी रात्र दिवसभरचा थकवा घालवायची. खूप आधी गावात शेंदुर्णी या नऊ किलोमीटरच्या जळगाव जिल्ह्यातून एक पोस्टाचा इसम सायकलवर दर गुरुवारी टपाल घेऊन यायचा. एका ओट्यावर बसून लोकं जमली म्हणजे पत्र देऊन टाकायचा. पावसाळ्यात त्याची सायकल बंद. मग टपाल बंद. हळूहळू नंतर माझा पत्रव्यवहार प्रचंड वाढला. मीच वाढविला. वाकोद या जळगाव जिल्ह्यातल्या गावच्या एका प्राथमिक शिक्षकाच्या पत्त्यावर 'केअर ऑफ पोस्ट मास्तर, वाकोद' असा पत्ता देऊन तीन-चार वर्षे मी काढली. तीन-चार दिवसांत एकत्र पत्र ते पाठवीत असत. त्या शिक्षकाची बदली झाली. ते बंद झालं. सोयगाव माझा तालुका, पण पळसखेडे ते सोयगाव या नऊ किलोमीटर रस्त्यात खूप वर्षे बैलगाडीचा रस्तासुद्धा नीट नव्हता. तर टपाल कुठून येणार? मी खूप प्रयत्न करून मग अजिंठा या गावचा पत्ता दिला. त्या पळसखेड्यापासून पंधरा किलोमीटर अंतरावरच्या गावाहून टपालाची बॅग यायची. एसटीनं ती वाकोद या जळगाव जिल्ह्याच्या गावात टाकायचे. पळसखेडचा आमचा एक माणूस पाठवून ती बॅग त्याच वेळी तो गेला तर मिळायची. गावात एका शिक्षकाला पोस्टाचे शिक्के मारण्याचा अधिकार दिला होता. त्या शिक्षकानं शिक्के मारून दिल्यावर तो इसम टपाल वाटप करायचा. त्याला वीस वीस रुपये टपाल खात्याकडून मिळायचे. वाकोद ते पळसखेड टपाल थैली बस स्टॅण्डवरून आणण्यासाठी मी प्राथमिक शाळेतला शिपाई विठोबा तांगडे याची नेमणूक केलेली होती. विठोबा गुणी. गोष्टीवेल्हाळ होता, पण त्याला चहा व दारूची फारच आवड होती. टपाल थैली आणतानाच रस्त्यात दारू पिऊन पडला तर थैलीही गेली. असं अनेक वेळा झालं. मग चार-पाच दिवस टपालच मिळेना. विठोबा टपाल घेऊन घरी आला म्हणजे त्याला चहा किंवा एक-दोन रुपये बऱ्याचदा देणं भाग होतं. माझंच टपाल जास्तीचं असायचं. शिक्षकानं पोस्टाचे शिक्के मारून दिले. मनीऑर्डरी असल्या तर त्या दिल्या म्हणजे

त्वरित ते वाटप करून विठोबा शाळेची घंटा वाजवायला मोकळा. बऱ्याचदा माझ्या कवितेच्या मानधनाच्या मनीऑर्डरी यायच्या. विठोबा स्वत:चीच सही करून त्या सोडवून घेऊन मटण मुर्गा व दारू पिऊन दोन दिवस घालवायचा. व. दि. कुलकर्णी, वा. रा. ढवळे यांच्याकडून आलेल्या मनीऑर्डरी त्यानं अशाच सोडवल्या. माझी खोटी सही करून. मी कधीतरी त्यांना पत्रोत्तर देताना, 'तुम्ही म्हणता, पण मानधन मिळालेलं नाही,' असं लिहायचा. 'अहो धादांत तुमची सही-तारीख आहे.' त्यांचं उत्तर असायचं. असं अनेकांचं व्हायचं. एकदा पोस्ट मास्तर असलेल्या शिक्षकाकडूनचं हे बिंग उघड झालं. विठोबावर मी खूप रागावलो, तर त्यानं दोनही कान हातात धरून शपथ घेऊन सांगितलं : "मी मनीऑर्डरीचे पैसे घेतले, खोटी सही केली हे खरं; पण दादा, चावदस अमोशा होती. नाट लागते. त्या दिवशी दारू घेतली नाही, मुर्गा मारला नाही, तर महिना खराब जातो. मी नाही कुठे म्हणतोऽ, पण आदत आहे. माफ करा." अनेक महत्त्वाची पत्रं, मासिकं मिळाली नाहीत. गैरसमज झाले. त्याला विठोबा दीर्घकाळ वीस वर्षे होता हे कारण आहे. पत्रं खूप आनंददायी पण इतक्या कठीण स्थितीतून मिळणारी. आतासुद्धा गावचं पोस्ट अजिंठा रेस्ट हाऊसचं गाव फर्दापूर आहे. ते इथून आठ किलोमीटरवर आहे. आपण शाळा, कॉलेज सोडलं. शेतीच नीट लक्ष देऊन करायची असा बाबांचा खाक्या. वाचनलेखन, पत्रव्यवहार आता कशासाठी? त्यानं काय साधणार? बाबांचं, आईचं व्यवहारी शहाणपणा. ते अशिक्षित होते, त्यांचा दोष नव्हता. घरी दोन-तीन दिवसांचं टपाल एकदम यायचं. खूप वाढलेलं टपाल सकाळी अकरा वाजेच्या सुमारास घेऊन आमच्या भाकरी शेतात घेऊन येणारा गडीमाणूस, रोजंदार यायचा. भाकरीच्या सोबत आम्हाला शेतात चहा लागायचा. घरचे किंवा तो गडी गूळ, चहा त्या टपालाच्या मोठ्या पाकिटातल्या कागदावर बांधून आणायचा. लहान बाटलीत थोडं दूध. चार वाजता चहा करताना चूल लवकर पेटत नाही तेव्हा तोच पत्राचा कागद चुलीत घालून पेटवायचा. कधीतरी माझ्या लक्षात हा प्रकार आला आणि मी सुन्न झालो. ते पत्र कधी लक्ष्मणशास्त्री जोशी, विजय तेंडुलकर, स्मिता पाटील, लता मंगेशकर, रणजित देसाई, चंद्रकांत पाटील, शरद पवार अशा कुणाचंही असायचं. मग मी खूपच खूप घरच्यांवर रागवून टपालासाठीची सुधारणा केली. असे खूप दिवस काढले. माझ्या अतिप्रिय टपालासाठी अधाशीपणानं मी पाठविलेल्या पत्रांना त्यांनी तेवढ्याच आत्मीय भावनेनं, जिव्हाळ्यानं पाठविलेल्या पत्रांनी, त्यातल्या सबंध साहित्यविश्वातल्या संदर्भचर्चेनं मी शहाणा होत गेलो. बाहेर जायची बाबांची बंदी. फक्त शेतीचीच सोबत होती. मोठ्या कुटुंबाची सामान्य आर्थिक स्थिती. घर चालवणं कठीण, म्हणून खर्चाची खूप बंधनं. त्यावर पत्र हाच एकमेव उपाय. फक्त पत्रव्यवहारावर खूप काही मिळालं. त्या सोबत सापडेल तिथून पुस्तकं, मासिकं मागवीत राहिलो. एका लहान खेड्यात शेतातल्या झोपडीशी, गावातल्या धाबलीच्या लहानशा घराशी, पुस्तकानं, पत्रव्यवहारानं आणि नंतर बऱ्यापैकी कवी झाल्यावर प्रत्यक्ष भेटीनं इथेच सगळ्यांना जोडून घेतलं. आता वीस वर्षांपासून कडुनिंबाच्या त्या झोपडीशी शेतातच 'पाणकळा' असं लहानसं घर बांधून मी राहतो. तीन पिढ्यांतल्या सगळ्याच महत्त्वाच्या लेखक-कवींनी-कलावंतांनी, राजकारण-समाजकारणातल्या मोठ्या माणसांनी आणि रसिकांनी माझी जपणूक केली. माझी, माझ्यातल्या माणसाची, लेखक-कवींची भक्कम वाढ केली व मला महाराष्ट्रात उभं केलं. आणि हेही पळसखेडे हे केंद्र कायम ठेवून. आजही त्यांच्या हस्ताक्षरातली पत्रं व तो वाचतानाचा आनंद मी कधीच विसरू शकत नाही. आमच्या अडाणी वातावरणामुळे नासमज माणसं, कुटुंब व माझाही गलथान-निष्काळजीपणा यामुळे अंदाजे पाच-सहा हजार पत्रांतली ही दोन हजारांच्या जवळपास पत्रं माझ्याजवळ आहेत. खूप महत्त्वाची पत्रं गेली. आजही आठवतात, पण उपाय नाही. १९९२ मध्ये कुटुंबाचं विभक्तीकरण झालं. होणार होतं ते झालं. मी फक्त एकदाच पळसखेडमधल्या त्या माझ्या घरी कपाटांमध्ये बांधून ठेवलेले

पत्रांचे पाच-सहा गठ्ठे शोधले. ते तिथं नव्हते, ठीक आहे; पण जो उरलेला पत्रव्यवहार माझ्यापाशी आहे तोही फार मोलाचा आहे. 'यशवंतराव चव्हाण' व 'ऐसी कळवळ्याची जाती' या माझ्या पुस्तकांमध्ये पंचवीस-तीस पत्रं मी वापरलेली आहेत. त्या पत्रांचं वाचकांना फारच कुतूहल वाटलं. काही लोक चकित झाले. अनेकांनी मला माझ्याकडल्या निवडक पत्रांचं पुस्तक केलं, तर फारच चांगलं होईल, म्हणून आग्रह धरला. मलाही त्यांचं म्हणणं महत्त्वाचं वाटलं; पण फार उशिरा, प्रकाश होळकर या माझ्या तरुण मित्रानं फारच आग्रह केला तेव्हाच. जे गेलं ते गेलं; पण राहिलं तेसुद्धा पुष्कळ मोलाचं आहे. एका खेड्यात जवळपास पन्नास वर्षांत तिथेच राहून हे जगणं उभं राहिलं. जिथं काहीही सोयी नाहीत, रस्ते नाहीत, शिक्षण नाही, फोन नाही, अडचणी खूप तरीही उभा राहिलो तो केवळ मुख्यतः पत्रव्यवहारावरच. वाचकांच्या हे नीट लक्षात आलं तरी एवढं पुष्कळ आहे. म्हणूनच मी प्रकाश होळकरला परवानगी दिली. खूप जीर्ण, तुटलेली, न वाचता येणारी अक्षरं, न लागणारी बरीच पत्रं होती. सगळी उपलब्ध पत्रं प्रकाशच्या हवाली केली. थोडं त्यासंबंधी बोललो. खूपच कठीण तसं अवघड व जिकिरीचं, मेहनतीचं काम त्यानं स्वीकारलं याचा आनंद. पुस्तकाची चर्चा पुढे गेल्यावर माझे मित्र भास्कर लक्ष्मण भोळे यांनी त्यावर लिहावं असं प्रकाशचं मत होतं. त्यांनी लिहितो म्हटल्यावर आनंद द्विगुणित झाला. रामदास भटकळ यांच्याशी सहज याविषयी गप्पा झाल्या. ते फारच आनंदित झाले. श्री. विष्णु खरे यांचा एकेदिवशी दिल्लीहून फोन होता, 'हे फारच छान करताहात, पण काहीतरी फोटो टाकाच,' असा त्यांचा आग्रह. ते या वेळी बाजूला ठेवलं. बाबा भांड यांनी साकेत प्रकाशनाकडेच हे पुस्तक द्यावं म्हणून आग्रह धरला. ते त्यांच्याकडे सोपविलं. नाशिकचे श्री. प्रसाद पवार यांनी माझं छान छायाचित्र काढून दिलं, आणि संतुक गोलेगावकर यांनी आत्मीयतेने मुखपृष्ठ करून दिलं. हे सगळेच माझे जवळचे. त्यांचे आभार; पण सगळ्यात जास्तीचे आभार मानायचे व कृतज्ञता व्यक्त करायची ती या माझ्याशी अतिशय आत्मीय भावनेनं पत्रव्यवहार करणाऱ्या सगळ्याच मित्रमंडळींची. खरं म्हणजे शब्द भुंडे वाटतात अशा वेळी. त्यांचे माझे ऋणानुबंध व प्रेम यामुळे त्यांना न विचारता त्यांची परवानगी आहेच असे समजून, त्यांची क्षमा मागून मी त्यांची निवडक पत्रं प्रकाशित करायला परवानगी देतो आहे. वाचकांना काय वाटणार याबद्दल मी उत्सुक आहेच. सगळ्यांचे मनापासून आभार.

कोणती पुण्ये अशी...

पळसखेडे हे कधीकाळी टपाल खात्याच्या दृष्टीने बे'पत्ता' असलेले एक लहानसे गाव. औरंगाबादकडून गेल्यास अजिंठामार्गे आणि जळगावकडून गेल्यास फर्दापूरमार्गे वाकोदला जाऊन पुढे पायवाटेने चालत जाऊनच तिथे पोहचता येत असे. त्या गावात एका गरीब कास्तकाराच्या घरी नाम्या जन्माला आला आणि पाहता पाहता तो महाराष्ट्राचा एक मोठा कवी झाला. शेतीच्या क्षेत्रात प्रयोगशील असलेला नामांकित शेतकरी झाला आणि त्याची कीर्ती दशदिशांना पसरली. त्यांच्यावर चहूंकडून पत्रांचा वर्षाव या काळात होत राहिला. पळासखेड्यातून बाहेरगावी जाणारी व बाहेरून पळसखेड्यात येणारी पत्रे अक्षरशः हजारोंच्या घरात गेली. ही पत्रे जशी नामदेवला घडवत होती. तशीच ती नामदेवच्या वाढत्या प्रभावक्षेत्राची साक्षीदारही होती. आज लिखित पत्रांची संस्कृती जवळपास लोप पावण्याच्या अवस्थेत आलेली असताना आडबाजूच्या गावी राहणाऱ्या एका कवीला आलेली ही पत्रे पत्रांच्या केवळ संख्येच्याच दृष्टीने नव्हे तर ती धाडणाऱ्या व्यक्तींचे व विषयांचे वैविध्य याही दृष्टीने अगदी विस्मयजनक म्हणावीत अशीच आहेत.

या पत्रसंग्रहाला 'रानगंधाचे गारूड' हे शीर्षक अनेक अर्थांनी अन्वर्थक वाटते. शहरी सभ्यतेत वाढलेल्यांना अपरिचित असलेला रानगंधाचा दरवळ, त्याची अनवट उन्मादकता, अनोखा व अस्वस्थ करणारा, भुरळ पाडणारा व सर्वव्यापी असलेला परिमल या सगळ्या गोष्टी ध्यानात घेता रानगंध ही प्रतिमा ना. धों. महानोरच्या व्यक्तिमत्त्वाशी एकदम सुसंवादीच ठरते. त्याच्या गुणांची गंधवार्ता महाराष्ट्रात जसजशी पसरत गेली तसतशी माणसे जणू त्याच्या मायाजालात गुंतत गेली, भरभरून त्याला भेटू लागली, पत्रे धाडू लागली, त्याच्याशी स्वतःला जोडून घेऊ लागली. महानोरनामक रानगंधाचे हे गारूड किती जबरदस्त होते याची प्रकर्षाने जाणीव या संग्रहातली पत्रे वरवर वाचतानाही झाल्यावाचून राहत नाही. हे गारूड बहुपदरी होते. ते पळसखेड्याच्या परिसराचे, तेथील शेतीवाडीचे आणि शेतातील पीकपाण्याचे होते. कितीजणांनी त्याबद्दल किती उत्कटपणे लिहावे याला काही सुमारच नाही. ते गारूड नामदेवच्या कवितेचे होते. आपल्या कवितांमधून सूक्ष्म व तरल निसर्गभान निसर्गाशी एकरूप होऊन देणाऱ्या, कुणाचेही अनुकरण न करणाऱ्या आणि मराठीतील निसर्गकवितेची परंपरा चांगल्या अर्थाने मोडणाऱ्या व कवितेवर जिवापाड प्रेम करणाऱ्या रसिकांची संख्या महाराष्ट्रात फार मोठी आहे. नामदेवच्या कवितेइतकीच मोहिनी त्याच्या काव्यवाचनाच्या खास स्वतःच्या शैलीचीही होती. आपल्या रुक्ष जीवनात आनंदाचे काही क्षण या कवीने काव्यवाचनातून फुलवले अशी साक्ष या संग्रहातील अनेक पत्रलेखकांनी दिली आहे. मराठी माणसांच्या मनाला भुरळ पाडण्यात नामदेवच्या ग्रामीण हेल जपणाऱ्या भाषेतून श्रोत्यांशी हृदयसंवाद साधणाऱ्या, सहजस्फूर्त, सरळ साध्या, अनलंकारिक व अनौपचारिक वक्तृत्वाचा वाटाही बराच मोठा आहे. त्या वक्तृत्वामागे ग्रामीण कार्यकर्त्याचा सुसंस्कृत आत्मविश्वास, प्रतिपाद्य विषयाशी तादात्म्य पावलेले प्रामाणिक मन आणि अस्सल आस्थेवाईकपणा प्रत्ययास आल्यामुळे भारावून गेलेले काही जाणकार श्रोते येथे आपल्याला भेटतात. सर्वात

महत्त्वाची गोष्ट म्हणजे हे गारूड एका मनमोकळ्या व पारदर्शी व्यक्तिमत्त्वाचे आहे. आपल्या परिसराचा कायापालट करण्यासाठी जिवाचे रान करणारे हे व्यक्तिमत्त्व त्याच्या कवितेइतकेच मनमोकळे व मनभावन असल्याचा अभिप्राय विविध वयोगटांतील अनेक पत्रप्रेषकांनी दिला आहे.

एका अनोळखी कवीच्या व्यक्तिमत्त्वाचे व कार्याचे क्रमशः झालेले विकसन-विस्तारण या पत्रांतून दिसतेच. पण त्यांचे महत्त्व तेवढ्यापुरतेच मर्यादित आहे असे म्हणता येणार नाही, तर मराठी समाज, साहित्य व राजकारण या क्षेत्रांचा एक साक्षेपी मागोवाही या सहजसंवादातून या पत्रांतील ओळी व ओळींमधला रिक्त अवकाश वाचू शकणाऱ्या संवेदनशील वाचकाला घेता येणार आहे. ही पत्रे लिहिणाऱ्यांत कुसुमाग्रज-बोरकरांपासून काजे-डहाके यांच्यापर्यंत मराठीचे अनेक अग्रगण्य कवी आहेत; गाडगीळ-व्यंकटेश माडगूळकर-पुंडलिक असे बरेच श्रेष्ठ कथाकार आहेत; पु.ल. व सुनीताबाई आहेत; माधवी देसाई व दुर्गा भागवत आहेत; श्री. पु. यदुनाथ थत्ते, द्वा. भ. कर्णिक यांच्यासारखे सव्यसाची संपादक आहेत; यशवंतराव, शंकरराव, वसंतदादा, शरदराव, एसेम, नवलकर, मनोहर जोशी इत्यादी राजकारणधुरंधर आहेत. लता व हृदयनाथ मंगेशकर, निळू फुले, भालजी पेंढारकर, सतीश आळेकर, अमोल पालेकर प्रभृती संगीत-नाट्यचित्रपट क्षेत्रातील मंडळी आहेत. मेधा पाटकर व विकास आमटेही आहेत. याशिवाय परस्परांना याकारान्त नावांनी संबोधणाऱ्या मित्रमंडळाचा नामदेवचा जो गोतावळा महाराष्ट्रात सर्वत्र विखुरलेला आहे; त्याच्याकडून आलेल्या पत्रांची संख्या स्वाभाविकच फार मोठी आहे. त्यात भालचंद्र नेमाडे, अशोक शहाणे, रायभान जाधव, चंद्रशेखर जहागीरदार, रवींद्र किंबहुने, मुकुंद गायकवाड, निशिकांत ठकार हे उल्लेखनीय आहेत. याखेरीज एक ठळक नाव चंद्रकांत पाटील याचे आहे. त्याची निवडक पत्रे तर येथे आहेतच शिवाय महानोरला आलेल्या इतरांच्याही बहुतेक पत्रांत वारंवार या नावाचा उल्लेख आढळतो. याचे कारण स्पष्टच आहे की कौटुंबिक, सामाजिक, वाङ्मयीन, राजकीय वगैरे सर्वच क्षेत्रांत नामदेवने जे काही केले त्यात या त्याच्या मित्राची भूमिका सतत कळीची राहत आली आहे. त्याला नामदेवचा मित्र, तत्त्वज्ञ व मार्गदर्शक म्हटल्यास जराही अतिशयोक्ती होणार नाही. लक्ष्मणशास्त्री जोशी, स्मिता पाटील, तेंडुलकर, प्रताप बोराडे प्रभृतींची पत्रे या ना त्या कारणाने कालगत झाली याची खंत नामदेवने व्यक्त केली आहे, ती नामदेवइतकीच कोणत्याही सुजाण मराठी वाचकालाही वाटेल. कारण त्या पत्रांत जे काही हरवले ते नामदेवइतकेच सर्व मराठी माणसांच्याही दृष्टीने मोलाचे असेल. काही पत्रे भेटीगाठींची आखणी करणारी, अजिंठ्याला येताजाता पळसखेड्याला येण्यासंबंधीची किंवा येऊन गेल्यानंतरच्या भारावलेपणाची आहेत; काही कौटुंबिक जिव्हाळ्याची व विस्तारलेल्या नात्यागोत्यांची तर काही सुखदुःखाच्या क्षणांना वाटून घेणारी, अडीअडचणींच्या वेळी आधार देणारी आहेत. काहींचे स्वरूप व्यावसायिक व्यवहारांचे — प्रकाशन, चित्रीकरण, गीतलेखन, अंकांसाठी लेखनसाहाय्य वगैरेशी संबंधित आहे. काही पत्रे स्वतःविषयीच जास्त बोलणारी आणि कृतक आपुलकीच्या आडून आपली कामे नामदेववर थोपणारी अशीही आहेत. काही सविस्तर पण बिनमुद्द्याची, काही संक्षिप्त तरी मुद्देसूद, तर काही गंभीर मुद्द्यांची उथळ चर्चा करणारी अशीही पत्रे आहेत. काही पत्रकर्ते स्वतःच्या आधीच्या विधानांना उभा छेद नंतरच्या आपल्याच पत्रांमधून देताना दिसतात, तर काही एखाद्या अपयशाचे खापर इतर सर्व सहकाऱ्यांच्या डोक्यांवर फोडून स्वतःला दोषमुक्त करण्याच्या खटाटोपात पत्राचे माध्यम राबवताना दिसतात. काही पत्रे पूर्वग्रहांची जळमटे घेऊन आलेली तर काही असूयेला आत्मीयतेचा मुलामा देणारी आहेत. या पत्रांचे आशय आणि निमित्ते अशी वेगळाली असली तरी एक गोष्ट मात्र त्या सर्वांसाठी समान आहे ती म्हणजे त्यांची वाचनीयता. त्या वाचनीयतेचे एकच कारण दिसते ते असे की, ही सगळी पत्रे

व्यक्तिगत स्वरूपाची व प्रासंगिक असली तरी ती व्यक्तिगततेच्या व तात्कालिकतेच्या पलीकडे जाऊन प्रत्येक वाचकाला पृथक प्रत्यय देणारीही आहेत.

अर्थात ही पत्रे मूलतः नामदेव हा कवी आणि माणूस म्हणून घडत जाण्याच्या वाटचालीतील टप्पे शब्दांकित करणारी असल्यामुळे त्याच्या जडणघडणीचा हृद्य आलेख त्या पत्रांच्या ओळीओळींमधून साकार झालेला असणे स्वाभाविकच आहे. जळगावच्या महाविद्यालयीन जीवनातील अल्पकालीन सहवासाने ज्यांच्याशी नामदेवचे स्नेहसंबंध जुळले त्या म. ना. अदवंतांची पत्रे या संदर्भात उल्लेखनीय आहेत. त्यांनी पुस्तके पुरवून नामदेवची वाचनाची भूक भागवली. व्यवसाय सांभाळून वाङ्मयाभ्यास कसा करावा, काय वाचावे याचे मार्गदर्शन केले आणि हळूहळू त्याचे विश्व त्याला सापडेल असा विश्वासही दिला. ग्रामीण जीवनातील अनुभवांना साकार करण्याचे, ग्रामीणांचे भावविश्व काव्यमय करण्याचे काम नामदेवने करायला हवे. 'त्यासाठीच तुझी योजना पळसखेडा या गावी झालेली असण्याचा योगायोग असेल' असे ते त्यांच्या एका पत्रात म्हणतात. ग्रामीण जीवनावरील काव्य अनुभूतीतून निर्माण होत नसल्याची खंत व्यक्त करून त्यांनी अशी अपेक्षा बोलून दाखवली आहे की, नामदेवसारखा खेड्यातील जीवनाशी समरस व एकरूप होणारा कवीच ही उणीव भरून काढू शकेल. कविश्रेष्ठ कुसुमाग्रजांनी त्याला त्याच्यावर आणि त्याच्या कवितेवर आपले मनःपूर्वक प्रेम असल्याचे आवर्जून कळवले असून त्याची कविता चांगला आकार घेत असल्याचा अभिप्रायही दिला आहे. 'रानातल्या कविता' प्रकाशित झाल्यावर 'हातात आलेल्या कोणत्याही नव्या काव्यसंग्रहाने इतके समाधान अलीकडच्या काळात माझ्या मनाला दिले नाही' असे लिहिणाऱ्या कुसुमाग्रजांनी नामदेवच्या कवितेला वनकन्या संबोधले आहे. निसर्गाचे रंग आणि गंध आपल्यासोबत मिरवीत आणणारी ती कविता असल्याचे ते सांगतात. कोणत्याच प्रभावाच्या आहारी न जाता नामदेवची कविता त्याच्या परिसराशी व व्यक्तिमत्त्वाशी एकनिष्ठ राहिल्याबद्दल ते तिचे अभिनंदन करतात. ती कविता वाचताना यशवंतराव चव्हाणांना बालकवीची आठवण आली असली तरी बालकवीच्या कवितेपेक्षा काही अधिक तिच्यात आहे, असे त्यांनी पत्र लिहून नोंदवले आहे. उमेदवारीच्या काळात या पत्रांनी या कवीला किती मोठा हुरूप आला असेल याची कल्पना वाचक सहज करू शकतील.

काळ्या मातीशी इमान राखणाऱ्या या कवीच्या लेखनाला दाद देणारी अनेक पत्रे प्रस्तुत संग्रहात नसती तरच ते आश्चर्य ठरले असते. यशवंतरावांनी नामदेवच्या कवितेचे केलेले कोडकौतुक सर्वश्रुतच आहे. ''शेतात राबता राबता बालकवीची कविता गुणगुणणारा कवी'' असे उद्याच्या कवीचे चित्र मनात बाळगणाऱ्या पु. ल. देशपांडे यांना ना. धों. महानोर या कवीच्या स्वरूपात ते चित्र प्रत्यक्षात झाले असे वाटते. 'रानातल्या कविता'ने आपली केवळ दिवाळीच नाही तर अख्खे वर्षच साजरे झाले असे ते म्हणतात. नामदेवची अजिंठ्यावरची कविता सुनीताबाईंना अजिंठ्याच्या अलौकिक लेण्यांसारखीच मराठी काव्यसृष्टीचे अद्‌भुत शब्दशिल्प वाटते. कवीचे काळीज कोरणारे दुःख त्याच्या बालकवीवरच्या कवितेतून तीव्रतेने जाणवल्याची साक्ष द्वा. भ. कर्णिकांनी दिली आहे. महानोरी कविता स्वतःच 'रूपवती' असल्याचे सांगून मराठवाड्याच्या नव्या पिढीतील सर्वात मान्यवर कवी असा कवीचा गौरव कुरुंदकरांनी केला आहे. 'तुमच्या जवळपास येईल असा कवी आमच्या भूमीत नाही' अशी स्पष्ट कबुलीच ते देतात. शहरी संस्कृती सोडून सौंदर्याचा शोध घेत निसर्गाकडे 'बाहेरून' जाणारी इतर कवींची कविता आणि निसर्गाच्या सहवासातच निर्माण होणारी, स्वतःचे वर्णन करणारी, स्वतःच्या सौंदर्याचे भान नसणारी पण वाचकांना सुंदर वाटणारी अशी निसर्गाच्या 'आतून' जन्मणारी नामदेवची कविता यांच्यातील फरक ते अधोरेखित करतात. आजपर्यंत अशी अंतःकरणाला भिडणारी कविता ऐकायला मिळाली नव्हती अशी साक्ष बाबा कदमांनीही दिली आहे.

कवी म्हणून जे या पत्रांनी नामदेवला दिले त्यापेक्षाही माणूस म्हणून प्रपंचात व समाजात उभे राहताना या पत्रांचा त्याला खूपच मोठा आधार मिळाला असेल असे दिसते. शेतीवाडी, गावपरिवार, शेजारपाजार आणि परिसर यांच्यावर मनापासून प्रेम करणाऱ्या, त्यांच्यासाठी समर्पित भावनेने कष्ट उपसणाऱ्या आणि अहर्निश झिजणाऱ्या नामदेवच्या आयुष्यात अनेक खडतर प्रसंग आले. ज्याच्या हितासाठी त्याने हाडाची काडे केली तेच त्याचे दुष्मन झाले आणि त्यांची मजल त्याच्या जिवावर उठण्यापर्यंतही गेली. अशा प्रत्येक वेळी त्याला अपरिहार्यतः आलेल्या विषण्ण मनःस्थितीतून बाहेर काढण्याचे फारच मौलिक कार्य या संग्रहातील काही पत्रांनी नक्कीच पार पाडले असावे. 'खळाच्या व्यंकटीने तुम्हाला खूप छळले. पण त्याने तुम्हाला छळ सहन करण्याचे बळ दिले आहे, यापुढेही देत राहील' असा दिलासा कविवर्य कुसुमाग्रजांनी त्याला दिला आहे. आपल्या भोवतालच्या प्रतिकूल परिस्थितीवर रागावून भागणार नाही. 'ज्यांना तुमची वागणूक कळत नाही त्यांची चूक नाही, त्यांना व आपल्या भोवतालच्या परिस्थितीला आपण अनुकूल करून घेतले पाहिजे' असा सल्ला वा. ल. कुळकर्णी एका पत्रातून देतात. यशाने मत्सरग्रस्त झालेले लोक असे करणारच हे गृहीत धरून अशा वेळी कसे वागावे याचा व्यावहारिक उपदेश नेमाडे करतात. निळू फुले यांच्यासह इतर अनेकांचीही पत्रे या संदर्भात लक्षणीय आहेत. 'पानझड'ला साहित्य अकादेमीचा उत्कृष्ट साहित्याचा पुरस्कार मिळाला तेव्हा हर्षभरित पत्रांचा वर्षाव करणारे जसे चहूकडून पुढे आलेले दिसतात तसेच नामदेवच्या शिरावरचे पितृछायेचे छत्र हिरावले गेले तेव्हा त्याच्या सांत्वनासाठीही अनेकजण धावून आलेले आढळतात. त्यात यशवंतरावांचे पत्र विशेष उल्लेखनीय वाटते.

नामदेवच्या साध्या-सरळ व सुबोध गद्यलेखनालाही रसिकांकडून अशीच मनमोकळी दाद मिळालेली दिसून येते. 'रवींद्रनाथ ठाकूर यांची कविता आणि त्यांची चित्रकला यांच्यामध्ये जे नाते आहे, तेच तुमची कविता आणि 'गांधारी' यांच्यामध्ये जाणवले' अशा शब्दांत अशोक केळकरांनी कौतुक केले आहे. स्वातंत्र्योत्तरकाळातील झपाट्याने बदलत गेलेल्या सामाजिक जीवनाची आणि उलटापालट झालेल्या मूल्यांची दखल घेऊन खेड्यातील राजकारणाचे थैमान या कादंबरीने यथातथ्य उभे केले असल्याची नोंद वि. स. खांडेकरांसह अनेक मान्यवरांनी आपल्या पत्रांमधून केली आहे. नामदेवने पु.लं.वर लिहिलेल्या मृत्युलेखावर मार्मिक अभिप्राय देणारे पत्र दत्ता ताम्हणे यांनी पाठविले आहे, तर यशवंतरावांवरचा मृत्युलेख वाचून नेमाडे एवढे भारावले आहेत की त्यांनी नामदेवला कविता सोडून गद्यच लिहायला लागण्याचा सल्ला दिला आहे. नामदेवचे एकूणच वाङ्मयीन मोठेपण सांगताना सदाशिव कुल्ली असा रास्त अभिप्राय देऊन जातात की, 'आजच्या चेहरा हरवलेल्या व छोट्या मराठी साहित्यसृष्टीत स्वतःचे खरेखुरे स्वरूप जपणाऱ्या थोड्या लोकांपैकी आपण एक आहात.'

अनेकांनी एका व्यक्तीशी केलेला संवाद असे या पत्रव्यवहाराचे स्वरूप असल्यामुळे त्यातील बहुतेक संदर्भ व्यक्तिकेंद्री असणे अगदीच स्वाभाविक असले तरीही अनुषंगाने त्यातून महाराष्ट्राच्या समकालीन परिस्थितीवरही प्रकाशझोत पडल्यावाचून राहत नाही. साहित्यकारण, प्रकाशनव्यवसाय, राजकारण, शेती व शेतकरी अशा बऱ्याच विषयांवरचे प्रत्यक्ष-अप्रत्यक्ष उल्लेख अनेक पत्रांमधून झालेले दिसून येतात. व्यक्तिगत अनुभवांच्या माध्यमातून साकार झालेली ही भाष्ये असल्यामुळे त्यांचे स्वरूप विस्कळीत असले तरी ती वाचकांना नक्कीच विचारप्रवृत करतील. मराठी साहित्याच्या प्रांतात नामदेवने त्याच्या मित्रांच्या सहकार्याने जे काही खटाटोप केले ते करताना त्या सर्वांची झालेली दमछाक, साहित्य आणि अर्थबळ यांची जुळवाजुळव करताना लागलेली पुरेवाट, मिळालेले अनुकूल-प्रतिकूल प्रतिसाद आणि अखेरीस वाट्याला आलेले हेत्वारोप व अपयश हे सारेच चित्र मराठी साहित्यकारणाबाबत अस्वस्थ करणारेच म्हणावे लागेल.

लघुअनियतकालिकांची चळवळ असो, साहित्योत्सवासारखा उपक्रम असो, 'पुन्हा कविता'सारखी संपादने असोत की नव्या कवींच्या उत्तम कवितांचे संग्रह प्रकाशित करण्याचा 'हस्तक'सारखा महत्त्वाकांक्षी प्रकल्प असो, त्यांच्यामागे संबंधितांना किती विलक्षण अडथळ्यांच्या वाटा तुडवाव्या लागतात याची कल्पना या पत्रांवरून पुरेपूर येते.

मराठी प्रकाशन व्यवसायाबद्दलच्या उल्लेखांमधून, त्यातील पत्रलेखकांचे सर्व पूर्वग्रह बाजूला ठेवले तरीही, जे वस्तुस्थितीचे चित्र समोर येते ते महाराष्ट्राचा लौकिक वाढविणारे आहे असे निश्चितच म्हणता यायचे नाही. 'कोसला'च्या संदर्भात देशमुख प्रकाशनाचे जे अनुभव नेमाड्यांना आले त्यामुळे 'एकूण मराठी लेखक होण्याची आमची हौस पुरी होत आहे,' असे वैतागाचे उद्‌गार ते एका पत्रातून काढतात. त्या कादंबरीच्या सुरुवातीला जे काही छापले आहे ते सारे बंडल असून आपल्याला न विचारताच ते प्रकाशकाने छापून टाकले अशी त्यांची तक्रार आहे. नेमाड्यांच्या पत्रातून एकूणच मराठी प्रकाशकांबद्दल संताप व्यक्त झालेला दिसून येतो. इंग्लंडचे प्रकाशक लेखकांना फसवत नसल्याची माहिती नेमाड्यांनी तिकडून पाठवलेल्या पत्रात दिली होती. 'आपल्याकडचे प्रकाशक कवितेवरच्या प्रेमांमुळे नव्हे तर केवळ बक्षिसांसाठी पुस्तके छापतात, तेसुद्धा उपकार केल्यासारखे' असे सांगून नेमाडे लिहितात की, 'त्या भंपक प्रकाशकांची जिरवलीच पाहिजे. त्यासाठी एकतर लेखकांनी मनमोहनांप्रमाणे प्रकाशक गेले उडत असे म्हणण्याची तयारी ठेवली पाहिजे, किंवा लेखकांची सहकारी प्रकाशन संस्था काढण्याच्या उद्योगाला लागले पाहिजे.' तसा कच्चा कार्यक्रम तयार करून काही सहकाऱ्यांच्या मदतीने एक प्रयत्नही त्यांनी करून पाहिलेला दिसतो; पण त्यांनी पत्रात सुचवलेले हे दोन्ही मार्ग पुढे त्यांना सोडावे लागले असे त्यांच्या नंतरच्या काळात प्रकाशित झालेल्या पुस्तकांवरून दिसते.

ज्या देशमुख प्रकाशकांबद्दल नेमाडे नाराजी नोंदवतात त्यांचीच कड घेऊन कुरुंदकर 'मौज' व 'पॉप्युलर' या प्रकाशकांची निर्भत्सना करतात. 'श्री. पुं.ना कवींचे काव्यसंग्रह वर्षानुवर्षे स्वतःकडे खितपत ठेवण्याची सवय आहे,' एवढे सांगून ते थांबत नाहीत तर 'अत्यंत गुंड रा.ज. देशमुखांपेक्षा ही मितभाषी, सौजन्यशील मंडळी लेखक-कवींना अधिक अपमानास्पद वागणूक पद्धतशीर देत असल्याचे' ते आवर्जून नमूद करतात. पॉप्युलर प्रकाशनाची स्कीम संग्रह प्रकाशित करण्याची आहे की नुसता गवगवा करण्याची, असा खोचक प्रश्न ते प्रकाशनास विलंब झाल्यावर कवीला विचारतात. या संग्रहातील काही पत्रे मौज-पॉप्युलर यांच्यातील सौहार्दावर प्रकाश टाकणारी असली तरी, 'रानातल्या कविता' हा संग्रह वा.लं.च्या सल्ल्याने 'वाटमारी केल्यासारखा माझ्या टेबलावरून उचलला गेला', ही खंत व्यक्त करायला श्री. पु. चुकत नाहीत.

ही पत्रे वाचताना आणखी एक गोष्ट प्रकर्षाने जाणवली. ती तशी काहीशी व्यथित करणारीच आहे. पत्राचे माध्यम मन मोकळे करण्यासाठीच मुख्यत्वे असते आणि व्यक्तिगत सुख-दुःखांचे, तक्रारी-गाऱ्हाण्यांचे सूर त्यातून उमटणे अगदीच स्वाभाविक असते. हे खरे असले तरी या संग्रहातील पत्रलेखकांची नावे वाचल्यावर असे वाटले होते की चारचौघांच्या पत्रांपेक्षा ही पत्रे वेगळी असतील; पण वरकरणी काही पत्रलेखकांनी तात्त्विक वैचारिक पातळीवरून काही सांगत असल्याचा आव आणलेला दिसत असला तरी तो त्यांना पत्राच्या अवकाशापुरताही टिकवता आलेला नाही. त्या झिरझिरीत आवरणाच्या आडून त्यांचे व्यक्तिगत द्वेष, आकस व पूर्वग्रहच जास्त दिसून आले. एकूणच पत्रांचा आणि विशेषतः बौद्धिक-सांस्कृतिक क्षेत्रांत वावरणाऱ्या मान्यवरांच्या पत्रांचा आशयसूर ठळकपणे असा असणे हे आपल्या जीवनातील वैचारिकता, चिंतनशीलता आणि सुसंस्कृतपणा यांचा स्तर खालावल्याचे लक्षण म्हणता येईल काय? व्यक्तिगत काय आणि सार्वजनिक महत्त्वाचे काय याचा विवेक करून स्वतःला अभिव्यक्त करणे आपण

सोडून दिले आहे काय? मराठी माणसाची प्रवृत्ती प्रगल्भ वैचारिकतेकडून हळव्या भावनिकतेकडे संक्रमित झाली आहे, असा या कालखंडाचा इत्यर्थ या पत्रांवरून कोणी काढला तर तो अनाठायी म्हणता येईल काय? असो.

साहित्याइतकेच किंबहुना काकणभर अधिकच प्रेम नामदेवने शेती व शेतकरी या विषयांवर केले आहे. त्याने जे काही राजकारण आयुष्यात केले ते साहित्यक्षेत्राबरोबरच शेतकीतील परिस्थिती सुधारण्याच्या आंतरिक ओढीतून केले. कधी कधी तर त्यांची कविता या दोन्ही विश्वांना कवेत घेऊन उभी राहिलेली आपल्याला दिसून येते. मोहन गुंजाळांच्या पत्रात त्यांनी याची नोंद घेतली आहे. राजकारणात नामदेवने पाय ठेवला तेव्हा कुरुंदकरांनी त्याला असा इशारा दिला होता की, 'राजकारण खूपच चंचल असते, तुम्ही कवी असता तोवर सर्वांचे असता, राजकारणाच्या क्षेत्रात नियम निराळे असतात, तिथे आजचे स्नेही उद्याचे शत्रू होतात.' पण नामदेवबाबत असे झाले नाही, याचे कारण तो आपल्या भूमिकांबद्दल स्पष्ट होता आणि राजकारणाच्या चंचलवृत्तीपासून फटकूनच राहिला होता. त्यामुळे नवोदित कार्यकर्त्यांना राजकारणात पहिली काही वर्षे तरी स्तुतिपाठक व्हावेच लागते, आपली मते आवरून नेत्यांच्या तालावर वागावे-बोलावे लागते हे कुरुंदकरांचे भाकीतही नामदेवबाबत खोटे ठरले होते. साहित्याच्या संदर्भात नामदेवने विधान परिषदेत राहून जे कार्य केले ते महत्त्वाचे असले तरी त्या संबंधीची पत्रे या संग्रहात फारशी येऊ शकली नाहीत. तीही बहुधा गहाळ झालेल्या पत्रांचा भाग झाली असावीत असे दिसते. शेतीविश्वाशी संबंधित जे प्रश्न नामदेवने हाताळले त्यांचे पडसाद मात्र अनेक पत्रांमधून उमटलेले आढळतात. शेतकऱ्यांच्या आत्महत्या चिंताजनक प्रमाणावर होऊ लागल्यावर व्याधीच्या केवळ लक्षणांवर इलाज करणाऱ्या कर्जमाफीसारख्या उपाययोजनांच्या जोडीला ज्या पायाभूत व दीर्घकालीन स्वरूपाच्या धोरणांची नेटाने राबवणूक केली पाहिजे त्यांचा पाठपुरावा महानोरने केला हे अनेक पत्रांतील ओझरत्या उल्लेखांमधून ध्यानात येते. 'काळोखाचा रस्ता आपला नाही' ही त्याची दै. सकाळमधील लेखमाला अनेक शेतकऱ्यांना उपयुक्त व मार्गदर्शक वाटल्याचे त्यांनी अगत्यपूर्वक कळविले आहे. शरद पवारांनी लिहिलेली संक्षिप्त पत्रेही प्रत्यक्ष सांगण्यापेक्षा बरेच अधिक सुचवून जातात. 'अमुक विषयावरच्या आपल्या भावना समजल्या, आपले विचार समजले, आपल्या सूचना लक्षात घेतल्या' इत्यादी आशयाच्या ज्या संक्षिप्त ओळी पवारांच्या पत्रात येतात, त्या नक्कीच खूप संदर्भसंपृक्त आहेत. ज्यांना त्या त्या वेळच्या राजकीय घडामोडी आठवत असतील त्यांना त्या पत्रातील रिक्त अवकाशांत लपलेले हे संदर्भ समजल्यावाचून राहणार नाहीत. पवारांच्या एका पत्रातील दोन ओळी मात्र तुलनेने अधिक बोलक्या आहेत. त्यात ते नामदेवने पत्र लिहून बहुधा शेतकऱ्यांच्या दुःस्थितीबाबत उपस्थित केलेल्या अनेक मुद्द्यांचा संदर्भ देऊन असे सांगतात की, 'कृषिमंत्रालयात काम करताना शेतकरीवर्गास केंद्र सरकारकडून अधिकाधिक साहाय्य मिळून त्यांचे प्रश्न दूर करण्यास ते प्रयत्नशील आहेतच. शेतकऱ्यांचे प्रश्न अनेक व जटिल आहेत. तरीही विलंबाने का होईना ते सोडविण्यात आपल्याला यश मिळेल, अशी खात्रीही त्यांनी व्यक्त केली आहे.

पत्रे हा ज्याचा त्याचा व्यक्तिगत ठेवा असतो, ती प्रत्येकाची मर्मबंधातली ठेव असते. त्यांपैकी काही पत्रांची तर कित्येक पारायणेही झालेली असतात. ना. धों. महानोर आज त्याची ही वर्षानुवर्षे जिवापाड जपलेली धनसंपदा तमाम मराठी वाचकांसाठी खुली करत आहे. वाचक कृतज्ञतापूर्वक तिचा स्वीकार व स्वागत करतील असा भरवसा मला वाटतो. माझा अनुभव मला असे सांगतो की, ही पत्रे सलगपणे वाचताना तासन्तास एका जागी खिळून बसलो होतो. एक फरक अर्थातच पडणार आहे, मला ती पत्रे हस्तलिखित स्वरूपात वाचायला मिळाली. वाचकांना मात्र ती मुद्रित अक्षरांत वाचावी लागतील. हस्ताक्षरांची प्रसंगानुरूप व मूडनुसार बदलणारी वळणे, पत्र लिहून संपल्यानंतर त्यात आडव्या-उभ्या ओळी लिहून घुसडलेली वा

वगळलेली वाक्ये, काही शब्दांच्या वळणांना आपोआपच चिकटलेला कातर हळवेपणाचा वर्ख आणि अस्फुट अव्यक्तता, काही ओळींमधील धावती गतिमानता, तर इतर काही ओळींची संथ लय, रिकाम्या राहिलेल्या वा सोडलेल्या जागा आणि मूळ शब्दांच्या जागी खोडून टाकलेले पर्यायी शब्द, किंवा खोडलेल्या ओळीच्या ओळी, मजकुरांच्या मांडणीचे विविध आकृतिबंध, स्वाक्षऱ्यांची निरनिराळी लपेट आणि धाटणी हे सारे आणि आणखीही बरेच काही पाहिल्यावर मला ती पत्रे अधिकच अर्थसघन होत असल्याचा अनुभव आला. मुद्रित प्रतीत हे अपरिहार्यतः हरवणार हे उघडच आहे. यशवंतराव चव्हाणांची पत्रे वाचताना मला हे विशेष जाणवले. त्यांची सुरुवातीची पत्रे संगणकयंत्रावर मुद्रित केलेली आहेत, नंतरच्या पत्रांतून जेव्हा त्यांना अधिक आत्मीय स्वरूपाचा व भावनिक आशय व्यक्त करायचा होता, तेव्हा त्यांनी स्वदस्तुरास पत्रे लिहून पाठवलेली दिसतात. चंद्रकांत पाटीलची पत्रे तर हस्ताक्षर व मांडणीच्या नेत्रसुखद प्रयोगांसाठी कायम लक्षात राहतात. अर्थात हा फरक पडणार असला तरी मी हे खात्रीने सांगू शकतो की मुद्रिततेच्या औपचारिक कोरडेपणाच्या मर्यादितही ही पत्रे वाचकांना भरभरून बरेच काही देतील. या पत्रसंग्रहाच्या संपादनाचे अत्यंत जिकिरीचे काम करणारे संपादक आणि आमचे तरुण कविमित्र प्रकाश होळकर व प्रकाशक साकेत बाबा भांड या उभयतांचे मी मनःपूर्वक अभिनंदन करतो आणि आभार मानतो.

– भास्कर लक्ष्मण भोळे

अनुक्रम

अ

अदवंत, म. ना.

जळगाव
दि. १४ जानेवारी १९६१

प्रिय महानोर यांस
अ. आ. वि. वि.

तुझे पत्र पोहोचले. वाचून अतिशय आनंद वाटला. ज्या मनमोकळेपणाने तू पत्र लिहिले आहेस त्यातील जिव्हाळा जाणवला. वास्तविक एकच वर्ष तुझा व माझा संबंध आलेला; पण त्या अवधीत जो जिव्हाळा तू दाखविलास त्यामुळेच आपण अधिक जवळ आलो आहोत.

तुझ्या कविता मी वाचल्या. त्यातील कल्पना चांगल्या आहेत. त्या अर्थात उमेदवारीच्या काळातील कविता आहेत. हळूहळू तुझं स्वतःचं विश्व तुला गवसेल. त्यासाठी सतत लिहीत जा; पण त्याबरोबर वाचनही वाढव. ग्रामीण जीवनातील अनुभवांना साकार करण्याचे, त्यांचे भावविश्व काव्यमय करण्याचे काम तुला करायला हवे. त्यासाठीच तुझी योजना पळसखेडा या गावी झालेली असण्याचा योगायोग असेल. शहरी संस्कार झालेल्या नागर जीवनावरील कविता पुष्कळच निर्माण होतात. ग्रामीण जीवनावरील काव्य अनुभूतीतून निर्माण होत नाही, अशी आमची तक्रार आहे. तुझ्यासारख्या खेड्यातील जीवनाशी समरस व एकरूप होणाऱ्या कवीकडून आम्ही अशा गीतांची अपेक्षा करतो.

वाचन वाढव हे सांगायला नकोच. कारण अनुभवाला बहुश्रुततेची जोड मिळालीच पाहिजे; पण त्यातून अनुकरणाची निर्मिती होऊ नये. नव्या कवींबरोबर जुन्या कवींचा अभ्यास कर. ज्ञानेश्वर, नामदेव, एकनाथ, तुकाराम व शाहीर यांच्या अभ्यासातूनही नवा अनुभव तुला मिळेल.

तू कुठे राहतोस किंवा किती शिकलास हा प्रश्न महत्त्वाचा नाही. खेड्यातील जीवनातही एखादी व्यक्ती स्वतःचं विश्व निर्माण करू शकते हे विसरू नकोस.

अधिक लिहावं असं नाही. तू उत्तरोत्तर अशाच सुंदर कविता लिहाव्यास व मराठी साहित्याच्या दालनात मोलाची भर घालावीस. त्याकरिता करावी लागणारी तपश्चर्या अवश्य कर. आमच्या सदिच्छा तुझ्या पाठीमागे आहेतच.

तुझ्या आई-वडिलांना स. न. भावंडांस अ. आ. क. लो. अ. ही. वि.

तुझा,
म. ना. अदवंत

जळगाव

दि. २१ सप्टेंबर १९६२

प्रिय महानोर यांस

अ. आ. वि. वि.

तुझी दोन्ही-तिन्ही पत्रे मिळाली. कामाच्या व्यापामुळे उत्तर देण्यास सवड होऊ शकली नाही. मध्यंतरी तुझी मनःस्थिती ठीक नसावी असं तुझ्या पत्रावरून वाटत होतं. त्याच वेळी पत्र लिहिणार होतो; पण कामामुळे ते तसंच राहून गेलं.

तू सांगितलेल्या पुस्तकांपैकी दोन-तीन पुस्तकं वाचावयास मिळू शकतील. कुणी पाठविलंस किंवा स्वतः तू आलास तर मी तुला ती देईन. 'दूधसागर' हा बोरकरांचा काव्यसंग्रह तुझ्यासाठी मिळविला आहे. तोही त्याच वेळी देईन.

सध्या कामाची गडबड सुरू आहे. मध्यंतरी पुणे नभोवाणीवर भाषण झाले. त्यासाठी पुण्याला गेलो होतो. नवीन पुस्तके पाहिली. पण काव्यसंग्रह कुणाचा प्रकाशित झालेला नाही.

'काव्यवाहिनी : भाग ३ रा' फक्त प्रकाशित झाला आहे.

बाकी ठीक.

सर्वांना यथोचित

क. लो. अ. ही. वि.

तुझा,

म. ना. अदवंत

ता.क. : तुझ्या विषण्ण मनोवृत्तीतून तू बाहेर आलास की नाही?

जळगाव

दि. ५ ऑक्टोबर १९६२

प्रिय महानोर यांस

स. न. वि. वि.

'नारायण'च्या हस्ते आलेले पत्र मिळाले.

तूर्त तुला 'मेंदी' व 'दोला' ही दोन पुस्तके नारायणबरोबर पाठवीत आहे. वाचून झाल्यावर परत करावीत. बाकीची पुस्तके कॉलेजच्या वाचनालयात परत केली आहेत व ती सध्या checking सुरू असल्याने मिळायची नाहीत; पण checking संपले म्हणजे मिळवितो.

बाकी ठीक. पुस्तके पोहोचल्याचे कळवावे. तुझ्यासाठी 'दूधसागर'ची प्रत मिळविली आहे. ती पण पाठवीत आहे.

क. लो. अ. ही. वि.

तुझा,

म. ना. अदवंत

'अनिल'
(देशपांडे, आत्माराम रावजी)

नागपूर
दि. २१ जून १९७२

प्रिय श्री. महानोर यांना,
सप्रेम नमस्कार विनंती विशेष.

नॅशनल बुक ट्रस्टने योजिलेल्या कवितांच्या संकलनासाठी मराठी कवितांची निवड मी करीत आहे. त्यासाठी मला आवडलेली आपली एक कविता मी घेतली आहे. यासंबंधी नॅशनल बुक ट्रस्टकडून आपणास रीतसर पत्र येईलच.

सध्या मला खालील माहिती पाहिजे :

१. आपले पूर्ण नाव व पूर्ण पत्ता.

२. आपली जन्मतारीख, महिना, सन

३. आपण काव्यलेखनास आरंभ केव्हा केला.

वरील माहिती मला उलट टपाली ताबडतोब पाठवून उपकृत करावे, ही विनंती.

कृपालोभ असावा

आपला,
आत्माराम रावजी देशपांडे
'अनिल'

अमदाबादकर, अनंत

अमदाबाद
दि. १ ऑगस्ट १९६८

श्री. महानोर,
सप्रेम नमस्कार.

'वाचे'चे तिन्ही अंक मिळालेत. तिसऱ्या वाचेच्या वीस प्रती अगोदरच मिळाल्या. त्या मी सर्व वर्गणीदारांना वाटून दिल्या. शिवाय तुमच्याकडूनही त्यांना अंक मिळाल्याचे कळले. असो. येथील काही मान्यवरांना अंक दिलेत. त्यांची मतं कळायला अजून वेळ आहे. मुक्तिबोधांनी मात्र पाटील–काळसेकरांच्या कवितांवर 'हे काय आहे?' म्हणून बोट ठेवले. त्यांना अंकाविषयी सविस्तर पत्र देण्यासाठी मी सांगितलेच आहे. मा. गो. देशमुखांनी नंतर मत कळवू म्हणून सांगितले.

अनेकांनी 'वाचे'विषयी बरीच आस्था दाखविली. 'वाचे'चा २ रा अंक त्यांनी जपून ठेवला आहे व पहिल्या अंकाची मागणी केली. तुमच्याकडे पहिली 'वाचा' असेल तर त्यांच्यासाठी एक पाठवा. नव्या अंकाविषयी मत नंतर.

येथील बऱ्याच लोकांची 'वाचे'तील काही कवितांविषयी व म्हणून एकूण अंकाविषयीसुद्धा बरीच प्रतिकूल प्रतिक्रिया आहे. कित्येकांनी Poetry poisoned असा त्यावर शेरा मारला.

माझे मत : काळसेकर-प्रभू-पाटलांच्या कविता मलाही आवडल्या नाहीत. पाटलांच्या यापूर्वी वाचलेल्या कवितांपेक्षा ही कविता मुद्दामपणे, उद्दामपणे वेगळी वाटते. काही ठरावीक काळात काही शब्द काही लोकांच्या लेखनातून प्रतिध्वनी उमटल्याप्रमाणे दिसतात. याचा अर्थ काहीही असला तरी तो स्वैर आणि म्हणूनच गैरही वाटायला लागतो. पाटलांना मी मुद्दाम याविषयी लिहायला सांगितले आहे. त्यांच्या पत्रानंतर मी पुन्हा त्यांची कविता समजून घेण्याचा प्रयत्न करीन. तुम्ही या बाबतीत एक सविस्तर पत्र द्याच. पाटलांचे तीन-चार दिवसांपूर्वीचे एक पत्र मिळाले.

आपला,

अनंत अमदाबादकर

आमटे, विकास

दि. २६ डिसेंबर २०००

श्री. ना. धों. महानोर,

सस्नेह नमस्कार

आपल्या 'पानझड' या काव्यसंग्रहास साहित्य अकादेमी पुरस्कार मिळाल्याचे वृत्त वृत्तपत्रांतून विदित झाले. सहर्ष अभिनंदन.

काळ्या मातीशी इमान राखणाऱ्या आपल्या कवितांचे आम्ही निस्सीम चाहते आहोत.

आनंदवन परिवारातर्फे नववर्षाच्या हार्दिक शुभेच्छा.

शुभकामनांसह!

विनीत,

विकास

आवटे, गणेश

परभणी

प्रिय रा. ना. धों. महानोर

स. न.

आपल्या 'पानझड' या कवितासंग्रहास साहित्य अकादेमीचा पुरस्कार मिळाला हे वाचून मला खूप आनंद झाला. या यशाबद्दल आपले हार्दिक अभिनंदन. महाविद्यालयात शिकत असताना तुमच्या 'रानातल्या

कविता' वाचल्या होत्या. त्या अनेकदा वाचल्या तरी वाचनातील गोडी कमी होत नव्हती. 'रानातल्या' आणि 'वही'तील कविता तोंडपाठच झाल्या. अजूनही वर्गात शिकवताना त्यातील ओळी ओठावर येतात.

तुमच्या 'पानझड'पर्यंतच्या सर्व कवितांतून सूक्ष्म आणि तरल निसर्गभान जाणवतं. कवी निसर्गात इतका एकरूप होतो की तो झांज झुलते झाड होतो. कवितेतील हे निसर्गदर्शन माझ्यासारख्याला आनंददायी गोष्ट वाटते. योग्य कवीला योग्य पुरस्कार असे या पुरस्काराचे वर्णन करून मी आपले पुन्हा एकदा मनःपूर्वक अभिनंदन करतो.

आपल्या भावी लेखनास शुभेच्छा.

आपला,

गणेश आवटे

आळेकर, सतीश

पुणे

दि. ८ मे १९७७

श्री. ना. धों. महानोर,

स. न.

मुंबईनंतर आपली गाठ नाही. 'जैत रे जैत'चे चित्रीकरण दि. २५ एप्रिलपासून कर्नाळा येथे नियमित सुरू झाले आहे. २५-२६ मेपर्यंत सर्व चित्रीकरण संपवण्याचा जब्बारचा मानस आहे.

तुमच्या तीन गाण्यांचे रेकॉर्डिंग झाले असून उरलेल्या गाण्यांचे रेकॉर्डिंग दि. १२ मे रोजी आहे. (तारखेत बदल होण्याची शक्यता असेलच.) सात कवनांचे recording पूर्ण झाले. तीन गाण्यांच्या recording ची casset माझ्याजवळ आहे.

१) मी रात टाकली

२) जांभूळ पिकल्या

३) नभ उतरू आले

कदाचित मंगेशकरांनी आपल्याला recording संबंधी कळवले असेलही; परंतु मी आपले पत्र लिहिले कारण राहावेना म्हणून. तुमच्याबरोबरचा मुंबईतला काळ मजेत गेला. परत पुण्याला कधी चक्कर?

सर्व गाण्यांची L. P. record निघणार आहे.

कळावे,

आपला,

सतीश आळेकर

पुणे
दि. २५ जून १९७७

श्री. ना. धों. महानोर,
स. न.

आपले अभिनंदनाचे पत्र मिळाले. आभार.

गेल्या रविवारी मुंबईत होतो. 'जैत'चे चित्रीकरण जवळ जवळ पूर्ण झाले आहे. जुलैमध्ये पाच-सहा दिवस चित्रीकरण झाले की सगळे काम संपते. निळू फुलेंचे काही सीन्स राहिले आहेत.

Rush Prints मुंबईत असून जब्बारच्या त्या पहिल्या झालेल्या भागाचे संकलन चालू असून १५ ऑगस्टपूर्वी चित्रपट सेन्सॉर करून घेण्याचा जब्बारचा विचार आहे. संगीत एकंदर ८० मिनिटांचे झाले आहे. गाण्यांची L.P. रेकॉर्ड, H.M.V. लवकरच काढेल असे हृ. मंगेशकर म्हणाले. सर्व चाली उत्तम जमल्या आहेत. आशा भोसले, लता, रवींद्र साठे, वर्षा भोसले, चं. काळे यांनी गाणी गायली आहेत. 'पीक करपले', 'गोऱ्या देहावर'ची या चाली तुमच्या चालींवरच आधारलेल्या आहेत. ही दोन गाणी सर्वोत्कृष्ट ठरतील, असे सर्वांना वाटते.

चित्रीकरणाच्या वेळी मोहन आगाशे यांना अंगावर [illegible] (५०-६० [illegible] चालला; [illegible] थोडक्यावर निभावले. विशेष काही झाले नाही. शॉट उत्तम जमला आहे.

बाकी ठीक. पुण्यात कधी येणार?

आपला,
सतीश आळेकर

क

कदम, बाबा

कोल्हापूर
दि. ३ डिसेंबर १९७५

प्रिय श्री. ना. धों. महानोर
सप्रेम नमस्कार,

आपले पत्र पाहून अतिशय आनंद झाला. इतक्या कामाच्या व्यापातून आपण माझी आठवण ठेवून, मी जेवणाचे दिलेले आमंत्रण आठवून आपण पाठवलेले पत्र पाहून मी व सौ. माई कदम दोघेही आश्चर्यचकित झालो. आपली भेट प्रदीर्घ व्हावी अशी आमची दोघांचीही मनोमन इच्छा होती व आहे, परंतु आपणास परत जायची घाई होती व मलाही रजा मिळणं थोडं दुरापास्त असंच होतं. दोन्ही वेळा आपलं काव्यवाचन आकंठ प्राशन केले; पण तरीही अतृप्तच राहिलो.

काव्य आणि कविता हा प्रांत प्रिय असला तरी काहीसा दुर्गम आहे, असे आपले काव्यवाचन ऐकेपर्यंत वाटत असे; पण त्या दोन्ही दिवशी विविध विषयांवरच्या आपल्या कविता ऐकून वाटले की नाही, जिवंत आणि रसरशीत कविता दुर्गम मुळीच नसते, उलट हा वाङ्मयातला अत्यंत प्रभावी असा जीवनावश्यक प्रकार आहे. फळझाडापर्यंत मला, अंतःकरणापर्यंत पोहोचणारं काव्य ऐकायला मिळालेलं नव्हतं; पण आपण ते

श्रेय घेतलं. ग्रामीण भागाची वर्णनं, गव्हाच्या लोंब्यांचं नितळ पाण्यात पडलेलं सळसळतं प्रतिबिंब आपण साक्षात उभं केलंत, नजरेसमोर! दुष्काळाचं वर्णन तर असं हृदयस्पर्शी होतं की मूठभर धान्यासाठी देहविक्रय करणारी मुलगी आपण एखाद्या जातिवंत चित्रकाराप्रमाणे शब्दांनी नजरेसमोर उभी केलीत. ते शब्द इतके काळजाला भिडले की काही विचारू नका!

आधुनिक कवितेनं काव्याच्या प्रांताबद्दल मनात एक धसका निर्माण केला होता; पण आपली सुबोध, साधी, सोपी तरीही प्रगल्भ अशी काव्यरचना पाहून वाटले की खरंच कवी हा बनवून होत नाही, तो जन्मावाच लागतो. आजपर्यंत या भारतात कोट्यवधी शेतकरी जन्मले, काही शिकलेसवरलेले शेतकरीही निर्माण झाले पण कोणाच्या दृष्टीला 'हिरव्या पानांत पानांत काही चावळ चालते। भर ज्वानीतली ज्वार अंग मोडीत बोलते' या ओळी स्फुरल्या नव्हत्या; पोटऱ्यातले हसू ओंब्यात दाटलेले पाहण्याची दृष्टी लाभलेली नव्हती! अशी कितीतरी अंतःकरणाला थेट जाऊन भिडणारी तुमची काव्यरचना दाखवता येईल.

खरं सांगायचं म्हणजे मलाही कविता करण्याचा छंद होता. शाळेत असताना 'र'ला 'ट' जोडून काही कविता मी लिहिल्या असतीलही; पण पुढे नियतीने मला अशा क्षेत्रात आणून सोडले की माझ्यातील सर्व हळुवार भावना कोमेजून गेल्या. जगाकडं एका निराळ्याच दृष्टीनं पाहण्याची सवय आपोआपच जडली.

फौजदारी कोर्टात सरकारी वकील! खून, मारामाऱ्या, दरोडे, वैर, मत्सर, ईर्षा अशा एकाहून एक अशा भयंकर प्रकारांनी भरलेले खटले चालवताना काव्यांश करपून गेला. पण त्याबद्दल मला फार हळहळ वाटते असं नाही. कारण मी जरी कविता करण्याचं ठरवलं असतं तरी ते मला जमलंच नसतं! तेव्हा कल्पना नव्हती की हा दिसायला साधा अन् सोपा असा सरस्वतीचा आविष्कार निर्माण करण्याला फार मोठी ताकत लागते. आपण आपलं गद्य लिखाण करावं म्हणून सुरुवात केली ती १९६५च्या सुमारास आणि दहा वर्षांत चोवीस कादंबऱ्या पूर्ण झाल्या. आता पंचवीसावी लवकरच प्रेसला जाईल! विपुल साहित्य प्रसूतीत वाङ्मयीन गुणांचा अभाव आढळतो हे मला एकदम मान्य; पण मी तरी काय करणार, माझ्या व्यवसायावर आधारभूत असे, लिखाण करण्याचा हा जो प्रकार मी निवडला आहे त्यात मनोविश्लेषणाला प्राधान्य देणंच शक्य नाही! पण काही असो, जोपर्यंत रसिक वाचक वाचताहेत तोपर्यंत लिहायलाच हवं! दैनंदिन जीवनात सर्वसामान्य माणसाला माझी कादंबरी वाचून तास दोन-तास विरंगुळा मिळाला, एक नवीन विश्व अनुभवायला मिळालं तरी माझ्या श्रमाचं सार्थक झालं, असं मानणारा मी आहे! माझ्याकडून उच्च साहित्यिक अपेक्षा करण्याच्या कोणी भरीस पडून नये अशी पुण्या-मुंबईच्या बुजुर्ग साहित्यिकांना माझी नम्र विनंती असते!

इंग्रजी वाङ्मयात क्राइम स्टोरीज अत्यंत लोकप्रिय होतात. मग मराठीत का होऊ नयेत? अशा विचारानं मी कायद्यातील क्लिष्ट कलमे सर्वसामान्यांना ज्ञात व्हावीत व त्याचबरोबर स्वातंत्र्योत्तर महाराष्ट्रातील ग्रामीण भागातील विशेषतः सत्ता स्पर्धा, गुंडगिरी आणि दहशतवाद यांचं प्रतिबिंब लिखाणात उठवण्याचा प्रयत्न केला. तो कितपत यशस्वी झाला हे मला ठाऊक नाही; पण जोपर्यंत लोक आवडीने वाचतात तोपर्यंत लिहीत राहणार! असो. आता लवकरच आपली भेट कराडला होईल! आपले काव्यवाचन पुन्हा ऐकायला आम्ही आतुरलो तर आहोतच; पण ज्या मातीत तुम्हाला हे काव्य स्फुरले, ज्या शब्दगंधांनी तुम्हाला बाहूत घेतले ती माती, तो निसर्ग, ती पाण्यातली सळसळ, प्रतिबिंबं पाहावीत असं मात्र एकसारखं वाटतं! पाहू केव्हा एकदा तसा योग येतो!

बाकी सर्व क्षेम.

आपलाच

बाबा कदम

करंदीकर, विंदा

मुंबई

दि. १८ मार्च १९७३

प्रिय श्री. महानोर,

आपले १४ मार्चचे पत्र काल मिळाले. लगेच फोनवरून मित्रद्वयांना आपले पत्र वाचून दाखवले. माझ्याप्रमाणेच बापट-पाडगांवकर यांनाही आपण अगत्याने निमंत्रण दिल्याबद्दल आनंद वाटला.

आमचा पहिला बेत ३१ मार्चला कार्यक्रम झाल्यानंतर रात्रीच्या गाडीने परत निघावे असा होता व त्याप्रमाणे परतीची तिकिटे रिझर्व्ह करण्याबद्दलची सूचना आम्ही जळगावातील मंडळींना दिली होती. तुमचे निमंत्रण स्वीकारता यावे म्हणून आता आम्ही रविवारी रात्रीच्या गाडीने परत यायचे ठरवले आहे व तशी सूचना जळगावच्या मंडळींना तिकिटांच्या संबंधात देत आहोत.

शनिवारी कार्यक्रमाच्या वेळी भेटाल तेव्हा अधिक बोलू व तुमच्याकडे केव्हा जायचे व तेथून केव्हा निघायचे वगैरे तपशील ठरव.

सध्या तुमचे निमंत्रण स्वीकारले आहे, असे समजून स्वयंपाकाच्या तयारीला लागावे!

आपला,

विंदा करंदीकर

ता. क. : आत्ताच बापटांचा फोन आला. रविवारी रात्रीची तिकिटे रिझर्व्ह होत आहेत की नाही हे कळण्यासाठी आपण डॉ. आपटे, ८६, नवी पेठ, जळगाव, यांस भेटावे. हे जमू शकले तरच आपल्यातील गप्पांचा कार्यक्रम शक्य होईल; एरवी आमची सर्वांची इच्छा असूनही ते जमणे कठीण.

आपला,

विंदा

कर्णिक, द्वा. भ.

मुंबई

दि. १९ ऑगस्ट १९९०

कविवर्य ना. धों. महानोर यांस,

स.न.वि.वि.

आपली व माझी ओळख नाही; पण आपल्या कविता मी वाचल्या आहेत. ग्रामीण विभागाचे एक मान्यवर प्रतिनिधी म्हणून आपण व्यक्त केलेल्या भावभावना व विचार मी समजावून घेण्याचा प्रयत्न केला आहे. काल बालकवींच्या जन्मशताब्दी सोहळ्यानिमित्त झालेल्या समारंभात मी आपल्याला प्रथम पाहिले. त्या वेळी आपण केलेले सहजस्फूर्त भाषण, त्यामागील नम्रता, पण ग्रामीण कार्यकर्त्यांचा त्यातील सुसंस्कृत

आत्मविश्वास पाहून मी चकित झालो. त्या वेळी मला जाणीव झाली की ग्रामीण विभाग हा मागासलेला राहिलेला नाही. अभ्यासू तसाच स्वत्वाची जाणीव झालेला शेतकऱ्यांचा प्रतिनिधी आता आपल्या भवितव्याची घडण घडविण्याला पात्र झालेला आहे. बालकवींच्या काव्याशी तादात्म्य पावलेल्या आपल्या मनाची अभिजात रसिकता जशी आपल्या भाषणात प्रगट झाली, त्याचप्रमाणे 'सरीवर सरी' याव्या त्याप्रमाणे आपला जो काव्यानंद आपण प्रत्यक्ष कविता म्हणून प्रगट केला त्यामुळे मी खरोखरच भारावून गेलो. मला वाटते आपल्याला या समारंभाचे अध्यक्षपद देऊन माधवराव गडकरी यांनी औचित्य प्रगट केले आहे. बालकवींच्या काव्यांचे रसग्रहण करण्याला आणि त्यातून मराठी मनाला बालकवींच्या श्रेष्ठतेची जाणीव करून देण्याला इतकी योग्य अधिकारी व्यक्ती मिळणे शक्य नव्हते. आपल्या सहवासात एक अप्रतिम संध्याकाळ घालविण्याचे समाधान मला प्राप्त झाले आहे. धन्यवाद.

यापुढे आपल्याला भेटण्याची संधी आली तर ती मी कधीही गमाविणार नाही. कळावे ही विनंती.

आपला,

द्वा. भ. कर्णिक

ता. क. : आजच्या 'लोकसत्ते'तील बालकवींवरील आपली कविता वाचली आणि अंतर्यामी काळीज कोरणाऱ्या आपल्या दुःखाची अधिकच तीव्र जाणीव झाली.

द्वा. भ. कर्णिक

कवठेकर, बाळकृष्ण

कोल्हापूर

दि. ९ ऑक्टोबर १९७८

प्रिय नामदेव,

एक चांगली बातमी कळवण्यासाठी मुद्दाम हे पत्र लिहीत आहे. शिवाजी विद्यापीठाच्या मराठी अभ्यास मंडळावर (बोर्डावर) तुझी शिक्षकेतर प्रतिनिधी म्हणून नियुक्ती करण्यात आली आहे. मीही या बोर्डाचा सदस्य आहेच. तू इकडे यावेस अशी फार इच्छा होती. म्हणून तुझे नाव सुचवण्यास सांगितले होते. विद्यापीठाकडून अधिकृतपणे पत्र तुला येईलच. तुझी मान्यता तू त्यांना कळव. यानिमित्ताने तू माझ्याकडे येशील ही गोष्ट मला फार आनंदाची वाटते. पहिली बैठक या किंवा पुढील महिन्यात होईल. त्या वेळी तू येशीलच. माझा पत्ता वर दिला आहेच. कॉलेजच्या आवारातच आपले क्वार्टर्स आहेत. सरळ घरीच ये. जुने घर — जिथे तू आला होतास ते — बदलून मी आता कॉलेजच्या क्वार्टर्समध्ये राहण्यास आलो आहे. तेव्हा हा नवा पत्ता नोंदवून घे.

आणखी विशेष काय? बऱ्याच वर्षांत तुझ्याकडील काहीच वर्तमान समजले नाही. तीन-चार महिन्यांपूर्वी चंदूचे पत्र आले होते. आठ-दहा दिवसांपूर्वी भोळे व त्या अगोदर नेमाडे इथे येऊन गेले. चंदूची वगैरे तुझी गाठभेट अशात झाली का?

माझा टीकालेखांचा एक संग्रह 'वाङ्मयीन चर्चा आणि चिकित्सा' हे नुकतेच बेळगावच्या

नवसाहित्य प्रकाशन संस्थेकडून प्रकाशित झाले आहे. अजून ते बाजारात आलेले नाही. आठ–दहा दिवसांत येईल.

पत्रोत्तर पाठव व इकडे येशील तेव्हा सरळ घरीच (नव्या पत्त्यावर) ये. बाकी सर्व ठीक.

सौ. वहिनींना सा. न. सर्वांना यथायोग्य स.न. कळावे,

तुझा,

बाळ कवठेकर

काजे, तुळशीराम

लोणी

दि. ७ डिसेंबर १९६५

प्रिय महानोर,

पत्राबद्दल धन्यवाद.

तुम्ही मला अनोळखीचे नाही... केचेंना लिहिलेले पहिले पत्र वाचले होते. पुसद संमेलनाचा वृत्तान्तही कळला होता. कविताही वाचल्या आहेत.

'पुन्हा कविता'मध्ये माझी कविता निवडली त्याबद्दल आभारी आहे. तुम्ही व तुमचे मित्र प्रा. चंद्रकान्त पाटील यांनी मराठी कवितेबद्दल ज्या आपुलकीने हा खटाटोप चालवला तो दिवसेंदिवस वृद्धिंगत होवो!

तुमचे पत्र वाचून मला हैदराबाद संमेलनास यावेसे वाटू लागले आहे; पण मी कोणत्याच साहित्य संस्थेचा सदस्य नसल्यामुळे रेल्वे कन्सेशनचा फॉर्म कसा मिळवायचा या अडचणीत आहे. तुम्हाला सहज शक्य असेल तर एक फॉर्म पाठवा व त्यासाठी कितीची म.आ. करू तेही कळवा. त्या फॉर्मचे पुढे काय करायचे असते तेही लिहा. मी येण्याचा प्रयत्न करणार आहेच; पण येणे अशक्य झाल्यास माझी एक विनंती लक्षात घ्या : अध्यक्षांचे भाषण व इतर भाषणे वगैरे छापील पण मोफत मिळणारे साहित्य पोस्टाने पाठवावे; अर्थात सहज शक्य असले तरच. पत्र यावे.

तुळशीराम काजे

लोणी

दि. २९ जून १९६६

प्रिय महानोर,

तुमचे पत्र लोणीच्या पत्त्यावर आले तेव्हा मी अमरावतीला होतो. सुटी संपल्यामुळे परत लोणीला आलो आहे.

प्रश्नावली पोहोचली. निश्चित केलेल्या तारखेपर्यंत निबंध पाठवणार आहे. तसे साहित्य परिषदेच्या चिटणीसास कळवलेले आहे. त्यांना १९ ला पत्र टाकले. चंद्रकांत पाटलांनाही पत्र टाकले. निबंध चांगला व्हावा म्हणून शक्य ते प्रयत्न मी करेन. आपण आपुलकीने माझी विचारपूस करता याबद्दल आनंद वाटतो.

नवीन काहीच लिहिले नाही. आपण वर्षातून एकदा परस्परांना भेटणे आवश्यक आहे.

अशा प्रकारच्या सेमिनारची आवश्यकता होतीच. केशवसुतांच्या जन्मशताब्दीचा मुहूर्त साधून हे होते आहे. यामुळे या सेमिनारचे विशेष महत्त्व आहे.

आपला

तुळशीराम काजे

काटदरे, अनिल

दि. १४ सप्टेंबर १९८४

प्रिय महानोर यांस स.न.

तुमची आठवण काढली नाही असा एकही दिवस जात नाही. टेपरेकॉर्डरवर फक्त कॅसेटच वाजवली जाते. अद्वैत तर चोवीस तास तेच गुणगुणत असतो. मध्यंतरी आम्ही बाबा आमटे यांच्याकडे गेलो होतो. सर्व काटदरे मंडळींचा प्लॅन असा होता की जळगावला उतरून पळसखेड व तेथून औरंगाबादमार्गे नागपूर गाठावे. आता नजीकच्या काळात तुमची काटदऱ्यापासून सुटका होईल असे वाटत नाही.

त्या दिवशी आपण सर्व रात्री आलात; पण आम्ही व्यवस्थितपणे आपल्याकडे लक्ष देऊ शकलो नाही याबद्दल खंत वाटत आहे.

आपण परत मुंबईला जेव्हा याल तेव्हा आमच्या घरी दरवेळी अवश्य या.

आ.

अनिल काटदरे

कानेटकर, वसंत

नाशिक

दि. २१ ऑक्टोबर १९७२

प्रिय महानोर,

पत्र मिळाले. वाचून आनंद वाटला. तुम्ही बोलवाल त्या वेळी सेवेस हाजीर होऊ. तुम्हाला नाही कोण म्हणणार. माझ्यासंगे तात्यांनाही बोलवा. म्हणजे काव्यशास्त्रविनोदात रात्र जागवू. दोघे बरोबरच येऊ. आता कॉलेजमधून मुक्त. त्यामुळे सवड खूप मिळते. नवे नाटक 'औषध न लगे मजला' हाती घेतले आहे. औरंगजेबाबद्दल तुमचे निदान अगदी योग्य आहे. फारच कलरफुल व्यक्तिरेखा आहे. तुमच्या नव्या साहित्यसाधनेबद्दल भटकळ सांगत होते. आनंद वाटला. असाच लोभ ठेवा. तुमच्याकडे यायचे ठरेल ते पंधरा दिवस आधी कळवा. बाकी उत्तम. एकदा सवड काढून या ना.

क. लो. अ.

ता. क. : मी डिसेंबरच्या २३-२४-२५ ला शारदोत्सव इंदूरला अध्यक्ष म्हणून जातो आहे.

तुमचा,

वसंत कानेटकर

काळे, अक्षयकुमार

नागपूर

दि. ७ ऑगस्ट १९७६

प्रिय ना. धों. महानोर,

सप्रेम नमस्कार.

आपले पत्र आताच मिळाले. प्रा. भोळे यांनीदेखील मला खूप आग्रह केला. मी डॉ. अ. ना. देशपांडे यांना विचारलेही पण त्यांनी परवानगी दिली नाही. मी सुमारे एक महिन्यापूर्वीच पुण्याला जाऊन आल्यामुळे त्यांनी परवानगी नाकारली. असो. मीही मग जाण्याचा आग्रह धरला नाही. आपल्या सर्वांच्या भेटीची संधी वाया गेली. आता तुम्हीच नागपूर किंवा वरूडला या. एकंदर कवितेवर चर्चा करण्याची खूप इच्छा आहे.

तुमच्या कवितेवर मी जवळ जवळ पंचवीस पेजेस मजकूर लिहून काढला आहे. तोही तुम्हाला दाखवायचा होता. स्वातंत्र्योत्तर निसर्गकविता या प्रकरणात तो थोडा कमी करून घालणार आहे. तुमची कविता एकंदर मराठी निसर्गकवितेपेक्षा बरीच वेगळी आहे. अनिलोत्तर मराठी निसर्गकवितेचा तोंडवळा अगदी एकसारखा आहे. बोरकर, पाडगांवकर, आरती प्रभू, इंदिरा संत, सदानंद रेगे इत्यादी सर्व मंडळी एकमेकांचे अनुकरण करीत आहेत की काय असा भास होतो. निसर्गकवितेतील ही कोंडी तुमच्या कवितेने फोडली म्हणून स्वातंत्र्योत्तरच नव्हे तर एकंदर मराठी निसर्गकवितेत तुमचे स्थान ऐतिहासिक आहे.

अभिव्यक्तितंत्रात मर्ढेकर, मुक्तिबोध, पु. शि. रेगे यांनी आपले स्वतःचे तंत्र वापरले. त्यांची नक्कल करणे जवळ जवळ अशक्य. तसेच तुमचेदेखील आहे म्हणून तुमची नक्कल करण्याचा प्रयत्नदेखील कुणी साधू शकेल, असे मला वाटत नाही व केल्यास तो ओळखू येईल. मर्ढेकरांची नक्कल करण्याचा प्रयत्न पुष्कळांनी केला; पण त्यात बहुतेकांना अपयशच आले.

प्रबंधामुळे अनेकांच्या कविता खूप वाचल्या. दिवसभर त्यातच बुडून गेलेला असतो. कवितेबद्दल अनेक कल्पना, अनेक प्रश्न एकसारखे मनात घोळत असतात. आता ते सर्व कागदावर किती आणि कसे उतरते ते पाहावयाचे.

भालचंद्र नेमाडेंची 'कोसला' इतक्यातच वाचली; पण काव्यसंग्रह अजून मिळाला नाही. चंद्रकांत पाटील यांचे 'निःसंदर्भ' वाचले. असो. तुम्हा सगळ्यांची भेट झाली असती तर मजा आली असती. प्रत्यक्ष प्रबंधाची प्रकरणे लिहिण्यापूर्वी तुमची जरूर भेट घेईन. बाकी ठीक.

कळावे,

अक्षयकुमार म. काळे

कांत, वा. रा.

मुंबई

दि. ३ डिसेंबर १९७०

प्रिय महानोर,

मी उद्या नांदेडला जात आहे. तिथून परतताना औरंगाबादला उतरेन. १२ ते १४ डिसेंबर औरंगाबादला मुक्काम राहील. या सुमारास तुम्ही औरंगाबादला येणे शक्य असल्यास अवश्य येऊन भेटावे. माझा औरंगाबादचा पत्ता असा :

२५/१४९, कोटला कॉलनी (आनंदनगर).

यात काही बदल झाल्यास मी कळवीन.

'साधने'त तुमच्या मुंबईच्या कार्यक्रमासंबंधाने श्री. कर्णिक यांनी फार सुरेख लिहिले. तुमचा मला आनंद वाटतो. या यशाबद्दल अभिनंदन.

वा. रा. कांत

मुंबई

दि. १५ ऑक्टोबर १९७६

प्रिय श्री. महानोर,

स. न. वि. वि.

तुम्हाला पत्र लिहायचे किती दिवसांपासून मनात होते; पण लिहिणे होत नव्हते. तसे विशेष कारणही निघत नव्हते. पण आता हे जे लिहीत आहे; ते कारण महत्त्वाचे म्हणून नव्हे. तर पत्रव्यवहाराला तात्कालिक एक निमित्त एवढेच. परवा तुम्ही मुंबईस येऊन गेलात असे कळले. पण माझी प्रकृती आता फारशी नीट नसते. म्हणून मुंबईत फिरणे मी फार कमी केले आहे. कित्येक महिन्यांत श्री. रायभान जाधवांचीही भेट नाही.

आता कधी पुन्हा मुंबईस आलात, तर माझ्या घरी येऊन पायधूळ झटकल्याशिवाय जाऊ नये.

कारण राहिलेच. ते तसे फार महत्त्वाचे नाही.

'मरणगंध' हा नाट्यकाव्यात्मक संग्रह प्रसिद्ध झालेला तुम्हाला माहितीच आहे. कॉंटिनेंटल प्रकाशनचे श्री. अनंतराव यांनी तो संग्रह मराठवाडा विद्यापीठाच्या अभ्यास मंडळाकडे पाठवला आहे. आणि महाविद्यालयीन अभ्यासक्रमात तो नेमण्यात यावा, अशी त्यांनी मंडळाकडे विनंती केली आहे आणि नंतर तसे मला कळविले आहे.

त्या संग्रहाची प्रत तुमच्याकडे आली असेलच. वाचून तुम्हाला हे पुस्तक अभ्यासक्रमासाठी योग्य वाटल्यास श्री. भटकळ, श्री. कुलकर्णी यांच्या विनंतीचा तुम्ही विचार करावा. तुमच्यासारख्या कवीला मी काय सांगणार? पळसखेड्याला यायची माझी फार दिवसांची इच्छा आहे. या वेळी भेटलो म्हणजे त्यासंबंधी काहीतरी ठरवू. रानातला कवी पाहिला, रान पाहायचे अजून तसेच राहिले आहे. बाकी क्षेम.

आपला,

वा. रा. कांत

किर्लोस्कर, मुकुंदराव

पुणे

दि. २४ ऑक्टोबर १९८३

प्रिय श्री. महानोर,

तुमच्या २८/९ च्या पत्रावरून स्वदस्तूरची खुशाली कळाली व मोठीच नाराजी दूर झाली.

प्रवासात झोप व जेवण यांचा नेहमीच बळी जातो; परंतु त्या दोन्ही गोष्टींकडे सतत दुर्लक्ष झाले, तर कार्यक्षमताही कमी होते. या दृष्टीने अधिक चांगल्या व फलदायी कामासाठी माफक; पण वेळच्या वेळी झोप व जेवण असे नवे घोषवाक्य तुम्ही बनविले पाहिजे.

तुमच्याशी गप्पागोष्टी करावयास मीही उत्सुक आहे. दोन महिन्यांपूर्वी गोंडा प्रकल्पात (तानाजी देशमुख पुरस्कृत) मी दोन-तीन दिवस काढले. त्यावर आधारित एक लेख एका दिवाळी अंकात येत आहे. त्याचा Off Print मी पाठवतोय.

यंदाची दिवाळी वाघांच्या सहवासात (चिखलदऱ्याच्या जंगलात) काढण्याची कल्पना आहे.

आशा करूया की तुमच्या कविता ऐकण्यासाठी वाघ आम्हाला शिल्लक ठेवील.

दिवाळी व नवे वर्ष सुखाचे जावो.

मुकुंदराव

पुणे

दि. १८ सप्टेंबर १९९८

प्रिय श्री. महानोर,

सप्रेम नमस्कार,

तुमचे छापील पत्र काल हाती आले व मनावरील फार मोठे दडपण थोडेसे तरी हलके झाले.

मध्यंतरी वृत्तपत्रांतून ज्या उलटसुलट बातम्या प्रसिद्ध होत, त्या वाचून मनाची मोठीच उलघाल होई. कारण सर्व मजकूर संदिग्ध असे. त्यामुळे तुमच्यावर आलेल्या काळजीचे स्वरूप, त्याचे निश्चित कारण याबाबत कसलाच खुलासा होत नसे.

पळसखेडा परिसराचा कायापालट करण्यासाठी तुम्ही आपल्या जीवाचे रान केले. तेथेच तुमची शिकार करण्याची खटपट कोणी करावी, यावर विश्वास बसू शकत नाही.

असो. पण तुम्हाला खूप खूप भोगावे लागले हे खरे. त्यामुळेच तुमच्या पत्राने माझ्यासारख्या तुमच्या अनेक मित्रांना मोठा दिलासा मिळाला.

असो.

माझे Heart बायपास ऑपरेशन गेल्या महिन्यात उत्तम प्रकारे पार पडले. परंतु डॉक्टरी सल्ल्यानुसार आणखी चार-सहा आठवडे घरातच विश्रांती घेणे भाग आहे.

बाकी सर्व क्षेम.

तुमची खुशाली चिंतितो.

मुकुंदराव

किंबहुने, रवींद्र

नाम्या,

येथे डॉक्टर लोहिया यांना तुझ्या स्क्रिप्टसंबंधी उत्सुकता फार आहे. यासंबंधी मी मागेच तुला बोललो होतो. तुला त्यांचा वग जरी करता आला नाही तरी डॉक्टर येथे स्वतः त्याचे आवश्यक तेवढे रूपांतर करून घेतील. त्यातील गाणी व लावण्या खास तूच लिहिल्या पाहिजेस, असा डॉक्टरांचा आग्रह आहे. तेव्हा तुझ्या स्क्रिप्टची एखादी प्रत असल्यास औरंगाबादेस माझ्याकडे किंवा इकडे अंबाजोगाईस डॉक्टरकडे पाठव. शक्य नसल्यास मूळ लिखाण माझ्याकडे पाठव म्हणजे मी त्याची Copy करण्याची व्यवस्था करतो. हे जेवढे लवकर होईल तेवढे जास्त बरे. निदान डॉक्टरांना ताबडतोब पत्र धाड म्हणजे काळजी नाही.

रवी किंबहुने

किर्लोस्कर, सुमन

पुणे
दि. २० ऑक्टोबर २००३

श्री. ना. धों. महानोर यांसी,
सप्रेम नमस्कार.

गुरुवारी सकाळी तुमचा निरोप घेऊन आम्ही सरोदे, चिनावलला जाण्यास निघालो. दोन्ही ठिकाणी केळीच्या बागा पाहिल्या व तेथील उत्पादकांशी चर्चा केली. खानदेशी माणसाने अत्यंत जिव्हाळ्याने केलेला पाहुणचार स्वीकारला आणि मगच निघालो. परतण्यास संध्याकाळचे सहा वाजले श्री. भंवरलालभाऊंना भेटल्यावर तुम्ही वाट पाहून घरी गेल्याचे कळले. परत गाठ पडू शकली नाही, याचे वाईट वाटले.

या दोन दिवसांत तुम्हा सर्वांकडून बरेच काही शिकायला मिळाले व नव्या उमेदीने, उत्साहाने आता आम्ही कामाला सुरुवात केलेली आहे. कालच Soil Conesrvation चे डिरेक्टर शेतभर हिंडून गेले व 'पाणी अडवा, पाणी जिरवा' योजनेखाली कोठे कोठे काय काम करता येईल यासंबंधी सल्ला दिला. काम करण्याची इच्छा असणाऱ्याला मदत करणारे अनेक हात भेटतात याचा प्रत्यय येत आहे.

तुम्ही आम्हाला तुमचा बहुमोल वेळ दिलात, स्वतः सगळीकडे हिंडून, प्रत्यक्ष तुमच्या कार्याचा परिचय करून दिलात, याबद्दल मी ऋणी आहे. आता डिसेंबर-जानेवारीत तुम्ही पुण्याला आल्यावर आमच्या शेतात तुमचे स्वागत करायला मला निश्चित आवडेल.

कळावे,

सुमन किर्लोस्कर

कुमठा, पां. ना.

मुंबई
दि. ७ सप्टेंबर १९७७

श्री. ना. धों. महानोर यांस,
स.न.वि.वि.

यंदाच्या पुस्तक-पंढरी प्रदर्शनासाठी आपण मुंबईला येण्याची अनुमती दिलीत, याबद्दल आभार. शुक्रवार दि. ७ ऑक्टोबर रोजी सायंकाळी ६ ते ८ हा स्वाक्षरीचा कार्यक्रम असेल. कार्यक्रम बॉम्बे-बुक-डेपो येथेच असेल. कार्यक्रमानंतर रात्री आपण जेवणासाठी वेळ मोकळी ठेवावी ही विनंती. आपण मुंबईस आल्यावर संपर्क साधावा, ही विनंती.

आपण स्वतः दुःखात असताना, घरगुती अडचणी असतानाही वेळ काढून येत आहात, याबद्दल मी आपला ऋणी आहे.

कळावे, लोभ असावा.

आपला,
पां. ना. कुमठा

कुरुंदकर, नरहर

नांदेड
दि. ६ जून १९६६

प्रिय महानोर,

सध्या कॉलेजला सुट्ट्या आहेत म्हणून गावी म्हणजे वसमतला आहे. त्यामुळे नांदेडच्या पत्त्यावर (व तोही अपुरा) पाठविलेले पत्र बरेच दिवस मिळालेच नाही. योगायोगाने कामानिमित्त नांदेडला आलो तो पत्र घरी पडलेले. पत्र कधी पाठविलेले आहे हे समजण्यास मार्ग नाही. आपल्या स्वाक्षरीखाली १७ मे ६६ असा उल्लेख आहे. पत्रावर शिक्का १२-३-६६ असा आहे वा कोडचा अजून एक शिक्का ८-५-६६चा आहे.

मला मात्र पत्र काल ५/६/६६ला मिळाले. आज उत्तर पाठवीत आहे. विलंब, दिरंगाई इत्यादींची कारणे स्पष्ट असावी म्हणून मी लिहिले. माझा पत्ता आपल्याकडे दिसत नाही तो या पत्रावर नोंदविलेला आहे. भारतीय पोस्ट व रेल्वे खात्याचे असे म्हणणे आहे की, पत्ता व्यवस्थित व पूर्ण असावा. 'म्हणजे पत्र वेळेवर पोचते.' हा जाहिरातीचा भाग म्हणून आपण सोडून देऊ.

मुकुंद कृष्ण गायकवाड हे सध्या नांदेडला नाहीत. आपली बदली नांदेडहून औरंगाबादला व्हावी याचा जोरदार प्रयत्न गेले वर्षभर त्यांनी चालविलेला होता. या त्यांच्या प्रयत्नास यश येऊन शेवटी बदली झाली. मात्र ती औरंगाबादला न होता किनवटला झाली. कथेच्या शेवटी अनपेक्षित कलाटणी असते तिचा धक्का वाचकांना देण्याची सवय गायकवाडला होती. एक धक्का जोरदार त्याला स्वतःला मिळाला हे वाईट झाले नाही. निसर्ग आहे. रिकामपण आहे. म्हणून अंदाज असा की इथे त्यांचे खूपसे लिहून होईल. गायकवाडने कधीही मला घेऊन येतो असे म्हटले तर ती निखालस थाप आहे ही पक्की खूणगाठ ठेवावी. माझा गुंता

पुष्कळ असतो व मला प्रवासाचा अतिव कंटाळा आहे. त्यामुळे पळसखेडला येण्याचा योग फार कठीण; पण अनपेक्षितपणे हा योग जुळेल, त्या वेळी अचानक येऊन उतरू. ठरवून योजना करून होण्याजोगे हे काम नव्हे.

शेती, घरादाराच्या अनंत भानगडी, यामुळे साहित्य गुंडाळावे लागते, असे आपण खेदपूर्वक लिहिलेले दिसते; पण तसे वाटण्याचे कारण नाही. हे गाठोडे मधून मधून गुंडाळून ठेवणेच इष्ट असते. साहित्यात पूर्णपणे गुंतून गेल्यामुळे प्रत्यक्ष जीवनाचा सांधा तुटावा हे योग्य नाही. ज्यांच्या बाबतीत असे होते व जीवनाचा सांधा तुटतो ती माणसे कवी असोत, कादंबरीकार असोत, टीकाकार असोत, त्यांच्या वाङ्मयाला बंदिस्तपणा, रोगटपणा, नकलीपणा येऊ लागतो. हे असे घडून 'प्रचंड वाङ्मयसेवक' होण्यापेक्षा अधूनमधून साहित्याशी संबंध तुटणे बरे असते. साहित्याशी संबंध मधून मधून तुटावा, पण रसिकतेशी, संवेदना, क्षमतेशी मात्र संबंध राहावा. म्हणजे वाङ्मयात माणूस ताजा राहतो आणि जीवनात तो बुजरा, परका राहत नाही. अर्थातच ही माझी मते आहेत व त्यांना दुसरी बाजू असू शकते हे मला मान्य आहे.

माझी दोन-तीन पुस्तके लवकरच येत आहेत, ही बातमी खोटी आहे. दरसाल दोन पुस्तके हा वेग जर मला गाठता आला आणि मराठी प्रकाशकांनी या वेगाला जर साथ दिली तर मग एकदम हर्षवायू होऊन मी मरूनच जाईन. मी १९५३ साली लिहिण्यास आरंभ केला (गूढ गोष्ट म्हणजे लिहिण्यास आरंभ आठव्या वर्षी केला. पंधराव्या वर्षीपासून छापण्यास पाठवू लागलो ते साभार परतू लागले.) पहिले पुस्तक १९६०, दुसरे १९६३, तिसरे १९६६ असा क्रम आहे. लिहिण्यास आरंभ करण्यापासून लोकांनी छापण्यास आरंभ करीपावेतो मधे बारा वर्षे आहेत. छापणे ते पहिले पुस्तक सात वर्षे. इथून तीन वर्षास एक या क्रमाने दोन पुस्तके. त्यातील दुसरे अजून छापून प्रकाशित झालेले नाही. ६६ अखेर होईल. या वातावरणात वर्षाला दोन पुस्तके काढण्याची सोय झाल्यास हर्षवायू का होणार नाही?

आता तर आमची पुस्तके छापली जात आहेत. वाचली जाण्यासाठी किती वाट पाहावी लागेल कोण जाणे.

लिहिण्याची गती यथातथाच आहे. त्यामुळे फायदा इतकाच की फार साहित्य पडून राहत नाही. आमच्या 'मोठेपणा'विषयी खोटा भ्रम नसावा. एक पुस्तक देशमुख काढीत आहेत. इतके मात्र सत्य आहे. राजेश्री देशमुख आमच्या मागे लागत नसतात. प्रकाशक मागे लागतो खूप खपणाऱ्या लेखकाच्या. मर्ढेकर असो, बेडेकर असो, वा.ल.कु. असो की नरहर कुरुंदकर असो, यांच्या मागे प्रकाशक लागत नसतो. आमच्या मागे प्रकाशकाचा फार तगादा आहे, असे आम्ही बोलत असतो. प्रकाशक दया म्हणून गप्प बसून हे ऐकतो. तो कॉंट्रॅक्ट करीत नाही इतकेच काय ते.

मराठी कादंबरीवरील लेख 'प्रतिष्ठान'मधून येऊ लागला आहे. 'प्रतिष्ठान' ज्याप्रमाणे निघेल त्याप्रमाणे पाच लेखकांचा तो पूर्ण होईल. साहित्य परिषदेसारख्या संस्थेचा अध्यक्ष असण्यात असा फायदा असतो. तो म्हणजे निदान तुमचे मुखपत्र तुमचा लेख नाकारीत नाही. आपण उत्सुकतेने लेखाची वाट पाहत आहे असे म्हटले आहे. त्याबद्दल आभारी आहे. सत्य मात्र मी ओळखतो. यापूर्वी रिचर्डसवरील लेखमाला 'प्रतिष्ठान'मधून येत होती. त्या वेळी अनेकांनी 'ही लेखमाला बंद करा नाहीतर मासिक पाठविणे बंद करा' अशा स्पष्ट धमक्या संपादक मंडळास दिल्या होत्या.

'मराठी टीका' हा ग्रंथराज आपण बघितला हे बरे झाले. मे. पु. रेगे यांनी केलेली आमची चम्पी पाहिलीत काय? नाव न घेता दावतर यांनीही थोडी हजामत केली. त्यांनी म्हटलेले 'मर्ढेकर न पचलेले' टीकाकार आम्हीच होत. आम्हाला एका गोष्टीचा मात्र आनंद आहे. तो म्हणजे पूर्वी लोक अनुल्लेखाने मला टाळीत. आता उल्लेखपूर्वक आम्हाला विस्ताराने मूर्ख म्हणू लागले आहेत. हे टीकाक्षेत्रातले प्रमोशन आहे.

चंद्रकांत काय अगर आपण स्वतः काय 'थोर सर्जनील कलावंत'! आहा. म्हणून चंद्रकांतने माझ्या सहवासात काही तास घालविले हे औपचारिक बोलणं. सत्य असे आहे की त्या थोर कलावंताने टीकाकाराचे दुय्यम काम करणाऱ्या व्यक्तीस उत्तेजन मिळावे, प्रेरणा मिळावी म्हणून काही वेळ आपला सहवास लाभू दिला. त्याही बाबतीत खरे म्हणजे चंद्रकांतचा इलाज नव्हता. मी त्याचे घर हुडकीत गेलो. त्याला कंटाळा येईतो घरी बसलो. मला टाळावे म्हणून त्याने फिरावयाला जाण्याची योजना काढली; पण मी फिरण्यासही तयार होतो. शेवटी वैतागून तो स्टेशनपर्यंत आला. मी गाडीत बसलो. शिटी होऊन गाडी हलली तेव्हा 'सुटलो' या आनंदाने त्याचा चेहरा उजळून निघाला. या सर्व बाबी माझ्या ध्यानात आहेत. या सहवासात त्याने मला चिरोचे हस्तसामुद्रिक समजावून देण्याचा उद्योग जेव्हा सुरू केला त्या वेळी केवळ आत्मसंरक्षण म्हणून मी दुर्बोधतेवर बोललो.

'ज्या कवितेचा अर्थ कळत नाही ती दुर्बोध' अशी माझी भूमिका होती. दुर्बोधतेसारख्या गहन विषयाची इतकी थिल्लर व उथळ व्याख्या मी करावी याचे चंद्रकांतला नवल वाटले. त्याला त्याची व्याख्या मी विचारली तर तो चिरोच्या हस्तसामुद्रिकात घुसू लागला. म्हणून मी 'लग्न करून घे' असा सल्ला दिला. येणेप्रमाणे गंभीर खोल व विचारप्रवर्तक चर्चा झाली. प्रभाकर पाध्येवर संतापण्याचे चंद्रकांतला कारण आहे. चंद्रकांत स्वतःला मराठी साहित्यक्षेत्रातील सर्वांत सूक्ष्म (रोड या अर्थी) साहित्यिक समजतो. या मुद्द्यावर प्रभाकर पाध्ये यांच्याशी त्याचा मतभेद झाला. ते स्वतःला अत्यंत सूक्ष्म मानतात. सध्या चंद्रकांत 'लयी'वर फार चर्चा करू लागला आहे. त्याने लवकर लग्न केले पाहिजे. ती लय लागली तरच ही चर्चा समजेल. पाध्ये यांना त्याने गुद्दे दिले यावरूनही चिडखोरपणा ध्यानात यावा!

केशवसुत जन्मशताब्दीच्या निमित्ताने आपण साहित्य परिषदेवर जो घोळ घालू इच्छिता त्याला आम्ही मान्यता दिली आहे.

आपले गुरुवर्य अदवंत यांचे प्रकाशकाच्या जवळ आमच्यापेक्षा अधिक वजन असेल अशी आमची भाबडी समजूत होती; पण तसे दिसत नाही. व्हीनसकडे शब्द टाकण्याचे धैर्य अदवंतांना झालेच नाही. ग. ल. ठोकळ यांनी त्यांना होकार भरला; पण ठोकळाला उत्साह किती व कसा आहे हे आपण जाणताच. आमच्या शब्दाखातर व्हीनसनी राम शेवाळकर स्वीकारला पण प्रकाशन मात्र तूर्त तहकूब केले. काव्यक्षेत्राची अशी परिस्थिती आहे. तुमच्या कविता श्री.पुं.ना. आवडल्या ही गोष्ट खरी आहे. मलाही ते तसे म्हणाले होते; पण सुट्या कविता वाचण्यापेक्षा समग्र वही पाहून मत देणे चांगले असते असे त्यांना वाटते. श्री.पुं.ना. काव्याची वही जरूर दाखवावी. फाजील उत्साह मात्र दाखवू नये. श्री.पुं.ना एकेका कवीचा काव्यसंग्रह वर्षानुवर्षे स्वतःकडे खितपत पाडून ठेवण्याची सवय आहे. तरीसुद्धा 'मौजे'ने स्पष्टपणे हा संग्रह स्वीकारला तर बरे. स्पष्ट बोलायचे नाही. संदिग्ध बोलून घोळवायचे असा श्री.पुं.चा शिरस्ता आहे हे ध्यानात घ्यावे. आरती प्रभूकडून वही श्री.पुं.ना मिळालेली असेल. पण 'कवी फार चांगला दिसतो 'वही' पाहून मग नक्की ठरवू' हे तुणतुणे श्री.पुं. वाजवीत असावेत. अत्यंत गुंड अशा रा.ज. देशमुखांपेक्षाही मितभाषी, सौजन्यशील मंडळी लेखकांना व कवींना अधिक अपमानास्पद वागणूक पद्धतशीर देत असतात. अपमान करण्याच्या प्रत्येकाच्या तऱ्हा असतात. लेखकांना आपल्याभोवती फिरवीत राहणे ही श्री.पुं.ची पद्धत आहे.

तूर्त जास्तीतजास्त कविता 'सत्यकथे'तून प्रकाशित करून घ्याव्या. आज-उद्या या घटनेचा फायदा होईल. आपले प्रकाशन 'पुन्हा कविता' कसे काय खपले? त्याचा नफा-तोटा काय? एक प्रकाशक म्हणून काय अनुभव आला हे जाणण्याची उत्सुकता आहे. यानंतर औरंगाबादला येण्यापूर्वी तुम्हास कळवीन. शक्य तर चार-दोन तास सर्जनशील प्रतिभावंतांच्या सहवासात घालवून पाहू. त्यामुळे जर तुम्ही टीकाकार

झाला तर एक कवी संपला हे पुण्यकृत्य घडेल. जर मला संच पाठवला तर मग मीही सर्जनशील होईन हाही लाभच.

कळावे लोभ असावा. ही विनंती.

आ. नम,

नरहर कुरुंदकर

नांदेड

दि. १६ ऑगस्ट १९६७

प्रिय महानोर,

यापूर्वी तुमची दोन-तीन पत्रे पोचली. दरवेळी या पत्रांना उत्तर देण्यासाठी प्रयत्न करीत असे आणि ते राहून जाई. गेले सुमारे चार महिने एक प्रकारच्या आजारात निघून गेले. हा आजार मानसिक होता की शारीरिक हे तेव्हाही कळले नाही, अजूनही कळत नाही. सारे लेखन, वाचन बंदच होते. वर्तमानपत्रही आठवडा आठवडा वाचीत नसे. दिवस सुटीचे होते; पण काही अभ्यास केला नाही, लिहिले नाही. झोप फारशी नव्हतीच. फक्त तासनूतास डोळे मिटून पडत असे. हा आजार शारीरिक म्हणावा तर दोन वेळा जेवत होतो. अन्न पचे, भूक लागे, पोट साफ होते. मानसिक आजार म्हणावा तर कोणतेही कारण नव्हते. कोणताही शॉक नव्हता. असामान्य काही घडलेले नव्हते. स्वप्ने पडत नसत. भास होत नसत.

मन सुन्न पण सुस्त आणि शांत होते.

तुमची वेगवेगळ्या परिभाषांतली पत्रे मिळाली; पण एकालाही उत्तर न देण्याचे कारण हे होते. क्रमाने आता पुन्हा दीर्घ निद्रेतून जागावे तसा जागा होत आहे.

मी आजारी आहे यावर कुणाचाच विश्वास बसला नाही. सर्वांनी फक्त हा एक विनोदाचा प्रकार मानला. कारण मी दैनंदिन कामे करीत होतोच.

तुमच्याकडून कोणतीही कळत-नकळत चूक घडलेली नाही आणि घडली असती तरी अबोले धरून बसण्याची मला सवय नाही.

गेले काही महिने तुमचा कवितासंग्रह नुसता निघणार म्हणून गाजतो आहे. त्याचे काम कोठवर आले? केव्हापर्यंत पुस्तक प्रकाशित होईल, असा अंदाज आहे? अनेक घरे फिरत फिरत शेवटी प्रकाशक चांगला मिळाला. याचा जम बसण्याच्या दृष्टीने काय उपयोग होतो. एप्रिलपासून प्रकाशन समारंभाच्या फक्त होणार अशा बातम्याच चालू आहेत. पाप्युलरची स्कीम संग्रह प्रकाशित करण्याची आहे की नुसता गवगवा करण्याची आहे, असा माझ्या मनात संभ्रम आहे.

गेल्या अनेक महिन्यांत काही वाचलेले नाही. म्हणून लिहिण्याजोगे फारसे काही नाही. आपले दिवस निसर्गाच्या सहवासात मजेत जात असावेत अशी अपेक्षा आहे. कळावे. पत्रोत्तर यावे. कोणताही गैरसमज नसावा ही विनंती.

आ. नम्र,

नरहर कुरुंदकर

नांदेड

दि. १२ नोव्हेंबर १९६७

प्रिय महानोर,

सुट्टयातून नांदेडला परतलो व 'रानातल्या कविता' मिळाल्या. तीन-चार वर्षांच्या झटापटीचा शेवट झाला. मराठवाडा साहित्य परिषद हा संग्रह केव्हाही प्रकाशित करू शकली असती; पण त्यामुळे उठाव मिळाला नसता. तुमच्या पुस्तकामुळे मराठवाड्यातील क्लास वन प्रकाशक मिळालेले तुम्ही पाचवे लेखक झालात. येथवर येण्यासाठी कांतांना पन्नासावे वर्ष लागले. बी. रघुनाथानांना हा योग मृत्यूनंतर आला. त्या मानाने बोराडे व तुम्ही अधिक सुदैवी! त्यांचा 'मळणी' नुकताच 'मौजे'ने प्रकाशित केला.

संग्रहाविषयी मी काही नव्याने लिहावे असे नाही. आता एक काम करा. रायभान जाधव किंवा चंद्रकांत पाटील यांना 'सत्यकथे'तून सविस्तर परीक्षण करण्यास लिहावे व सुधीर रसाळला 'प्रतिष्ठान'मधून सविस्तर परीक्षण लिहिण्यास लावावे. या दोन्हीची फार गरज आहे हे समजून घ्यावे.

क्र. १-२-५-९-११-१४-१५-१८-३७-५०-६३ या कविता फारच उत्कृष्ट आहेत. २२-३९ हे प्रयोग व ६४ चा उपरोध उत्तम आहे.

रसग्रहणाचे सूत्र वा. ल.नी चांगले दिले आहे. त्याचा कुणीतरी विस्तार केला पाहिजे.

आणि आता चंद्रकांत पाटलांचा संग्रह प्रकाशित व्हावा म्हणून मागे लागण्याचे काम तुम्ही केले पाहिजे.

महाराष्ट्रातील ज्येष्ठ कवींच्या खाणाखुणा तुमच्या कवितेवर आहेतच. पण कांत व बी. रघुनाथ या अनुकरणापासून बहुधा मोकळे झालेले दिसतच नाहीत. तुमची कविता बहुधा अनुकरणापासून दूर आहे. ती स्वतःची 'रूपवंती' आहे. चांगली आणि इतर कुणाचे अनुकरण नसणारी कविता. लवकर वहीचे अनुकरण विदर्भ महाराष्ट्रात होईल. हा योग लाभणारे तुम्ही पहिले.

कळावे,

आ. नम्र

नरहर कुरुंदकर

नांदेड

दि. ५ ऑक्टोबर १९७०

प्रिय महानोर,

स.न.

तुमचे पत्र येऊन बरेच दिवस झाले. उत्तर देईन म्हणता म्हणता इतका उशीर झाला. अलीकडे दीर्घ आजारपणामुळे उदासीनपणा वाढला आहे. खांडेकरांच्या व्याख्यानाला आलो त्या वेळी जाँडीसचा फार कठोर अटॅक आला. नंतर फेब्रुवारीअखेर गॅस्ट्रोचा आघात झाला. आणि हे आजारपण महिनोगिनती रेंगाळते आहे. अतिशय दमाने सुधारणा होत आहे.

सकाळी थोडे फिरतो. कॉलेजला बसने जातो, बसने परत येतो. बसून शिकवतो. रिकाम्या पिरियडमध्ये निजून असतो. इतकी सुधारणा होण्यास अनेक महिने जावे लागले.

तीन महिने तर पूर्णपणे अंथरुणावर पडूनच होतो. या प्रदीर्घ आजारपणाची आपणास माहिती दिसत

नाही. यातून बाहेर पडल्याशिवाय वाचन-लेखन-चर्चा व गावातील व्याख्याने फिरणेसुद्धा बंद आहे. परगावी कसे जाणार?

हा मुद्दा व माझा नाइलाज वरुडकरांना समजावून सांगावा. प्रकृती बरी झाल्यावर तुमच्यासाठी एकदा वरुडलाही जाईन.

कवितासंग्रह क्रमांक-२ वर्षभराने टाकणे हेच मला इष्ट वाटते. फार घाई करू नये.

विजयाबाईंचा तुमच्या कवितेवरील लेख वाचला. तुमच्या कवितांची स्तुती झाल्यानंतर ती मला आवडणार त्यात नवल काहीच नाही; पण तो दीर्घ लेख सरळ तुमच्या काव्यावर केंद्रित होण्याऐवजी इकडे तिकडे अवांतर फार फिरतो व इतकेही करून शहर व संस्कृती सोडून सौंदर्याचा शोध घेत निसर्गाकडे 'बाहेरून' जाणारी कविता व निसर्गाच्या सहवासात निर्माण होणारे स्वतःचे वर्णन करणारी, स्वतःच्या सौंदर्याचे भान नसणारी पण वाचकांना सुंदर वाटणारी अशी निसर्गाच्या आतून जन्मणारी कविता यातील फरकावर विजयाबाई भर देताना दिसत नाहीत.

बालकवी- बोरकर-पाडगांवकर या क्रमापेक्षा आपला क्रम निराळा आहे. हा मुद्दा तुमच्या चाहत्यांच्या मनावर ठसविणे अधिक महत्त्वाचे आहे, असे मला वाटते.

मत्सर व हेवेदावे सुरू झाले की आपण अनेकांना 'जड' होतो आहो हे समजून घ्यावे. मला मुंबईकर मंडळींत क्रमाने तुमचा मत्सर उगवत असल्याचे दिसत आहे. यामुळे तर मी विशेष आनंदात आहे.

कळावे, लोभ असावा

आ. नम्र,

नरहर कुरुंदकर

नांदेड

दि. २३ डिसेंबर १९७४

प्रिय महानोर

स. न.,

आपले पत्र व श्री. प्रभाकर चौधरी यांचा काव्यसंग्रह आला तेव्हा मी व्याख्यान दौऱ्यात होतो.

२/१२/७४ ला नांदेडला परतलो. नंतर सर्व काही संपलेले होते. वेळ निघून गेली होती. म्हणून फुरसतीने आता पत्र लिहीत आहे. योग नव्हता इतकाच याचा अर्थ. आपला खोळंबा होऊ नये म्हणून प्रा. स. दि. महाजन यांनी काव्यसंग्रह आपणाकडे पुन्हा रवाना केलेला होता.

भेटीसाठी निमित्त काढतो. एखाद्या स्नेहसंमेलनाचे, काव्यगायनाचे निमंत्रण पाठवितो. म्हणजे दोन तास काव्यगायन, आठ-दहा तास गप्पागोष्टी असा कार्यक्रम ठरवू. केळी-मोसंबी यांना महत्त्व आहेच. तो आनंदाचाही भाग, विरंगुळा आणि शिवाय जीवनाचा आधार.

मी सोमनाथ येथे साने गुरुजी अमृतोत्सवास जात आहे. म्हणून इचलकरंजीस येऊ शकत नाही.

ग्रेसचे मासिक कधी निघणार हे कुणालाच माहीत नाही. माझाही एक लेख त्यांच्याकडे पडून आहे. 'सत्यकथे'तील कथा अजून वाचली नाही. कोणताच दिवाळी अंक अजून वाचला नाही. फुरसतीने स्पष्ट मत कळवितो. ॲडव्हान्समध्ये न वाचता हे सांगतो की तुमचा पिंड प्रामुख्याने कवीचा आहे.

तुमचा रुसवा अजून गेलेला दिसत नाही. माणसावर राग धरावा. मराठवाडा हे पाच जिल्हे त्यांच्यावर राग धरून काय करणार? जी काही बरी-वाईट माणसे आहेत ती आपली आहेत. चुकली तरी आपली आहेत इतकीच माझी भूमिका.

साहित्य परिषद औरंगाबादी. दैनंदिन काम तिथून होणार. मी नांदेडला. मी काय परिषदेत जीव आणणार! मी काम अडू देत नाही. चौकोनी दगडाप्रमाणे गरज पडेल तिथे बसतो इतकेच.

तुमच्याविषयी लिहिणं चुकविण्याचा प्रश्नच उपस्थित होत नाही. दोन दृष्टीने तुम्ही जावई. एकतर मराठवाड्याच्या नव्या पिढीतले सर्वात मान्यवर कवी अजून तुमच्या जवळपास येईल असा कवी आमच्या भूमीत नाही. (चंद्रकांत पाटील, लक्ष्मीकांत तांबोळी, गोविंद कुळकर्णी, राजा मुकुंद, फ. मुं. शिंदे, निंबाळकर गृहीत धरून.)

दुसरे म्हणजे माझे आवडते कवी व मित्र म्हणून लिहिणे चुकविण्याचा प्रश्न उपस्थित होत नाही.

आधुनिक कवितेवर लिहीन तेव्हा एक प्रकरण तुमच्यावर लिहिणे भागच आहे याची मला जाणीव आहे.

लघुकथा वाचीन मग लिहीन. लिहितो तेव्हा शक्यतो स्पष्ट लिहितो म्हणून तर शत्रू खूप आहेत. असो.

तुमचा आणि औरंगाबादचाच संबंध दुरावला याची मला खंत आहे. आपण या प्रश्नावर समक्ष भेटीत तपशिलाने बोलू. पत्रोपत्री सुटणारा हा गुंता नव्हे

असो. सर्वांना यथार्थकार नमस्कार व आशीर्वाद.

कळावे,

नरहर कुरुंदकर

नांदेड

दि. २६ जून १९७६

प्रिय महानोर

स.न.,

आपले पत्र पावले. परसवाळे हा मराठवाड्याचा नवोदित कवी. त्याच्या कवितासंग्रहाचे प्रकाशन तुमच्या हस्ते व्हावे असा माझा प्रयत्न होता व आहे. निरनिराळ्या नवोदित मंडळींना कौतुकाने पहिला पुश द्यावा असा माझा प्रयत्न असतो. पुढे जे काय घडायचे ते त्या त्या लेखकाच्या नशिबाने, त्याच्या ताकदीवर व त्यांचा जसा कस असेल त्याप्रमाणे घडते, अशी माझी धारणा आहे. तुमच्यासारख्या प्रथितयश कवींनीसुद्धा ही आपली जबाबदारी मानावी अशी माझी धडपड चालू असते.

ना. यशवंतराव चव्हाणांच्या विषयी मला फार आपुलकी आहे. त्यांच्या अस्सल रसिकतेविषयी तर माझी खात्री आहेच; पण संघटनाचातुर्य, प्रशासनकौशल्य, उदारमतवाद याविषयी माझी खात्री आहे. दुर्दैवाने सध्या दिल्लीत त्यांचे गृह चांगले नाहीत. आणि महाराष्ट्रात ते व शंकरराव चव्हाण परस्परांचे विरोधक आहेत.

मराठवाड्याच्या हिताविषयी दक्ष असणारा सचोटीचा कर्तबगार नेता म्हणून शंकरराव मला आवडतात; पण चौरसपणा, रसिकता, मित्र जोडण्याची कला, वक्तृत्वाचा डौल या बाबतीत ते यशवंतरावांच्या पासंगालाही पुरणार नाहीत.

जो आमचा आहे, आमच्या उपयोगाचा व हिताचा आहे तो रसिक आणि दिलदार नाही आणि जो रसिक, दिलदार आहे तो मराठवाड्याचा हितवाहक नाही, अशी ही अडचण आहे.

राजकारण नेहमीच वक्रगतीचे असते. यशवंतराव व शंकरराव दोघांनीही तुम्हाला राजकारणात खेचण्याचा प्रयत्न करावा, यात अस्वाभाविक असे काही नाही; पण राजकारण चंचलही असते. तुम्ही कवी आहात तोवर सर्वांचे आहात. राजकारणाच्या क्षेत्राचे नियम निराळे. आजचे स्नेही उद्या शत्रू होतात. आणि नवोदित कार्यकर्त्यांना पहिली काही वर्षे तरी थोडे स्तुतिपाठक व्हावेच लागते. आपली मते आवरून नेत्यांच्या तालावर वागावे, बोलावे लागते. उमेदवारीची ही काही वर्षे गेल्यानंतर मग आपण काही प्रमाणात स्वतःची मते मांडण्यास मोकळे व अधिकारी होतो. तो पिंड असल्याशिवाय यात कुणाला रस वाटणे शक्य नाही. घाटे, सरोजिनी बाबर ही मंडळी या क्षेत्रात विफल झाली. रणजित देसाई नेहमी सर्वांचे मित्र पण सत्ताधारी पक्षापासून दूर राहिले. राजकारणाचे क्षेत्र वाईट नाही; पण तो पिंड हवा.

तुम्ही तुमच्या सोयीने दिवस कळवा. मी तसे परिषदेस कळवून ठेवतो व हा प्रसंग कौतुकाचा उत्तेजनाचा असतो. मूल्यमापनाचा नसतो याचेही ध्यान असू द्या. पेरणी झाल्यानंतरची तारीख द्या मी तुमची अडचण जाणतो.

मी सोबतच्या वर्धापनदिनासाठी ऑगस्टअखेर औरंगाबादला येत आहे. जर इतर काही व्याप मागे लागले नाहीत तर एक दिवस जास्त थांबेन व त्याच प्रवासात सोयगाव आटोपीन. त्या वेळी जर इतर कामे असली तर मग सप्टेंबरमध्ये येईन. मला रजेची अडचण असते. पायात अजून नोकरीच्या साखळ्या आहेत. व सुट्टीत मी मोकळा असतो तरी मुले नसतात अशी अडचण आहे. असो. काहीतरी मार्ग निघेलच.

तुमच्या पेरण्यांना प्रथम व नंतर कवितेला शुभेच्छा.

सर्वांना नमस्कार.

कळावे,

नरहर कुरुंदकर

कुल, सुभाष

राहू

दि. २४ डिसेंबर २०००

आदरणीय महानोर सर,

स.न.

महोदय,

आपणास साहित्य अकादेमी पुरस्कार जाहीर झाल्याचे वृत्तपत्रातून समजले. त्याबद्दल आपले मनःपूर्वक हार्दिक अभिनंदन.

आपल्या 'पानझड' या काव्यसंग्रहाची साहित्य अकादेमीने पुरस्कारासाठी निवड केली. ही बाब मराठीचा अभिमान वाढवणारी आहे, असे मला वाटते.

'आम्हा घरी धन/शब्दांचीच रत्ने' संतश्रेष्ठ तुकाराममहाराजांनी एका अभंगात शब्दांचा सखोल अर्थ सांगणारे हे काव्य केले आहे. तद्वत 'पानझड' या काव्यसंग्रहाच्या माध्यमातून आपण मराठीच्या सुमनांची उधळण केली आहे. आणि म्हणूनच साहित्य अकादेमीने आपणास पुरस्कार देऊ केला आहे. या माध्यमातून

कविमनाचा यथोचित गौरव होणार आहे. ही नूतन सहस्रकाच्या सुरुवातीलाच समजलेली आनंदाची बातमी आहे.

आपणास जाहीर झालेल्या या पुरस्काराबद्दल आपले पुनश्च अभिनंदन. आगामी नूतन सहस्रकाच्या आपणास यानिमित्ताने शुभेच्छा.

कळावे,

आपला,
सुभाष कुल

कुलकर्णी, गो. गं.

उदगीर
दि. ३ एप्रिल १९७२

श्री. महानोर यांसी,
स.न.वि.वि.,

एका पुस्तकाच्या प्रकाशनानिमित्ताने तुम्ही एकदा उदगीरला आला होतात. तेव्हा आपला परिचय झाला होता. तसे तुमचे कविता-वाचन-गायन मी लातूरच्या साहित्यसंमेलनात ऐकले होते. या परिचयाच्या आधारावरून मी आपल्याला काही लिहिण्याचे धाडस करीत आहे आणि थोडी तसदी देत आहे.

तुमच्या 'वही'वर परीक्षणात्मक लेखन मी केले आहे आणि इतर पाच-सहा कवितासंग्रहांबरोबर ते 'स.प्र. पत्रिके'च्या मार्च-एप्रिल ७२च्या अंकात प्रसिद्ध झाले आहे. कृपया तुम्ही ते नजरेखालून घालावे अशी विनंती. तुमच्या या परीक्षणाबद्दलच्या प्रतिक्रिया काय आहेत ते समजून घेण्यास मी उत्सुक आहे. तुमच्या कवितेचे जे घटक मी मांडले आहेत, तुमच्या प्रेरणा-भूमिका यासंबंधी मी जे लिहिले आहे ते तुम्हाला कितपत मान्य आहे?

तुमची निसर्गकविता मला फार आवडते. तुम्हाला ती लिहिण्याची प्रेरणा कशी मिळाली? कवितालेखनामागील तुमची भूमिका कोणती आहे? कवितालेखनापूर्वीचे तुमचे मराठी किंवा इतर साहित्यातील निसर्गकवितांचे वाचन कोणते झाले आहे?

तुमची सामाजिक आशय व्यक्त करणारी कविता मात्र त्यातल्या ठरावीक दृष्टिकोणामुळे मला फारशी निराळी वाटत नाही. सामाजिक जीवनावर कविता लिहिताना तुमची भूमिका काय असते?

'वही'तली लावणीवजा कविता लिहिताना 'लावणी' या वाङ्मयप्रकाराचे काही प्रयोग करावेत अशी स्पष्ट जाणीव तुम्हाला होती का? लावणीसारखी कविता का लिहावीशी वाटली?

वरील प्रश्नासंबंधी तुम्ही मला काही लिहावे अशी विनंती आहे. तुमच्या लिहिण्याचा माझ्या कवितेवरील भावी लेखनात चांगलाच उपयोग होणार आहे. तर मग माझ्यासाठी ही तसदी आपण घ्याल ना?

आपला,
गो. गं. कुलकर्णी

कुलकर्णी तु. शं.

औरंगाबाद

दि. २० नोव्हेंबर १९७५

प्रिय ना. धों. महानोर,

स.न.

तुमचे पत्र पोचले. प्रमोद कोपर्डेच्या कविता डिसेंबर अंकात घातल्या आहेत. त्या आल्या तेव्हाच संबंधित संपादकाकडे कार्यालयाने पाठवून दिल्या. कविता मलाही ठीक वाटल्या. इथे येऊनही तुम्ही भेटतच नाहीत. कऱ्हाडला येणे जमेल अथवा नाही, आताच सांगता येत नाही. बघूया. तुमचे स्वतःचे साहित्य 'प्रतिष्ठान'कडे येतेच आहे! सवड झाल्यास भेटा.

आपला,

तु. शं. कुलकर्णी

कुलकर्णी, श्रीनिवास विनायक

ओगलेवाडी

दि. १५ जानेवारी १९७४

प्रिय महानोर,

तुमचे अनपेक्षित पत्र आत्ताच हाती आले.

तुमची चुकामूक झाली याचे वाईट वाटले.

भेट झाली असती तर छान झाले असते. तुम्ही अनायासे आमच्या संमेलनास सापडला असता आणि आम्ही तुम्हाला तिथे कविता म्हणायचा आग्रह केला असता.

औदुंबरला निघालो आहोत.
तुम्ही आमच्या घरी गेला होता ना?
सुधांशु भेटले का?
ते सगळे तिथे गेल्यावर कळेलच.
मुंबईला गेला होता काय?
राजपुत्र आणि डार्लिंगसाठी?
आणि कोल्हापूरला काय?

आता कळवून, खरेच, आमच्याकडे इथे उतरा.
आपण मिळून औदुंबरला जाऊ.
तुमची पुण्यातली भेट आठवते.

श्रीनिवास विनायक कुलकर्णी

कऱ्हाड
दि. २२ सप्टेंबर १९७६

प्रिय श्री. ना. धों. महानोर,

तुम्ही ३० सप्टेंबरला कऱ्हाडला येत आहात याचा आनंद वाटतो. तुमची पुन्हा भेट होईल. तुमच्या कविता ऐकायला मिळतील.

काल मी सांगलीला गेलो असता, विलिंग्डन कॉलेजवर, प्राचार्य म. द. हातकणंगलेकर यांच्याकडे तुमचे नाव निघाले. तुम्ही इकडे येत आहात याचा त्यांनाही आनंद झाला. तुम्ही त्यांच्या कॉलेजवर यायच्यापूर्वी मान्य केलेले आहे असे ते म्हणाले. पत्रव्यवहाराने सांगलीचा बेत नक्की करावयास वेळ राहिला नाही तरी, तुम्हाला कऱ्हाडहून सांगलीला येणे शक्य असेल तर, मी त्यांच्या वतीने तुम्हा तिघांना घेऊन यावे असे हातकणंगलेकरांनी मला सुचवले आहे.

कऱ्हाडला कसे, कोणत्या वेळी येणार, हेच मला माहीत नाही. शक्य असेल तर सांगलीचा बेत मनात धरावा. हातकणंगलेकरांच्यामुळे छान वेळ जाईल. आज मी असे नारायण सुर्वे यांनाही लिहिले आहे.

बाकी भेटीत

श्रीनिवास विनायक कुलकर्णी

कुल्ली, सदाशिव

बुलडाणा
दि. ३ मे १९७८

प्रिय महानोर,
स. नमस्कार,

आपले पत्र मिळाले. मला १ एप्रिलपासूनच सुट्टी असल्याने गावी निघून गेलो होतो. पेपर तपासण्यासाठी इथे आलो तर आपले पत्र मिळाले. तुमचे पत्र पाहिल्याने आनंद तर झालाच; पण कुठेच भेट होऊ शकली नाही, म्हणून वाईटही वाटले. कारण १३ एप्रिलला जर तुम्ही मोताळ्याला असाल तर तेव्हा मी रोहिणखेडला म्हणजे मोताळ्यापासून फक्त आठ मैलावर होतो आणि २२ ते २५ला मलकापूरला होतो. अशी सगळी चुकामूक झाली.

आपल्या कवितांची मी उत्सुकतेने वाट पाहत असतो. 'सत्यकथा' वगैरेंचा अंक आला म्हणजे तुमची किंवा सुर्व्यांची कविता आणि जी.एं.ची कथा आहे का पाहतो. यांपैकी काहीच नसेल तर अंक सवडीने वाचतो. कारण आजच्या चेहरा हरवलेल्या व खोट्या मराठी साहित्यसृष्टीत स्वतःचे खरेखुरे स्वरूप जपणाऱ्या थोड्या लोकांपैकी आपण एक आहात.

मध्यंतरीच्या काळात माझ्या साहित्यविषयक आणि इतर कल्पनांत बराच बदल झाला. कलावादाकडून जीवनवादाकडे वळलो. मार्क्सवादी साहित्याच्या वाचनामुळे सामाजिक आणि राजकीय जाणिवांना अधिक महत्त्व देऊ लागलो. आशय महत्त्वाचा वाटू लागला आणि असे असूनही बालकवी, पाडगांवकर आणि तुम्ही

यांचे मनातील स्थान कायम आहे. हे असे का? एकदा शांतपणे तुमच्या सर्व कविता वाचून विचार करणार आहे.

आपण माझी आठवण काढल्याबद्दल मला खरोखर अतिशय आनंद झाला. बुलडाण्याला किंवा जवळपास कुठे आल्यास न भेटता जाऊ नये एवढीच आग्रहाची विनंती.

तुमचा,

सदाशिव कुळी

कुसुमाग्रज

पुणे

दि. २० नोव्हेंबर १९६३

सप्रेम नमस्कार वि. वि.

मध्यंतरी तुमची काव्ये मिळाली. बरेच दिवस बाहेरगावी होतो. त्यामुळे वेळेवर लिहिणे जमले नाही.

तुमच्या पूर्वीच्या कविता वाचल्या. अलीकडच्याही वाचल्या. तुमच्या काव्यास आता चांगला आकार येऊ लागला आहे. मागील पत्राबरोबर पाठविलेल्या सर्वच कविता चांगल्या वाटल्या. विशेषतः 'भिल्लाची पोर' व 'झाकड पडली'. तुम्ही निष्ठेने लिहिता आहात. ही निष्ठा सफल झाल्याशिवाय राहायची नाही. शेतीच्या व्यवसायात आणि वेगळ्या वातावरणात तुम्ही राहत आहात. सर्वच लिहितात त्याचे अनुकरण न करता, सभोवारच्या परिसराशी आणि प्रत्ययाशी तुमचं –

पुढचा भाग पुसला गेला आहे. **– संपादक**

आपला,

कुसुमाग्रज

नाशिक

प्रिय महानोर,

तुमचं पत्र मिळालं. अगोदरचंही. मध्यंतरी दोन आठवडे पुण्यास होतो. त्यामुळे उत्तर लिहिणं लांबणीवर पडलं – नाही तरी पडलंच.

तुम्ही मध्यंतरी येऊन गेलात, भेटलात याचं खरोखरच समाधान वाटलं. तुम्ही लिहिलं त्याला उत्तर द्यायचं म्हणून नव्हे, तर तुमची कविता आणि तिचा कवी याविषयी मला अगदी मनःपूर्वक प्रेम वाटतं. या कवितेची वाटचालही मी प्रारंभापासून बरीचशी पाहिली आहे. अजिंठ्याच्या परिसरातील हे काव्य आणखीही खूप प्रगती करणारं आहे. याबद्दल मला खात्री वाटते. म्हणून तुमचा पहिला संग्रह प्रकाशित होत आहे आणि तोही चांगल्या प्रकाशकाकडे, याचा मला अतिशय आनंद वाटतो. प्रकाशन समारंभास आलो नाही तर राग मानू नये. या आठवड्यानंतर आठ-दहा दिवसांसाठी कोठेतरी बाहेरगावी—दोघेही—जावयाचे ठरवीत

आहोत. त्यात काही बदल झाला तर मुं.ला येण्याचा जरूर प्रयत्न करीन; पण कृपया या गोष्टींना महत्त्व देऊ नये. स्वभावतः काही गोष्टी जमत नाहीत. त्यातील या हे लक्षात घेऊन न आल्यास क्षम्य मानावे. तुमच्याबरोबर आणि तुमच्या कवितेबरोबर माझ्या सदिच्छा सदैव आहेतच.

आपला,

वि. वा. शिरवाडकर

नाशिक

प्रिय महानोर,

तुमच्या रानकवितांचे पुस्तक आत्ताच मिळाले. अगदी मनापासून सांगतो. हातात आलेल्या कोणत्याही नव्या काव्यसंग्रहाने इतके समाधान अलीकडच्या काळात माझ्या मनाला दिलं नाही. निसर्गाचा रंग आणि गंध आपल्याबरोबर मिरवीत आणणारी अशी कविता - पण आज वर्णन करीत नाही. फक्त मनःपूर्वक अभिनंदन करतो.

ही वनकन्या - अशीच सतत फुलत राही.

पॉप्युलरने पुस्तकही छान काढले आहे.

वि. वा. शिरवाडकर

प्रिय महानोर,

पत्र मिळाले.

नवा कवितासंग्रह पूर्वीच मिळाला होता; परंतु त्या काळात त्या आजाराशिवाय दुसऱ्या कोणत्याच गोष्टीचं भान शिल्लक राहिलं नव्हतं. त्यामुळे पत्रव्यवहार, लिहिणे, वाचणे इत्यादी साऱ्याच गोष्टी बंद पडल्या होत्या. तुम्ही आपलेपणाने हे पुस्तक मला अर्पण केले आहे. त्याची पोच देणे जरूर होते; पण वरील कारणाने ते राहिले. मी आभार मानीत नाही; पण तुमच्या या स्नेहाचा ऋणभावाने स्वीकार करतो. तुमच्या कवितेने आज वाङ्मयात सन्मानाचे स्थान मिळविले आहे. कोठल्या प्रघातांच्या आहारी न जाता ती तुमच्या परिसराशी आणि व्यक्तिमत्त्वाशी एकनिष्ठ राहिली म्हणून. या तिच्या यशाचा मला खरोखरच फार आनंद आणि अभिमानही - केवळ तिच्या विकासाचा एक जुना साक्षीदार म्हणून वाटतो.

असेच लिहीत राहा-फुलत राहा. एक मोठा संपन्न प्रवास तुमच्या कवितेला करायचा आहे.

तुम्ही लिहिलेल्या प्रसंगी ती रात्र पुन्हा जागी झाल्यासारखे वाटले. त्यातून जरा सावरल्याबरोबर तुम्हाला लिहावेसे वाटले.

केव्हा इकडे आलात तर अवश्य भेटा.

तुमचा,

वि. वा. शिरवाडकर

नाशिक

दि. २० सप्टेंबर १९९८

प्रिय महानोर,

टागोरांचं काव्य फार समर्पक आणि सुंदर आहे. 'खळांच्या व्यंकटीनं' तुम्हाला खूप छळलं आहे. पण 'त्यानं' तुम्हाला तो छळ सहन करण्याचं बळ दिलं आहे. यापुढेही देत राहील. तुमची तपश्चर्या कधीही विफल होणार नाही. 'रात्रीच्या गर्भात उद्याचा असे उषःकाल' यावर विश्वास ठेवा. अधिक काय लिहू? माझे आशीर्वाद सदैव तुमच्या पाठीशी नव्हे तर तुमच्याबरोबर असतील. तुमच्या आणि तुमच्या परिवाराच्याही.

स्नेहांकित,

वि. वा. शिरवाडकर

कुळकर्णी, वा. ल.

औरंगाबाद

दि. २० फेब्रुवारी १९६२

सप्रेम नमस्कार वि. वि.

आपले पत्र पोचले. आपले पहिले पत्रही पोचले होते. सध्या विद्यापीठाची बरीच कामे मागे आहेत. त्यामुळे उत्तर पाठवू शकलो नाही. गैरसमज नसावा. तुमचा व्यवसाय सांभाळून तुम्ही वाङ्मयाभ्यास करीत आहात ही आनंदाची गोष्ट आहे. व्यवसायाला अर्थात फार महत्त्व आहे; तेव्हा त्याकडे दुर्लक्ष होता कामा नये; परंतु त्याबरोबरच आपल्या मानसिक भुका भागविण्यासाठी दिवसातील काही वेळ खर्च केलाच पाहिजे. तुम्हाला ऐपत आहे. तेव्हा आपणास हव्या असणाऱ्या ग्रंथांचा संग्रह तुमच्यासारख्यांनी करावयास हरकत नसावी. तुम्ही मराठी पुस्तकांबरोबरच इंग्रजी पुस्तकेही वाचली पाहिजेत. ती सवय तुम्ही केल्याशिवाय तुमच्या विचाराला नवे वळण लागणार नाही. तेव्हा त्या दृष्टीनेही प्रयत्न करावा.

तुमच्या गावाला सध्या तरी मला येता येणार नाही. कामातून डोकेच वर निघू शकत नाही; परंतु केव्हातरी सवड काढून मी अवश्य येण्याचे करीन. आपल्या भोवतालच्या प्रतिकूल परिस्थितीवर रागावून भागणार नाही. ज्यांना तुमची वागणूक कळत नाही त्यांची चूक नाही; त्यांना व आपल्या भोवतालच्या परिस्थितीला आपण अनुकूल करून घेतले पाहिजे. तेव्हा निराश होऊ नका. श्री. अदवंत तेथे आल्यास त्यांना माझा नमस्कार सांगा.

कळावे,

आ.

वा. ल. कुळकर्णी

औरंगाबाद
दि. १५ सप्टेंबर १९६४

सप्रेम नमस्कार वि. वि.

तुमच्या 'प्रतिष्ठान'मधील कविता फार आवडल्या. कालचे तुमचे पत्र वाचून मन उद्विग्न झाले. आपण ज्या परिस्थितीचे वर्णन केले आहे तीच परिस्थिती कमी-अधिक प्रमाणात सर्वत्र आहे. त्या देशाचे दुर्दैव आहे! तुम्हा-आम्हामध्ये जी असहायता दिसून येत आहे ती फारच घातक आहे.

आपला,
वा. ल. कुळकर्णी

औरंगाबाद
दि. २५ जून १९६५

सप्रेम नमस्कार वि. वि.

पत्र पोचले. तुम्ही औरंगाबादेस येऊन गेल्याचे कळले. तुमच्या पत्रावरून तुम्ही मला न भेटता का परतलात ते लक्षात आले व वाईट वाटले.

माझा सर्व प्रवास सुखाचा झाला आणि फायद्याचाही झाला. अनेक गोष्टी पाहायला मिळाल्या आणि अनेक व्यक्तींशी चर्चाही करिता आली. एकंदर प्रवासाचे दिवस बरेच कारणी लागले, असे म्हणावयास हरकत नाही.

परभणीच्या संमेलनात तुमचे काव्यवाचन लोकांना विशेष आवडले असे ऐकले. ऐकून समाधान वाटले. केव्हातरी तुमच्या कवितावाचनाचा कार्यक्रम परिषदेत आयोजित करा असे मी परिषदेच्या कार्यकर्त्यांना सांगितले आहे. जमल्यास तुमच्या गावी येऊन जाण्याचा सालाबादप्रमाणे डोक्यात विचार आहेच.

तुम्ही प्रापंचिक अडचणींतून लवकर मुक्त व्हाल असे समजतो.

केव्हा तरी अवश्य भेटू,

कळावे.

आपला,
वा. ल. कुळकर्णी

औरंगाबाद
दि. ९ फेब्रुवारी १९६७

श्री.

सप्रेम आशीर्वाद वि.,

मी येथे चार-पाच दिवस नव्हतो. त्यामुळे तुझे पत्र आज हाती आले. कर्तव्य करताना अनेकदा कष्ट पडतात, मन गोंधळून जाते, आपला आवाका कमी पडतो असे वाटते, हे खरं आहे. सर्वांनाच थोड्याफार प्रमाणात हा अनुभव येत असतो; परंतु मन मारून कर्तव्य करावेच लागते. आपणास इथे तसे अनुकूल

वातावरण भोवती क्वचितच असते. माझा हा नेहमीचा अनुभव आहे. काम करीत राहणे फक्त आपल्या हाती आहे. श्री. भटकळांकडून पत्र नाही; ते बडोद्यास जाणार होते. त्यांना आज-उद्या पत्र टाकतो. आपल्या अंकासंबंधी एकंदर मत बरे दिसते.

कुसुमाग्रजांकडे जाऊन आलास हे चांगले केले. फार मोठा माणूस आहे.

औरंगाबादेस आलास तर भेट.

वडिलांना सा. न. सर्वांना यथोचित न. व आ.

आपला,

वा. ल. कुळकर्णी

औरंगाबाद

दि. ३० जून १९६७

श्री.

सप्रेम आशीर्वाद वि.

पत्र पोचले. पाऊस वेळेवर झाल्याने पेरण्या व्यवस्थित होऊन सर्वत्र आनंदी आनंद आहे हे ऐकून समाधान वाटले.

एका पानावर आवश्यकता असल्यास दोन कविता छापण्यास तू अनुमती दिलीस हे चांगले केलेस. ग्रेस यांच्या वागणुकीमुळे श्री. भटकळ हे बरेचसे खट्टू झालेले दिसले.

तुझे लेखन-वाचन व्यवस्थित चालू आहे हे ऐकून बरे वाटले. येथे आल्यावर अवश्य भेट म्हणजे तुझ्या नव्या योजनांचा विचार करू.

मी दोन्ही लग्नांतून मुक्त होऊन नुकताच कामाला लागलो आहे. अजून कामाची घडी नीटशी बसलेली नाही.

कुटुंबातील सर्वांना स. नमस्कार. आशीर्वाद.

आपला,

वा. ल. कुळकर्णी

दि. १८ जुलै १९६९

श्री.

प्रिय महानोर,

तुझे पत्र आत्ताच हाती आले. पत्र वाचून वाईट वाटले. घरात अशी परिस्थिती असेल असे वाटले नव्हते; काळजी करू नये. मी आत्ताच श्री. रामदास भटकळ यांना पत्र टाकले आहे. त्यांच्याकडून आवश्यक ती मदत निश्चित मिळेल; परंतु काही कारणास्तव त्यांना वेळेवर पैसे पाठविणे अशक्य झाले तर तू

औरंगाबादेस ये. मी तुला मदत करीन. भटकळांकडून तुला पाच-सहा दिवसांत पत्र येईलच. ते आल्यावर मला लिही. कोणत्याही परिस्थितीत धीर खचू देऊ नको. कळावे.

आपला,

वा. ल. कुळकर्णी

मी ता. २३, २४ रोजी नांदेडला जात आहे व ता. २६ ते २८ नागपूरला जाणार आहे. ता. २९ ला परत येईन.

मुंबई

दि. ५ जानेवारी १९७८

प्रिय ना. धों. महानोर,

प्रो. रा. श्री. जोग स्मारक समितीतर्फे शनिवार ता. १८ फेब्रुवारी रोजी संध्याकाळी ८ वाजता दादर वाचन साहाय्यक संघात एक काव्यवाचनाचा कार्यक्रम आयोजित केला आहे. कार्यक्रमाचे संचालन श्री. पु. ल. देशपांडे करणार आहेत व त्यास कुसुमाग्रज, बोरकर, पाडगांवकर, बापट, करंदीकर आणि तू यांनी भाग घ्यावयाचा आहे. तरी तो दिवस मोकळा ठेवावा व येथे अवश्य यावे. जाण्यायेण्याचा पहिल्या वर्गाचा प्रवासखर्च स्मारक समितीतर्फे तुला दिला जाईल. तेव्हा होकार कळवावा. वाट पाहतो, कोठे उतरणार तेही कळवावे. माझ्याकडे उतरावयास काहीच हरकत नाही.

पत्रोत्तर द्यावे. कळावे,

आपला,

वा. ल. कुळकर्णी

सोबत : स्मारक समितीचे पत्रक पाठवीत आहे.
त्यावरून स्मारकाची कल्पना येईल.

केचे, मधुकर

अमरावती

दि. १ जुलै १९६२

प्रिय श्री. महानोर यांना सप्रेम नमस्कार.

तुमचे २४ चे पत्र २६ जूनला मिळाले. पत्राचे उत्तर जरा उशिराने देत आहे. याआधी आपली तार आली होती. तुमचे नाव मला अपरिचित असल्यामुळे तुम्ही तार केली तिथल्या पोस्टमास्तरांना मी पाठविणाराचे

नाव कार्डाने पुन्हा एकदा विचारले होते. अपरिचिताच्या प्रोत्साहनाने होणारा आनंद आणि तुमच्याशी प्रत्यक्ष स्नेह स्थापण्याची इच्छा हे दोन्ही एकाच वेळी अनुभवले. आता तुमचे पत्र आल्याने फार फार आनंद झाला.

तुमच्या तारेबद्दल व पत्रातून प्रगट केलेल्या सद्भावनांबद्दल मीच माझे अभिनंदन करायला हवे. इतके मित्र मिळवून देणारी ती कविता खरोखरच महान असली पाहिजे. खोट्या विनयामुळे मी इतःपर तिला कमी लेखणार नाही.

आपली मित्रता आता दोघांनाही परिचित झाली. एक करा – कृपया तुमचा अधिक परिचय, तुम्ही काय करता इत्यादी पुढल्या पत्री कळवा.

त्याचप्रमाणे इकडे आलात तर गाडगेनगरात अवश्य या. इकडे सर्व ठीक आहे.

तुमचा,

मधुकर केचे

अमरावती

श्री. महानोर यांना सप्रेम नमस्कार.

तुम्हाला पुष्कळ दिवसांत पत्र दिले नाही. हे पत्र पाहून तुमचा समाचार कळवावा. मध्यंतरी मी बराच गडबडीत होतो. नुकतेच मी संपादित केलेले एक पुस्तक नागपूर विद्यापीठाला लागले आहे. शिवाय ललितलेखांचा एक संग्रह 'व्हीनस'ला दिला आहे.

आपण आपल्या पत्रात स्नेहभाव व्यक्त करून माझ्यावर खूप उपकार करून ठेवले आहेत. तुमच्या प्रत्यक्ष भेटीची फार इच्छा आहे. केव्हाही दोन दिवसांची सवड मिळाली म्हणजे सरळ अमरावतीस या. मस्त बोलू, फिरू. कविता ऐकवू. आपल्या मंडळींच्या जीवनात याहून वेगळा आनंद आहेच कोणता? अवश्य या.

आम्हाला दिवाळीची सुटी ६ ऑक्टोबरपासून आहे. जवळ जवळ महिनाभर मी मोकळा आहे. त्या अवधीत तुम्ही इकडे आला तर फारच छान होईल. मीच आलो असतो; पण पत्नीची तब्येत बाहेरगावी जाण्याइतकी नाही. तेव्हा तुम्हीच यावे.

तुम्ही नव्या रचना केल्या म्हणजे बघायला अवश्य पाठवीत जा.

सौ. मुक्ता केचे हिचेही तुम्हास अगत्याचे आमंत्रण व सप्रेम नमस्कार. तुम्ही या परिचयात स्वतः पुढाकार घेतलेला आहे. तेव्हा प्रेमवाढीस लागायला व आपण एकमेकांच्या जवळ यायला तुमच्या पूर्ण मदतीची अपेक्षा आहे. मी पत्र देण्यात थोडासा थंडा आहे. त्याचा राग न धरता वारंवार पत्र द्या. हे मित्रप्रेमाने मागतो. देव तुम्हाला आयुष्य व समृद्धी देवो.

तुमचा,

मधुकर केचे

अमरावती
दि. २७ नोव्हेंबर १९६७

प्रिय महानोर,

'रानातल्या कविता' प्रसिद्ध झाल्याबद्दल अभिनंदन.

आता तुम्ही महाराष्ट्रात कवी या नात्याने परिचित होत आहात. माणूस या नात्याने तुम्ही मला कितीतरी आधीपासून माहीत आहात. माझे थोबाडही पाहिलेले नसताना तुम्ही 'पुनवेच्या थेंबा'बद्दल मला तार पाठवली होती.

तुम्हाला ओळखणारे श्री. मल्हारराव काळे (वरूड) हे माझे फार जवळचे मित्र आहेत. पुष्कळदा आम्ही तुमच्याबद्दल बोलतो.

रानातल्या कवितांबद्दल तुमच्यासोबत मस्त जेवण करण्याची इच्छा आहे. तुम्ही या डिसेंबरात निदान दोन दिवसांचा वेळ काढून येथे या. खूप कविता वाचू. तुमच्या-माझ्या संग्रही ही आठवण असायलाच हवी. तुम्ही यावेच. नाही म्हणू नका. केव्हा येता? त्याप्रमाणे वामन इंगळे, तुळशीराम काजे यांनाही बोलावून घेतो. तेव्हा तत्काळ लिहा.

तुमचा,
मधुकर केचे

केळकर, अशोक

पुणे
दि. ३ फेब्रुवारी १९७०

स्नेहपूर्वक नमस्कार,

अरुणकडून मी फक्त काहीच बाडे आणली होती. त्यातल्या मला आवडलेल्या कविताच उतरवून घेतल्या. आणि एकाच कवितेची अनेक रूपरूपांतरे भेटली तेव्हा मला रुचलेली निवडून घेतली. अशा परिस्थितीत माझ्याजवळचा संग्रह आहे तसा किंवा आणखी निवडानिवड करून प्रसिद्ध करणे बरोबर होणार नाही. अरुणचीही संमती मिळेलसं वाटत नाही. कविता हाताने लिहून व रेखाटणे करून तशाच छापायच्या त्याचा विचार आहे असे त्याच्या व इतर मित्रांच्या बोलण्यात आले होते. पत्रव्यवहाराला अरुण काही दाद देईल असे मला वाटत नाही. नेमाडेंचा आणि तुमचा अनुभव निराळा असल्यास माझ्या शुभेच्छा; पण मी मुख्यतः भाषावैज्ञानिक आहे, विमर्शक नाही. तथापि, आतून लिहावेसे वाटले, मला काही सांगण्यासारखे वाटले तर लिहितो. त्यामुळे मला बेलाशक होकार देता येत नाही. कविता पाहिल्यावर मला लिहायला असमर्थता वाटणे शक्य आहे. (आपल्या मर्यादा मला माहीत आहेत.)

भारतीय पद्धतीने न करता सरळ काय ते किंवा त्याला समक्ष भेटून सहकार्य मिळवायचा इरादा असल्यास

लिहिण्याचा धोका पत्करला आहे तो तुम्ही मंडळींच्या समजूतदारपणाच्या भरवशावर! होईल ते सहकार्य करायला मी तयार आहे. फेब्रुवारी १९७०च्या 'सत्यकथे'तील तुमची कविता आवडली.

आपला,
अशोक रा. केळकर

पुणे
दि. २ डिसेंबर १९७६

सस्नेह नमस्कार,

'गांधारी' वाचली, फारच आवडली. रवींद्रनाथ ठाकूर यांची कविता आणि त्यांची चित्रकला यांच्यामध्ये जे नाते आहे तेच तुमची कविता आणि 'गांधारी' यांच्यामध्ये जाणवले.

पुण्यात येऊन तसेच गेला. हे काही बरे नाही. आमच्या घरी कविता म्हणायला केव्हा येणार?

पळसखेड्याचा पिनकोड किती?

आपला,
अशोक केळकर

इडापिडा टळो
राज्य बळीचं येवावं
वामनाला आता
पायाखाली घेवावं
बळी यावा पोटी
आसी करून कामना
पुनः पुन्हा पोटी
कारे येतोस वामना

अशोक केळकर

पुणे
दि. २१ जानेवारी २००७

प्रिय नामदेव धोंडो महानोर,

तुझ्याशी फोनवर बोलताना हे प्रकरण केवळ लेख लिहून सोडून देणार नाहीस हे कळून समाधान वाटलं.

वऱ्हाडी लोकांचा शारीरिक आळस आणि बौद्धिक आळस त्यांच्या पदरात घालणं हे काम नाजूक आणि अवघड आहे हे तर खरंच. हे काम आडवळणानं तौलनिक दाखले देऊन करता येणार नाही का? याअगोदर थोडे दिवस आंध्र प्रदेशमधल्या तंबाखूच्या शेतकऱ्यांच्या आत्महत्यांचं प्रकरण झालं. जगभर धूम्रपानविरोधी प्रचार झाल्यामुळे सिगारेट इत्यादीचं उत्पन्न घटलं, तंबाखूची मागणी कमी झाली. आंध्र प्रदेश सरकारने त्यांना अगोदर सावध केलं होतं याची जाणीव हटवादी शेतकऱ्यांना दिली, पण नंतर आधारही दिला. आत्महत्या बंद झाल्या. काही वर्षांपूर्वी उत्तर कोकणातली भातशेती तोट्यात आली. कृषी खात्याने जपानी पद्धतीने भातशेती करावी असं सांगितलं, जपान सरकारच्या मदतीने काही शेतकऱ्यांनी स्वेच्छेने ही पद्धत वापरून खर्च कमी केला, तोटा बंद झाला. त्यांचं अनुकरण इतर शेतकऱ्यांनी नंतर केलं. आत्महत्या झाल्याच नाहीत.

दुसरा मुद्दा, मनाला बळ देणारी भक्तीवर आधारलेली डोळस वारकरी श्रद्धा आणि भीतीवर आधारलेली मनाला दुबळं करणारी आंधळी श्रद्धा यांमधला फरक स्पष्ट करणं जरूर आहे.

मराठवाड्याच्या लोकांना आपण निजामी राजवटीमुळे नवे विचार, नवी सामाजिक, आर्थिक घडी यापासून वंचित राहिलो, आता आपल्याला पश्चिम महाराष्ट्राकडून शिकून घेऊन पुढं जायचं आहे. ही जाणीव आहे. मराठवाड्याचे नेतृत्व या बाबतीत कृतिशील राहिले.

वऱ्हाडचं नेतृत्व घमेंडीत राहिलं. पश्चिम महाराष्ट्राचा दुस्वास करण्यात धन्यता मानणारं निघालं. अपवाद सुधाकर नाईकांचा.

प्रश्न केवळ कापूस शेतीपुरता नाही. पुरी मानसिकता बदलण्याचा आहे. त्यासाठी बायपास सर्जरी करायला पाहिजे. तिथल्या नेते मंडळींना दुर्लक्षित करून एक नव्या प्रकारच्या NGO चं जाळं विणायला पाहिजे. या बाबतीत मिलिंद बोकील हे योग्य सल्ला देऊ शकतील. त्यांना NGO कार्याचा स्वानुभव आहे; अर्थशास्त्र-समाजशास्त्र यांचा अभ्यास आहे, NGO ना मार्गदर्शन आणि आर्थिक आधार देणाऱ्या संस्थेशी ते संबंधित आहेत. त्यांच्याशी संपर्क झाला का? त्यांची 'उदकाचिये आर्ती' ही अप्रतिम दीर्घकथा आहे. (शीर्षक ज्ञानेश्वरीतून घेतलेलं.) त्याच नावाच्या कथासंग्रहात समाविष्ट आहे. ती धरणग्रस्त शेतकऱ्यांच्या प्रश्नावर आहे.

अर्थात, बोकील काय, तू काय तुम्हाला फोन करणाऱ्या तरुण वऱ्हाडी मंडळींना हाताशी धरायला पाहिजे.

शुभेच्छांसहित,
अशोक केळकर

साहित्याचं कार्य आणि सामाजिक कार्य यांचे खोलवरचे संबंध आहेत. ते ओळखायला पाहिजेत. मानसिकता बदलणं यात वैचारिक आणि ललित साहित्याचा वाटा असतो. मराठवाड्यातल्या साहित्यिकांनी आपली भूमिका बजावून पूर्वतयारी केली. अमुक तमक्यापेक्षा महत्त्वाचं आहे असं समजू नये. मिलिंद बोकीलचीही या बाबतीत काही मतं आहेत.

कोठावळे, केशव

मुंबई
दि. २५ जानेवारी १९७५

प्रिय श्री. महानोर यांना,
सप्रेम नमस्कार वि. वि.

साहित्य संमेलनात आपले प्रा. नेमाडे यांची 'ललित'च्या चौकश्या या सदरात मुलाखत घेण्याविषयी बोलणे झाले होते. त्यासाठी एखादा छानसा मुलाखत्या शोधून काढावा व प्रा. नेमाडे यांनाही तयार करावे.

आणखी एक काम म्हणजे नेमाडे यांच्या 'कोसला'ची नवी आवृत्ती करावयास मला आवडेल. त्यांनी ती कोणास दिली नसल्यास माझे म्हणणे त्यांच्या कानावर घालावे.

त्याचप्रमाणे श्री. नेमाडे यांचा पत्ता आमच्याकडे नाही. तो पाठविल्यास आभारी होईन.

सहकार्याबद्दल अत्यंत आभारी आहे.

कळावे, लोभ असावा ही विनंती.

आपला,
केशव कोठावळे

ता. क. : आपल्या परिसरातील काही लेखकांचा 'स्वागत' सदरातून परिचय येणे राहिले असल्यास त्यांची नावे व पत्ते कळवावे.

कोत्तापल्ले, नागनाथ

औरंगाबाद
दि. ८ एप्रिल १९७०

श्री. ना. धों. महानोर,
स. न. वि. वि.

सोबत आपल्या कवितेवर लिहिलेला माझा लेख पाठवीत आहे. ही टीका नव्हे. हे एक आपल्या शक्तीनुसार केलेले आकलन आहे. आस्वादन आहे. त्यामुळे त्याच्याकडे बघताना थोडी निराळी दृष्टी ठेवावी लागते.

हा लेख मी B.A.S.Y.ला लिहिला. म्हणजे दोन-तीन वर्षांपूर्वी. त्या वेळी तुमचा कवितासंग्रहही हाताशी नव्हता. 'प्रतिष्ठान', 'सत्यकथा' आणि इतर दिवाळी अंक यातून जवळ जवळ तीसेक कविता लिहून एक वही केली होती. त्यामुळे तुमच्या काही चांगल्या महत्त्वाच्या कविता गळाल्या आहेत याची मला जाणीव तेव्हाही होती; पण मी तुमच्या कवितेने झपाटला गेलो होतो. म्हणून एवढी खटपट करून हा लेख लिहिला होता.

यात अनेक त्रुटी आहेत याची मलाही जाणीव आहे. तरी पण हे कात्रण आपल्याकडे असावे हा अट्टाहास आहे.

कारण एकच : तुमच्या कवितेवर सर्वात आधी मी लिहिले म्हणून. बाकी क्षेम. पत्र यावे.

तुमचा परिसर आणि तुमचा पाहुणचार खूपच आवडला. आपली मैत्री वाढावी ही इच्छा.

आपला,

नागनाथ कोत्तापल्ले

कोपर्डे, प्रमोद मनोहर

सातारा

दि. १८ मार्च १९७६

प्रिय महानोर यांना

सप्रेम नमस्कार,

कराड संमेलनानंतर मधे बराच काळ गेला. पत्र लिहिण्याची बऱ्याच वेळा ऊर्मी आली होती; पण तसं नेमकं कारणही काही नव्हतं आणि निवांतसा वेळही नव्हता. मधल्या तीन-चार महिन्यांत मनाची अवस्था बरीचशी सैरभैर होती. या काळात तुमच्याही पत्राची वाट पाहिली; पण तुम्ही स्वतःच पत्र लिहायला आळशी असल्याचं सांगितल्यामुळे ते वाट पाहणे सोडून दिले. शेतीवरची कामे जोरात असतील. असो.

हे पत्र लिहिण्याचं मुख्य कारण म्हणजे या महिन्याच्या 'सत्यकथे'त आलेल्या माझ्या कविता. पाच-सहा दिवसांपूर्वी अचानक अंक आला आणि तुमची आठवण तीव्रतेनं झाली. बऱ्याचजणांनी कविता वाचल्या. तोंडावर बरीच स्तुती केली. गेले पाच-सहा दिवस पाय जमिनीवर नाहीतच. ज्या दिवशी अंक आला त्या दिवशी तर सर्व काही विसरलो होतो. लहान मुलासारखी अवस्था झाली होती. लहान मुलाला खेळणं आणून दिल्यावर होतं ना अगदी तसंच. बऱ्याच मित्रांना अंक दाखवावा लागला. कवितांवर उलटसुलट चर्चा केली. वडिलांनाही फार आनंद झाला. त्यांनी तर सर्व कॉलेजवर सांगितलं असेल. आनंद होण्यासारखी घटना. काही दिवस तेही बेहोशीत गेले. आता नशा कमी झालीय. 'त्या' दिवसापासून तुम्हाला पत्र पाठवायचं ठरवलं ते आता लिहितोय. आता पत्र लिहायला एवढी भीती वाटत नाही. याचं कारण कराडमध्ये तुमच्याशी ज्या काही थोड्याफार मनमोकळ्या गोष्टी बोलायला मिळाल्या, त्यातून भीती पूर्ण नाहीशी झाली. तुमची वागण्याची पद्धतच काही और! खूप बरं वाटलं. कराडला तुमची भेट व्हायच्या अगोदर थोडी भीती होतीच— कसे बोलाल, खरं-खोटं, औपचारिक की आणखी कसं? पण अनुभव मात्र वेगळा आला. तुमच्या कवितांतून, पत्रातून, प्रत्यक्ष बोलण्यातून एकच माणूस सापडला ही आनंदाची गोष्ट. तुम्ही कवितांच्या शेवटी केलेले बदल ('सत्यकथा' आणि 'प्रतिष्ठान' दोन्हीमधील) फार आवडले. किंबहुना त्यामुळेच कविता फार सुंदर वाटताहेत. यावरून तुम्ही माझ्या कविता किती आत्मीयतेने वाचल्या

आहेत हे लक्षात आले. त्यामुळे एक आगळं समाधान आहे. इथून पुढेही तुमच्या अशाच मार्गदर्शनाची अपेक्षा आहे.

कविता इतक्या चटदिशी एवढ्या मोठ्या मासिकातून याव्यात ही माझी कधीच अपेक्षा नव्हती. त्या आशेनं मी तुमच्याकडे कविता पाठविल्याच नव्हत्या. तुमच्या काही सूचना मिळाव्यात आणि कविता फुलावी ही अपेक्षा. माझी ही अजूनही अपेक्षा आहे. त्यामुळे तुम्हीही कविता छापून आल्याहेत म्हणून बाजूला होऊ नये. आता तर खरी मार्गदर्शनाची गरज आहे. तुम्ही म्हणता त्याप्रमाणे आता खरी जबाबदारी वाढली आहे. जबाबदारी स्वीकारायची माझी तयारी आहेच. तुमचा आधार असो द्यावा ही अपेक्षा. मध्यंतरी जरा साशंकतेनेच 'प्रतिष्ठान'कडे आणखी काही कविता पाठवल्यात त्यांची वाट पाहतोय. 'सत्यकथे'कडे एवढ्यात पाठवत नाही. अशाच कधीतरी. या कविता पाठविण्याबाबत काही पथ्य नाहीत ना? इथे एक मित्र १ मेला प्रातिनिधिक काव्य काढतोय. त्यातही त्याने कविता मागितल्यात. देणार आहे. असे बऱ्याच दिवसांनी मनमोकळं लिहायला मिळालं. अजिंठ्यात येणार आहे. पाहायचंय. त्या वेळी पळसखेड्याला न विसरता येणार आहे. यातील निमंत्रण लक्षात आहे का? या महिन्याच्या 'प्रतिष्ठान'मध्ये तुमच्या चंदू पाटलांच्या कविता वाचल्या. मस्त. बाकी ठीक. वडिलांना या महिना अखेरपासून सुट्टी लागेल. तुमच्या पुण्याच्या कार्यक्रमाचं काय झालं? घरातील सर्वांना नमस्कार. पत्राची फारशी वाट पाहत नाही.

कळावे.

आपला,

प्रमोद कोपर्डे

कोरे, विनय

मुंबई

दि. २२ जानेवारी १९०७

आपली 'हा काळोखाचा रस्ता आपला नाही' ही 'सकाळ'मधील विचारप्रवर्तक लेखमाला वाचली.

राजकारणी, समाजकारणी, अधिकारी, पत्रकार आदींनी शेतकऱ्यांचे प्रश्न जाणून घेणे वेगळे आणि त्या व्यथा शेतकऱ्यांमधील कविमनाने टिपणे वेगळे. यामुळे तुमच्या लेखमालेचे महत्त्व विशेष आहे.

संबंधित विषयाचे काही कंगोरे या लेखमालेमुळे माझ्या लक्षात आले. सर्व संबंधितांवर योग्य तो परिणाम व्हावा एवढी ही लेखमाला प्रभावी आहे. कोरडवाहू शेतकऱ्याला उभा करण्यासाठी आपण मांडलेला महानोर फॉर्म्युला निश्चितच विचारार्ह आहे.

या लेखमालेमुळे आपली नवी ओळख झाली असा प्रत्यय आला.

कळावे,

आपला विश्वासू,

विनय कोरे

ख

खानोलकर चिं. त्र्यं.

मालाड

दि. २४ जून १९६६

प्रिय ना. धों. महानोर,

आपले पत्र मिळाले. आपल्याला मुलगा झाल्याचे वाचून आनंद झाला.

चर्चेत भाग मी घेईन. निबंधही पाठवीन.

नाटकाच्या गडबडीत लिहायचे राहून गेले. आणखीन् काही कारण नाही. परिषदेस वेगळे पत्र पाठवीनच. कळावे. श्री. चंद्रकांत पाटील यांस स. न.

आपला,

चिं. त्र्यं. खानोलकर

मालाड

दि. १० जुलै १९७०

प्रिय महानोर,

स. न. वि. वि.

तुझ्या 'रानातल्या कवितां'वरील प्रा. विजयाचा लेख वाचून आनंद झाला. गड्या फार सुरेख कविता लिहून मराठी सारस्वतात अप्रतिम स्थान मिळविलेस. कुणी लिहिले म्हणून ही कविता (तुझी) श्रेष्ठ अथवा कनिष्ठ ठरत नाही. ती अंगचीच गुणी आहे. मी हे पूर्वीच एक छोटासा लेख लिहून सांगितलं होतं. मी तुझ्या गावी यायचे म्हणतोय. केवळ मनःशांतीसाठी. आज मी अनेक तऱ्हांनी गांजून व गंजून गेलो आहे. मनात अनेक गोष्टी आहेत. आज तर मी एका मोठ्या संकटात आहे. नोकरीवाचून आज नऊ वर्षे प्रपंच रेटला. नाटके लिहून पराभव खाल्ले. कादंबऱ्या लिहून शिव्या खाल्ल्या. कथा लिहूनही तेच. कवितेत आज काही विशेष नाही. तरी हेही स्वीकारले.

मी ज्या जागेत राहतो, ती जागा येत्या महिन्यात मी ३०००/- रुपये भरले नाही तर— तर मी अक्षरशः उघड्यावर पडणार आहे. तू या रकमेपैकी काही रक्कम देऊन मला मदत करू शकशील का? मी पुढील आठ-दहा महिन्यांत तुझे परत करू शकेन. हा त्रास देणे मनास मानवत नाही तरी धडपड करणे भाग आहे. पोरेबाळे असणे म्हणजे अखेर जबाबदारी येतेच. आणखीन एक-दोन मित्रांना पत्रे लिहिली आहेत. मदत करता आली तर या आठ-दहा दिवसांत. कारण १ ऑगस्ट ही अखेरची तारीख आहे. पुढील एक-दोन महिन्यात माझी पुणे आकाशवाणीवर नेमणूक होण्याचा संभव आहे. तुझी रक्कम मी देईन. आज काय अगदीच रिकामा आहे.

कविता पुढची – तिच्याकडे आशेने डोळे लावून आहे. तुझ्या गावी येणार आहे. नोकरीवर हजर होण्यापूर्वी. अनेक सुखदुःखाच्या गोष्टी बोलायच्या आहेत.

पत्राची वाट पाहतो.

तुझा,

चिं. त्र्यं. खानोलकर

खांडेकर, वि. स.

कोल्हापूर

दि. २४ जुलै १९६९

सप्रेम नमस्कार,

वि. वि.

आपले पत्र काल मिळाले. एका ओझरत्या भेटीची आठवण ठेवून अगत्याने व मोकळेपणाने तुम्ही पत्र लिहिले हे पाहून फार आनंद वाटला.

दृष्टी व प्रकृती या दोन्ही बाबतीत मी फार पराधीन आहे. तुम्ही स्नेहभावाने 'रानातल्या कविता' देऊन गेल्यावर मी त्या हळूहळू वाचवून घेतल्या. कविता ही पहिल्या पावसाप्रमाणे अंगावर घेण्यात खराखुरा आनंद असतो; पण तो घेण्याला मी असमर्थ असल्यामुळे मी त्या ऐकल्या. कविता मला आवडल्या. पण तुम्हाला नुसते स्थूल मत कळविणे बरे वाटेना. जमेल तेव्हा त्या स्वतःच वाचायच्या असे मी ठरविले होते; पण नानाप्रकारच्या आजारामुळे ते जमले नाही. तुम्हाला पत्र पाठवायचे तसेच राहून गेले. तुमच्या काव्यसंग्रहाला राज्य पारितोषिक मिळाले तेव्हा आनंद वाटला; पण अजून तुम्हाला उंच उंच जायचे आहे. म्हणून अभिनंदनपर पत्र पाठवायची घाई केली नाही. आपल्यामधे शेकडो कोसांचे अंतर असले तरी साहित्यप्रेम हा दोघांना जोडणारा भरभक्कम दुवा आहे.

मराठी साहित्य अधिक समृद्ध आणि सुसंस्कारी करण्याचे काम आता तुमच्या पिढीकडे आले आहे. या कामातला तुमचा वाटा तुम्ही यशस्वीपणाने उचलावा ही अंतरीची इच्छा.

कळावे ही विनंती.

वि. स. खांडेकर

कोल्हापूर

दि. १३ फेब्रुवारी १९७४

श्री

स.न.वि.वि.

तुमचे ता. २९ जानेवारीचे पत्र वेळेवर पोचले. प्रकृतीच्या अस्वास्थामुळे मी त्रस्त आहे. त्यात लेखनाच्या बाबतीतले परावलंबन. त्यामुळे उत्तराला विलंब होतो आहे.

तुमच्या पत्रात व्यक्त झालेला माझ्याविषयीचा सद्भाव माझ्यासारख्या वृद्ध माणसाच्या मनाला दिलासा देऊन गेला. इथं आल्यावर तुम्ही अगत्याने माझ्याकडं येता. तुमच्यासारख्यांच्या येण्याने मला आनंद होतो. क्षणभर साहित्याच्या आवडत्या जगात मुक्तपणाने तुमच्याबरोबर हिंडता-फिरता येते. प्रकृती प्रतिकूल असूनही तुम्ही आला त्या दिवशी तुमच्याशी घटका दोन घटका बोलू शकलो. त्यामुळे मला फार बरे वाटले.

आता 'गांधारी'विषयी लिहितो. स्वातंत्र्योत्तर काळातील झपाट्याने बदलणाऱ्या सामाजिक जीवनाची व मूल्यांच्या उलटापालटीची दखल 'गांधारी'त घेतली गेली आहे. विशेषतः खेड्यात झालेले नवे बदल, सत्ता व लोभ यांनी सुरू केलेले थैमान यांची जाणीव 'गांधारी'मुळे सुशिक्षितांना होऊ शकेल. ही समस्या ज्वलंत आहे. तथापि, कादंबरीची पृष्ठमर्यादा लहान असल्यामुळे समूहमनाचे उलटसुलट चित्रण जेवढ्या ठसठशीतपणे सर्वसामान्य वाचकांच्या दृष्टीने व्हायला होते, तसे ते झालेले नाही. तिची गुंफण अधिक सैल वाटते. कादंबरीला रंगण्यासाठी ती वाचणाऱ्या वाचकांपासून वाङ्मयचिकित्सा करणाऱ्या अभिजात रसिकांपर्यंत सर्व प्रकारचा वाचक मिळतो. त्या दृष्टीने 'गांधारी' थोडी फिकी वाटली. मात्र नवी सामाजिक कादंबरी जन्म घेऊ लागली आहे. तिचे प्रतिनिधित्व ती करू शकेल. तुम्ही असे स्वतःच्या काळजाला कुरतडणाऱ्या विषयाच्या मागे चला. लिहिता लिहिता आजची वैगुण्ये उद्या दूर होतील. खरेखुरे ग्रामीण प्रश्न व त्यातील दाहक वास्तवता तुमच्या पुढल्या कादंबऱ्यांतून अधिक कलात्मक व परिणामकारक रीतीने प्रगट होवो ही माझी मनःपूर्वक इच्छा.

माझी प्रकृती आहे तशीच आहे. उन्हाळ्यात नदीचे पात्र कोरडे पडू लागल्यावर ते अधिक अधिक शुष्क होत जाणं हाच निसर्गाचा नियम. वार्धक्य त्याला अपवाद नाही.

कळावे ही विनंती.

आपला,

वि. स. खांडेकर

कोल्हापूर

दि. ६ नोव्हेंबर १९७५

सप्रेम नमस्कार वि. वि.,

मी गेले दोन महिने फार आजारी आहे. नुकताच उपचार व विश्रांती यासाठी पुण्याला आलो आहे. तुमचे पत्र कोल्हापूरला जाऊन इथे मला काल मिळाले.

ज्ञानपीठाच्या पारितोषिकाच्या निमित्ताने तुमच्यासारख्या असंख्य मित्रांचा व चाहत्यांचा सद्भाव पुन्हा एकदा उत्कटपणे प्रगट झाला. पारितोषिकापेक्षा माझ्या लेखी त्याचे मोल अधिक आहे. कारण अर्धशतक मी लिहीत राहिलो. त्याच्या मुळाशी ज्या अनेक प्रेरणा आहेत, त्यातील वाचकांचं माझ्यावरील प्रेम ही एक आहे.

तुम्ही कोल्हापूरला आल्याचे व तुमचे काव्यवाचन लोकांना फार आवडल्याचे समजले; पण कुणाशीही चार शब्द बोलण्याइतकी माझी प्रकृती या वेळी बरी नव्हती. आवाज खोल गेला होता. पाच मिनिटे बोललं तरी थकवा येत असे. म्हणून मी मुद्दाम तुम्हाला बोलावून घेतले नाही. तुमच्या स्वतःच्या वाटेने तुम्ही पुढे चला एवढे सांगावासे वाटते.

पुण्याला तुमचे येणे घडेल त्या वेळी आपली भेट होईलच. त्या वेळी अधिक बोलण्याइतका मी बलशाली होईन अशी आशा आहे.

कळावे ही विनंती.

आपला,
वि. स. खांडेकर

ग

गडाख, यशवंतराव

अहमदनगर
दि. २३ डिसेंबर २०००

प्रति,
प्रिय कवी ना. धों. महानोर,
यांना सप्रेम नमस्कार.

केंद्र शासनाच्या वतीने देण्यात येणाऱ्या साहित्य अकादेमी पुरस्कारासाठी आपली निवड झाल्याबद्दल आपले मनःपूर्वक अभिनंदन.

मराठी भाषेवर निस्सीम प्रेम करणाऱ्या तमाम रसिकांचा हा गौरव आहे यात शंकाच नाही. यापुढेही आपणाकडून अशीच सेवा घडो हीच सदिच्छा.

पुनश्च अभिनंदन!

आपला स्नेहांकित,
यशवंतराव पाटील

अहमदनगर
दि. ४ जानेवारी २००१

महोदय,

नुकताच आपणास साहित्य अकादेमी हा पुरस्कार मिळाल्याचे वाचून अतिशय आनंद वाटला.

ग्रामीण भागातील आणि विशेषतः शेती आणि शेतकऱ्यांच्या व्यथा आपण आपल्या काव्यसंग्रहातून मांडण्याचा आजवर प्रयत्न केलेला आहे. तो निश्चितच उल्लेखनीय आहे. मराठी काव्याच्या प्रांतात ठसा उमटविल्याने आपल्यासारख्या अग्रगण्य कवीला हा पुरस्कार मिळाल्यामुळे मराठी भाषेचाही योग्य सन्मान झाल्याचे मी व्यक्तिशः मानतो.

पुनश्च एकवार आपणास उपरोक्त पुरस्कार मिळाल्याबद्दल आपले अभिनंदन करून आपणास सुयश चिंतितो!

आपला स्नेहांकित,
यशवंतराव गडाख पाटील

गणोरकर, प्रभा

सप्रेम नमस्कार,

तुमचे पत्र मिळाले. वाचून बरे वाटले. आम्ही लग्नाच्या दिवशी तुमची अपेक्षा केली होती. त्या रात्री सुरेश भटांनी फार चांगल्या कविता ऐकवल्या. तुम्ही आता केव्हाही या; पण उन्हाळ्यात मात्र एप्रिलचे एक-दोन आठवडे कदाचित इथे थांबून आम्ही मार्चपासूनच इकडे तिकडे हिंडणार आहोत. मला वाटते, तुमची सविस्तर भेट घ्यायला आम्हालाच तुमच्या खेड्यावर मुक्काम ठोकायला लागेल. अर्थात हे पुढे कधीतरी.

'रानातल्या कविता' लंडन विद्यापीठात अभ्यासाला लागल्या आहेत हे वाचून फार छान वाटले. नेमाडे अजून परत आले नाहीत ना? त्यांना तिथे पगार पुरत नाही म्हणून परतणार आहेत, अशी ग्रेट बातमी कुणीतरी मधे सांगितली होती. बाकी असो. आम्ही अर्थातच मजेत. कॉलेज आता आठ-पंधरा दिवसांत संपल्यासारखेच. तुमच्याकडची वार्ता मधूनमधून कळवीत जा.

वसंतचा तुम्हाला नमस्कार.

आपली,
प्रभा गणोरकर

गायकवाड, मुकुंद

दि. ३० मे १९६५

प्रिय ना. धों.

परभणीहून परत आल्यापासून तुला पत्र लिहिण्याचे रोज ठरवितोय परंतु अनेक कामांमुळे फुरसत मिळाली नाही. आज तुझे पत्र हाती पडताच लगेच लिहावयास बसलो.

तिसऱ्या दिवशीच्या कविसंमेलनाचा वृत्तान्त मला येथे अनेकांनी ऐकविला आणि महानोर त्या दिवशीचा हीरो होता हेच प्रत्येकाने सांगितले. मी आणि चंदू त्या दिवशी तेथे राहू शकलो नाही. याचे खूप वाईट वाटले. 'मराठवाडा' पत्राने तर तुझी खूपच तारीफ केली आहे. मराठवाड्यातील सर्वांची मने तू जिंकलीस यात संशय नाही. याचा खूप अभिमान वाटतो. तुला परभणीला पाहिले आणि हा गृहस्थ मैत्रीच्या 'काबील' आहे असे माझ्या मनाने घेतले. अल्प सहवासातच आपण अधिक जवळ आलो. याचे श्रेय चंदूला देऊयात.

मी औरंगाबादला महिन्यातून एकदा तरी येत असतो. त्या वेळेस आपली भेट होत जाईलच.

अधिक विशेष काय? मी सध्या काहीतरी लिहावे असे ठरवितो; पण पेन हातात घेण्यासाठी धीरच होत नाही. असो.

चंदू स. भु.मध्ये लागला हे तुला कळालेच असेल. बाळ कवठेकर कालच येथून उदगीरला गेला. येथे माझ्याकडेच होता. लक्ष्मीकांत तांबोळी अदिलाबादला गेला. त्याने तुझी विशेष प्रशंसा ऐकविली. उद्या तो परत येईल.

असेच पत्र पाठवीत जावे.

कळावे,

तुझा

मुकुंद गायकवाड

गाडगीळ, गंगाधर

मुंबई

दि. २७ फेब्रुवारी १९८९

कविवर्य श्री. महानोर यांस

सप्रेम नमस्कार,

आपले दि. १४ फेब्रुवारीचे पत्र मिळाले. साहित्य उत्सवाची तारीख आधीच निश्चित झाली तर महोत्सवास नक्की येण्याचे आश्वासन देता येईल. तारीख अनिश्चित असेतोपर्यंत येण्याचा अवश्य प्रयत्न करतो, असेच म्हणावे लागेल.

लघुकथेवर प्रबंध लिहिणे अवघड दिसते. पुरेसा वेळ नाही. पुन्हा असे आढेवेढे घेणे मला आवडत नाही. काही निवडक कथाकारांच्या संदर्भात लिहिता येईल. खरे म्हणजे लेखन करण्यापेक्षा चर्चेत भाग घेणे मला अधिक आवडेल. शिवाय मी आतापर्यंत लघुकथेवर बरेच लिहिले आहे. ते कोणी संकलित केले तरी त्यावर चर्चा होऊ शकेल.

असो. आमंत्रणाबद्दल मनःपूर्वक आभार.

आपला,

गंगाधर गाडगीळ

मुंबई

दि. १७ मार्च १९८९

प्रिय श्री. महानोर,

सप्रेम नमस्कार,

आपले पत्र मिळाले. मी दि. २४ एप्रिलला परदेशी जात आहे व दि. ७ जूनला परत येणार आहे. मला काही कामानिमित्त युरोपला जायचे आहे व पुढे माझ्या मुलांना भेटायला लंडनला व अमेरिकेला जायचे आहे.

माझी तीनही मुले तिथे आहेत आणि त्याचा आम्ही त्यांच्याकडे राहावे असा साहजिकच आग्रह असतो. त्यांची इच्छा मोडणे कठीण. शिवाय आम्हालाही त्यांच्याजवळ राहण्यास आनंद वाटतो. हे इतक्या विस्ताराने लिहिण्याचे कारण असे की तुमचा गैरसमज होऊ नये.

तुमच्यासारख्या मान्यवर साहित्यिक मित्राचा शब्द शक्यतो मोडू नये असे वाटते आणि एरवी मी तो मोडला नसता; पण या परिस्थितीत माझा नाइलाज आहे हे आपण मान्य कराल. निदान आपण ते समजून घ्यावे.

आपला उत्सव ११ जूनला ठेवणे शक्य असेल तर मी अवश्य येईन. पण ४ जूनला मी येथे नसल्यामुळे ते शक्य नाही. याचा मला खेद वाटतो.

आपण उत्सव करण्यात पुढाकार घेत आहात. तेव्हा तो उत्तम प्रकारे पार पडेल याबाबत शंकाच नको.

आपल्या या कार्यास माझ्या शुभेच्छा.

आपला,

गंगाधर गाडगीळ

गुलाबचंद, शांताबाई

मुंबई

दि. ४ नाव्हेंबर १९८८

स. न. वि. वि.

आपले 'सांगण्याजोगे'विषयीचे पत्र पोचले.

आपला साहित्यक्षेत्रातील अनुभव व अधिकार मोठा आहे. त्या दृष्टीने आपला अभिप्राय मोलाचा आहे. म्हणून आपण पुस्तक आवडल्याचे कळविल्याने फार समाधान वाटले. त्याखेरीज आपण इतरांना पुस्तक वाचण्याची शिफारस करता यात आपल्या मनाचा मोठेपणा आहे.

छापले गेले ते पुस्तक बऱ्याच प्रयत्नानंतर सिद्ध झाले होते. त्यात नेमके काय लिहावे, वगळावे यावर खूप विचारविनिमय झाला. या साऱ्या धडपडीचं मर्म आपण नेमकं ओळखलं आहे. आयुष्यात तशा अनेक गोष्टी घडतात; पण त्यात काही वेगळेपण नसेल तर ते लोकांपुढे मांडण्यात काय अर्थ आहे.

पुस्तकापलीकडच्या गोष्टी, हकिकती समक्ष बोलता येतील. तशी चर्चा आपणाशी करण्यास नक्कीच आनंद वाटेल. तेव्हा मुंबईला याल त्या वेळी अवश्य वेळ काढून यावे. श्री. गोविंदराव तळवळकर यांजकडे अभिप्रायासाठी पुस्तक पाठविले आहे. आपणासारख्या जाणकारांनी त्यावर लिहिले तर त्याला खूप मोल आहे.

आपणाकडील सर्वांना माझ्या शुभेच्छा व आशीर्वाद.

आपली,

डॉ. शांताबाई गुलाबचंद

गोखले, मीना

मुंबई
दि. ४ फेब्रुवारी १९७४

श्री. महानोर यांना,
सप्रेम नमस्कार.

औरंगाबादला आपली भेट झाल्यानंतर मुंबईला आल्यावर तुम्हाला पत्र लिहायचं मनात होतं. तुमच्या कविता आम्हाला अगोदर कळल्या, आवडल्या. नंतर विजयाबाईंमुळं तुमच्याशी ओळख झाली आणि तुम्हीही तुमच्या कवितेइतकेच मनमोकळे साधे वाटलात. तुमच्या काही कविता तुमच्या आवाजात ऐकल्या होत्या तेव्हा त्या वेगळ्या चालींनी, लयीनं वेड लावलं होतं. आम्ही मैत्रिणी, 'फुलात न्हाली पहाट ओली', 'आज उदास उदास', 'गोऱ्या देहावरती कांती' यांसारख्या कवितांच्या चाली ज्या काही अर्ध्यामुर्ध्या लक्षात राहिल्या त्या चालींवर म्हणण्याचा प्रयत्नही करीत राहिलो. औरंगाबादला तुम्ही मला इतक्या लवकर ओळखाल असं वाटलं नव्हतं अन् तुम्ही ओळखल्यावर खूप बरं वाटलं.

काल विजयाबाईंना आलेलं पत्र त्यांनी दाखवलं. मग त्यांना औरंगाबादच्या आपल्या भेटीबद्दल सविस्तरपणे सांगितलं अन् आज हे पत्र लिहिलं गेलं.

ट्रिपहून परतल्यावर प्रा. वसंत बापट पुष्कळ आजारी पडले. अल्सरचा त्रास झाला. ते पंधरा दिवस रजेवर असल्यामुळे प्रा. पुष्पा भावे व मी जरा जास्त कामात होतो. आता बापट बरे आहेत.

तुमच्या दोन ताज्या कविता लवकर पाठवा. त्यानंतरच्याही पाठवा.

मागे 'सत्यकथे'त तुमची एक दीर्घ कविता (मला वाटतं 'कविता' याच नावाची) आली होती. ती अगोदर बाईंनी वाचली होती तेव्हाच विलक्षण आवडली होती. 'रानातल्या कविता' तर विचारूच नका; पण कवितांबरोबर कवीही आवडतो असं नेहमीच घडत नाही किंबहुना कमीच वेळा घडतं! तुमचं गद्यलेखन मात्र वाचायचं राहून गेलं. तुमचं अजून सगळं सलगपणे वाचलेलं नाही. पण वाचायचं आहे.

कळावे,
मीना

गोरे, मृणाल

मुंबई
दि. २५ डिसेंबर २००१

आदरणीय कविवर्य ना. धों. महानोर,
यांस सप्रेम नमस्कार.

तुम्ही पाठविलेले 'तिची कहाणी' हे पुस्तक व त्यासोबतचे अतिशय हृद्य पत्र मिळाले. मी पुस्तक लगेच वाचून काढले. हे पुस्तक वाचण्याचं नाही. ते मनाने समजण्याचं आहे. ग्रामीण भागातील, रानावनातील स्त्रीचं दुःख तुमच्या कुंचल्यातून शब्दबद्ध झालेलं... वेगळाच आनंद आणि दुःख दोन्ही एकाच वेळी देऊन गेलं.

आम्ही 'स्वाधार' या संस्थेमार्फत गेली वीसेक वर्षे या प्रश्नावर तोड काढण्याचा प्रयत्न करीत आहोत; पण अशा संकटग्रस्त दुःखी स्त्रियांची संख्या वाढतच जाते आहे. असं का? या प्रश्नाचं उत्तर मिळत नाही. या कामात तुमच्या पुस्तकाने आम्हाला थोडा दिलासा मिळाला आहे. असो.

महाराष्ट्र फाऊंडेशनच्या कार्यक्रमास मी गेले महिनाभर बिछान्यावर असल्याने येऊ शकले नाही. याचं मला फार दुःख झालं. आपण अनेक वर्षे एकमेकांना ओळखतो पण भेटण्याचा योग टळला. पुन्हा केव्हातरी. म.फा.चा पुरस्कार ही तुमच्या कामाची, शेतीपाणी याबाबतची व स्त्रियांबाबतची छोटीशी पावती. असो. पुन्हा भेटू. तुमचे मनःपूर्वक अभिनंदन.

आ.

मृणाल गोरे

गुरव, अनुराधा

गारगोटी

दि. २१ मार्च १९८४

माननीय ना. धों. महानोर

सस्नेह सुवंदन

आपल्या गावच्या पत्त्यावर पाठविलेले पत्र मिळाले की नाही? आपला या भागात दौरा झाल्यानंतर वार्ता वाचली. आपण अध्यक्षपदाचा राजीनामा दिला. त्यासाठी जी कारणे सांगितली त्यामुळे अधिक खेद वाटला. साहित्यिक क्षेत्रात ज्या अनिष्ट प्रवृत्ती बोकाळल्या आहेत, त्या वाढविण्यास कारणीभूत न होता बाजूला सरकण्याचे धैर्य आपण दाखविलेत. तरीही अभिनंदन करावेसे वाटत नाही. तुम्ही अन्य सामाजिक चळवळीत गुंतला असला तरी या साहित्यक्षेत्रात नवे पायंडे पाडले असते. तुमच्यासारखी माणसं अशी दूर राहू लागल्याने दुःख वाटते.

भाऊबंदकी होऊ नये, आपल्याआपल्यात लढण्यात शक्ती वाया जाऊ नये असं माझ्यासारख्या सामान्य रसिकाला जरूर वाटते. तरीही योग्य माणसाने अशी पाठ फिरवू नये असंही मनी येते.

आपण घडणाऱ्या घटनांनी खजील झालात असे जाहीर केले. खजील न होण्यासारख्या घटना अशा किती घडतात हल्ली सर्वच क्षेत्रांत? कुठं कुठं म्हणून दूर सरकायचे?

आपल्या राजीनाम्याने फार वाईट वाटलं. अर्थात सृजनशील, भावुक, समर्थ साहित्यिक म्हणून मनात असलेली आपली प्रतिमा अधिक उजळ झाली.

आपल्या पत्राची वाट पाहिली. सहसा माझी पत्रं अनुत्तरित राहत नाहीत. माझ्यासारख्याकडे कपारीत राहणाऱ्या, कसलीही सांस्कृतिक, साहित्यिक इत्यादी इत्यादी पार्श्वभूमी नसलेल्या, माणसांची स्नेहाची भूक असलेल्या व्यक्तीला आपल्यासारख्या सच्च्या माणसाशी पत्रद्वारा पूल तयार करून वाढता येते. व्यक्तित्व वाहत ठेवता येते. समाधानी, आखीव-रेखीव आयुष्याला नवे उमाळे फुटण्याची संधी मिळते.

आपला कदाचित गैरसमज होईल; पण निखळ व्यक्तिमत्त्वाची साहित्यिक माणसं प्रत्यक्ष परिचय नसला तरी मला आपली चिर-परिचित वाटतात. स्नेहरज्जूंनी जोडावी वाटतात. कधी कधी मी उत्कटतेने फेकलेल्या

स्नेहधाग्यांची टोकं तरंगत राहतात. झेलली-पकडली जात नाहीत. आपल्याकडून असा अनुभव आला... मानला, स्वीकारलाही!

घरी सर्वांना मानाप्रमाणे सविनय सुवंदन. उत्तम आशीर्वाद.

आ.वि.

अनुराधा

गुंजाळ, मोहन

येवला

आदरणीय,
ना. धों. महानोर,
स. न.

"... कलावंताची प्रतिभा सहसा एकसुरी असत नाही. तिच्या खास आकर्षणाचे केंद्रस्थान कोणतेही असले तरी त्या स्थानाच्या अनुषंगाने ती अशेष जीवनाचा शोध घेण्याचा प्रयत्न करीत असते..." या तुमच्याच प्रतिपादनात तुमचा १९६७ ते १९९० असा प्रवास तुमच्या 'गावाकडच्या गोष्टी' ते 'प्रार्थना दयाघना'पर्यंतचं साहित्य वाचताना जाणवतो.

१९७५ पर्यंत दुष्काळ पडले नाहीत का? तर अगदी दुर्गादेवीच्या दुष्काळापासून १९५२च्या दुष्काळापर्यंत असं दिसतं की मोठे मोठे दुष्काळ पडले, पसाभर ज्वारीसाठी भोग देणाऱ्या मायमावल्या तुमच्या पिढीतल्या संवेदनशील मनांनी टिपल्या. विशेषतः दलित आत्मकथानांतून सध्या मी 'राघववेळ' (नामदेव कांबळे १९९३) वाचतोय. असे अनेक प्रसंग किंबहुना त्या भोवतीच केंद्र करून फिरणारे कथानक अनेकांनी दिले आहे. तुमच्या बाबतीत मला एवढचं म्हणायचं की, 'रानातल्या कविते'तील हिरवा निसर्ग, निर्मळ सुंदर प्रेम व शृंगार, हिरवं गोंदणं, तळ्यातलं चांदणं हळूहळू विस्कटत गेलं... ...खेड्यातला झोपाळा, झिम्मा, ओवी, त्यातलं लोकसंगीत, त्याचं भारलेपण, माणसामाणसांमधला ओला जिव्हाळा, सण-उत्सवामधला सबंध खेड्यातला एकसंध आनंदोत्सव, जात, पात, धर्म खूप असले तरी ते विसरून एकत्र नांदणारं सांस्कृतिक खेडं आज विस्कटून चाललं आहे...

याचं उत्तर तुम्हीच काही प्रमाणात 'प्रार्थना दयाघना'त दिले नाही का?... परदेशात झोळीनं अन्नान मागणाऱ्या देशासाठी, इथल्या माणसांसाठी, शेतं उभारली, माणसं उभारली, देश उभारला. एका प्रचंड दुबळेपणात अन्नधान्याची झोळी भिरकावून दिली समुद्रात. आज ऋतुचक्र झपाटून बदलतंय. वाहून जाणाऱ्या पाऊसपाण्याला अटकाव नाही. बलवत्तर कुठल्या योजना नाहीत. शेतीतल्या मालाला कवडीमोल नाही. शेतीतल्या घामाला शेतीतल्या श्रमाला प्रतिष्ठा नाही. खोलवर समजून घेतला जाईल असा ओलावा नाही..."

"... सगळेच गहाण इथले अब्रूसकट गावभर..."

अशी सर्व 'प्रार्थना दयाघना'च मला उतरून काढावी लागेल. हे तुम्ही १९८० सालीच म्हणायला हवं होतं ते तुम्ही १९९० च्या जानेवारीत म्हटलं.

खेडं विस्कटून गेलं... हे काही एकाएकी घडलं कां? दुष्काळं, ऋतुमान झपाट्याने बदलले म्हणून विस्कटलं का? तर मला वाटतं हे सत्य लपविल्यासारखं होईल. अज्ञानाने का होईना मी १९८४ ते १९८६-८७ पर्यंत शेतकरी संघटनेच्या शेतकरी विद्यार्थ्यांना सांगायचो की, महानोर तुमच्या कॉलेजात आले तर त्यांना विचारा की, या नभाने या भुईला दान द्यावे... हे ठीक; पण 'अशी कोणती पुण्ये येतील फळाला? ... ते चांदणं लहडून यावं? यातील पुण्य कोणाचं? लहडलेलं चांदणं बाजारात ७० रु. क्विंटल विकताना शेतकऱ्यांचे डोळे पांढरे व्हायची वेळ येते. याबद्दल तुमचं काय म्हणणं आहे?... इतर कवींकडून नाही; पण महानोरांकडून तरी वेगळी अपेक्षा खेड्यातला शिक्षित विद्यार्थी संवेदनशील माणूस ठेवून आहे. जोपर्यंत खुर्ची (सत्ता) गौण ठरत नाही, लाभाची राहणार नाही तोपर्यंत खेडी यापेक्षाही भयंकर रूप धारण करणार आहेत. खेडं विस्कटण्याचं मूळ १९४७ नंतरच्या स्वकीय राज्यकर्त्यांच्या नियोजनात आहे. याबद्दल स्पष्ट बोलावं लागेल. त्यातल्या त्यात ज्यांच्या आवाजाला काही मान्यता आहे त्यांनी हे बोलले पाहिजे. 'दयाघना'ने बरेच काम केलं पण हे माध्यम उच्च मध्यमवर्गासाठी झाले. 'गावातल्या गोष्टी', अपवाद 'पळसखेडची गाणी', ते 'प्रार्थना दयाघना'पर्यंत तुम्ही जवळ जवळ सर्व प्रमाण भाषेतच निर्मिती केली आहे. 'गावातल्या गोष्टी'त काही शब्द बोलीभाषेतील आहेत. नाही असे नाही; पण बोलीभाषेत अभिव्यक्ती का नाही? हा प्रश्न आहे. 'गाथारी', 'गावातल्या गोष्टी' या गद्यलेखनाला जेवढी मान्यता त्याच्यातील आशय आविष्काराला मिळायला पाहिजे होती तेव्हढी न मिळाल्याने तुम्ही कवितेकडे, त्यातही निसर्गकवितेकडे वळालात का? अर्थात केशवसुत, बालकवी, पु. शि. रेगे, इंदिरा संत, पाडगांवकर या सर्वात स्थलकालनिरपेक्ष निसर्गकवी, अव्वल नंबर तुम्ही मिळवला. तुम्ही निसर्गकविता केली नाही, झाली. ते तुमचं जगणं होतं म्हणून हे घडलं. पण आम्ही नेहमी म्हणतो. तो आमचा आवडता सिद्धान्त आहे. नियोजनकर्ते, राज्यकर्ते सर्व शेतकरीच आहेत. तरी हे आक्रित शेतीबाबत का घडलं? तर त्यांचं पोट शेतीवर किंबहुना निखळ शेतीवर अवलंबून राहिलं नाही. १९६७-६८ पर्यंत मलाही आठवतं खेड्यातला श्रावण, नागपंचमी, पोळा, भाद्रपद-अश्विनातील हंगाम, खळं, जत्रा, तमाशे एकूणच एकसंघ सांस्कृतिक खेडं... पण हरितक्रांतीच्या लाटेत प्रचंड कर्ज देऊन शेतीला फक्त उत्पादनाचं यंत्र बनविलं. उत्पादन वाढलं पण उत्पन्न वाढलं नाही... शेती कर्जबाजारी होत गेली... लाचारी वाढत गेली तसतसं राजकारण, खुर्चीला महत्त्व वाढत गेलं. सर्वजण राजकारणातील सोयीने बोलू लागले. १९६७ चं माझं गाव, त्यातील जत्रा, हरिनाम सप्ताह, आखाडी (बोहडा) तुकाराम बीज, हनुमान जयंती, नागपंचमी, पोळा, आखाजी, होळी हे सण, गावातील आदरयुक्त भीती वाटणारी कर्ती माणसं, सप्टेंबर ते मार्च वाहणारा गावपाट हे सर्व हरवलं. १९९०-९५ त गावातल्या या सर्व ॲक्टिव्हिटिज बंद. ग्रामपंचायत, सोसायटी निवडणुका, त्यातील वय वर्षे १२ ते २० पर्यंत देशी दारूचे खोके संपवणारी मुलं, त्यांचा हैदोस. त्यांना पाठी घालणारे राजकीय गाव पुढारी... ही सर्व अधोगती शेतीतल्या शोषणाची परिणती आहे. १९६८-७० पर्यंत ऋतुमानाबरोबर बाहेरील हरितक्रांती व त्या अनुषंगाने येणारे कर्ज नव्हते. कर्जबाजारीपणा नव्हता. लाचारी नव्हती. असो.

राजकारण, सत्तेने सर्वभक्षी रूप धारण केलं असं नाही वाटत तुम्हाला? अगदी शिक्षणक्षेत्र, कला, सांस्कृतिक क्षेत्रही. स्वायत्तता अशी कुठंही राहिली नाही. तुमच्यासारखी काही चांगली माणसं तरी राजकारणात, सत्तेत गेली हे काही अंशी बरेही झाले वाटते. कारण काहीतरी कधीतरी चांगलं घडेल ही आशा तरी ठेवता येते; पण अशी चांगली माणसं नगण्य असल्याने प्रभाव तेवढा पडत नाही. पण किमान

तुमच्यासारख्यांमुळे काही गोष्टी चांगल्याही घडल्या. समुद्राएवढ्या शुभेच्छांसह कॅलिफोर्निया होवो. इडापिडा टळो, बळीचं राज्य येवो.

आपला विनीत
मोहन गुंजाळ

ग्रेस

नागपूर
दि. १७ मे १९७४

प्रिय महानोर,

शेवटी मी परतलोय विमानाने, नव्या द्वैमासिकाचा पत्रव्यवहार मी सुरू केलाय. अशा पत्रिकांच्या मार्गातील संकट दुहेरी असते. आर्थिक आणि सकस साहित्याच्या अभावाचे. 'युगवाणी'च्या अनुभवाने मी अगोदरच सिद्ध झालोय.

ही नवी पत्रिका आपल्या जीवननिष्ठांची, वाङ्मयनिष्ठांची सारणी तर झालीच पाहिजे; पण शिवाय आपल्या निष्ठांची किंमतही आपल्याला चुकती करता यायला पाहिजे व ईर्षा आणि स्पर्धा या तात्कालिक कारणांवर विजय मिळवून भागणार नाही आणि हे सारे गंभीरपणाने करावयाचे असल्याने ते सोपे होईल असाही भ्रम नाही. तेव्हा? तरीही आपण एकत्र येऊन श्रेष्ठ अभिरुचीवर मागोवा घेऊ शकतो. तू या कामात आहेसच. चंद्रकांत पाटील आणि नेमाडे यांची भेट घे किंवा पत्राने त्यांच्याशी संपर्क साध. विशेषतः नेमाड्यांचे साहित्य पहिल्या अंकात हवेच. ती जबाबदारी मी तुझ्यावर टाकतो. शेवटी ही प्रक्रिया तुझ्या-माझ्यासारख्यांच्या जीवावरच चालणार व वर्गणीदारसुद्धा त्या भागातून मिळाले पाहिजे. (स.व. २०/- पंचवार्षिक १०१/-) पहिला अंक विजयादशमीला काढायचा आहे. त्या अनुरोधाने कामे झाली पाहिजेत. तोपर्यंत द्वैमासिकाचे नाव हाती येईलच.

तुझे पत्र येऊ दे.

तुझा,
ग्रेस

नागपूर

प्रिय महानोर,

पत्र मिळाले.
पायाचे दुखणे विकोपाला गेल्याने
घर, Hospital अशी परिक्रमा.
'संदर्भ' तयार होत आहे-

जानेवारी १९७५ करिता घेतलीय, कथा

दुसऱ्या अंकासाठी मुद्दाम राखून ठेवलीय.

आणखी काय?

संदर्भचा प्रचार आणि लेखक मिळवावे.

थांबतो.

ग्रेस

घ

घोरपडे, सर्जेराव

दि. ३० ऑगस्ट १९९०

प्रिय महानोर,

तुमचं २४ तारखेचं पत्र पावलं.

चार-सात दिवसांपूर्वी खानदेश मित्रमंडळातर्फे तुमचा सत्कार जाहीर झाला होता. त्याच दिवशी नेमाडेही इथं होते. आम्ही तुमची आठवण काढली. बालकवींच्या संबंधात तुमचा, कुसुमाग्रजांचा आणि बापटांचा असे तिघांचेही महाराष्ट्र वाङ्मयातील लेख आवडले.

त्यांच्या जन्मगावी झालेल्या कार्यक्रमाचा रेडिओवृत्तान्त अनपेक्षितपणे ऐकायला मिळाला. लोककला आयोजित कार्यक्रमाची झलकही टीव्हीवर पाह्यली. एकंदरीत सध्या तुम्ही अंतर्बाह्य बालकवीमय झालेले पाहून आनंद वाटला.

२ सप्टेंबर रोजी श्रीमंत पवारसाहेबांच्या उपस्थितीत होणाऱ्या समारंभाची आमंत्रणपत्रिका मिळाली. जमणे अवघड आहे. कारण सर्देपडशांनी मी सध्या हैराण आहे.

'शेतीसाठी पाणी'संबंधी मी निरुत्साही आहे, असा काहीसा गैरसमज तुम्ही करून घेतलेला दिसतोय. तीन का, चार आवृत्या मी करायला तयार आहे; पण त्याचं काहीतरी नियोजन असायला हवं. १९६९ साठी 'गदिमा'च्या वेळचा अनुभव बराच काही व्यवहार शिकवून गेला. म्हणून आस्तेकदम वाटचाल केव्हाही हिताची. असो. समक्ष बोलू. पु.लं.ची तब्येत बेतासबात असल्याने तेही समारंभाला येणार नाहीत. सुनीता वहिनींशी आजच बोलणे झाले.

सर गोविंदरावांचे बर्लिनहून सविस्तर पत्र आले आहे.

तूर्तास इतकेच.

आ.

सर्जेराव

च

चव्हाण, यशवंतराव

दिल्ली
दि. २० मे १९७५

प्रिय महानोर यांसी,
स. न. वि. वि.,

पत्र लिहीन लिहीन म्हणत होतो; परंतु एकामागून एक अनेक प्रवास करावे लागल्यामुळे तसेच राहून गेले. आपण पाठविलेला 'वही' काव्यसंग्रह मिळाला. आठवणीने पाठविल्याबद्दल आभारी आहे. तुम्ही 'गांधारी' दिल्यानंतर मी त्याच वेळी ते वाचून काढले होते. पुस्तकातील कथा ओळखीची वाटली. ग्रामीण जीवनातला गुंता स्पष्टपणे, निर्भीडपणे पुढे मांडला आहे. व्यक्तिचित्रे रेखीव वाटली. खरं सांगायचं तर तुमच्या कवितांतच माझे मन रमते. त्यामुळे तुमच्या कादंबरीहून माझं मन तिकडेच जास्त वळले हे मला कबूल केले पाहिजे. अर्थात तुम्ही गद्यही त्याच जिव्हाळ्याने आणि सहजतेने वापरू शकता हे 'गांधारी'ने सिद्ध केले आहे, यांत शंका नाही. मानवी जीवनातला संघर्ष, त्यातील सामाजिक असमतोल जिथे जिथे असेल तो जसा तुम्ही 'गांधारी'मध्ये व्यक्त करण्याचा प्रयत्न केला आहे, तसा 'गोदावरीकाठच्या' प्रदेशच्या पार्श्वभूमीवर अनेकविध तऱ्हेने रेखाटता येण्याची शक्यता आहे. माडगूळकरांची माणदेशी माणसे किंवा पेंडशांची कोकणची माणसे त्यांच्या कथा–कादंबऱ्यांत अशी जिवंत उभी राहिली आहेत तशीच मराठवाड्यातील जिवंत प्रतिभा तुमची लेखणी उभी करू शकेल असा विश्वास मला 'गांधारी'ने उत्पन्न केला आहे यात काही शंका नाही. अर्थात यासाठी तुम्हाला मराठवाड्यात व त्याच्या बाहेरही भटकावे लागेल. अनेकविध थरांतील जीवनाचा जागता परिचय करून घेतला पाहिजे. हिंदुस्थानच्या इतर भागांतही अधूनमधून जाण्याचा प्रयत्न करीत राहिले पाहिजे. म्हणजे वैचित्र्यपूर्ण विशाल भारतीय जीवनाचा अनुभव तुमचे साहित्य संपन्न करील. अनुभवाची संपन्नता प्रतिभेला साहाय्य करते असं मला वाटते.

'वही' अजून वाचायची आहे. पुढच्या आठवड्यात प्रवासात जाताना बरोबर घेऊन जाणार आहे. पुन्हा भेटलो तर सांगेन किंवा जमले तर कधी तरी लिहीन.

'रानातल्या कविता' वाचत असताना बालकवींची आठवण येत होती. परंतु त्या कवितांमध्ये बालकवींच्या कवितांपेक्षाही काही अधिक आहे असे मला वाटत होते. कविता किंवा कवी यांची तुलना करणे योग्य नव्हे; परंतु फरक काय आहे हे समजून घेण्याचा मी प्रयत्न करीत आहे. काही आठवड्यांपूर्वी दिल्लीला नागपूर येथील मराठीचे तरुण व विद्वान प्राध्यापक सुभेदार 'मराठीतील नव्या वाङ्मयासंबंधी' बोलण्यासाठी आले होते, तेव्हा त्यांचे व्याख्यान ऐकण्यास गेलो होतो. ऐकायला गेलो म्हणून अध्यक्ष झालो. त्या वेळी त्यांनी तुमच्या कवितांचे विश्लेषण करताना मी जे शोधायचा प्रयत्न करीत होतो ते त्यांनी एका वाक्यात सांगितले व मला वाटते ते खरेही आहे. त्यांचे व्याख्यान इंग्रजीत झाले. त्यांनी सांगितले की बालकवींच्या कविता It refelects nature आणि महानोरांच्या कविता It springs from nature. अकारण तुमची स्तुती करावी म्हणून काही लिहिले नाही; परंतु जे गुण आहेत ते सांगितले पाहिजेत. ते टिकावेत,

वाढावेत असा औपचारिक सल्ला देणे कितपत बरोबर आहे हे मला माहीत नाही; परंतु तसे घडावे अशी इच्छा मात्र जरूर आहे.

दिल्लीलाही अवश्य या. पार्लमेंटचे सेशन सुरू असताना या. म्हणजे मराठी खासदारांना एकत्र जमवून तुमच्या कविता ऐकविता येतील. कुसुमाग्रजांनी दिल्लीकरांबद्दल तुम्हाला जे सांगितले ते सर्वांशाने खरे आहे हे कबूल केले पाहिजे; परंतु दिल्ली देशाची राजधानी आहे. तुमच्यासारख्या प्रतिभावान माणसाने हे सर्व पाहिले पाहिजे, अनुभवले पाहिजे.

पत्र फार लांबले, पुन्हा केव्हातरी.

कळावे,

आपला,

यशवंतराव चव्हाण

दिल्ली

दि. १ जुलै १९७५

स. न. वि. वि.

आपले दिनांक २५ जूनचे पत्र मिळाले.

श्री. हरिभाऊ गोडबोले यांच्या पेन्शनबाबत मी प्रयत्न करीत आहे. गृहमंत्र्यांना लिहिण्यासाठी आवश्यक लागणारे कागदपत्र श्री. गोडबोले यांच्याकडून त्वरित मागवून घेण्यास माझ्या ऑफिसला सूचना दिल्या आहेत.

कळावे,

आपला,

यशवंतराव चव्हाण

दि. १६ सप्टेंबर १९७५

प्रिय श्री. महानोर,

तुमचे पत्र यापूर्वीच माझ्या हाती आले होते व उत्तर देण्यासाठी ते मी मुद्दाम जवळ ठेवून घेतले होते. दोन दिवसांपूर्वीच मी लांबच्या बऱ्याच दिवसांच्या प्रवासाहून परत आलो व पुन्हा दोन-तीन आठवड्यांसाठी बाहेरदेशी जात आहे.

तुमच्या शेतावर येण्याच्या निमंत्रणाचे आकर्षण आहे. कधी वेळ येईल त्याची वाट पाहत आहे. परंतु तत्पूर्वी डिसेंबरमध्ये कराडला होणाऱ्या मराठी साहित्य संमेलनासाठी न चुकता येण्याबाबतचे निमंत्रण मी तुम्हाला देऊन ठेवत आहे. या संमेलनाचा स्वागताध्यक्ष राहून तुम्हा लोकांचे स्वागत करण्याचा माझ्या मित्रांकडून मला आदेश आहे. अर्थात स्वागताध्यक्ष नसतो तरी तुम्हा सर्वांचे कराडला स्वागत करण्यासाठी मुद्दाम हजर झालो असतो.

तुमच्या जुन्या कवितांच्या ओळी वाचून जुन्या जिव्हाळ्याची कल्पना आली. ती मी समजू शकतो. अधूनमधून लिहीत जा.

कळावे,

आपला,

यशवंतराव चव्हाण

दि. १८ सप्टेंबर १९७६

श्री. नामदेवराव यांसी,

स. न. वि. वि.

आपले पत्र मिळाले. आपण कराडला शारदोत्सवाच्या निमित्ताने जाणार आहात, हे वाचून आनंद झाला. आपल्या काव्यवाचनाला चांगलीच गर्दी जमेल असा विश्वास आहे.

२९ तारखेला मी यू. एन. अधिवेशनासाठी न्यूयॉर्कला गेलो असेन. नाही तर माझ्या गावातील मित्रांच्या मेळाव्यात तुमच्या कविता ऐकायला मी कराडलाच आलो असतो. माझ्या गैरहजेरीची मला खंत आहे.

काही माणसे आपल्या साधेपणाच्या जीवनात कर्तृत्वाने भव्यता आणतात. भाऊसाहेब खांडेकरांचे तसे होते, त्यांच्या जाण्याने केवढी पोकळी निर्माण झाल्यासारखी वाटते.

कळावे,

आपला,

यशवंतराव चव्हाण

दि. १२ मार्च १९७७

प्रिय श्री. नामदेवराव यांसी,

तुमचे पत्र मिळाले. मध्यंतरी मी निवडणुकीच्या निमित्ताने मराठवाड्यात येऊन गेलो; परंतु तुमची भेट झाली नाही. तुम्ही कोणत्या बातमीने अस्वस्थ झालात याचा पत्रावरून उलगडा झाला नाही; परंतु तसे अस्वस्थ होण्यासारखे काही नाही.

कळावे,

आपला,

यशवंतराव चव्हाण

ता. क. : आताच आपण माझ्या वाढदिवसानिमित्त पाठविलेल्या शुभेच्छा मिळाल्या, त्याबद्दल मनःपूर्वक आभार. आपण वाचलेल्या बातमीशी श्री. डोंगरे यांचा यत्किंचितही संबंध नाही.

यशवंतराव चव्हाण

दिल्ली
दि. २७ जुलै १९७७

प्रिय नामदेवराव
यांसी स. न. वि. वि.,

बाबा गेल्याचे दुःखदायक वृत्त देणारे तुमचे पत्र आताच हाती आले. बद्रिनारायणाच्या यात्रेस जाताना ते भेटले किती जिव्हाळ्याने! प्रकृतीही उत्तम दिसली. शेवट इतक्या नजीक असावा अशी पुसटशी शंका कुणाच्याच मनाला शिवलीही नसेल.

तुमचे दुःख अपरिमित आहे. भावंडांचे व दोन्ही आयांचे सांत्वन शब्दांनी कसे करणार? पण वाचल्यापासून मीही अस्वस्थ आहे. १ तारखेला येऊ शकणार नाही यामुळे तर अधिकच बेचैन आहे; पण पार्लमेंटचे सेशन संपल्यानंतर तुमच्या घरी येऊन भेटेन. तुमच्या या घोर कौटुंबिक दुःखात मी सहभागी आहे. मृतात्म्यास शांती मिळावी ही प्रार्थना.

आपला,
यशवंतराव चव्हाण

दि. ९ ऑगस्ट १९७७

प्रिय नामदेवराव,

माझे यापूर्वीचे पत्र तुम्हाला मिळाले असेलच. पळसखेड्याला येण्याचा कार्यक्रम मी नक्की केला आहे. २० ऑगस्ट रोजी मी येथून निघून औरंगाबादला येणार आहे. दहा वाजता मी तिथे पोहोचत आहे. त्यानंतर तिथून मोटारीने निघून साडेअकरा-बारापर्यंत पळसखेडे येथे पोहोचेन. तुमच्या घरी येऊन तुम्हाला व तुमच्या कुटुंबीयांना भेटणे हाच माझा औरंगाबादला येण्याचा उद्देश आहे. पाच वाजेपर्यंत मी औरंगाबादला परत पोहोचेन. नित्याप्रमाणे पाच नंतर काही कार्यक्रम स्वीकारणे अपरिहार्य आहे. २० तारखेला तुम्ही घरी असावे म्हणून हे पत्र लिहीत आहे.

कळावे,

आपला,
यशवंतराव चव्हाण

दि. ६ ऑगस्ट १९७९

स. न. वि. वि.

तुमचे पत्र मला मिळाले. माझे पत्र तुम्ही दिल्लीला येण्यास निघण्यापूर्वी मिळेल की नाही याबद्दल शंका आहे; परंतु तुमचे आभार मानले पाहिजेत. तुमच्या इच्छेप्रमाणे कोणत्याही दिवशी माझ्याकडे राहण्यास या.

राजकीय परिस्थितीबाबत तुम्ही कळविलेले चित्र वस्तुनिष्ठ आहे. अनिश्चित भविष्यकाळ तत्त्वाच्या कसोटीवर काढावा लागेल.

कळावे,

आपला,
यशवंतराव चव्हाण

दि. १९ सप्टेंबर १९८१

प्रिय नामदेवराव,

तुमचे पत्र येऊन बरेच दिवस झाले, सोबत आलेले पुस्तक वाचल्याशिवाय उत्तर द्यायचे नाही असे ठरविले होते. तुमच्या गद्यलेखनापैकी 'गांधारी' मी पूर्वी वाचले होते. 'गावातल्या गोष्टी' मी सर्व वाचून काढल्या. पहिल्या चार कथा व शेवटच्या चार कथा यात मौलिक फरक आहे. शेवटच्या चार कथांत वर्तमान परिस्थितीतील तळागाळातला अनुभव परखडपणाने मांडलेला आहे, त्याची गरज होती. या पुस्तकातील पहिल्या चार कथा यांचे कथा म्हणून महत्त्व मला विशेष आहे. पहिल्या कथा वाचून मला श्री. जी. ए. कुलकर्णी यांची आठवण झाली. व्यंकटेश माडगूळकरांची नाही. मी कोणी समीक्षक नाही, एक रसिक वाचक आहे. म्हणून तुमच्या या पहिल्या चार कथा तंत्रदृष्ट्याही अतिशय उत्कृष्ट आहेत. वाचून झाल्यानंतर त्या कथांचा विषय डोळ्यांपुढे तरंगत राहतो. 'सवंगडी' ही कथा वाचून ग्रामीण जीवनात काढलेल्या माझ्या लहानपणाची आठवण झाली आणि डोळे भरून आले. इतकेच तूर्त तुमच्या पुस्तकासंबंधी. कळावे.

आपला,
यशवंतराव चव्हाण

दिल्ली
दि. ३० जून १९८६

प्रिय नामदेवराव यांसी
स. न. वि. वि.,

पॉप्युलर प्रकाशनकडून पुन्हा तुमच्या दोन्ही पुस्तकांच्या प्रती मिळाल्या. पुन्हा पुस्तके पाठवावी लागली याचे कारण बहुधा माझे तुम्हाला उशिरा पाठविलेले उत्तर हे असणार असे वाटते. 'अधिकस्य अधिकं फलम्!' मी एक पाठविलेले पत्र तुम्हाला मिळाले असेलच.

भेटीचा योग केव्हा येतो कोण जाणे? तुम्ही कुशल असाल असा विश्वास आहे.

कळावे,

आपला,
यशवंतराव चव्हाण

दिल्ली

प्रिय नामदेवराव यांसी,

तुमची दोन पत्रे आली; परंतु माझ्याकडून उत्तर नाही. राहून गेले. मित्रांमार्फत तुमच्यासंबंधी समजले व ऐकून आनंद वाटला. मध्यंतरी श्री. गजाननराव गरुडांनी त्यांच्या गावी तुमच्या सत्कारासाठी निमंत्रिले होते. कसा काय समारंभ झाला? मला येणे अवघड होते.

तुमची शेती उत्तम चालली आहे व घरचे सर्वजण एकजुटीने आहात याच्याइतकी उत्तम गोष्ट नाही. कधी मुंबईला आलो तर जरूर भेटूया. 'ऋणानुबंध'वर लिहावयाचे टाळलेत ते शहाणपणाचे व मलाही उपकारकच आहे.

तुम्ही सर्वजण कुशल असाल असा विश्वास आहे.

कळावे,

आपला,

यशवंतराव चव्हाण

चव्हाण, शंकरराव

मुंबई

दि. १२ मे १९७५

प्रिय महानोर,

तुमचे पत्र मिळाले. तुमच्या मनातील भावनांचा कल्लोळ पत्राच्या भाषेतून आणि पत्रावर न लिहिलेल्या तारखेतून व्यक्त झाला.

भेटीसाठी वेळ अवश्य काढीन; पण येताना फक्त कवितेचं बाड आणा, प्रचंड हार नको.

कळावे,

आपला,

शंकरराव चव्हाण

चितमपल्ली, मारुती

नवेगांव बांध

दि. २२ सप्टेंबर १९७७

प्रिय श्री. महानोर,

सप्रेम नमस्कार,

सप्टेंबरच्या पहिल्या आठवड्यात औरंगाबादला गेलो होतो. श्री. मुकुंद गायकवाड यांची भेट झाली. त्यांनी सांगितले की आपण आदल्या दिवशीच पळसखेडला परत गेलात. आपली भेट व्हावी, अशी फार इच्छा होती.

परत नागपूरला जाताना वाकोदला उतरून आपल्याला पळसखेडला भेटण्याचे ठरविले होते; परंतु बस वाकोदला येईपर्यंत रात्र झाली. रस्ता अनोळखी. म्हणून मी उतरलो नाही. बरोबर बरेच सामानही होते. पुढं जाणं मला तातडीचं होतं. एकूण सांगावयाचं की आपल्या भेटीचा योग नव्हता!

श्री. गायकवाड यांनी दिलेलं पत्रही सोबत पाठवीत आहे. गायकवाडांनी पत्रातून माझा अल्प परिचय दिलाच आहे.

भंडारा जिल्हा हा सरोवराचा प्रदेश. त्या जिल्ह्याच्या परिसरात महाकवी कालिदास व भवभूतीची काव्यप्रतिभा फुलली आहे. इथली सरोवरं, झिकानी, पक्षी, देवभात, ढिवर इत्यादी आपल्या काव्याचे पुन्हा विषय व्हावेत, असं मला फार वाटतं. आपले काव्य मी फार आवडीने वाचतो.

वरील विषयावरील आपले काव्य, श्री. आलमेलकर या जगप्रसिद्ध चित्रकाराची त्याकरिता रेखाटणे व माझे भाष्य, असा त्रिवेणी संगम असलेली एखादी कलाकृती निर्माण व्हावी असे फार वाटते. डॉ. सलीमअली वन्यप्राणी संरक्षण संस्थेमार्फत असं एखादं प्रकाशन हाती घ्यावं, असं फार वाटतं.

ही योजना आपणाला कशी वाटते? याविषयी आपल्या काही सूचना असल्यास त्याविषयी लिहावे.

ऑक्टोबर ते जानेवारीत इथंही हवा मोठी आल्हाददायक असते. संपूर्ण ऋतुचक्राचं दर्शन घ्यावं लागेल. पाहा आपल्या सवडीप्रमाणे कसं जमतंय ते!

लोभ आहेच. वृद्धी व्हावी.

आपला,

मारुती चितमपल्ली

चितळे, माधवराव

औरंगाबाद

दि. १४ मे २००७

प्रिय श्री. महानोर,

स. न. वि. वि.

आपण आठवणीने पाठवलेले 'शेती, आत्मनाश, नवसंजीवन' हे पुस्तक मिळाले. आवडले. विशेषतः त्यातले जलसंधारणावरचे सविस्तर प्रकरण फारच उद्बोधक आहे. आपण आपला अनुभव तपशीलवार शब्दग्रथित केलात हे फार मोलाचे आहे. चिकाटीने काम करण्यासाठी अनेक ग्रामीण कार्यकर्ते या अनुभवाच्या प्रकाशात उत्साहाने पुढे येतील असा विश्वास वाटतो.

या वर्षीचे जलसाहित्य संमेलन मालगुंडला झाले. कविवर्य मंगेश पाडगांवकर अध्यक्ष होते. सर्वांना तेथे आपली आठवण झाली. आपल्या हातून अशा परिषदांचा प्रारंभ झालेला आहे. पुढील जलसाहित्य संमेलन नाशिकला व्हावयाचे आहे. तेथे आपण अवश्य यालच.

जलसाहित्य संमेलनाला जोडून आता जलसाहित्याचे प्रदर्शन भरते; नव्या साहित्याचे सादरीकरणही होते. त्यात आपण स्वतःच आपल्या या नव्या पुस्तकाचे निवेदन करू शकलात, तर फार बहार येईल.

तत्पूर्वीही आपली भेट होईलच. लवकरच तशी संधी घेऊया.

पुस्तकावरचा आपला पत्ता विशेष आवडला. ग्रामीण जीवनात पाय रोवून अजून उभ्या असलेल्या व्यक्तीची ही अनुभव-गाथा आहे, हे त्या पत्त्यातूनही ध्वनित होते आहे. मनःपूर्वक अभिनंदन.

'भूमिपुत्र' श्री. भवरलालजींचीही नेहमी आठवण होतेच. त्यांनाही कुशल सांगावे. नमस्कार सांगावा ही विनंती.

क्षेम.

आपला स्नेहांकित

माधव चितळे

चित्रे, विमलाबाई

डोंबिवली

दि. २२ फेब्रुवारी १९६६

श्री. महानोर यांस,

सप्रेम नमस्कार.

तुमचं मागचं पत्र त्याचप्रमाणे कविता ही दोन्ही पोचली. आमच्याकडून पोचही न आल्यामुळे तुम्ही रागावला असाल; पण तुम्हाला 'साधी पोच पाठवू नका मीच पत्र लिहीन' असं मित्रांना मी सांगितल्यामुळे त्यांनी तुम्हाला कळवलं नाही आणि मी गेल्या २४ तारखेपासून आजारी झाले ती पंधरा दिवस बिछान्यावरून उठलेच नाही, म्हणून तुम्हाला पत्र लिहू शकले नाही. तुम्ही गैरसमज करून घेणार नाही, अशी आशा आहे.

तुमची कविता व्यक्तिशः मला फार आवडली. यथावकाश 'अभिरुची'त प्रसिद्ध करीत आहोत.

दोन दिवसांपूर्वी तुमच्याकडून एक विवाहपत्रिका आली ती मिळाली. वधू-वरास आमचे अभीष्टचिंतन कळवा.

श्री. पाटिलांची पत्रं येतात. त्यांनाही मी लवकरच लिहिणार आहे. तांबोळींचंही पत्र आलं होतं. त्यांना उत्तर लिहायचंही राहून गेलंय. तुम्हा मंडळींकडून कविता येतील अशी मी अपेक्षा करीत आहे. तुमच्या ग्रूपमधील सर्वांना माझा हा निरोप कळवाल? सुचतील त्या 'अभिरुची'त जरूर प्रसिद्ध करू.

तुम्हाला अंक मिळाला असेलच. कसा वाटला?

'अभिरुची'वर वाढता लोभ असू द्यावा, ही विनंती

तुमची,

विमल चित्रे

चोरमारे, विजय

कोल्हापूर
दि. १५ मार्च १९९९

आदरणीय दादा

सप्रेम नमस्कार,

मध्यंतरी तुमच्यावर शस्त्रक्रिया झाल्याचे वाचनात आले. आता प्रकृती कशी आहे?

मध्यंतरीचे ताणतणाव निवळले का? फारच अस्वस्थ करणारे होते सगळे. त्या काळातल्या तुमच्या मनःस्थितीची कल्पनाच करवत नाही; पण तेव्हाही, आजही तमाम मराठी काव्यरसिकांच्या शुभेच्छा तुमच्यासोबत आहेत. त्यामुळे चिंता करण्याचे कारण नाही.

सोबत माझा कवितासंग्रह स्वतंत्र टपालाने पाठवतोय. आपला अभिप्राय (स्पष्ट) मला महत्त्वाचा वाटतो. कारण अगदी प्रारंभीच्या काळात माझ्या कवितेला बळ देणाऱ्यांमध्ये तुम्ही आहात. (संदर्भ – उंडाळे साहित्य संमेलन) नंतरही वेळोवेळी तुमचे ऐकून/वाचून चालत राहिलो.

बाकी ठीक, प्रकृतीला जपा.

घरच्या सर्वांना नमस्कार.

पत्राची वाट पाहतो. पत्ता पुस्तकावर आहेच.

कळावे.

आपला,
विजय चोरमारे

चौधरी, स्नेहलता

मुंबई
दि. १९७७

प्रिय बंधू श्री. महानोर यांना

स. न. वि. वि.

काल रोजी खिरोद्याहून जळगावला आल्याआल्याच 'यां'च्याकडून अतिशय दुःखद वार्ता समजली. गेल्याच तर महिन्यात आपल्या तृप्त घरकुलात येऊन आम्ही उभयता आपल्या परमपूज्य वडिलांचा आशीर्वाद घेऊन समाधान पावलो होतो. इतक्या लवकर त्यांचा आपल्यापासून वियोग होईल, यावर विश्वासच बसत नाही! म्हणजे आम्ही पुन्हा तुमच्या घरी येऊ, तेव्हा त्यांची ती प्रेमळ, ममतामय मूर्ती आम्ही पाहू शकणार नाही? खरंच वाटत नाही! त्या व्यक्तिमत्त्वापुढे आपोआप नतमस्तक व्हावंस वाटावं, ते कष्टातून जीवन कंठून मुलाबाळांसाठी सुखाचं छोटंसं राज्य निर्माण करणारं राजस व्यक्तिमत्त्व! पुन्हा त्याचं दर्शन होणार नाही! चारही मुलांना आपल्याकडे आणून, आपल्याच घरातलं होऊन, त्यांच्याभोवती मुलांना बसवून काही काळ तरी त्यांना आजोबांचं सुख मिळवून द्यावं असं मनोराज्य करीत होते! सारंच मनात राहिलं...

खरं म्हणजे आपल्या साऱ्यांच्या दुःखाचा विसर पडून मी माझंच दुःख गात बसले. माफ करा हं भाऊ! पण खरंच आपल्या त्या गोकुळातून त्यांना शरीराला दूर नेताना काळालासुद्धा दुःख झालं असेल! तीर्थयात्रेला गेलेले असतानाच म्हणे ते फार आजारी झाले होते असं आपल्या आई सांगत होत्या! भाऊ! आपल्या साऱ्यांशी सुखासमाधानानं भेटी व्हाव्या म्हणून साकडं पडूनच देवानं त्यांना आपल्या भेटीपुरतं पाठवलं होतं का? तुमच्या या भाग्यातले थोडेसे वाटेकरी आम्हाला उभयतांनाही होता आलं हे खरोखरच आमचं भाग्यच असं मी मानते! पुण्यवान आणि कष्टाळू आत्म्यांचे आशीर्वाद देवाच्या आशीर्वादाच्याच तोलामोलाचे असतात अशी आमची श्रद्धा आहे.

अशांच्या पोटी आपण जन्मलात आणि आपल्या माता-पितरांना फार लहान वयात आपण फार मोठं समाधान दिलंत म्हणूनच त्यांनी संसारयात्रा समाधानी मनानं संपवलेली दिसते. पुरुषमाणसं फारसं बोलत नाहीत; पण तुमच्या आई आपल्या मुलांचं, सुनेचं तोंडभरून कौतुक करीत होत्या. साऱ्या घरातच एक प्रकारची अवीट तृप्ती होती! छे छे! होती का म्हणते मी? चुकले हं! अशा आत्म्यांच्या सहवासानं भारावलेलं वातावरण तसंच्या तसं सांभाळायचं आहे आपल्याला. त्यांचा आशीर्वाद आणि त्याच रूपानं तेच आपल्याजवळ सतत आहेत असंच आपण जाणिवेत ठेवायला हवं!

साऱ्यांना जीवन देणाऱ्या आत्म्यानं आपलं मरण कधीच जिंकलेलं असतं! त्यांचा सहवास सुगंधासारखा सतत आपल्याभोवती दरवळून आपलीही वाटचाल सुसह्य करीत असतो.

तुमचं कविमन खूप हळवं झालं असेल. साहेब सांगत होते मला – खूप आकांत झालाय महानोरांच्या जीवाला! पितृवियोगाचं दुःख यांनीही फार लहान वयात अनुभवलं! मीही सोळाव्या वर्षी माझ्या वडिलांना सोडून सासरी आले आणि फार मोठी पोकळी, फार मोठं पोरकेपण अनुभवलं! सौ. वहिनींनाही फार जाणवेल! आंब्याच्या गारव्याला बसावं, तशी असते सासऱ्याची माया. त्याच्या अभावाचे चटके मी फार सोसले! पण त्याची गोडी चाखून त्याची अनेक वर्षे सवय झाल्यामुळे सौ. वहिनींना पदोपदी आठवण येईल. विवाहानंतर सासरे हेच खरे वडील असतात! तसेच तुमच्या मातोश्रीबद्दल तर न लिहिणे बरे! अनेक वर्षांचा सहवास! नको त्या वयात ताटातूट! अतिशय दुःख झालं असेल त्यांना! तीच गत आपल्या भावंडांची, मुलांची झाली असेल! धाकट्या बहिणीचं एक कार्य त्यांच्या डोळ्यादेखत झालं असतं तर...

माया ही कितीही लाभली तरी अपुरीच वाटते! पण ऋणानुबंध असतात तोवरच ती प्रत्यक्षात लाभते, मग गंगाजळासारख्या जपायच्या आठवणी! तुम्ही अधिक सामर्थ्यवान होण्यातच त्यांच्या आत्म्यांची खरी शांती! तेव्हा दुःख आवरून आपलं आणि सर्वांचं मन शांत करण्याचा प्रयत्न करावा. त्यांचा आत्माच आपल्याला हळूहळू बळ देवो आणि त्यांच्या त्या पवित्र आत्म्याला पूर्ण शांती लाभो हीच परमेश्वराला प्रार्थना.

साऱ्यांना यथायोग्य नमस्कार, आशीर्वाद.

कळावे, ही नम्र विनंती.

आ. भगिनी

सौ. स्नेहलता

ज

जाधव, माधव

लासलगाव

दि. २२ एप्रिल १९७७

प्रति,

श्री. ना. धों. महानोर

स. न. वि. वि.

दि. ९-४-७७ लाच आपले पत्र मिळाले. माझ्या आयुष्यात मला आलेले श्रेष्ठ कवीचे हे पहिलेच पत्र असल्याने आपणास त्याचे उत्तर काय पाठवावे याबद्दल बरेच दिवस मनात संभ्रम निर्माण झाला होता. शेवटी आज निर्धाराने लिहीत आहे. आपले पत्र मी पुनःपुन्हा वाचले, हे आवर्जून सांगू इच्छितो.

आपण कवितेवरील लेखन 'मनोरा'मध्ये छापून आले तेव्हाच वाचले होते व विशेष म्हणजे ते छापून आल्याचे आपणास वसंत कानेटकरांनी कळविले होते, हे सर्व मला अनपेक्षितच. ते छापून आल्यानंतर मी नाशिकला भरलेल्या साहित्यिक मेळाव्यात सहभागी होण्यासाठी गेलो होतो. तेथे कानेटकरही होते; परंतु त्यांनी ते वाचले की नाही त्याची माहिती मला नसल्याने मी त्यांच्याजवळ बोललो नाही. असो.

कवितेवर लिहिण्यासाठी खास अशी दृष्टी, अभ्यास, जाण असावी लागते व ती माझ्याजवळ आहे, असे आपण लिहिले आहे; परंतु मला माझ्या मर्यादांची पूर्ण जाणीव आहे. कारण अजून मला खूप वाचायचं आहे, बरंच शिकायचं आहे, स्वतःच्या वैचारिक पायांवर भक्कमपणे उभं राहायचं आहे. आपल्या कवितेपासून मी 'श्री गणेशा' केला असं म्हटलं तर खूप उचित होईल. इतरांच्या कवितांवर व काव्यसंग्रहांवर जरूर लिहावे असे आपण मला सुचविले आहे. माझीही तशीच इच्छा आहे. पण त्यासाठी आपले आशीर्वाद माझ्या पाठीशी हवेत. 'स्वस्थ बसून उपयोग नाही' हे तर खरंच.

ता. क. मध्ये आपण आपल्या कवितेचे इंग्रजी व हिंदी भाषांत भाषांतर झाल्याचे कळविले आहे. मला ते वाचून खरोखर फार आनंद झाला. कुठलीही कलाकृती जेव्हा सामान्य जीवनमूल्यांकडून शाश्वत, विश्वात्म जीवनमूल्यांकडे प्रवास करते तेव्हा ती स्थलकालातीत होते, अक्षर होते हे वैश्विक सत्य आहे आणि आपल्या कवितांनी खऱ्या अर्थाने स्थलकालाचे बंधन ओलांडल्याने सतत जाणवत राहते. आपल्या कविता भाषांतरित होऊन हे सिद्ध झाले आहे, नाही का?

कळावे,

आपला,

माधव जाधव

जाधव, रायभान

मुंबई

दि. ३ जानेवारी १९६६

प्रिय नामया,

प्रथम तुला नवीन वर्ष सुखसमृद्धीचे जावो असे चिंतितो

तुझे पत्र येण्यापूर्वीच तू सांगितलेली सगळी कामे करून टाकली. तू भटकळांना पत्र लिहीच. कारण तुझ्या पत्रामुळे कदाचित भटकळ आपल्याला लवकर पैसे देतील. मी त्यांना पाचशे प्रती दिल्या. हिशेब मार्चअखेर देणार आहेत. शिवाय कमिशन ३५ टक्के घेतले आहे. मला काही म्हणता आले नाही. कारण तुमची अगोदरच सगळी बोलणी झाली होती. मी मुकाट्याने पाचशे प्रती नेऊन दिल्या. अडीचशे प्रती मी उद्या चंदूला पाठवत आहे. तुलाही उद्याच पन्नास प्रती पाठवून देतो.

तुला जेथे बोलावणे आले तेथे वेळात वेळ काढून तू जावेस अशी माझी प्रामाणिक इच्छा. कारण हे अनुभव पदरी बांधन तला पढे चालता येईल. ग्रामोपाध्यांसारखेच विमलाबाई व रामभाऊ तुझ्यावर खूश आहेत. कालच विमलाबाई भेटल्या होत्या. तुला त्या पत्र लिहिणार आहेत. तू 'अभिरुची'साठी ताबडतोब कविता पाठव. चंद्याला म्हणावं फार मोठा झाल्यासारखा वागू नकोस. या संदर्भातील त्यांच्याबद्दलच्या प्रतिक्रिया फारच वाईट आहेत. संमेलनातील त्याची वागणूक खुद्द मलाही आवडली नाही. असं का व्हावं कळत नाही.

संमेलनात मी जास्तीतजास्त वेळ तुमच्याबरोबर घालविण्याचा प्रयत्न केला. खरं म्हणजे मी तुमच्याबरोबरच राहायला हवं होतं. उलट माझी तशी इच्छा असूनही मला तसं मात्र करता आलं नाही. कारण मुंबईचे माझे मित्र त्यामुळे माझ्यावर रागावले असते. देवस्थळी या नावाचा प्राणी कमालीचा विक्षिप्त होता. कुठून त्याला आणले असं मला झालं होतं. तुम्ही रागावला तरी माझेच आहात म्हणून मी तुमच्याबरोबर नाही राहिलो तरी चालेल असा शेवटी निर्णय घेतला. पण ज्या महाभागांबरोबर आलो होतो त्यांना मात्र सुखरूपपणे मुंबईत आणून पोहोचविलं आणि एक दीर्घ श्वास सोडला. कोकणातली माणसं ही एकूण स्वभावाने विचित्रच. असू दे.

तू काय म्हणतोस? परत शेतीच्या कामात गर्क झाला असशील नाही? हो बाबा. पण तुझं मागचं पत्र वाचून अनंत कळा उठल्या. जीवन हे असंच खडतर असतं. वरून सफाईदार वाटलं तरी आतून ते नेहमीच तसं असतं असं नाही; पण म्हणून तू डगमगशील अशातला प्रकार नाही. तू जिद्दीने चालतोहेस हे पाहून मला अभिमान वाटतो. किती झपाट्याने आपण एक झालोत रे! आता त्याचही कौतुक वाटतं!

वहिनी आणि तुझा तो सोनुला राजा काय म्हणतात? तुझी आठवण झाली की वहिनींची आणि बाळराजे यांची आठवण होते. मनातल्या मनात त्यांची चित्रे रेखाटत बसतो. वहिनी कशा असतील. तो बिटुकला राजा तुझ्यासारखा असेल की वहिनीसारखा वगैरे वगैरे. या उन्हाळ्यात त्यांना भेटायची इच्छा आहे. मला रजा मिळाली पाहिजे. हो आता मी दुसऱ्याचा नोकरच नाही का? १६ तारखेपासून ऑफिशल नोकर होणार आहे. साली ही गुलामगिरी कपाळी आलीच शेवटी. फार दिवस सहन होईल, असे दिसत नाही. बघूया.

सध्या एकदम serious झालो आहे. एक वर्ष संपत आले असूनही काहीही बोंबा मारल्या नाहीत याची चीड अक्षरशः कपाळात गेली आणि आम्ही डोक्यात अभ्यास भरण्याचा सपाटा सुरू केला. तू सांगितलेली कामे केवळ एका दिवसात करून टाकली. आता अभ्यासालाच बसलो होतो. तर तुझे पत्र हातात पडले. प्रथम commedy वरील लेखांवरून शेवटचा हात फिरवतोय. नंतर काही टिपणे व कांतांवरील लेख हाताशी घेईन. हे सगळं या महिन्यात अभ्यास आणि नोकरी सांभाळून उरकायचं म्हणतो. बघूया कसं काय जमतं ते.

सविस्तर पत्र दे.

तुझा,
रायभान

दि. १७ जानेवारी १९६६

प्रिय नाम्या,

तुझं पत्र आलं. तू आजारी होतास असं चंदूने कळविलं होतं. तू त्याबद्दल काहीच लिहिलं नाहीस. आणि काय रे भारताची लोकसंख्या तुला काय कमी वाटते? भल्या गृहस्था problem असा बिकट करू नकोस. आता झालीच आहे तुझ्या हातून चूक तर होऊ दे. मीही चूक करून तुझे अभिनंदन करतो!

संग्रहाबद्दलची प्रतिक्रिया मुंबईतही चांगली आहे; पण पुस्तक खपेल असे वाटत नाही. भटकळांकडे प्रती पाठविल्या. ते बिल देणार आहेत मार्चमध्ये तेही जितक्या प्रती खपतील तितक्याच प्रतींचे. म्हणजे आपल्या हातात फारसे पैसे पडतील असं वाटत नाही. 'मौजे'चे बिल आहे १०२५ रु. तुम्ही आतापर्यंत मला ३७५ रुपये पाठविले आहेत. तेव्हा बिलाची आपण शक्य तितक्या लवकर व्यवस्था करावी ही इच्छा. 'मौजे'तले आपले वजन कायम राहिले पाहिजे.

विमलाबाईंना कविता पाठव. परवा त्या मलाच बोलल्या. तुम्ही कविता पाठविण्याचे आश्वासन देऊनही पत्राची वाट पाहत बसलात याचं खरंच आश्चर्य वाटतं. माझं पत्र मिळताच कविता पाठव. अंक छापायला गेला नसल्यास बाई पहिल्याच अंकात कविता टाकतील. 'अभिरुची'च्या पहिल्याच अंकात तुम्ही दोघेही झळकावे ही इच्छा.

वहिनी काय म्हणताहेत? तू त्यांना 'पुन्हा कविता' दाखविल्याबरोबर त्यादेखील तुला पुन्हा पोरगा दाखविणार म्हणायच्या! तर एकूण तुम्ही दोघेही थोर! अरे पण हे बघ मुलगी झाली तर आपण तिचं नाव कविताच ठेवूया का? तुला किंवा वहिनीला हे न आवडल्यास प्रतिभा ठेवूया. मजा येईल. मोठी झाल्यानंतर आपल्या नावामागचं इंगित तिला कळल्यानंतर तिलाही खूप मजा वाटेल! तर बाय सुचवा मंजूर की नाही?

आता माझ्याबद्दल थोडेसे. मी १५ पासून आयुष्यातला पहिला सलाम ठोकून मायबाप सरकारचा गुलाम झालो आहे. आता आम्हाला मनसोक्तपणे फिरता येणार नाही, याचं दुःख होते. या सगळ्या धावपळीत अभ्यासाच्या नरडीचा घोट. अगोदरच वर्षभर आम्ही दिवे लावलेत. आता वाती पाजळणार आहोत. च्याआयला ही फालतू मरगळ माझ्यात आली कुठून कळत नाही. तर एकूण तुझ्या विनंतीला कितपत वजन येतं याची शंकाच.

तुमच्या चिरंजीवांचे पराक्रम ऐकून धन्य वाटलं. यार, मातीत खेळल्याशिवाय आणि इरसाल शिव्या दिल्याशिवाय सब मामला पुळचटासारखा अळणी वाटतो. तर आमचा त्याला शंभर टक्के पाठिंबा. तसं त्याला माझ्या वतीने कळव.

घरातल्या कटकटींना उगीचच दाद देऊ नकोस. यह भी दिन जायेंगे. पण वहिनीला त्याचा त्रास होणं स्वाभाविकच. कारण त्यांना घरातच वावरावे लागणार. खरंच नाम्या, असं काही ऐकलं की मला विलक्षण वाईट वाटते. हे दुःख किती जीवघेणं असतं याची कल्पना आहे. म्हणूनच वहिनींबद्दल कमालीची सहानुभूती वाटते. असू दे. चालायचंच.

पत्र दे.

तुझा,

रायभान

दि. १२ एप्रिल १९६७

श्री नामदेव
महाराज

प्रसन्न

देवाधिदेवा नामदेवा,

आपल्या दर्शनासाठी डोळे वाट पाहताहेत. हे जरी खरे असले तरी सध्या मायबाप सरकारच्या हुकुमावरून त्यांना महसूल खात्याच्या रटाळ पुस्तकांकडे पाहणे भाग आहे. मन व्याकुळले आहे पण नाइलाज आहे.

आपण आणि आमचे प्रपितामह ती. स्व. चंद्रकांतराव पाटील १ मेच्या दरम्यान इकडे येण्याचे करावे. तोपर्यंत आमची खर्डेघाशी संपेलच.

१ मेला मी माझा नवीन दोस्त प्रियदर्शन पोतदार (डॉ. अनुराधा पोतदारांचे चिरंजीव) यासी मुंबईला बोलाविले आहे. त्याची आणि तुमची ओळख व्हावी ही माझी उत्कट इच्छा. जमल्यास आपण ती. स्व. दादा (वि. द. घाटे) व उषाताई (डॉ. अनुराधा पोतदार) यांना भेटायला दर्शनबरोबरच पुण्याला जाऊ. तुम्हा दोघांबद्दल मी दादांना खूप काही सांगून ठेवलंय. तुम्ही दोघांनी त्यांना कविता वाचून दाखवाव्यात असं माझं मत. दादा अतिशय प्रेमळ आहेत. पूर्वपुण्याईने आम्ही त्यांच्या प्रेमास पात्र झालो आहोत हे एक भाग्यच नाही का?

आजच चंद्रकांतराव पाटीलसाहेब यांच्याकडून पत्र आले. आपली सही त्यावर आहेच. म्हणून परवाच्या पत्रांनंतर लगेच उलट टपाली हे पत्र लिहीत आपण सध्या न येण्याचे कळवीत आहे.

कृपालोभ असू द्यावा ही नम्र विनंती.

आपला कृपाभिलाषी,

रायभान

प्रिय नाम्या,

कित्येक हजार वर्षांनी आज तुझं पत्र मिळालं. खूप बरं वाटलं. हल्ली बरं वाटावं असं काही घडतच नाही. दुर्दैवाच्या प्रचंड वावटळीत सापडल्यासारखं झालंय; पण तू म्हणतोस तसा मी मोडल्यासारखा झालो नाही हं! राजा मी मोडणे शक्य नाही. निसर्गाने म्हण वा दुर्दैवाने म्हण, माझा एक मूत्रपिंड काढून नेल्यानंतरही मी मोडलो नाही. आता प्रकृती पूर्वीसारखी राहिली नाही हे खरं आहे.

तू माझ्यासंबंधी यशवंतरावजींना जे लिहिलेस त्याबद्दल त्यांनी माझी आपुलकीने चौकशी केली हा केवळ त्यांच्या मनाचा मोठेपणा आहे. मी एक अत्यंत सामान्य माणूस त्यात पुन्हा चांडाळांनी नागावलेला; पण तू म्हणतोस तसा सगळ्याच गोष्टी काही खऱ्या नसतात हेच खरं.

मी येत्या दोन-तीन दिवसांत औरंगाबादला जाणार आहे. तेथे पोहोचल्यावर तुला निरोप पाठवीन. चार दिवस राहणार आहे. शक्य झाल्यास गप्पा मारायला जरूर ये. मागच्या मुक्कामात चांदशी खूप गप्पा मारल्या; पण तो दुःखाच्या छायेत असल्यामुळे मनमोकळेपणाने काही बोलता आले नाही.

तुझ्याशी काही अत्यंत महत्त्वाच्या गोष्टी करायच्यात. तुझी भेट म्हणून आवश्यकच.

सौ. तेजस्विनीची प्रकृती बरी नसते. तिला चौथा महिना आहे. बिचारी झगडते आहे. पीएच.डी.साठी रजिस्ट्रेशन केले आहे. अभ्यास करते आहे. तिला यश मिळेल यात संशय नाही.

धीरूराजे गणिताशी झगडताहेत. बाकी सगळा आनंदच.

सौ. वहिनी कशा आहेत? गोतावळा आणि मंडळी मजेत आहेत ना?

बाकी प्रत्यक्ष भेटीत.

तुझा,
रायभान

मुंबई
दि. २८ सप्टेंबर १९७७

प्रिय नामदेवा,

बऱ्याच दिवसांनी निवांतपणे तुला पत्र लिहायला बसलोय. बाबा गेल्यानंतर एक चार ओळी कशातरी लिहिल्या होत्या. खरं म्हणजे काय लिहावं हेच कळत नव्हतं. अजूनही त्याच संभ्रमात आहे. बाबा असे तडकाफडकी जावेत यावर अजूनही विश्वास बसत नाही. पहाडाएवढा माणूस कोसळू कसा शकतो? पण हे घडलं. आपल्यासमोर नियतीशी जमवून घेण्याशिवाय दुसरा पर्याय नाही. असो.

गेल्या महिन्यापासून सौ. तेजूची प्रकृती सुधारते आहे. आता पुष्कळच बरी आहे. विद्यापीठात चक्कर वगैरे मारू शकते. आता मीदेखील बाहेर पडू शकतो. ५/६ तारखेला औरंगाबादला एक दिवसासाठी जाऊन आलो. चंद्या भेटला, परंतु फारसं काही बोलायला मिळालं नाही.

पुढच्या आठवड्यात औरंगाबादला जाणार आहे. तेव्हा मी आणि चांद तुझ्याकडे येऊन जाऊत.

२१ ऑगस्टला यशवंतरावांनी भेटायला बोलावलं होते. २० ला तुझ्याकडे आले होते. तेव्हाही बाबांचीच आठवण झाली. बाबांसारख्या उत्तम प्रकृतीच्या माणसाला हृदयाचा झटका यावा याचं त्यांनाही आश्चर्य वाटलं. निसर्ग आणि नियतीपुढे आपण पांगुळे आहोत एवढंच खरं.

मी आता सगळ्या व्यापातून मोकळा झालो आहे. श्रीमान शंकररावांनी सुरू केलेली सगळी चौकशी संपवून मी निष्कलंकपणे त्यातून बाहेर पडलो आहे. माझा राजीनामा आता मंजूर झाला आहे. शिवाय कारखान्यात इतर तीन भागीदार घेऊन त्याही व्यापातून मोकळा झालो आहे. तेजची प्रकृतीही ठीक आहे. छोटा बच्चू धीरजइतकाच देखणा आहे. त्याचीही प्रकृती उत्तम आहे. आता बाहेर पडायला कोणताच प्रत्यवाय नाही. यासंबंधी प्रत्यक्ष भेटीत बोलूतच.

ती. आई व सौ. वहिनीस सादर प्रणाम.

छोट्यांना आशीर्वाद.

तुझा,

रायभान

प्रिय नामदेवा,

माझे यापूर्वीचे पत्र तुला मिळाले असेलच. ती. आईची प्रकृती ठीक असेल अशी अपेक्षा. सगळेच ताण तुला एकाच वेळी सोसावे लागत आहेत याचे वाईट वाटत; पण खर सांगू? जीवन हे असंच असत. त्याला घाबरून जाऊ नये एवढेच. मीदेखील असाच वावटळीत सापडलो होतो; धीर धरून उभा राहिलो गच्च. आलो झालं बाहेर. अपेक्षा आहे तूही असाच जबरदस्तपणे उभा राहशील म्हणून. तुला ते सामर्थ्य मिळो अशी प्रार्थना.

आता निवडणुकीचा कार्यक्रम निश्चित झाला. साहेब आज सायंकाळी मुंबईत येतील. उद्या आणि सोमवारी बैठका आहेत. नंतर २१,२२ आणि २३ अशा बैठका. मराठवाडा २२ तारखेला. तर त्यापूर्वी तुला साहेबांना भेटणे फारच अगत्याचे. माझी ही संधी हुकू नये अशी माझी मनोमन इच्छा आहे.

शंकररावांच्या घाणेरड्या राजकारणाचा मी बळी होतो की काय अशी शंका येते आहे. काही मंडळी कन्नड हे RPI किंवा CPI ला देऊन माझा परस्परच काटा काढण्याच्या उद्योगाला लागली आहेत. माझे म्हणणे असे की भोकरदन किंवा वैजापूर RPI ला सोडावे. विशेषतः वैजापूर. महाराष्ट्र प्रांतिकचे एक सेक्रेटरी श्री. त्रिभुवन हे वैजापूरचे आहेत. कन्नडची जागा अवघड म्हणून सोडली तरी चालेल, असे हळूहळू श्रेष्ठींच्या गळी उतरविण्याचे प्रयत्न चाललेत. तर असो. तुला माझ्यासाठी काही करणे शक्य असेलच तर लगेच मुंबईस येऊन साहेबांची भेट घेणे अगत्याचे आहे. साहेब पुन्हा २० तारखेला सायंकाळी इकडे येतील.

सौ. तेजू आणि मुले उद्या पुण्यास येतील. तेथून त्यांना मी घेऊन येईन. उद्या जातो आहे. 'जैत रे जैत'च्या प्रीमिअरचे काय झाले? मला काहीच कळले नाही. मंगेशकरांना फोन करायला प्रशस्त वाटले नाही, म्हणून केला नाही.

बाकी भेटीअंती.

तुझ्याकडील कुशल कळव.

तुझा

रायभान

जैन, अशोक (जैन उद्योग समूह)

दि. २५ डिसेंबर २०००

आदरणीय दादा,

सा. न.

'पानझड' या आपल्या मराठी काव्यसंग्रहास इ.स. २००० चे 'साहित्य अकादेमी' पारितोषिक जाहीर झाल्याबद्दल प्रथम आपले मनःपूर्वक अभिनंदन आणि अभिवादन!

ना. धों. महानोर हे आपल्या मराठी मातीशी, निसर्गाशी सुसंगत असे एक अतुलनीय समीकरण आहे. आपली शब्दरचना, आपला शब्दप्रवाह एखाद्या संथ गतीने वाहणाऱ्या नदीप्रमाणे आहे...

जैन उद्योग समूह व ना. धों. महानोर हे एक अभेद्य समीकरण आहे. समूहाच्या शेतीविकास कार्यातही आपला सदैव सक्रिय हातभार लाभत आहे. हे घनिष्ठ संबंध उत्तरोत्तर वृद्धिंगत होवोत... हीच परमेश्वराजवळ प्रार्थना...

समूहातील सर्व संचालक, सहकारी व त्यांच्या कुटुंबीयांतर्फे आपले पुनश्च अभिनंदन व आपणास अभिवादन!

आपला,

अशोक जैन

ता. क. : आपल्या मराठी काव्यसंग्रहास इ.स. २००० चे 'साहित्य अकादेमी'चे पारितोषिक जाहीर झाल्याबद्दलची माहिती आपल्या छायाचित्रासह परिपत्रकाच्या स्वरूपात समूहातील प्रत्येक सूचना फलकावर सर्व सहकाऱ्यांसाठी प्रदर्शित केली आहे.

जोग, ल. ग.

मुंबई

दि. २५ ऑगस्ट १९७५

प्रिय श्री. महानोर,

सा. न. वि. वि.

आपला माझा परिचय नाही; परंतु तरीही विशिष्ट हेतूने हे पत्र. 'आलोचने'त वर्ष-दीड वर्षांपूर्वी जी रसग्रहणे येत होती ती माझी होती. त्या परीक्षणांचे 'लावण्यवेल' म्हणून मी एक पुस्तक काढीत आहे. 'प्रायोगिक समीक्षा' या M.A. च्या प्रश्नपत्रिकेला हे पुस्तक उपयोगी पडणार आहे.

मर्ढेकर वगळता मराठीतील इतर एकोणीस/वीस महत्त्वाच्या कवींनी मला तशी परवानगी दिली आहे. तरी माझ्या पुस्तकात आपली कविता उद्धृत करायला आपण मला परवानगी द्यावी अशी विनंती. असो.

आपला,

ल. ग. जोग

सोबत – पत्ता असलेले पाकीट.

जोशी, एस. एम.

पुणे

दि. ६ डिसेंबर १९८४

प्रिय कविमित्र महानोर यांस

सप्रेम नमस्कार वि. वि.

दिनांक २५ नोव्हेंबरला माझा सत्कार करण्यात आला. त्या वेळी आपण त्या समारंभाला उपस्थित राहिलात. इतकेच काय पण माझ्या जीवनाला उद्देशून एक उत्स्फूर्त कविता लिहून ती माझ्याकडे पोचती केलीत. त्यामुळे माझे अंतःकरण भरून आले. त्यानंतर मी आपणास भेटू शकलो नाही. आपण सभास्थानावरून लगेच निघून गेल्याचे कळले. सदरची कविता 'साधने'मध्ये ३ डिसेंबरच्या अंकात प्रसिद्ध झाली आहे. ती वाचल्यावर काय वाटले ते सांगता येत नाही. सांगणे फारच कठीण आहे. शेवटी आपण म्हटले आहे.

हे एसेम नावाच्या वेड्या
जरा झणत्कार येऊ दे या वेळी शेवटचा
ओंकाराएवढी चिनगारी लाव शब्दांना.
अंधार अंगावर येतो आहे.

अंधार अंगावर येतो आहे ही गोष्ट तरी खरीच आहे. इंदिरा गांधींनी सांगितले होते की कॉंग्रेस कार्यक्षम सरकार देईल (Government that works); पण या कार्यक्षम सरकारला सुवर्ण मंदिरात सैन्यालादेखील अवघड जावे इतका शस्त्रास्त्रांचा साठा करणारांना थांबवता आले नाही. शस्त्रास्त्रे जमविली जात आहेत हे सरकारला माहीत नव्हते काय? सुवर्ण मंदिरात पोलीस जाऊ शकले नसतील. पण पंजाबात तर पोलिसांना बंदी नव्हती ना? की अकाली नेत्यांविरुद्ध म्हणून हे सारे चालू देण्यात आले? आता पंतप्रधान राजीव गांधी विरोधकांविरुद्ध देशाचे विघटन करणारे म्हणून ओरडत आहेत. त्यांना लोकशाहीच नको आहे. त्यामुळे विरोध सहन होत नाही. विरोधकांनाच देशद्रोही ठरवू पाहत आहेत. पूर्वी घोषणा होती 'गरिबी हटाव', आता आहे 'लोकशाही हटाव' आणि 'घराणेशाही बचाव' अशी घोषणा आहे. याविरुद्ध जनतेला उभे करायचे आहे. त्यासाठी ओंकाराएवढी चिनगारी शब्दांना लावावी लागेल यात शंका नाही; पण ते सामर्थ्य माझ्यामध्ये आहे काय? मी एवढेच सांगतो की 'लोकशाही हटाव' या अंधारामध्येही जेवढे शक्य होईल तेवढे सारे करीन. प्रकृती साथ देईल अशी आशा वाटते. इतक्या आत्मीयतेने आपण आला आणि कविता लिहिली त्याबद्दल कृतज्ञता वाटते.

कळवावे.

आपला,

एस. एम. जोशी

जोशी, द. पं.

हैद्राबाद

दि. २८ नोव्हेंबर १९७७

श्री. ना. धों. महानोर

यांसी स. न. वि. वि.

पुणे मुक्कामी आपली भेट झाली होती. त्या वेळी परिषदेतर्फे आयोजित होणाऱ्या कै. कहाळेकर स्मृत्युत्सवासंबंधी आम्ही आपणास विनंती केली होती. आपण त्यास अनुकूलता दाखविली होती. आनंद वाटला.

प्रस्तुत महोत्सव २० ते २४ या कालावधीत आम्ही ठरवीत आहो. या उत्सवाचा समारोप २४ जानेवारीस आपल्या काव्यगायनाने व्हावा अशी इच्छा आहे. तो दिवस आपणास सोयीस्कर होईल, असा विश्वास वाटतो. काही कारणास्तव तो दिवस अडचणीचा वाटला तर मग पर्याय म्हणून प्रारंभ आपल्या कार्यक्रमापासून, १९ जानेवारीस. आपणास सोयीस्कर होईल ते कळवावे. आपण यावे ही मात्र आग्रहाची विनंती. या उत्सवात २० ला कुरुंदकर, २१ ला प्रा. शेवाळकर, २३ ला प्रा. फडकुले यांची व्याख्याने ठरली आहेत. २२ ला स्वामीजींचा स्मृतिदिन आहे. पत्रोत्तर यावे. कळावे.

आपला,

द. पं. जोशी

जोशी, प्रदीप

जळगाव

आदरणीय ना. धों. महानोर

खरंतर कार्यक्रमात आणि कार्यक्रमानंतरही आपण भेटलो खरे, पण हा पत्रप्रपंच मुद्दामच... संभाषणात भावना व्यक्त करताना मी नेहमीच कमी पडतो म्हणून.

२१ सप्टेंबरची 'आनंदयात्रा' म्हणजे आम्हा जळगावकरांसाठी अविस्मरणीय अशी संध्याकाळ होती. इतकी सुंदर कल्पना आपण मांडलीत, अनेकांना या कार्यक्रमाशी जोडलेत आणि एक प्रसन्ननिर्मिती यातून झाली.

हा कार्यक्रम म्हणजे निव्वळ कवितावाचन, सादरीकरण नव्हते. या कार्यक्रमातून कलावंतांनी मराठी कवितेवरचं प्रेम तर व्यक्त केलंच केलं; पण आपणाविषयीच्या त्यांच्या केवळ वैयक्तिक नव्हे तर संपूर्ण मराठी जगतात असलेली श्रद्धेची भावनाही व्यक्त केली आहे, असेच मला जाणवते.

विविध स्तरांतील या मंडळींना एकत्र बांधणे... ते नुसतं गाठोडं बांधणं नव्हतं, तर त्यातून एक सर्वांगसुंदर पुष्पगुच्छच तयार झाला होता आणि हा पुष्पगुच्छ या श्रद्धेच्या भावनेने आपल्याला त्यांनी वाहिला होता.

कविता ही मराठी मनाची फार जिव्हाळ्याची गोष्ट आहे. मराठी माणूस कविता फार वाचत नाही असं म्हटलं जात असलं तरीही कविता ही त्याची फार जिव्हाळ्याचीच गोष्ट राहिली आहे... त्याच्या जीवनातील सुखदुःखाच्या क्षणी मराठी मनाला कविता फार जवळची वाटते, याचं कारण आपल्यासारख्या थोरांनी मराठी कवितेला दिलेली समृद्धी!

या निमित्ताने जळगावात सर्वांना एकत्र आणून एक प्रभावी साहित्य-चळवळ झाली याचाही फार मोठा आनंद आहे. आपल्या या आनंदयात्रेमुळे जळगावचे साहित्य-कलाक्षेत्र वैभवशाली आणि अधिकच अभिमानास्पद होईल ही खात्री आहे. हे भव्य काम आपल्या हातून झाले म्हणून शतशः प्रणाम!

आमच्या रुक्ष जीवनात तुम्ही खूप आनंदाचे क्षण दिले आहेत. या सर्वांबद्दल आपणापाशी माझी कृतज्ञता व्यक्त करतो.

आपणास उदंड आयुष्य लाभो, भरपूर साहित्यसेवा घडो आणि त्यातून आमचेही आयुष्य श्रीमंत होत जावो...

आपणास वाढदिवसाच्या लक्ष लक्ष शुभेच्छा!

आपला,

प्रदीप जोशी

जोशी, मनोहर

मुंबई

दि. २७ जुलै १९९८

प्रिय श्री. ना. धों. महानोर,

दै. 'लोकमत'च्या दि. २३ जुलै ९८ च्या अंकातील अग्रलेख वाचून मला धक्का बसला. आपल्याला धमक्या येत असल्याचे त्या अग्रलेखात म्हटले आहे. गेले दोन-अडीच महिने आपण व आपले कुटुंबीय भीतीच्या छायेखाली वावरत आहात, हे खेदकारक आहे. या संदर्भात आपल्याकडून सविस्तर तपशील जाणून घेण्याची माझी इच्छा आहे.

कृपया आपण मुंबईत केव्हा येणार आहात ते कळवावे आणि माझे खाजगी सचिव श्री. सुभाष लाखे यांच्याकडून माझ्या भेटीची वेळ नक्की करून घ्यावी.

आपला,

मनोहर जोशी

ठ

ठकार, निशिकांत

सोलापूर
दि. २० डिसेंबर २०००

प्रिय नामदेवराव,

पु.लं.च्या आठवणींसाठी लिहिलेला मजकूर चंद्रकांतमार्फत तुमच्याकडे आला असेलच. दिवाळीची भेट म्हणून तो पाठवला होता; पण आपल्याकडून त्याची पोहोच नाही. त्यावरच्या अनुकूल/प्रतिकूल प्रतिक्रियांची प्रतीक्षा होती. त्याची एक प्रत यथासमय रा. अप्पा परचुरे यांच्याकडे रवाना झालेलीच आहे. त्यांनी एक ओळ सेन्सॉर करण्याची परवानगी सांगितली होती ती दिली.

प्रकाशन कधी?

'सोन्याचे पिंपळपान' हे नाव देऊन झाले. तेव्हा तुमचे लोकगीतच मनात होते. आता कालच 'दत्ताधरा'चा (नाशिक) दिवाळी अंक पाहण्यात आला. त्यात संगीता मराठे यांनी 'पुलकित' आठवणी लिहिल्या आहेत. (पृ. १८६/१८७). त्यात त्यांच्या मुलीने 'ती फुलराणी'तले स्वगत साभिनय म्हणून दाखवले म्हणून पु.लं.नी सुवर्ण पिंपळाची प्रतिकृती भेट म्हणून दिली अशी एक आठवण आहे. असो.

सौ. वहिनीसाहेबांना सप्रेम नमस्कार.

नवे वर्ष आपल्या सर्व परिवारास सुखाचे, आनंदाचे आणि भरभराटीचे जावो, ही शुभेच्छा.

आपला,
निशिकांत ठकार

सोलापूर
दि. ३० एप्रिल २००१

प्रिय नामदेव,

'सकाळ'मध्ये औरंगाबाद मसापच्या वतीने झालेल्या सत्कार समारंभाचा फोटो पाहिला. मित्रवर्य चंद्रकांत यांचेही दर्शन घडले. आनंद झाला.

साहित्य अकादेमीचे पारितोषिक मिळाल्यानंतर एवढ्या मोठ्या प्रमाणात सत्कार कोणाचेच झाले नसतील. लोकांचे हे प्रेम हा मोठाच ठेवा आहे. आणि त्याला कारण तुझी कविता, तुझा स्वभाव, चरित्र व चारित्र्य हेही आहे. नैराश्याच्या कालखंडात हे उमेद वाढवणारे आहे. संस्कृतीचे आहे.

'जे रम्य...' संबंधात मी अप्पा परचुरे यांना पत्र पाठविले होते. त्याला उत्तर नाही. त्यांच्याकडून एकही प्रत वा प्रतीक आलेले नाही. याउलट अनुभव 'पॉप्युलर'चा. त्यांनी न मागताच प्रती व बऱ्यापैकी मानधन पाठवले होते.

मी लिहिले ते चंद्रकांतच्या आग्रहावरून व तुझ्या प्रेमामुळे. त्यामुळे माझ्या अपेक्षा काहीच नाहीत; पण वस्तुस्थिती तुला माहीत असावी म्हणून कळवले. असो.

सौ. वहिनीसाहेबांना स. न.

तुझा,

निशिकांत ठकार

ठोंबरे, उमाकांत

मुंबई

दि. २७ फेब्रुवारी १९७५

प्रिय कविवर्य महानोर,

सप्रेम नमस्कार, वि. वि.

मध्यंतरी 'महाराष्ट्र टाइम्स'मध्ये गोपाळ साक्रीकर यांनी तुमच्या चव्हाण भेटीबाबत जे एक टिपण लिहिले होते ते मला आवडले होते व त्याच वेळी मी पत्र टाकणार होतो; परंतु राहून गेले. काल रात्री 'संदर्भ'मधील तुमची कविता वाचली. फार चांगली वाटली. म्हणून मुद्दाम आठवणीने हे पत्र लिहीत आहे.

आता पत्र लिहायला घेतलेच आहे तर आणखी एक विचारतो. मला 'नवनीत'च्या मे १९७५ अंकासाठी माननीय मुख्यमंत्री श्री. शंकररावजी चव्हाण यांच्यावर अगदी वैयक्तिक स्वरूपाचे, श्री. चव्हाणांचे व्यक्तिदर्शन घडविणारे हजार-बाराशे शब्दांच्या आत-बाहेर टिपण हवे आहे. तुम्हीच ते लिहू शकाल... आत्मीयतेनं लिहू शकाल असे मला मनोमन वाटते. म्हणून त्या बाबतीत तुमची काय प्रतिक्रिया आहे ते कळवा.

मे अंकाचे साहित्य मार्चच्या २० तारखेच्या आत प्रेसला धाडावे लागेल. आपण ते जमवल्यास अत्यंत आभारी होईन. १०-१२ मार्चपर्यंत लेख पाठवू शकलात तर सोन्याहून पिवळे.

मी आपल्या उत्तराची उत्सुकतेनं वाट पाहत आहे.

कळावे ही विनंती. लो.अ.

आपला,

उमाकांत ठोंबरे

मुंबई

दि. २ मे १९७५

प्रिय कविवर्य महानोर,

सप्रेम नमस्कार वि. वि. तुमचे दि. २७ एप्रिलचे कृपापत्र परवा ३०/४ रोजी हाती आले; परंतु लगोलग उत्तर लिहिणं जमलं नाही याचा खेद वाटतो. तुम्ही पत्रात व्यक्त केलेली व्यथा आणि भीती मी समजू शकतो.

तुमचे पत्र आले नाही तेव्हा मी मनाशी हे असं काही असेल अशीच अटकळ बांधली होती. तुमच्या प्रांजळ स्पष्टवक्तेपणानं आणि तुमच्या या संदर्भातील ठाम निर्णयाने माझा तुमच्याविषयीचा आदर दुणावला आहे. एक लक्षात घ्या. मी वरून ओबडधोबड दिसत असलो तरी आतून फार भावनाप्रधान आणि संवेदनशील माणूस आहे. राजकारण आणि सत्तेच्या क्षेत्रापासून मी स्वतःला कटाक्षानं दूर राखलं आहे. श्री. शंकरराव चव्हाण साधे मंत्री होते तेव्हापासून मित्रवर्य वसंत शिरवाडकरांसारख्यांकडून त्यांच्या कार्यक्षमतेबद्दल आणि स्वच्छ कारभाराबद्दल मी ऐकत आलो होतो. मी उगवत्या सूर्याचा पूजक नाही; पण हे गुण सध्याच्या काळात राजकारण्यात अभावानेच आढळतात. म्हणून एखाद्या संवेदनशील व्यक्तीकडून 'माणूस' म्हणून ते कसे आहेत हे लिहून घेण्याची इच्छा झाली. तुमचे नाव चटकन डोळ्यासमोर आले. म्हणून तुम्हाला विनंती केली. अशा माणसाविषयी तुम्ही तुमच्या तब्यतीने कधीही लिहा. मी ते आनंदाने प्रसिद्ध करीन. मित्रवर्य दिनकर साक्रीकर 'नवनीत'मध्ये 'विश्वचक्र' हे सदर लिहितात. ते डाव्यांच्या राजकारणाशी निगडित असले तरी त्यांनीही श्री. शंकरराव चव्हाणांविषयी (आमच्या मे अंकात) फार आत्मीयतेनं लिहिलं आहे. आमच्या वाढत्या अपेक्षा पूर्ण करण्यास या माणसास परमेश्वर बळ देवो हीच एक इच्छा सध्या मनात आहे. लोकांनी त्यांचे सत्कार केले त्याविषयीही त्यामागची भूमिका समजून न घेता काहींनी विषारी फूत्कार सोडलेच ना? पण त्यामुळे चव्हाणांना कोणताही कमीपणा येणार नाही याची मला खात्री आहे.

'नवनीत'साठी तुम्ही तुम्हाला योग्य वाटेल ते लिहावे. ते प्रसिद्ध करणे हा माझ्या व्यक्तिगत आनंदाचा भाग असेल इतकेच इथे सांगून ठेवतो.

पत्राबद्दल मनःपूर्वक आभार.

कळावे, ही विनंती. लो. अ.

स्नेहांकित,

उमाकांत ठोंबरे

ड

डहाके, वसंत आबाजी

अमरावती

दि. २० ऑक्टोबर १९७२

प्रिय महानोर,

तुमचे पत्र आजच मिळाले. मध्यंतरी तुम्ही पाठविलेले पत्र मिळाले नाही. बहुधा ते गहाळ झाले असावे. नाही तर पत्रोत्तर न देण्याचा 'गुन्हा' घडला नसता, पण त्या हरवलेल्या पत्राबद्दल मात्र हुरहुर वाटून राहिली आहे.

तुमची कादंबरी वाचायला उत्सुक आहे. लोककथांचा संग्रह पाठवा ना. प्रत्यक्ष तुम्ही येऊन दिलात तर अधिक आनंद वाढेल. चंद्रकांत पाटलांनाही अगत्याचे बोलावणे सांगा. त्यांची माझी प्रत्यक्ष ओळख नाही; पण काही हरकत नाही. आता होईल. मुक्काम करावा लागेल मात्र. एक-दोन तास काही खरे नाहीत. केव्हा येताय ते कळवा. (चंद्रकांत पाटलांचे मित्र प्रा. कुलकर्णी यांच्याकडे पाटलांचे पत्र आले आहे, त्याप्रमाणे कुलकर्णी यांनी 'गपसप'च्या पंधरा प्रती आमच्यासाठी मागवल्या आहेत अशी माहिती हिने आताच दिली.)

प्रभाच्या कवितासंग्रहासंबंधी सध्या काही ठरवता येत नाही. श्री. पु. भागवतांकडे वाचण्यासाठी कविता दिलेल्या आहेत. त्यांचा विचार कळल्यानंतर ठरवता येईल. तुम्ही भटकळांना सुचवायला काही हरकत नाही.

बाकी आमचे दैनंदिन सुरू आहे. नोव्हेंबरच्या १८/१९ ला औरंगाबादला येण्याची संधी आहे. त्या वेळी तुमच्या गावाकडे चक्कर टाकाबीशी वाटते आहे. त्याप्रमाणे मी कळवीन.

आमची दिवाळीची सुटी ४ नोव्हेंबर ते २५ नोव्हेंबर पर्यंत आहे. त्या दरम्यान तुम्ही शक्यतो येऊ नये. कारण चुकामूक होईल. निश्चितपणे दिवस कळवल्यास येथेच राहू.

आणखी काय?

कळवा.

पत्ता पुढीलप्रमाणे आहेः

वसंत आबाजी डहाके

कॅक्टस्

दक्षिण मालटेकडी

श्यामनगर

अमरावती

दि. २२ जानेवारी १९७३

प्रिय महानोर,

तुमचे पत्र मिळाले. आमच्याकडेही येणाऱ्या-जाणाऱ्यांची संख्या वाढली होती. त्यामुळे तुमच्या पत्राला थोडा उशीर होतो आहे. दोन दिवसांसाठी दुर्गाबाई भागवत आणि ग्रेस राहून गेले. तुम्ही इकडे कधी येत आहा. नक्की कळवा आणि अवश्य या. नेमाडे इकडे येतील का? आमच्यातर्फे तुम्ही आग्रह करावा. तुम्ही दोघेही इथे आलात तर आनंद अधिक वाढेल.

सविस्तर कळवा.

प्रभाचे नमस्कार.

आपला,

वसंत आबाजी डहाके

ढ

ढवळे, वा. रा.

मुंबई

दि. २८ ऑगस्ट १९७०

प्रिय महानोर,

तुमचे दि. २४ ऑगस्टचे कार्ड मिळाले. माझ्या विनंतीप्रमाणे तुम्ही 'कविता फुलते कशी' या विषयावर तुमच्या एका कवितेसंबंधी लिहिण्याचे कबूल केले. याबद्दल मी तुमचा अत्यंत आभारी आहे. यशवंत, इंदिरा, पु. शि. रेगे, मंगेश पाडगांवकर यांचेही याच विषयावरचे लेख येत आहेत. असो.

तुम्हांला 'उत्तम'चा गतवर्षीचा दिवाळी अंक मिळाला नाही इतकेच नाही तर तुमच्या कवितेचा मोबदलाही मिळाला नाही, हे तुम्ही मला लिहिले हे चांगले झाले. मी तुमचे पत्र प्रा. व. दि. कुलकर्णी यांना दाखविले. त्या वेळी त्यांना धक्काच बसला! मी लगेच प्रकाशकांच्या हे कानावर घातले असून अंक Regd. Book Post व मानधन मनीऑर्डरने पाठविण्यास त्यांना निक्षून सांगितले आहे. त्यांनी पाठविले असल्याचे मी स्वतः पाहीन.

तुमच्या सौजन्यशील स्वभावाचे मला कौतुकच केले पाहिजे. तुम्ही हे सारे मला अगदी कुसुमाग्रजांच्या थंडपणाने लिहिलेले पाहून तुमच्या व्यक्तिमत्त्वाबद्दल मला आपलेपणा वाटू लागला आहे. तुम्हांला संघात पाहिले त्याच वेळी तुमच्या विलोभनीय व्यक्तित्वाचे दर्शन मला घडले होतेच. अंतरंगही विलोभनीय आढळले हे विशेष.

तुमच्या कविता मी वाचल्या आहेत. विजया राजाध्यक्षांनी त्यांचे समीक्षण केले आहे ('सत्यकथे'त) तेही वाचले आहे. तुमच्या कवितेत जो निरागसपणा मला प्रतीत झाला त्याचा उगम जसा तुमच्या भोवतालच्या निसर्गात आहे त्याचप्रमाणे तो तुमच्या स्वभावातच आहे याचे मला प्रत्यंतर आले. तुमच्या कवितांप्रमाणे तुमचे व्यक्तित्व (व स्वभावही) थोर आहे हेच खरे. I was extremely happy to explain this.

तुमची एक चांगली कविताही दिवाळी अंकासाठी पाठवावी. थोडी मोठी असली तरी चालेल.

अंक मिळाल्यावर अनिल, वा. रा. कांत व बोरकर यांचे लेख वाचावे. त्याच Pattern प्रमाणे पण तुमच्या पद्धतीने लिहावे. अंक व मनीऑर्डर मिळाल्यावर कळवालच. कळावे.

आपला स्नेहशील,

वा. रा. ढवळे

मुंबई

दि. ३ जुलै १९७१

प्रिय महानोर,

'उत्तम'चा दिवाळी अंक आणि तुमची कविता हे आता एक समीकरणच ठरून गेले आहे. तरी येत्या आठ–दहा दिवसांत तुमच्याकडून कविता यायला हवी. मी वाट पाहत आहे.

दि. २६ जूनला तुमच्या ‘वही’ या काव्यसंग्रहावर येथील नभोवाणीवरून मी बोललो, हे तुम्हाला बहुधा माहितीच असेल. तुमचा संग्रह प्रसिद्ध झाल्याचे कळले होते; पण पुस्तक बाजारात आले नव्हते. मला श्री. रामदास भटकळ यांच्याकडून अगदी आदल्या दिवशी ‘वही’ची प्रत मिळाली व त्या रात्री ती वाचून दुसऱ्या दिवशी मी नभोवाणीवर बोललो. तुमचा संग्रह मला आवडला. त्यातील लावण्यामुळे ‘वही’ नाव सार्थ झाले.

असो. पाऊस नसल्यामुळे तुम्ही काळजीत असाल. दुष्काळाची छाया तुमच्याही भागावर पडली आहे. प्राप्त परिस्थितीला तोंड कसे द्यायचे हाच प्रश्न तुमच्यापुढे प्रामुख्याने असणार! दयेचे घन तुमच्याकडे वळोत, अशी आशा करतो.

कळावे. उत्तर व कविता यावी.

आपला,

वा. रा. ढवळे

त

तल्हार, मनोहर

दि. १४ जून १९६१

स. न. वि. वि.

आपले दि. ५-६-६१ चे पत्र पोचले. आभारी आहे. आपणाकडून आलेल्या कविता संपादकाजवळ आहेत. त्यांचा निर्णय आपणाला लवकरच कळेल. तथापि, आपण आपल्या आणखी काही कविता (आपल्या दृष्टीने दर्जेदार असलेल्या) अवश्य पाठवाव्यात.

‘रंग’ला आपण आपले समजून जे बहुमोल सहकार्य देत आहात त्याबद्दल मी आपला आभारी आहे. श्री. महाजनांना एक अंक आणखी पाठविला आहे. बाकी क्षेम. पत्रोत्तर द्यावे.

आपला,

मनोहर तल्हार

तळवळकर, गोविंद

दि. ४ नोव्हेंबर १९८४

श्री. महानोर यांस,

स.न.वि.वि.

पत्र मिळाले. सुनीताबाई माझ्याशी तुम्हाला पाठविलेल्या पत्राबद्दल बोलल्या होत्या. मी शनिवारी

पुण्याला जात आहे. तेव्हा सर्जेरावांशी पुस्तिकेबद्दल बोलतो. महापंताबद्दल त्यांना निरोप आला आहे व म्हणून पुस्तक काढल्याबद्दल त्यांना कल्पना नसेल असे वाटत नाही. त्यांच्या काय अडचणी आहेत ते मला कळेल. नंतर मी तुम्हाला लिहितो.

अण्णासाहेब शिंदे यांचे लेख आम्ही प्रसिद्ध करीत आहोत. ते मोठे असतात व त्यामुळे आमची अडचण होते. ते पुस्तक लिहिण्याच्या विचारात आहेत. मी २२ तारखेला श्रीरामपूरला जाणार होतो; पण अण्णासाहेबांना ती वेळ सोयीची नव्हती.

तुमचा जळगावचा कार्यक्रम टेप करावा. म्हणजे तो आम्हाला ऐकता येईल. तुमची कॅसेटही ऐकायची आहे. ज्या अग्रलेखाबद्दल लिहिलेले आहे त्याबद्दल अनेकांच्या प्रतिक्रिया कळल्या. श्रीराम लागूंचे पत्र वाचले असेलच.

नाशिकला एकदा शिरवाडकरांकडे गप्पा मारण्यासाठी जावयाचे आहे, पण जमले नाही.

कळावे,
गोविंद तळवळकर

ताम्हणे, दत्ता

मुंबई
दि. १७ मार्च २००१

प्रिय श्री. ना. धों. महानोर,
सप्रेम नमस्कार,

आपला व माझा प्रत्यक्ष परिचय नाही. कदाचित माझे थोरले बंधू कै. अण्णा ताम्हणे (मृत्यू १५-२-१९९९, वय ६९ वर्षे) यांचा परिचय असावा. कारण ते साहित्यक्षेत्रात वावरत होते. रविकिरण मंडळाचे सर्व कवी तसेच कै. सोपानदेव चौधरी, बहिणाई इत्यादींशी त्यांचा घनिष्ठ परिचय होता. कै. पु.ल. व सुनीताबाईंचाही स्नेह होता.

आज हे पत्र लिहिण्याचे कारण एवढेच की, आपले 'जे रम्य ते बघुनिया' हे पुस्तक आमच्या वाचन मंडळात (या मंडळाबाबत एक कात्रण सोबत जोडले आहे.) आम्ही वाचले. पु.लं.च्या मृत्यूनंतर वृत्तपत्रांतून त्यांच्याविषयीचे अनेक लेख आम्ही वाचले; पण एवढे सुंदर, जिव्हाळ्याचे व पु.लं.चा खरा परिचय देणारे लिखाण आम्ही कुठेही वाचले नव्हते. समाजात वावरणारे पु.ल. आम्ही पाहिले पण घरात वावरणाऱ्या पु.लं.चे दर्शन तुम्ही घडविले. आपणास हे कळवावे एवढाच या पत्राचा हेतू.

आमच्या वाचन मंडळाची एक सहल आम्ही २६-२७-२८ फेब्रुवारी या दिवशी जळगावला काढली होती. आमचा मुक्काम आपल्या नजीकच राहणारे श्री. भोळे यांच्याकडे होता. सहज दारावरील तुमच्या नावाची पाटी पाहून तुमच्या घरी गेलो. तुम्ही नाशिक व मुंबईस गेला होता. तुमच्या चिरंजीवांनी आमचे अगत्यपूर्वक स्वागत केले. त्याअगोदर आम्ही कै. बहिणाईंचा वाडाही पाहून आलो होतो. आमच्यापैकी एकाने उद्गार काढले : 'अजिंठा-वेरूळ ही आमची प्रेक्षणीय स्थळे आहेत; पण आपल्यासारख्यांची घरे आमची तीर्थक्षेत्रे आहेत.' असो.

पत्राचे उत्तर दिलेच पाहिजे अशी अपेक्षा नाही; पण सवड काढून पत्रोत्तर दिलेच तर आमच्या वाचन मंडळाच्या कल्पनेबाबत आपल्या प्रतिक्रिया कळवाव्या.

तसदीची क्षमा असावी.

आपला,

दत्ता ताम्हणे

सोबत : कात्रण.

आणखी थोडे : मी १९६८ ते १९७४ वि.प.स होतो. त्यामुळे माडगूळकरांचा खूपच परिचय व स्नेह होता. आमच्या घरीही ते अनेकदा येऊन गेले.

तांबोळी, लक्ष्मीकांत

मुंबई

दि. २५ नोव्हेंबर १९६३

प्रिय कवी

स. न. वि. वि.

सकाळचे आठ झाले आहेत. मी थंडीने कुडकुडतो आहे. 'मांडवी' दि. अं. उगीचच चाळतो आहे. एकदम तुमची आठवण झाली. कार्ड घेतले नि पत्र लिहायला बसलो.

परवाच्या दिवशीच बालकवी चंद्रकांत पाटील यांचे दक्षिणेतील कुठल्यातरी स्टेशनच्या फलाटावरून लिहिलेले पत्र आले. मजकूर विशेष नाही. रवींद्र बोरगावकरांचेही एक खुशालीचे पत्र आले. ग्रामीण कवी राजमुकुंद यांचेही. विशेष काही नाही. तुम्ही यंदा किती दिवाळी अंकांतून हजेरी लावली आहे? मी दोन-तीन ठिकाणीच योगायोगाने आलो. बाकीच्यांनी आवर्जून माझ्या कविता परत केल्या. (उदा. 'गावकरी', 'केसरी' वगैरे) 'मांडवी'कर कामत माझ्यावर 'संतुष्ट' आहेत. 'मांडवी'चा अंक आकर्षक नसला तरी आतील नावे बरी आहेत.

मी सुट्टीत अजिंठ्यास येणार होतो; परंतु प्रकृती एकाएकी बिघडली. तेव्हा एक सुंदर योग हातातून निसटला.

सध्या आपण काय करता आहात? (शेती-व्यवहार वगैरे वगळून) जळगावच्या संमेलनाचे काय झाले? सर्वांना एकत्र आणले तर छान होईल. अस्तु.

ता. क. : मी या महिन्यात 'रवींद्र' नामक एका पोराचा बाप झालो आहे. एकूण आमच्या खाती दोन पोरं जमा आहेत. अभिनंदन करण्यास विसरू नये.

आपला,

लक्ष्मीकांत

दि. १ सप्टेंबर १९६७

कविवर्य ना. धों. महानोर,

आपण माझ्या पत्राला उत्तर दिले नाही याचा अर्थ आपल्या मनात काहीतरी 'किंतु' असावा. पुणे केंद्रावरून 'आजची मराठी कविता' या विषयावर झालेल्या चर्चेत प्रा. वा. ल.नी आपला आवर्जून उल्लेख केला याबद्दल हार्दिक अभिनंदन. शिवाय आज मुंबई केंद्रावरून आपल्या आवाजात कविता ऐकण्याचे भाग्य लाभले. याबद्दलही अभिनंदन. मराठी काव्यात आपला एक मित्र वाढते यश मिळवीत आहे याचा आनंद व्यक्त करण्यासाठी हे पत्र. मराठवाड्यात तरी आपला हात आता कुणी धरू शकणार नाही.

अजिंठ्याच्या परिसराने समृद्ध झालेले आपले कविमन सदैव टवटवीत राहो ही शुभेच्छा...

आपला,
लक्ष्मीकांत तांबोळी

तोरणे, सुधाकर

नाशिक
दि. २३ डिसेंबर २०००

आदरणीय कविवर्य महानोरजी,
सप्रेम नमस्कार.

आपल्या 'पानझड' या काव्यसंग्रहाला यंदाचा साहित्य अकादेमीचा पुरस्कार मिळाल्याचे वाचून अत्यंत आनंद झाला. आपले एक रसिक म्हणून मनःपूर्वक अभिनंदन!

अजिंठ्याच्या डोंगरमाळाच्या कुशीतील पळसखेडा या छोट्या गावातला हा महान कवी १९६२-६३ पासून मला स्वतःला 'मराठी मातीचा कवी' म्हणून ज्ञात होता. (त्या काळी मी जळगाव जिल्ह्याचा जिल्हा प्रसिद्धी अधिकारी होतो. त्या काळात एकदा मा. कै. यशवंतरावजी जळगावला आले असताना त्यांच्या आपणाला मनस्वी भेटण्याच्या तीव्र इच्छाशक्तीचा मी एक साक्षीदार होतो.) 'पळसखेडा' हे काहीसे अपरिचित नाव आपणामुळे पुढे महाराष्ट्राला परिचित झाले. मराठवाड्यातील भाषा, संस्कृती आणि लोकवाङ्मयाची उत्कृष्टता आपल्या रूपाने जगापुढे आली.

'पानझड'ने आपल्या जीवनात मानाचे पान मिळवून दिले. आपले किती कौतुक, अभिनंदन केले तर ते अपुरेच ठरेल! एकच, आपण 'पानझड'ला जी अर्पणपत्रिका लिहिली आहे, 'निसर्गात जरी झाडाच्या आधाराने वेल वाढत असली तरी आपल्या चाळीस वर्षांच्या आयुष्यात वेलीच्या आधाराने झाड जगण्या-वाढण्याचे अघटित घडले,' असे म्हणून आपल्या पत्नी सौ. सुलोचनाताईंना अर्पण करण्यात कमालीचे औचित्य दाखविले आणि ते झाडा-वेलीइतकेच सत्य आणि शाश्वत स्वरूपाचे आहे. अर्थात आम्हा रसिकांच्या छोट्या अंकुरासारख्या प्रेमाचीही आपल्या कवितांच्या चढत्या कमानीतच छोटी का होईना साथ आहेच आणि पुढेही राहील!

आज यशवंतरावजी, पु.ल., कुसुमाग्रज असते तर त्यांना जेवढा आपल्या या सन्मानाचा आनंद झाला असता तेवढाच आज आम्हासही झाला आहे.

आपल्या रानातल्या, पावसातल्या निसर्गदत्त कविता यापुढेही अधिक बहरो ही दयाघनांकडे प्रार्थना!

आपले माझ्यातर्फे तसेच 'लोकमत' वृत्तपत्र समूहातर्फे पुनश्च हार्दिक अभिनंदन!

आपला, स्नेहांकित
सुधाकर तोरणे

थ

थत्ते, यदुनाथ

पुणे
दि. २३ जानेवारी १९७४

प्रिय महानोर,
सप्रेम प्रणाम वि.

तुम्हाला तुमच्या गावी येऊन एकदा भेटावे असे कधीचे मनात आहे; पण अद्याप तरी ते जमले नाही. गेल्या वर्षी शेंदुर्णीला थोड्या वेळासाठी आलो तेव्हा फार तीव्रपणे भेटीची ओढ वाटली.

यंदा तुमच्या दिवाळी अंकाला गोष्ट पाठविल्याबद्दल पत्र आले; पण म्हणतात ना, आंब्याला आला मोहोर आणि कावळ्याला झाला मुखरोग, तशी स्थिती झाली. यंदाचा दिवाळी अंक मराठी विशेषांक म्हणून आम्ही काढायचे ठरवले आहे. तेव्हा दिलगीर आहे.

– पण दुसरी एक विनंती करतो.

'साधना' कुमार अंक २४ डिसेंबरला निघतो.

या अंकात 'मी तुमच्याएवढा होतो तेव्हा' असे एक सदर असते.

तुमच्या कवित्वाची चाहूल तुम्हाला त्या काळात लागत होती का, कशी लागत होती, ते मुलांना रोचक वाटेल अशा पद्धतीने लिहायचे.

ऑक्टोबरअखेर लेख हाती यावा.

मुलांनी अशा चाहुलीने बिचकू नये आणि पालकांनी मूढपणे हा अंकुर खुडू नये हा उद्देश आहे.

संमती कळवा.

थत्ते

थोरात, संभाजीराव

कार्वे

दि. २४ सप्टेंबर १९७६

सन्माननीय

कविवर्य श्री. ना. धों. महानोर,

यांना स. न. वि. वि.

आमच्या मंडळातर्फे गेली आठ वर्षे अखंडपणे आम्ही समाजप्रबोधनासाठी कराडपासून दोन मैलांवर कार्वे या खेडेगावी व्याख्यानमाला चालवीत आहोत. महाराष्ट्रातील नामवंत साहित्यिक वक्ते यांनी आमच्या ज्ञानपीठास ज्ञानदान करून आम्हास व श्रोत्यांना उपकृत केले आहे. आसपासच्या खेड्यांतून हजारो स्त्री-पुरुष श्रोते मोठ्या संख्येने हजर राहून ज्ञानदानाचा फायदा घेतात. मी आपणास साहित्य संमेलनातून ऐकले आहे. आपल्या ग्रामीण जीवनावरील प्रतिभाशाली कवितेने आम्ही प्रभावित झालो आहोत. आमचे परममित्र थोर नेते श्री. यशवंतराव चव्हाण यांनी आपल्यासंबंधी गौरवोद्‌गार काढले आहेत. त्यांच्या आवडीचा व आम्हास पाहिजे असलेला कवी म्हणून आम्ही आपल्याकडे पाहतो आहोत. परमेश्वराने आपणास जी जीवनदृष्टी व वाणी आणि त्याच्या जोडीला साहित्यिक प्रतिभा दिली आहे; ती आपण आम्हास द्यावी. हजारो श्रोते तृप्त व्हावेत म्हणून यंदाच्या आमच्या व्यासपीठावर आपले काव्यदर्शन ठेवण्यासंबंधी आम्ही आपणास आमंत्रण देत आहोत. आमची व्याख्यानमाला यंदा पौष शुभ ८ म्हणजेच २८-१२-७६ ते ३-१-७७ अखेर संपन्न होणार आहे. तरी आपण आमचे आमंत्रण स्वीकारावे, अशी आग्रहाची अगत्यपूर्वक विनंती आहे. आतापर्यंतची प्रथा शहरातूनच विद्वान मंडळीसच विद्वानाची ज्ञानभेट असे समारंभ, व्याख्यानमाला चालू आहेत. आम्ही खेड्यातील ज्ञानपिपासू, उपेक्षित ज्ञानास वंचित अशा मंडळींसाठी, शेतकऱ्यांसाठीच हे ज्ञानपीठ चालविले आहे. आपणासारख्या विद्वान मंडळींच्या सहकार्यावर आम्ही येथपर्यंतचा यशस्वी प्रवास केला आहे. आपणासारख्याचे प्रेम व सहकार्य हीच आमच्या ज्ञानपीठाची शक्ती आहे. सात दिवसांपैकी एक दिवस काव्यदर्शनाचा कार्यक्रम ठेवला आहे. आमचे व महाराष्ट्राचे भक्तिरस काव्यरचनावर. पद्मश्री सुधांशु यांनी येण्याचे कबूल केले आहे. शिवाय मिरजेचे अंध कवी रामगोसावी यांनीही निमंत्रण स्वीकारले आहे. आमचे गाव नामदार यशवंतराव चव्हाण यांच्या खास राजकीय कर्मभूमीपैकी प्रमुख असे आहे. तेव्हा आपण आमचे आमंत्रण स्वीकारावे. कृपया पत्रोत्तर द्यावे, जाण्यायेण्याच्या प्रवासखर्चाची वगैरे सोय ज्ञानपीठातर्फे अगत्यपूर्वक करीत आहोत. आमची तुमच्या काव्यावरील भक्ती लक्षात घेऊन आमंत्रण स्वीकारावे. पत्रोत्तर अवश्य द्यावे.

आपला,

संभाजीराव थोरात

कार्वे
दि. १२ डिसेंबर १९७६

सन्माननीय,
कविवर्य श्री. ना. धों. महानोर
यांना स. न. वि. वि.

आमच्या ज्ञानपीठामार्फत होणाऱ्या यंदाच्या समाजप्रबोधन व्याख्यानमालेत काव्यदर्शन कार्यक्रम आयोजित केला आहे. यंदा मी कराड येथे आपण आला त्या वेळी समक्ष आमंत्रण दिले आहे. आपण त्या वेळी सूचक शब्दात आमंत्रण स्वीकारल्याचे आम्ही मानले. पुन्हा टपाल लिहिले उत्तर नाही. आम्ही कार्यक्रमाच्या पत्रिका छापून आपल्या नावाचा उल्लेख केला आहे. आपले मित्र श्री. श्रीनिवास कुलकर्णी, कराड यांना पण तशी कल्पना दिली आहे. त्यांनी पण आपण आमंत्रण स्वीकारले आहे असे मला सुचविले आहे. आपण कृपया ता. ३०-१२-७६ गुरुवारच्या कार्यक्रमासाठी येत असल्याची वेळ व ठिकाण कळविणे. आम्ही आपली व्यवस्था करीत आहोत.

परवा सांगली जिल्ह्याच्या दौऱ्यावर नामदार श्री. यशवंतराव चव्हाण आले त्या वेळी आपण आमचे ज्ञानपीठ आमंत्रण स्वीकारल्याचे सांगितले. त्यांना समाधान झाले. कार्यक्रमाची पत्रिका पाठवीत आहे. आपण आल्याने आमच्या भागातील शेतकरी बंधूंना आनंद होणार आहे. ग्रामीण श्रोतृवर्ग मोठ्या प्रमाणात जमतो आहे. आपण शेतकरी कुटुंबातील एक आदर्श शेतकरी! आमच्या भागातील शेती पाहण्यात आनंद मानाल अशी उमेद आहे. प्रवासखर्चाची व्यवस्था मंडळ करीलच. आपली भेट आदरातिथ्ययुक्त होईल.

आ. स. नम्र
संभाजीराव थोरात

पत्रोत्तर यावे.

कार्वे
दि. १० जानेवारी १९७७

आदरणीय श्री. ना. धों. महानोर
यांना सादर प्रणाम

आपली पत्रे व तारही मिळाली. मनोमन इच्छा असली तरी ती घडवून आणावयाची असते याचे प्रत्यंतर आले. आपण आमच्यासंबंधी प्रेमाने, अगत्याने दाखविलेल्या प्रेमामुळे आम्ही ऋणी आहोत. कार्यक्रम साधारणपणे बरा झाला.

तो एक श्रोत्यांच्यापुढे नवाच प्रयोग होता. आपल्या नावामुळे काही शहरी श्रोते आले होते. त्यांची निराशा होणे साहजिकच आहे. एकंदरीत सर्वच व्याख्यानमालेचा कार्यक्रम उत्तम प्रकारे पार पडला.

मा. ना. यशवंतराव चव्हाण यांचे आपणावर फार प्रेम आहे. मी त्यांना आपल्या कार्यक्रमासंबंधी बोललो

होतो. आपणही त्यांच्याजवळ खुलासा केला फारच बरे झाले. एकूण आमच्या ज्ञानपीठाबद्दल त्यांच्या तोंडून काही बरे कळले, असेल अशी उमेद आहे.

आपण तर हाडाचे शेतकरी आहात. घरचा शेती कार्यक्रम आपण जिव्हाळ्याच्या संबंधातून प्रेमाने कळविला. त्यामुळे मी भारावून गेलो. मी पण उत्तम शेती करतो. खरं म्हणजे मी आमच्या गावची शेती तुम्हास फिरून दाखविण्याचा कार्यक्रमही आखला होता. पुढे-मागे निश्चित योग येईलच. कळावे.

लोभवृद्धी व्हावी

आ. नम्र,

संभाजी बाबा

द

दळवी, जयवंत

मुंबई

दि. १२ जानेवारी १९७३

प्रिय कविराज ना. धों. महानोर यांस,

सप्रेम नमस्कार,

श्री. कोठावळे यांच्या पत्त्यावर आपण पाठवलेले पत्र मला मिळाले, पण ते बरेच उशिरा मिळाले. त्याचे मुख्य कारण मी काही दिवस सतत फिरतीवर होतो. नंतर काही दिवस रजेवर होतो. त्यामुळे या पत्रोत्तरास विलंब होत आहे.

आपल्या पत्रात आपण प्रा. चंद्रकांत पाटील यांनी पाठविलेल्या पत्राचा उल्लेख केला आहे; परंतु तसे पत्र मला मिळालेले नाही. असो. आमच्या म्हणजे युसिसच्या ग्रंथालयात Rene Dubois चे एकही पुस्तक दुर्दैवाने उपलब्ध नाही; परंतु त्याने लिहिलेल्या एकूण पुस्तकांची यादी सोबत जोडली आहे. त्यात प्रकाशकांचे पत्तेही आहेत. भाषांतराची परवानगी मिळविण्यासाठी आपण एकतर प्रकाशकांना लिहावे किंवा National Book Trust of India (A-5, Green Park, New Delhi-16) यांस लिहावे. १९६८ पासून युसिसचा भाषांतराचा कार्यक्रम कायमचा बंद आहे. त्यामुळे भाषांतराचे हक्क मिळवून देण्याची व्यवस्था रद्द झाली आहे. परंतु National Book Trust तर्फे आपले हे काम (विलंबपूर्वक का होईना, पण) होईल.

तुमची नवीन कादंबरी वाचायला मी उत्सुक आहे. आपण निवडलेला दिवस उत्तम आहे. प्रा. पाटील यांस नमस्कार सांगावा. हैदराबाद संमेलनाच्या वेळी त्यांची भेट झाली होती.

लोभ असावा.

आ.

जयवंत दळवी

दांडेकर, गो. नी.

पुणे
दि. १२ ऑक्टोबर १९७६

प्रिय महानोर,
सप्रेम नमस्कार.

सोबत प्रा. नरहर कुरुंदकर आणि मी – दोघांच्या सहीच्या पत्राची प्रतिलिपी आहे. गेल्या दि. २१ ला पवनारला पू. विनोबांशी बोलता तेथील वातावरण या जातीच्या संवादास अनुकूल आढळले.

प्रा. कुरुंदकरांशी हा विषय चर्चिल्यावर ऑक्टोबरच्या शेवटी किंवा नोव्हेंबरच्या प्रारंभी आपण सर्वांनी पवनारला जाऊन विनोबांशी चर्चा करता कदाचित तिथून काही निघेलसे ध्यानी आले.

तुम्ही, कुसुमाग्रज, बोरकर, पु. ल., राम शेवाळकर, मालतीबाई बेडेकर, शंकरराव खरात यांच्याशी संपर्क साधीत आहे.

उत्तरांती शेष ठरविता येईल.

इति
गो. नि. दांडेकर

तळेगाव
दि. २८ डिसेंबर १९७६

प्रिय महानोर,

स्नेहपत्र मिळाले. किती भले वाटले म्हणून सांगू!

इति,
गो. नि. दांडेकर

दिघे, वासंती

जळगाव
दि. २५ सप्टेंबर २००३

आदरणीय कविवर्य,
सविनय नमस्कार,

परवा शंभू महाशयांनी तुमच्या हातात फोन दिला आणि मी घाबरून गेले. मोठ्या व प्रसिद्ध व्यक्तींशी बोलताना मला नेहमी वाटते की मोठ्या माणसांचा वेळ अनावश्यक वाया घालवते की काय किंवा मी इतक्या उंचीच्या माणसांशी संवाद करण्याचे आगाऊ धाडस का करावे? कारण हल्ली जळगावात (कदाचित सर्वत्र) फॅशन असलेल्या दरबारी अदबीने संवाद करणे मला जमत नाही आणि बरोबरीच्या नात्याने बोलणेही चुकीचे हेही पटते. ७७ च्या 'संघर्षवाहिनी'च्या 'संघर्षशील, थोड्याशा उद्धट पिढीची' प्रतिनिधी असल्याने असे होत

असावे. सध्याच्या कृत्रिम, व्यासपीठीय संस्कारांमध्ये माझे हे वागणे बसत नसल्याने मी आपली समाजधुरीणांपासून, मातब्बरांपासून दूर राहते.

पण तुम्ही फोनवर जो सहज संवाद केलात त्याला मनापासून प्रतिसाद द्यायचा तर पत्रच लिहायला हवे. परवापासून तुम्हाला पत्र लिहायच्या विचारांनी मला लवकर झोप लागत नव्हती. संवाद जोडणारे पत्र एका मोठ्या कवीला — वयाने आणि मनाने दोन्हीही—कसे लिहावे?

जब्बार पटेल यांनी तुमच्या सत्काराप्रसंगी केलेले भाषण ऐकले होते, त्यात तुमचे मोठेपण, व्यापक विश्व फार विस्तृतपणे कळले, मग असे वाटले की फार मोठा माणूस, आपल्या गावात आहे, पण देदीप्यमान तारा दुरूनच पाहायचा असतो.

परवाच्या कार्यक्रमात तुम्ही खूप सुंदर संवाद साधला. कवितांची निवड आणि सोबतचे निवेदन फार सुंदर होते. बहुजन समाजाची, वेशीबाहेरच्यांची कविता समजावून सांगताना तुम्ही जे काही मांडले ते किती वर्षांत साहित्याच्या आधारे जळगावमध्ये कोणी मांडले नव्हते. परवाच्या कार्यक्रमातून 'महानोर' आकाशातला तारा नाही, ते आमच्यातले (परिवर्तनवाद्यांचे) आहेत याचा सुखद धक्का बसला.

मी 'वासंती दिघे'. मला लोक सीकेपी किंवा ब्राह्मण समजतात पण माझे वडील सुतार जातीचे. सर्व हुशारी, आत्मविश्वास, परिवर्तनवादी विचार, साहित्यातील रुची मला वडिलांकडून मिळाली.

लोक मला ब्राह्मण समजले की हमखास त्यांना मी उच्चवर्णीय नाही हे सांगते. मग जात विचारतात. मी सांगते महार-भंगी समजून घ्या, पण ब्राह्मण नाही. मात्र आम्ही 'संघर्षवाहिनी'चे लोक जात, धर्म मानत नसल्याचे सांगतही नाही. लोकांना मात्र आजही माझ्यासारखी व्यक्ती कनिष्ठ वर्गातून आली असेल हे पटत नाही.

तुमच्याशी—विशेषतः ताईंशी—माझी ओळख व्हायला हवी असे शंभू म्हणाला. तो सध्या 'नेटवर्क'चा एक्सपर्ट होऊ घातलाय; पण त्याच्या आणि जयंतरावांच्या आज्ञेनुसार भेटावेच लागेल. शेखरही परवापासून भारावून गेलाय. त्यालाही तुम्हाला मनमोकळे भेटायची इच्छा आहे.

तुमची सोयीची वेळ द्या. आम्ही सर्व जरूर येऊ.

सस्नेह,
वासंती दिघे

दिब्रिटो, फादर फ्रान्सिस

वसई
दि. १८ सप्टेंबर २००१

प्रिय
श्री. महानोर,

साहित्य अकादेमी पुरस्कार मिळाल्याबद्दल हार्दिक अभिनंदन. तुमच्या कविता मला फार आवडतात. यापूर्वीही तीन-चार पत्रे लिहिली होती, परंतु तुमच्याकडून कधीच उत्तर आले नाही. असो.

आ.
फादर दिब्रिटो

देव, रमेश

मुंबई

दि. १२ डिसेंबर १९८४

श्रीयुत महानोर यांस,

स.न.

यापूर्वी मी आपल्याला दोन पत्रे व एक तार पाठवली आहे, फोन करण्याचाही प्रयत्न केला; परंतु आपल्याकडून काहीच उत्तर नाही. असो. आपल्या 'शेलारखिंड' या चित्रपटाचा मुहूर्त दि. १७ जानेवारी रोजी प्रतापगड येथे छत्रपतींच्या हस्ते करण्याचे ठरवले आहे, त्या वेळी आपण जरूर जरूर यावे. आपल्याला त्या वेळी येणे सोयीस्कर व्हावे म्हणून आधीच कळवीत आहे.

दुसरी गोष्ट अशी की, जानेवारीच्या पहिल्या आठवड्यात दोन गाणी रेकॉर्ड करायची आहेत. आपण पूर्वी लिहिलेल्या दोन गाण्यांपैकी एका गाण्याचे प्रसंगदृश्य बदलले आहे. त्यामुळे आपली भेट लवकरात लवकर होणे आवश्यक आहे. त्यासाठी आपण जर १६ डिसेंबरनंतर मुंबईत आलात तर फार बरे होईल. येताना आपण लिहिलेली गाणी बरोबर घेऊन येणे. बाकी ठीक. आपल्या येण्याची वाट पाहत आहे.

आपला,

रमेश देव

ता.क. : आपण १६ डिसेंबर–१७ डिसेंबर यापैकी कुठल्या दिवशी येऊ शकता ते कृपया कळवणे व कुठे उतरणार आहात तेही कळवणे. म्हणजे मला तुमची भेट घेणं सोयीस्कर होईल.

देवताले, चंद्रकान्त

प्रिय भाई महानोर,

आपको आश्चर्य होता रहा होगा कि यह कैसा आदमी है चंद्रकान्त देवताले – चिट्ठी और किताब सब कुछ पचा गया. पर यह मेरी प्रकृति बन गई है शायद... मैं जिस पत्र को महत्त्वपूर्ण समझता हूँ उसको लिखने में अपने आप विलंब होता जाता है... मुझे लगता है चिट्ठी लिख देने के बाद सब कुछ हमसे बाहर हो जाता है... या हम उस घटना से बाहर आ जाते है... पर चिट्ठी लिखना है और चिट्ठी नहीं लिखी जा रही है के बीच हम हमेशा एक लम्बे समय तक उस प्रसंग और व्यक्ति को अपने से चिपकाये रखते हैं... ऐसा हमेशा न भी होता हो पर मेरे साथ प्रायः होता है... इतने दिनों तक मैं आपको और 'गांधारी' को अपने ही भीतर रखे रहा हूँ. 'गांधारी' के लिए मैं आभार प्रदर्शन की नाटकीय भाषा नहीं वापरने जा रहा. पर इस छोटे–से उपन्यास की शक्ति और जीवन्तता ने मुझे बहुत प्रभावित किया है और यह केवल आपके कारण हुआ– इसे मैं भाग्य मानता हूँ. आंचलिक उपन्यास (प्रादेशिक कादंबरी) अकसर बहुत ही भारी भरकम होते है. कभी कभी तो इतने जान लेने वाले होते हैं कि उनका बोझा उठाए नहीं उठता. फिर प्रादेशिक बनाने के चक्कर में उसमें बहुत कुछ ठूँस ठाँस कर उपन्यास को अजायब घर बना दिया जाता है। पर 'गांधारी' इसका अपवाद

ही नहीं एक ठोस उदाहरण है कि छोटे से आकार में एक अंचल को कितने साफ सुथरे ढंग मे जीवित किया जा सकता हैं। आपने सही ठिकानों पर चोंट की है और 'गांधारी' को मेरे लिए न केवल परिचित बना दिया किन्तु उसके जीवनसंघर्ष के प्रति बेचैनी और गहरी दिलचस्पी भी पैदा की है. लालजी, भागवत, जयवंता, सावित्री, हौसा, महाराज सबके सब कितने जीवित है और कितने प्रभविष्णु...।

मैं बहुत लिख गया। उपन्यास मुझे बहुत पसंत आया। आशा है देरी के लिए अन्यथा न लेंगे 'कोसला' भी मिल गया है पर इसे मैं पहले पढ चुका था। चन्द्रकान्त ने भेजा था फिर मैंने उसे लौटा दिया था.

आशा है आप प्रसन्न है । पत्र दे।

आपका,

चंद्रकान्त

दि. २४ जुलै १९७७

प्रिय भाई,

चन्द्रकान्त पाटील के एक पत्र से ज्ञात हुआ कि आपके पिताजी अकस्मात हृदय गति रूक जाने के कारण देवलोकवासी हुए। कुछ वर्ष पूर्व मेरे पिताजी भी इसी तरह अकस्मात गए थे। सारी स्मृतियाँ और चीजें एक एक कर याद आने लगी। आपसे मिलने का एक-दो बार सुयोग आना था पर वह नहीं हो पाया था। मैं जानता हूँ ऐसे अवसर पर शब्द और भाषा किस तरह स्वत्वहीन हो जाते हैं, फिर भी इन्हीं का सहारा लेने को मजबूर हो गया। यह अकस्मात नहीं है कि बिना मुलाकात... इतनी दूर... मैं आपके दुःख और- आघात के क्षणों में अपने आपको आपके इतने निकट महसूस कर रहा हूँ। हमारे बीच सम्बन्धों की एक मजबूत कडी है चन्द्रकान्त पाटील।

मुझे विश्वास है कि आप इस अपरिहार्य घडी में धैर्य और सहिष्णुता को नहीं छोडेंगे। एक दिन... एक जगह पर हमें इसी तरह कई बार अकेला होना पडता है।

तुम्हारा,

चंद्रकान्त

देवधर, ज्योत्स्ना

पुणे

दि. १६ जानेवारी १९८४

श्री. महानोर,

यांस

स.न.वि.वि.

मराठवाडा साहित्य परिषदेचे अध्यक्षपद आपण स्वीकारलेत हे फार छान झाले.

वाटलेले समाधान, आनंद आपणापर्यंत पोहचवावा म्हणून हे पत्र.

खरंतर चांगल्या जागेवर गुणी
माणसं असणं किती दुर्मिळ झालंय
हे काही
नव्यानं सांगायला नको
म्हणूनच तुमच्यासारखा
गुणी आणि स्वच्छ 'माणूस'
या जागी आला याचे महत्त्व फारच.
फक्त
कविमन जरा कठोर करावे लागणार
असे क्षण येणारच.
राजकारणानं त्याचाही अनुभव तुम्हाला
दिला आहेच म्हणा.
मात्र एकदा समाधान व अभिनंदन!

ज्योत्स्ना देवधर

देवस्थळी, अरुंधती

नवी दिल्ली

दि. १० ऑक्टोबर १९८८

प्रिय श्री. महानोर,

अजिंठ्यावरचं थिएटरवर्क कुठवर आलंय?

आमच्या म्हणजे आपल्या साहित्य अकादेमीच्या लायब्ररीतून 'वही' कुणीतरी गायब केलीय. प्रकाशक ताबडतोब कळवाल तर बरं. मला फार चुकल्याचुकल्यासारखं वाटतंय.

आणखी नवीन काय लिहिताय? मी कुसुमाग्रजांच्या कविता इंग्लिशमध्ये भाषांतरित करून त्यावर एक छोटासा लेख पण लिहिलाय. प्रसिद्ध झाला Link मधून. मला परवा असंच कुणीतरी विचारलं की आधुनिक मराठी कवींमध्ये तुला कोण आवडतं? मी अर्थातच तुमचं नाव सांगितलं. प्रश्न विचारणारे अमराठी असल्याने 'मग त्यांच्या कविता आमच्यासाठी इंग्लिशमध्ये कर ना' असं म्हणाला... तुमच्या कवितेतील sensuality इंग्लिशमध्ये उतरवणारं आहे का कुणी? कृपया कळवा. मी म्हटलं Mahanor is incredibly beautiful but then I do not think I can do it in English. कुणी असलं तर जरूर व शक्यतो लवकर कळवा, ही विनंती.

शुभेच्छा,

अरुंधती देवस्थळे

नवी दिल्ली

दि. २६ मार्च १९९६

प्रिय श्री. महानोर,

नोव्हेंबर-डिसेंबरच्या 'प्रतिष्ठान'मधून अचानक भेटलात आणि कोण आनंद झाला म्हणून सांगू... आता मात्र तुम्ही खरंच, अगदी पूर्वीसारखे झाल्यासारखे वाटत आहात.

तुमच्या असंख्य वाचकांप्रमाणेच मला पण खूप खूप आनंद झाला आहे. असेच राहा नेहमी. सर्व शुभेच्छांसह.

अरुंधती

देशपांडे, ना. घ.

दि. २४ फेब्रुवारी १९६८

प्रिय श्री. ना. धों. महानोर यांना

सप्रेम नमस्कार वि. वि.

आपले पत्र व 'रानातल्या कविता' या आपल्या सुंदर कवितासंग्रहाची प्रत बऱ्याच दिवसांपूर्वी मिळाली. आभारी आहे.

आपला कवितासंग्रह वाचला. पुन्हा वाचला. मनःपूर्वक अभिनंदन.

आपली कविता खरोखरच 'शेतीच्या हिरव्या बोलीचा शब्द' आहे. आपले प्राण खरोखरच रानात गुंतलेले आहेत. 'आभाळाला येतो गहिवर गर्द काळोखाचा' यातील प्रतिमा भावानुकूल व अनुभवदर्शक आहे.

ज्वार उभार गर्भार
हिरव्या पदराला जर
निऱ्या चाळताना वारा
घुसमटे अंगभर'

यातील प्रतिमाही मनोवेधी व समर्पक आहे. विशेष काव्यात्म अनुभवाचा त्यातून प्रत्यय येतो. 'धुळीच्या लक्तरांची लाज गुंडाळून आलो' या ओळीत व 'मोहाच्या झाडाला मोह व्हावा' या ओळीत शब्दचमत्कृतीची झलक दिसून येते. 'एकोणतीस' ही कविता मला विशेष आवडली. अनेकदा वाचली. आपले पुन्हा एकदा अभिनंदन. उत्तरोत्तर आपली कविता आणखी जास्त प्रभावी व्हावी हीच इच्छा.

आपण मेहकरला केव्हा येणार? अवश्य या. भेटीत पुष्कळ बोलता येईल. आनंद वाटेल.

आधीच पत्र लिहिणार होतो. पण कवितासंग्रहाचे वाचन शांतपणे झाल्यावरच पत्र लिहिले. विलंबाबद्दल क्षमस्व. कळावे.

आपला,

ना. घ. देशपांडे

देशपांडे, पु. ल.

सांताक्रूझ (मुंबई)
दि. २ डिसेंबर १९६६

प्रिय महानोर,

शेवटी राम पटवर्धनांकडून पत्ता मिळवला. 'रानातल्या कवितां'नी माझी दिवाळीच काय पण हे साल साजरे झाले. फार वर्षांपूर्वी मी एका व्याख्यानात म्हटले होते (ही शिंची साहित्यिक सवय!) की उद्याच्या कवींचे माझे चित्र शेतात राबता राबता बालकवींची कविता गुणगुणणारा कवी असे आहे. तुम्ही पळसखेड्यास कवितेच्या जोडीला खरीखुरी हिरवळ उगवीत असता असे रामच म्हणाला. धन्य वाटले. म्हणजे मीदेखील एक आपला त्यातल्या त्यात प्रॉफेट.

काय सुरेख लिहिता!

पुढे मागे मी औरंगाबादला आलो तर आधी तुम्हाला कळवीन. मग भेटू आणि बोल बोल बोलू! दुर्दैवाने मी फारच पब्लिक झाल्यामुळे अखंड रात्री [illegible] गाणी गातो आहे. तुमच्या शेतात भरपूर पाऊस पडो आणि जे काही पिकवीत असाल त्यांच्या संगतीत कविताही खूप फुलो हा आशीर्वाद.

आ.
पु. ल. देशपांडे

पुणे
दि. ९ ऑक्टोबर १९७३

प्रिय कवी,

मी काल रात्री बाबा आमट्यांच्या आनंदवनातून नागपूरमार्गे परतलो. पत्रांच्या गठ्ठ्यांत 'गांधारी'ही होती. इतक्या अगत्याने तुमची कादंबरी पाठवल्याबद्दल मनःपूर्वक धन्यवाद. औरंगाबादला भेट झाली असती तर आनंद झाला असता. आता असा एक दिवस आहे की डिसेंबर महिन्याच्या तिसऱ्या आठवड्यात बाबा आमट्यांच्या 'सोमनाथ'ला आपण पंधरा-वीस गाणे-लिहिणे, नाटक वाचणे इत्यादी गोष्टींना महत्त्व देणाऱ्यांनी, एकदम दोन-तीन दिवस जमावे. त्या जंगलात अजिंठा-एलोरातील मूर्तींसारख्याच जिवंत शरीराच्या भग्नमूर्ती झालेल्या भूतगणाला घेऊन बाबांनी निर्माण केलेले शेतीचे वैभव पाहावे. दोन-चार दिवस एकत्र यावे, एवढीच इच्छा. याल का?

पु. ल. देशपांडे
पुणे

दि. १५ जुलै १९७४

प्रिय कवी,

अभिनंदनाच्या हारांची काय आवश्यकता आहे? तुमच्या ओळी गळ्यात आहेत ही माझ्या गळ्याची फार मोठी शोभा आहे. शेतात राबणाऱ्या हातातून फार वरच्या दर्जाच्या कविता याव्यात हे माझे जुने स्वप्न. तुम्ही ते सत्यात आणलेत.

मला उगीचच फार मोठ्या भविष्यवेत्त्यासारखे वाटत असते.

बापू कांचनाचे 'भाई, मोसंबीच्या बागा बघायला केव्हा जायचे?' ध्रुपद सतत धरलेले असते. सुनीताचे तुम्हाला अनेक आशीर्वाद! (वयाच्या अधिकाराने)

तुमचा,
पु. ल. देशपांडे

पुणे
दि. ३० जुलै १९७५

प्रिय महानोर,

तुमच्या पत्राला यापूर्वीच उत्तर पाठवायला पाहिजे होते; पण मी तुमचे पत्र आल्याच्या दुसऱ्या दिवशीच मुंबईला गेलो. तिथून दिल्ली आणि काल परत आलो. येताना पाठ धरली. त्यामुळे कालचा दिवस ते दुःख सहन करण्यात गेला. आज जरा बरे वाटते आहे म्हणून पत्र लिहायला बसलो आहे. तुमच्या पत्रातल्या निराशेच्या सुराने मी अतिशय अस्वस्थ झालो. तुमची 'महाराष्ट्र टाइम्स'मधली 'शेतकऱ्याची खरी कहाणी' सर्वांच्याच हृदयाला स्पर्श करून गेली. आता तर परिस्थिती अशी आहे की, कुठल्या तरी भयाण पोकळीत आपण जगतो आहो असे वाटायला लागले आहे. जी काही परिस्थिती असेल तिच्याविषयी मनमोकळे करून बोलणारी आपण माणसे. राजकारणी डावपेच आपल्याला कधीच कळले नाहीत. त्यामुळे कुणाचे योग्य आणि कोणाचे अयोग्य याची चर्चा जमली नाही. तरीही मनातल्या शंका मोठ्याने व्यक्त करण्याचे स्वातंत्र्य एवढीच आपली श्रीमंती होती. ती जाऊन मनच कसे कळकून गेल्यासारखे झाले आहे. गेली कित्येक वर्षे सत्तेसाठी चाललेली जीवघेणी (म्हणजे या ना त्या प्रकारे दुबळे आहेत त्यांचा जीव घेणारी) स्पर्धा तुम्ही खेड्यांत पाहता आहात. आम्ही शहरात पाहतो आहोत! त्याची आज झालेली ही परिणती आपल्याला कुठे नेणार आहे ते कळेनासे झाले आहे. सत्तेपुढे शहाणपण नाही हे खरे, पण त्या सत्तेला चिकटणाऱ्या, चिकटू पाहणाऱ्या या ना त्या पक्षाच्या आणि त्या पक्षाच्या पाठिंब्यावर मनसोक्त वागणाऱ्या लोकांच्या हातची खेळणी होऊन राहणे हेच का यापुढल्या आयुष्यात आपण भोगत राहायचे?

तुम्ही पुण्याला केव्हा येता? गप्पा मारीत बसूया. आपल्या माणसांत बसावे असे यापूर्वी कधीही वाटले नसेल इतके आता वाटायला लागले आहे.

तुमची मित्रमंडळी काय म्हणताहेत?

सौ. वहिनींना आमचे आशीर्वाद सांगा. (वयाची वडीलकी)

तीर्थरूप व मातोश्रींना सप्रेम नमस्कार.

तुमचा,

पु. ल. देशपांडे

पुणे

दि. २१ डिसेंबर १९७७

प्रिय कवी,

आनंदवन मित्रमेळाव्यात तुमची पदोपदी आठवण आली. पदोपदी म्हणजे अक्षरशः पदोपदी. माधुरी पुरंदरेने तुम्ही 'जैत रे जैत'साठी लिहिलेली पदे म्हणून दाखवली. बाबांनीही तुमची आठवण काढली. त्याच सुमाराला तुम्हाला एक साधा दाखला देताना मिळालेल्या वागणुकीचे वृत्तही आले होते. पक्षांधतेचा हा कॅन्सर किती भयंकर रीतीने आपल्या समाजपुरुषाच्या देहात शिरला आहे याचे हे उदाहरण आहे.

सुनीता व मी उद्या केरळात जातो आहे. तिथून ३-४ जानेवारीला सुनीता पुण्यात येईल व मी परस्पर दिल्लीला जाईन. रेडिओ, टीव्हीच्या कामाने माझा खूपच वेळ खाल्ला आहे.

संसाराच्या तापत्रयाने रवींद्रनाथांनाही खूप छळले होते. एका कवितेत त्यांनी 'give me strength to lift my head- about the daily trifles' अशी प्रार्थना केली आहे. तुमच्या कविप्रतिभेवर या तापत्रयाचा आघात होणार नाही याची मला खात्री आहे. झऱ्यांवर विषप्रयोग होऊ शकत नाही. पाणी विषारी होते ते साठवलेल्या हौदातले.

भाई

पुणे

दि. २७ जानेवारी १९८५

प्रिय कवी,

चि. मीरा आणि चि. उमाकांत यांच्या लग्नसमारंभाची निमंत्रणपत्रिका मिळाली. वास्तविक लग्नाच्या मांडवात हजर राहून कुर्यात् सदा मंगलम्च्या गजरात आवाज मिसळून वधूवरांना आशीर्वाद द्यायला पाहिजे होते. पण ते शक्य होणार नसल्याने आता पत्रातूनच चि. मीरा व चि. उमाकांत यांना माझे व सुनीताचे 'सुखाने संसार करा' हे आशीर्वाद पाठवीत आहे. तुम्ही उभयतांनी आमच्या वतीने ते वधूवरांना द्यावे ही विनंती. ९ फेब्रुवारीला तुम्ही व श्री. शिंदे (D.S.P.) अकोल्याला भेटणार ना? तुमच्या खुर्च्या राखून ठेवायला सांगितल्या आहेत. प्रा. भाऊ मांडवगणे कार्यक्रमाची व्यवस्था पाहत आहेत.

तुमचा,

भाई

पुणे

दि. १८ फेब्रुवारी १९८५

प्रिय कवी,

पंधरा दिवसांच्या गैरहजेरीनंतर स्वगृही परतलो. घरात पत्रांचे आणि कामाचे ढीग साठले होते. त्यामुळे सुखरूप पोहोचल्याचे पत्र तुम्हाला पाठवायला उशीर लागला. आमच्या या कवितावाचनाच्या आनंदयात्रेत तुम्हीही येऊन मिळाल्याने आनंद द्विगुणित झाला.

अजिंठ्याबद्दल काय लिहू?

अजिंठ्याच्या त्या अलौकिक लेण्यांसारखंच हे मराठी काव्यसृष्टीतलं अद्‌भुत शब्दशिल्प झालेलं आहे. कविता ही झपाटलेल्या अवस्थेतच होऊ शकते याचं हे साक्षात प्रत्यंतर आहे. गिल आणि पारोला तुमच्या प्रतिभेनं अमरपट्टा दिला आहे. मी पुन्हा एकदा अजिंठा वाचून काढलं. यापुढे माझ्या लेखी अजिंठा म्हणजे जिथे गिल आणि पारोच्या प्रेमाची उत्कट शोकांतिका घडली ते स्थान होऊन गेलं आहे. तुम्ही एवढी ही थोर कलाकृती मला आणि सुनीताला अर्पण करून आम्हाला भलतंच थोर करून टाकलं आहे.

मला रचनेच्या दृष्टीने पुस्तकाची निर्मितीही खूप आवडली. पद्माबाईंनी तुमच्या कवितेच्या मनात शिरून चित्रे काढली आहेत. त्याबरोबर कुसुमाग्रजांची प्रस्तावनाही चांगल्या कलाकृतीला दाद कशी द्यावी याचा आदर्श म्हणावा अशी झाली आहे.

२० तारखेला गोव्याला बोरकरांच्या कविता वाचायला जात आहोत. हे आळंदीला जाऊन ज्ञानेश्वरी वाचायचा आनंद घेण्यासारखे आहे. पुण्याला केव्हा येता?

तुमचा,

भाई

ता. क. : हे पत्र लिहून झाल्यावर तुम्ही पाठवलेली अजिंठ्याची lamination केलेली प्रत पोस्टमनने आणून दिली. पोस्टातून प्रत सुखरूप आली.

भाई

पुणे

दि. १३ जानेवारी १९९३

प्रिय कवी,

कविता मिळाल्या. आयुष्याच्या सायंकाळी देशात असा भयंकर आगडोंब पेटलेला पाहावा लागेल असं वाटलं नव्हतं. तुम्ही या तीव्र दुःखाच्या कवितेतून वाट काढली आहे.

'विश्व रागें झालें वन्ही
संतीं सुखें व्हावें पाणी

हे खरेच आहे, पण प्रत्यक्षात मात्र आग विझवणाऱ्या लोकांपेक्षा आग लावणाऱ्यांचीच संख्या वाढत

चाललेली दिसते. हा अस्थानी क्रोध देशाला कुठे घेऊन जाणार आहे कळत नाही. ही आग विझवायला दुःख भिजले दोन अश्रू माणसांचे माणसाला मिळायला हवेत. तेच दुर्मीळ झाले आहेत.

तुमचा

भाई

हस्तकंपाच्या व्याधीमुळे लिहिताना हात थरथरतो. अक्षर अतिशय खराब येते.

क्षमस्व.

भाई

पुणे

दि. २ फेब्रुवारी १९९५

प्रिय कवी,

पुन्हा एकदा परभणी हे तुमचे पत्र मिळाले. गेल्या महिन्याच्या २० तारखेपासून ३१ तारखेपर्यंत कोल्हापूर, बेळगाव, गोवा असा प्रवास चालू होता. त्यामुळे साहित्य संमेलनाविषयींचा वृत्तान्त वाचू शकलो नाही. कुणीतरी तुमच्या मुलाखतीवरून वादविवाद सुरू झाल्याचे सांगितले होते. तुमच्या पत्रकावरून हा सारा प्रकार गैरसमजामुळे झाल्याचे ध्यानात आले. गैरसमज निर्माण करण्यात पत्रकारांचा फार मोठा वाटा आहे. न बोललेली वाक्ये घुसडणे, अर्थी विपर्यास करणे हा त्या व्यवसायातील मंडळींचा आवडता खेळ आहे. सार्वजनिक जीवनात राहणाऱ्या माणसाला तर अनुभव अनेक वेळा येतो. त्यातून एकदा गैरसमज निर्माण झाले की ते कितीही खुलासे केले, सत्य काय आहे ते समजावून दिले तरी नाहीसे होत नसतात. त्यातून अनवधानाने चुकीचे वृत्त दिले गेले तर गोष्ट निराळी; परंतु हेतुपुरस्सर जेव्हा असले लेखन केले जाते, त्या वेळी सत्य काय आहे हे सांगणे आवश्यकही असते. त्यातही पुन्हा जीवनाच्या क्षेत्रात यश मिळवलेल्या माणसाविषयी गैरसमज पसरवणे हे काम अधिक आवडीने केले जाते. गळ्यात गौरवाचा हार पडत असताना प्रहार केव्हा होईल हे सांगणे अवघड असते. कवितेच्या क्षेत्रात तुम्हाला सामान्य आणि असामान्य रसिकांकडून लाभलेली कीर्ती अनेकांच्या मनात सलत असते. त्याला इलाज नाही.

आणीबाणीच्या काळात गारगोटी येथे मी जाहीर सभेत 'शिवाजीमहाराजां'संबंधी अनुदार उद्गार काढल्याचे वृत्त एका दैनिकाने देऊन गावोगावी माझी प्रेतयात्रा काढायची सूचना दिली होती. गारगोटी या गावात मी गेलोही नव्हतो. जिवंतपणी प्रेतयात्रा निघण्याचा आगरकरांनंतर मला मान मिळाला. परवा पंतप्रधानांची भेट मी नाकारल्याची चुकीची बातमी छापून निष्कारण मला मनस्ताप दिला होता. सुनीताने पंतप्रधानांना पाठविलेले पत्र वाचल्यावर गैरसमज थोडाफार दूर झाला; पण झाल्या प्रकाराबाबत छापणाऱ्यांना खंत, खेद काहीही नव्हतं.

अफवांच्या आणि गैरसमजाच्या वावड्या उडवणं हा लोकांचा आवडता खेळ आहे.

तुमची बऱ्याच दिवसांत भेट नाही. पुण्याला केव्हा येणार? सौ. वहिनींना आमचा नमस्कार सांगावा.

तुमचा,

भाई

अच्युत पालवांनी तयार केलेली समर्थ डायरी मिळाली. सुंदर झाली आहे.

भाई

प्रिय महानोर,

'गावातल्या गोष्टी' मिळाल्या. पुस्तक हाती आल्याबरोबर अथपासून इतिपर्यंत वाचून काढले. किंबहुना अथपासून सुरू केल्यावर इति केव्हा आले ते कळलेच नाही. आजच्या ग्रामीण जीवनाची खूप भेदक चित्रे काढली आहेत तुम्ही. आणि संवेदनशील मन असलेल्या तुमच्यासारख्या कलावंताच्या हातून हा कारुण्याचा सूर उमटणं अपरिहार्य आहे. सर्वसामान्य माणसाला एकतर भिकारी किंवा गुंड बनवण्याचा जो सत्ताधाऱ्यांचा स्वार्थापोटी उद्योग चालला आहे तो पाहिल्यावर तुकोबासारखं 'निराशेचा गाव आंदण आम्हासी' म्हणण्यापलीकडे काही सुचत नाही. तुमच्या कथेतल्या दयारामभाऊंसारखं हा ढोल-लेझिमच्या जल्लोषात चालणारा पांढऱ्या बगळ्यांचा पोळा शून्य नजरेने पाहण्यापलीकडे आपल्या हाती काही उरले नाही. हा विचार जगण्यातली सारी चव घालवणारा आहे.

तुमच्या पुस्तकाच्या मलपृष्ठावरचा मजकूर मात्र तुमच्या कथेशी सुसंवाद साधणारा नाही. एकतर शहरी संवेदनशीलता, ग्रामीण संवेदनशीलता हे शब्द मला चुकीचे वाटतात. हे म्हणजे नळातून पाणी पिण्याला शहरी तहान भागवणे आणि आडातून पिण्याला ग्रामीण तहान भागवणे म्हणण्यासारखे आहे. तुमची कथा तपशील खेड्यातला सांगत असली तरी शेवटी दुःख सांगता येते ते माणसाचेच. मग त्या माणसाचा पोस्टल पत्ता काय आहे, याला फारसे महत्त्व नाही.

दुःखात ग्रामीण दुःख आणि शहरी दुःख नसतं.

सामान्यांच्या दुःखाचे सगळे पदर आस्थेवाईकपणाने प्रक्षेपित करूनच महानोर आपली अपार मानवी करुणा व्यक्त करीत असतात. हे म्हणण्याआधी 'शहरी संवेदनशीलतेला' जागा नाही वगैरे वाक्यांना अर्थ नाही. शहरातही अमानवी शक्तींच्या टाचेखाली रगडली जाणारीच माणसे राहतात. राधेला डसलेल्या सर्पाचे भाऊबंद तिथेही आहेत. तुमची कथा गावातली हे खरे, पण माणसाने किंवा नियतीने चालवलेल्या अन्यायाच्या अनुभवाने व्याकुळ होणाऱ्या वाचकाच्या मनाचा ठाव घेऊन जाणारी आहे. मग तो वाचक ग्रामीण असो की शहरी असो.

तुमच्या पुस्तकाची सजावट मला फार आवडली. श्री. वैजनाथ दुलंगे यांची व माझी ओळख नाही; पण त्यांची रेखाटणी मला आवडल्याचे त्यांना कळवा.

आमच्या मर्ढेकर-कवितावाचनाच्या कार्यक्रमाला चांगला प्रतिसाद मिळाला. तुम्ही केव्हा ऐकणार?

तुमचा,

भाई

देशपांडे, सुनीता

प्रिय महानोर,

भाईने लिहिलेच आहे. जगाला न मागता आनंद देणारा कलावंत सदैव आनंदात आणि सुखात राहो हेच आमच्यासारख्या सामान्यांचं मागणं. तेव्हा तुमच्या पत्रामुळे काळजी लागून राहिली आहे. सवड झाली की मोकळ्या मनाने सविस्तर लिहा. नाहीतर चार दिवस विश्रांतीसाठी आणि गप्पा मारायला म्हणून पुण्याला या. इथे सध्या हवा फार छान आहे. कधी येता? भाईने सोफोक्लीसचा 'राजा ओडिपस' मराठीत आणला आहे. भट्टी बरी जमलीय. या ग्रीक शोकांतिका केवढ्या महान! नियतीचा खेळ चुटकीसरशी माणसाचे काय करून टाकतो ते मोठे सुरेख दाखवलंय. तुम्ही ऐकायला याच. तुम्हाला नक्की आवडेल आणि बरं वाटेल.

तुमची नम्र,

सुनीता देशपांडे

मुंबई

दि. २४ जानेवारी १९७५

श्री. ना. धों. महानोर यांस,

सप्रेम नमस्कार, वि. वि.

तुमच्या पळसखेडला यायचा बेत आता मात्र अगदी नक्की केला आहे. आम्ही फेब्रुवारीच्या २२-२३ तारखेला आनंदवनात बाबा आमट्यांकडे जात आहोत. तिथून ता. २४ ला जळगावला येऊ. रात्री डॉ. आपट्यांकडे मुक्काम करू आणि मंगळवार ता. २५ ला सकाळी जळगावहून निघून तुमच्याकडे येऊ. ता. २६ ला दुपारी परत जळगावला येऊन पुण्याला परतू.

२५-२६ फेब्रुवारीला तुम्ही तिथेच असणार ना? काही अडचण असेल किंवा तुम्हाला त्याच सुमाराला कुठे बाहेरगावी वगैरे जायचे असेल तर कृपा करून वरील पत्त्यावर तसं कळवाल का? म्हणजे मग आम्ही वाटेत जळगावला न थांबता परस्पर पुण्याला येऊ. तरी काही अडचण असल्यास निःसंकोचपणे कळवावे.

मागे पुण्याला तुमची आमच्या एका शेतकरी स्नेह्यांशी ओळख करून दिली होती ते उरुळीचे बापू कांचन आठवतात का? तुमची मोसंबीची लागवड पाहायला यायचं त्यांच्या मनात फार आहे. त्यांनाही वेळ असल्यास आणि जमल्यास आमच्याबरोबर आणू का?

तुमच्या घरच्या कुणाशी अद्याप आमची ओळख नाही. तेव्हा लहानास अनेक आशीर्वाद आणि मोठ्यांना नमस्कार असे सर्वांसाठी एकत्रच लिहीत आहे.

तुमच्या कविता पोटभर ऐकायला मिळणार म्हणून आम्ही आता २५-२६ फेब्रुवारीकडे डोळे लावून बसलो आहोत. पत्रोत्तर यावे.

आपली नम्र,

सुनीता देशपांडे

पुणे

दि. १६ मार्च १९७५

प्रिय ना. धों. महानोर यांस,

सप्रेम नमस्कार.

तुमचे पत्र मिळाले. एवढ्याशा मजकुरात तुम्ही कवी लोक काय काय सांगून जाता हो! तुमच्या सुंदर पत्राला मी काय उत्तर पाठवणार? भाई दिल्लीहून आला की लिहीलच.

पळसखेडच्या उण्यापुऱ्या दोन दिवसांच्या मुक्कामात खूप साठवून घेतलं. तुमच्या मोसंबीच्या बागेतला दरवळ तर शरीराच्या कणाकणात कोंदून राहिला आहे. मी बापूंना उगाच बरोबर नेलं असं वाटलं. त्यांच्या सांगण्यावरून मोसंबीच्या बागेत द्राक्षाच्या वेली तर येणार नाहीत ना अशी भीती वाटायला लागली आहे. त्या द्राक्षांना फुलं पण नाहीत आणि सुगंध पण नाही. नुसतंच देखणेपण आणि पैसा आहे.

कुणीतरी पाठवलेला 'गावकरी'चा ता. ३ चा अंक मिळाला. त्यात सोयगावच्या कार्यक्रमाचे वृत्त आले आहे. तुम्ही घरच्या आपुलकीने चालवलेले वसतिगृहाचे काम. तेव्हा त्याच घरगुती नात्याने जाता जाता मुलांना खाऊसाठी म्हणून मी गुपचुप तुमच्या हाती पैसे दिले. त्याचा असा बोभाटा होईल ही कल्पना नव्हती. हे वृत्त वाचून खूप लाजल्यासारखे झाले आणि वाईटही वाटले. ही असली कामे कुणाच्याही हातून होत असली तरी ती मला माझीच वाटतात. तुम्ही मात्र त्याला प्रसिद्धी देऊन मला परकेपणाची जाणीव करून दिलीत. तुमच्या हेतूबद्दल मला निश्चितच आदर वाटला; पण हे माझ्या बाबतीत व्हायला नको होतं असं मात्र वाटलं खरं. असो.

तुमच्या कुटुंबीयात मात्र फारसं मिसळता आलं नाही. अपुरा वेळ आणि संकोच दोन्ही नडले. पुण्याला याल तेव्हा वहिनीला घेऊन या. आणखी काय लिहू? वडीलधाऱ्यांना सप्रेम नमस्कार आणि लहानांना अनेक आशीर्वाद.

कळावे,

आपली नम्र,

सुनीता देशपांडे

पुणे

दि. १७ नोव्हेंबर १९७६

प्रिय श्री. महानोर यांस,

सप्रेम नमस्कार.

पत्र मिळाले. ता. ८ नोव्हेंबरपासून इथे मुक्काम आहे. भाईचे ऑपरेशन झाले. आता प्रकृती सुधारत आहे. दोन-तीन दिवसांत घरी जाऊ देतील.

तुम्ही २९ तारखेला येणार ना? आम्ही पुण्यातच असणार. वाट पाहतो. बाकी सर्व ठीक. सौ. वहिनींना आणि वडीलधाऱ्यांना सप्रेम नमस्कार. मुलांना अनेक आशीर्वाद.

आपली नम्र,

सुनीता देशपांडे

पुणे
दि. २२ जुलै १९७७

प्रिय महानोर यांस,
सप्रेम नमस्कार.

तुमचे ता. १८ चे पत्र मिळाले. 'केळीचे सुकले बाग असुनिया पाणी' वाचताना डोळे पाणावले होते; पण दुसऱ्या एका कवीने बारा वर्षे कष्ट करून पोसलेले केळीचे बाग पाणी नाही म्हणून कोमेजून चालले होते याची कल्पनाही नव्हती. अशा वेळी तुम्हाला काय झालं असेल ते सांगायला बापू कशाला हवेत? तुमचं हे दुःख त्यांनाही कळू शकेल इतकंच.

उन्हाळ्यात इथे तीन-साडेतीन रुपये डझन केळी झाली होती. कुणीतरी म्हणाले, 'महानोरची मजा आहे.' त्या वेळी तुम्ही तिकडे रात्रंदिवस दगड फोडत होता याची आम्हाला काय कल्पना? आणि असती तरी प्रत्यक्षात कोरडा धीर देण्यापलीकडे आम्ही काय करू शकतो? पण तुमच्या साऱ्या कष्टाचं चीज झालं, आता केळी पुन्हा पोसवतील, मोसंबी पुन्हा फुलतील या आनंदाने मात्र पुन्हा डोळे पाणावले. आता घरची मंडळी यात्रेहून परतली असतील. तेव्हा चार दिवस विश्रांतीसाठी तुम्ही [illegible]. फार थकला असाल.

भाई शांतिनिकेतनला गेला आहे. एक ते दोन महिने तरी परतणार नाही म्हणालाय. टागोर वाचणे आणि मग जमल्यास त्यावर काही लिहिणे हा उद्देश. अनेक दिवस मनात असूनही या ना त्या कारणाने हा दौरा लांबला होता. शेवटी एकदाचा तिथे जाऊन पोचला. टागोरांचे स्वतःचे आणि त्यांच्यावर लिहिले गेलेले सर्व वाङ्मय वाचून काढायचे म्हणजे सात जन्म घ्यावे लागतील. निवडून निवडूनच वाचावे लागणार.

बापू उद्या येणार आहेत. 'म. टाइम्स'चे गोविंदराव तळवलकरही येणार आहेत म्हणून बापूंना मुद्दाम बोलावले आहे. छोट्या शेतकऱ्यांच्या अडचणींना त्यांनीच संघटित होऊन वाचा फोडली नाही तर त्यांचा निभाव लागणे कठीण. बापू त्या अर्थाने छोटे शेतकरी नाहीत; पण ते तुमच्याचसारखे सहृदय आणि जाणकार शेतकरी आहेत. तुमच्यासारखे लिहू मात्र शकत नाहीत. तेव्हा गोविंदरावांना उरुळीची परिस्थिती आणि तिथले राजकारण काय आहे, याची कल्पना तर द्या, असं सांगून त्यांना बोलावलं आहे. त्यांना तुमचं पत्र दाखवीनच.

हे लिहीत असतानाच 'महाराष्ट्र टाइम्स' आला म्हणून चाळायला लागले आणि तुमच्या वडिलांच्या दुःखद निधनाची बातमी वाचली. धक्काच बसला. आत्ताच तर यात्रेहून आले असणार. तृप्त मनाने कोणत्याही हालअपेष्टा न होता गेले; पण इतकी घाई काय होती? तुमच्या आईने आणि त्यांनी मिळून दगड फोडून खोदलेल्या तुमच्या विहिरीची कथा आठवली. आईला काय झालं असेल! तिला आता तिच्या जात्याची तेवढी सोबत राहिली.

तुमच्या दुःखाची कल्पना आहे. ते कमी करता येईल असं काही लिहिण्याची ताकद माझ्या शब्दांना नाही. अशा वेळी स्वतःच्या दुबळेपणाची लाज वाटते; पण इलाज नाही. आपल्या माणसाच्या सुख-दुःखाने आपणही सुखदुःखी होत असतो इतकंच सत्य. ते नेहमीच व्यक्त करता येत नाही त्याला काय करणार?

तुमची,
सुनीता देशपांडे

पुणे

दि. २४ फेब्रुवारी १९७८

प्रिय श्री. ना. धों. महानोर यांस,

सप्रेम नमस्कार.

आजच चि. लताच्या लग्नाची पत्रिका आणि सोबतचे तुमचे पत्र मिळाले. तुम्ही खरंतर यापूर्वीच्याच पत्रात ३ मार्च ही तारीख कळवली होती आणि त्या दिवशी दुसरे कोणतेही काम न घेता लग्नाला यायचे आम्ही नक्की केले होते; पण आज या पत्राने, अगदी नाइलाजाने आम्ही येऊ शकत नसल्याचे कळवावे लागत आहे. लग्नाला आम्ही हजर राहू शकत नाही याचे तुम्हाला वाईट वाटेल. त्याहून अधिक आम्हाला वाईट वाटत आहे यावर विश्वास ठेवा आणि एकवेळ क्षमा करा.

गेली तीन-चार वर्षे भाईची प्रकृती असावी तितकी चांगली नाही. त्याच्या कमरेचे हाड सारखे दुखत असते. सर्व उपाय झाले. डॉक्टरांच्या सल्ल्यावरून शेवटी एक ऑपरेशनही झाले; पण काही परिणाम नाही. गेले तीन-चार महिने वर्गीज कमिटीच्या (रेडिओ-टी.व्ही. वगैरेंचे कॉर्पोरेशन करण्यासंबंधीची) कामानिमित्त तो सारखा प्रवासात आणि मीटिंग्जमध्येच आहे. जसजसे काम होते आहे तसतसे रिपोर्ट लिहिणेही चालू आहे. या सर्व गडबडीत डॉक्टरांनी सांगितलेले कोणतेही पथ्य न पाळल्याने हे दुखणे नको तितके वाढले आहे.

केरळात एक आयुर्वेदीय उपाययोजना करणारी वैद्यकीय संस्था आहे. फार जुनी आणि नावाजलेली. त्यांना तरी दाखवून पाहावे म्हणून अनेकांनी सांगितले, म्हणून तिकडे जायचे ठरवले होते. तिथे खूप गर्दी असते, अपॉइंटमेंट मिळता मिळत नाही. त्यामुळे आधीपासूनच त्यांच्याशी पत्रव्यवहार केला आणि नेमकी ता. ३ मार्चलाच त्यांची अपॉइंटमेंट मिळाली. त्यासाठी ता. २८ ला इथून निघणार. प्रवास फार लांबचा आहे. तीन दिवस जायला आणि तीन परत यायला. तिथे ता. ३ आणि ४ मार्च राहावे लागेल. एकूण काय, मनात असेल ते सर्व जमतेच असे नाही. प्रकृतीचे कारण जर असे नेमके आड आले नसते तर अक्षता टाकायला आणि चि. लताला सासरी जाताना डोळे भरून पाहायला नक्की आलो असतो.

'जैत रे जैत'च्या वेळी तुम्ही भेटाल असे वाटले होते. तुम्हाला आग्रहाने पंक्तीला घेऊन यायचे असे ठरवून स्वयंपाक करून ठेवला होता; पण तुम्ही मुंबईलाच येऊन गेल्याचे कळले. मग तुमची आठवण काढत आम्हीच दोन घास अधिक जेवलो.

आता भेट कधी? लग्नाच्या धामधुमीतून मोकळे झाला की विश्रांतीसाठी चार दिवस याच. गेल्या काही दिवसांत प्रमाणाबाहेर जबाबदारी तुमच्यावर येऊन पडली. ती पेलायला तुम्ही समर्थ आहात हे खरे; पण अधूनमधून थोडी सवड काढणे हे प्रकृतीच्या दृष्टीनेही आवश्यक असते आणि घरापासून दूर गेल्याशिवाय विश्रांती मिळूच शकत नाही. तेव्हा महाराष्ट्राची शेती आणि मराठी कविता यांची चिंता न करता निव्वळ गप्पा मारायला (भाईबरोबर म्हणजे अगदी ऐसपैस गप्पा हे सांगायला नकोच!) सवड काढून याच. वाट पाहतो.

बापूंना निरोप सांगते. भाई अद्याप दिल्लीलाच आहे. उद्या मतदानासाठी तरी नक्की येऊन पोहोचेल. तो तुम्हाला स्वतंत्र लिहीलच. सौ. वहिनींना आणि कुटुंबीयांना माझा सप्रेम नमस्कार. चि.सौ.कां. लताला 'नांदा सौख्यभरे' असा तोंडभर आशीर्वाद.

कळावे,

तुमची नम्र,

सुनीता देशपांडे

पुणे
दि. ३० सप्टेंबर १९८२

श्री. ना. धों. महानोर यांस,

सप्रेम नमस्कार, वि. वि.

गोविंदरावांनी पळसखेडचे फोटो आणून दिले, फार छान आले आहेत. तुम्ही मुद्दाम आठवणीने पाठवल्याबद्दल मनापासून आभारी आहोत. आता तुमच्या पत्राबद्दल. खरंतर आमच्या दोन्ही कार्यक्रमांना तुम्ही हजर राहिलात, फर्दापूरला आणि पळसखेडला आमचा एवढा पाहुणचार केलात. तुमच्या कुटुंबीयांबरोबर गप्पागोष्टीत घालवलेली ती दुपार, केळीच्या बागेत आणि ज्वारीच्या शेतातला तो फेरफटका, तुमच्या खंडकाव्याचा विषय झालेली त्या परदेशी चित्रकाराची आणि त्याच्या आदिवासी प्रेयसीची तुम्ही सांगितलेली ती प्रणयकथा, कशाकशाबद्दल तुमचे आभार मानायचे? आणि कितीतरी गोष्टी राहूनच गेल्या. 'काळ्या ग मातीचं' हे खानोलकरचं तुम्हाला आणि मलाही आवडणारं गीत तुमच्याकडून ऐकायचं होतं; पळसखेडची गाणी तुमच्या आईंना म्हणायला सांगायची होती; गेल्या दोन-तीन वर्षांत बरंच लिहिलंय म्हणतात ते काय, ते ऐकायचं होतं; आमच्या कार्यक्रमातली आमची कवितांची निवड आणि presentation बद्दल तुमचं मत विचारायचं होतं, एक ना दोन! पण भोवती फार माणसं असली की आपण गांगरूनच अधिक जातो आणि मनात असतं त्याच्याविरुद्धच काहीतरी प्रत्यक्षात करत बसतो. तसंच झालं. तुमच्या मंडळींना बोलकं करायच्या ऐवजी आम्हीच — म्हणजे मीच — बडबडत बसले; पण आता चुटपुटून काय उपयोग? तुमच्या थोर मनाचा प्रत्यय ठायी ठायी आला आहे, त्यावरच विसंबून राहत आहे. असो. आणि तुम्ही पत्रातून क्षमा वगैरे कशाबद्दल मागितली आहे? तुमचा अपराधच कोणता? तुम्ही हाडाचे शेतकरी आहात, शेती या विषयावर काया-वाचा-मने करून जे जे करता येईल ते ते तुम्ही करताहात. तेव्हा तुमच्या शेताचा आणि तुमचा फोटो गोविंदरावांनी छापला हे उत्तमच; पण तुम्ही, बापू यांच्यासारख्या शेतकरी मित्रमंडळींमुळे आमची शेतीशी दृष्टभेट होते तितकीच. बाकी आम्ही कधी आपणहून मातीशी संग केला नाही. असे असताना, शेती-विक्रमी पीक आणि आम्ही असा फोटो प्रसिद्ध होणे याला काही अर्थ आहे का? इतरांना आम्ही ज्यासाठी हसतो, तेच आमच्या बाबतीत घडल्यामुळे फार शरमून गेलो; पण मित्रमंडळींचे कौतुक करताना गोविंदरावांना भानच राहत नाही. राजकीय क्षेत्रातल्या आपल्या मित्रमंडळींच्या पाठीशी उभे राहताना तर अनेकदा स्वतःची एरवी स्वच्छ असलेली प्रतिमा डागाळते हे त्यांना कळत का नसेल? पण मित्र म्हटला की हा माणूस कोण काय म्हणेल याचा कधी विचारच करत नाही असं नाही तुम्हाला वाटत? अशा वेळी अनेकदा मी त्यांच्याशी वाद घालते, मतभेद व्यक्त करते; पण त्यांच्यावर रागावणे शक्य आहे का? अहो, असा मित्र मिळायला मला तरी पूर्वपुण्याईखेरीज दुसरं काहीच कारण दिसत नाही. तेव्हा जिथे राग किंवा गैरसमज नाहीच तिथे क्षमायाचना कसली आणि क्षमा करण्याचा अधिकार आम्हाला दिला कुणी? तेव्हा परत कधी असलं अपराधी सुरातलं काही लिहू नये ही विनंती. तुमच्या छानशा पत्राची वाट पाहत आहे. कळावे.

सौ. वहिनींना, मुलांना आणि घरच्या इतर सगळ्या लहानग्यांना अनेक आशीर्वाद. आईंना आणि इतर मोठ्यांना सप्रेम नमस्कार.

आपली नम्र,
सुनीता देशपांडे

देशपांडे, बाळासाहेब

पळसखेडे
दि. ५ ऑगस्ट १९९४

श्रीमान व बंधू दादासाहेब,
स. न. वि. वि.

पुण्यातील 'सृष्टी'नं एक नवीन व्यापक दिव्य अशी दृष्टी दिली. त्या दृष्टीनं सभोवतालची सृष्टी पाहिली. जे पाहिलं, जे ऐकलं त्यानं मन भारावून गेलं. जेव्हा जेव्हा इतरांच्या, तुमच्या भाषणातून अजिंठ्याचा उल्लेख झाला, तेव्हा मला स्वतःला कृतार्थ झाल्यासारखं वाटलं. वाटलं ज्या कवीच्या सान्निध्यानं अजिंठा पुण्यपावन झालं, अजरामर, सर्वतोमुखी झालं ते अजिंठा माझी जन्मभूमी असल्याचं यथार्थ समाधान मनाला मिळालं आणि तेथे मी जन्मलो एवढंच नाही तर ज्यांच्यामुळे हे क्षेत्र पुनीत झालं त्यांच्या सहवासात एक तुमचं स्वतःचं माणूस म्हणून वापरतो. त्याचा द्विगुणित आनंद मनाला झाला आणि वाटले काही पुण्याचा अंश माझ्यापाशी शिल्लक असावा. त्याचंच हे फळं असावं, की तुमच्या सान्निध्यात राहू शकतो. पुण्यातील 'सृष्टी'नं दिलेल्या दृष्टीनं सभोवतालची मंडळी पाहिली. त्यांनी दिलेलं प्रेम पाहिलं. तुमची साहित्याबद्दलची, तुमच्या व्यक्तिमत्त्वाविषयी असलेली आसक्ती पाहिली आणि वाटलं मी तुमच्याजवळ असूनदेखील अजून बराच दूर आहे याची जाणीव झाली. कारण आपल्यासमवेत या अशा पद्धतीचा हा पहिलाच प्रसंग. याच्याअगोदर बरेच कार्यक्रम झाले; परंतु काही कारणांन्वये मी उपस्थित राहू शकलो नाही. याचं वाईट वाटतंय. खंत वाटतेय. दुर्भाग्य माझं.

खरं म्हणजे तुम्ही जेव्हा बोलत असता तेव्हा एक जादूमयी वातावरण तेथे तयार होत असते. आपल्या मुखातून निघालेल्या प्रत्येक शब्दाशब्दाला एक प्रकारचं बळं असतं, ताकद असते. त्यात इतरांना आकृष्ट करण्याची जादू असते म्हणूनच सर्व सभागृह तेथेच सतत तीन तास खुर्चीला खिळून असतं. हे सर्व पाहिलं, ऐकलं आणि म्हणूनच मी स्वतः आजच्या या दिवशी धन्य झालो असं मला वाटतंय.

आपला,
बाळासाहेब देशपांडे

देशमुख, अनिल

दि. १ जानेवारी २००१

'पानझड' या आपल्या काव्यसंग्रहास 'साहित्य अकादेमी पुरस्कार' प्राप्त झाल्याचे वृत्त आकाशवाणीवर ऐकले तसेच वृत्तपत्रात वाचले अन् आनंद झाला. हा पुरस्कार म्हणजे मराठी कवितेला मिळालेला सन्मानच आहे, असे मी समजतो.

साहित्य अकादेमीचा हा पुरस्कार आपणास मिळाल्याबद्दल, आपले हार्दिक अभिनंदन तसेच नवीन सहस्रकाच्याही आपणास शुभेच्छा देतो.

गेली चार दशके आपली लेखणी मराठी साहित्यात रमली असून मराठी कवितेला आपण गावरान सौंदर्य

बहाल केले आहे आणि आपली खरी ओळखही त्याचमुळे मराठी रसिकांना झाली आहे. आपल्या 'रानातल्या कवितां'ची धुंदी मनातून उतरत नाही आणि हेच खरे आपल्या कवितेचे वैशिष्ट्य आहे. आपल्या कवितांनी कवितेचा नूरच बदलला. 'जसे दिसते क्षितिज, तशी म्हणावी गाणी' या प्रामाणिक अनुभूतीतून आपण लिहीत राहिलात.

मराठवाड्यातील ग्रामीण जीवनातील भाषा, संस्कृती याला आपण उजाळा देऊन हे ग्रामीण सौंदर्य आपण साहित्यात आणून अजरामर केले आहे. भा. रा. तांबे, बालकवी, बा. भ. बोरकर या मराठी कवींनी निसर्गाचे रेखाटन आपल्या कवितेत केले. आपण त्यांचाच वारसा पुढे नेत या कवितेला ग्रामीण साज चढवला. म्हणूनच ही कविता जनसामान्यांच्या ओठात पिकलेल्या जांभळासारखी जाऊन बसली आहे. आणि हेच तर खरे आपल्या कवितेचे वैशिष्ट्य आहे.

कवितेचा झरा असाच आपल्या लेखणीतून बरसत राहावा म्हणून आई जगदंबा आपणास उदंड आयुष्य देवो, हीच परमेश्वरचरणी प्रार्थना.

अनिल देशमुख

देशमुख, गणपतराव

मुंबई
दि. ४ सप्टेंबर २००१

प्रिय श्री. महानोर,
सप्रेम नमस्कार.

साहित्य अकादेमीने आपणास यंदाचे पारितोषिक देऊन आपला गौरव केला हे वाचून अतिशय आनंद झाला. त्यानिमित्त आपले मनःपूर्वक अभिनंदन!

नूतन वर्षानिमित्त आपणास हार्दिक शुभेच्छा!

गणपतराव देशमुख

देशमुख, भगवंतराव

औरंगाबाद
दि. २६ डिसेंबर २०००

श्री. ना. धों. महानोर यांस,
स. न.

आपल्या 'पानझड' या कवितासंग्रहास साहित्य अकादेमीचे पारितोषिक मिळाल्याबद्दल मनःपूर्वक अभिनंदन! आपल्या अस्सल देशी वाणाच्या, जातिवंत समर्थ कवितेचा हा यथार्थ गौरव होय.

विशेष म्हणजे आपली काव्यनिर्मिती (व अन्य साहित्यनिर्मितीही) 'स्वयमेव मृगेंद्रता' या जातीची आहे. आपल्या शालेय जीवनापासून मी आपणास ओळखतो. ज्या अवस्थेतून आपण ही 'शिखराची' वाटचाल केलीत ती कुणालाही स्तिमित करणारी आहे. कुणाही मराठी माणसाला अभिमान वाटावा, मनापासून आनंद वाटावा अशीच ही घटना होय.

आपले यश सतत वाढत राहावे ही हार्दिक सदिच्छा!

गेल्या काही दिवसांत तीन वेळेस फोनवर संपर्क साधण्याचा प्रयत्न केला; पण यश आले नाही म्हणून हा पत्रप्रपंच!

कळावे,

आपला,
भगवंत देशमुख

देशमुख, रा. ज.

पुणे
दि. २ फेब्रुवारी १९८३

श्री. ना. धों. महानोर यांस,
स.न.वि.वि.

आपले 'पळसखेडची गाणी' हे पुस्तक वाचले. मला अतिशय आनंद झाला. मी अनेक वेळा यातील गाणी वाचली. आणि या गाण्याचा आनंद घेतला आहे.

आपण कधी पुण्यास येणार असल्यास मला कळवावे. म्हणजे मी आपल्याला अवश्य भेटेन. भेटण्याची इच्छा आहे.

बाकी सर्व क्षेम. कळावे ही विनंती.

आपला नम्र,
रा. ज. देशमुख

देशमुख, सदानंद

जानेफळ
दि. ३० जानेवारी २००१

प्रति,
मा. श्री. दादा,
सा. न. वि. वि.

दि. २८-१-२००१ च्या 'लोकसत्ता'मध्ये (मुंबई) मी घेतलेली आपली मुलाखत छापून आल्याचे मला

कळले; पण इकडे 'लोकसत्ता' मिळाला नाही. आपण मुलाखत वाचली काय? कळवावे. आणखी एक-दोन चांगल्या ठिकाणी लेख दिले आहेत. आल्यावर कळवतो.

औरंगाबाद येथील शिवार प्रतिष्ठानचा शेतकरी साहित्य पुरस्कार मला जाहीर झाला आहे. पुरस्कार वितरण आपल्याच हस्ते आहे असे श्री. बोराडे सरांनी सांगितले. खूप आनंद झाला. तेव्हा भेट होईलच.

बाकी ठीक!

सौ. माईस आम्हा सर्वांचा सा. न.

कळावे,

आपला नम्र

सदानंद देशमुख

देशमुख, श्रीकांत

नांदेड

प्रिय ती. दादा

श्रीगोंद्याला थोडीशी निवांत भेट झाली. त्यात आपण किती सोसता हे जाणवून गेले. तरीही स्वतः सावरण्याची उमेद आपण ठेवता ही बाब महत्त्वाची. तुमच्या पंखात वादळवाऱ्यातही सामोरं जाण्याचं बळ असावं असं तुमच्यावर आणि एकूणच साहित्यावर प्रेम करणाऱ्या प्रत्येकाला वाटत. नियतीवर आपला विश्वास नसला तरी भोवतालचं वास्तव जाळभाळत करणारं आहे. ते सगळं काही तुम्ही भोगलं, भोगताहात. अशा दुःखातल्या, संकटातल्या काळोख्या रात्री वैरी बनून येतात, अशा वेळी कुणाचा तरी आधार हवा असतो. माझ्यासारखे दूरस्थ लोक काय करणार? असो. प्रकृती सांभाळावी.

ती सौ. बाईंना सा.न.

कळावे,

तुमचा

श्रीकांत देशमुख

ता. क : अशोक जेधे १३ मार्चपासून बेपत्ता आहे. कळले असेलच.

देसाई, माधवी

बेळगाव

दि. १ डिसेंबर १९७९

श्री कविराज, आमदारसाहेब यांना,

वहिनींचा सप्रेम नमस्कार.

आपले पत्र नाही. येणार होता नोव्हेंबरमध्ये ते पण समजले नाही. वाट बघून मी पत्र पाठवतेय. दिवाळी अंक सर्व बघितले. कुठल्यातरी एकाच अंकात एक कविता वाचली. का लिहिले नाही?

आपली आठवण कोवाडला दोन-तीन वेळा निघाली. श्री. निळू फुले शूटिंगसाठी कोवाडला आले होते. ते सांगत होते की आपली शेती वगैरे खूप छान आहे. नंतर कुणी आपल्या भागातले वाघ नावाचे कवी आले होते आणि मुख्य दीदी (लताबाई) आली होती. आपल्या 'वही'तल्या गाण्यांचे रेकॉर्डिंग झाले असे सांगत होती व आपली तारीफही ऐकली. 'स्पेशल' अभिनंदन.

बरं पण तुमचे पत्र का नाही? सध्या काय चाललेय? फेब्रुवारीत तिकडच्या एका कॉलेजचे आमंत्रण आलेय. तुम्हाला विचारून तारखा ठरवा असे यांनी सांगितले. ते लोक तुम्हाला भेटले का? त्या वेळी अर्थातच मी येणार आहे. सध्या हे मुंबई-पुणे वगैरे भागात पंधरा दिवसांसाठी गेले आहेत. लेखन वगैरे नाही. प्रकृती पण साधारण आहे. देवाजवळ प्रार्थना करणे इतकंच आपल्या हाती.

सवडीने पत्र पाठवा. नवीन काय काय लिहिले की शेतीच?

घरी सर्वांना स. न.

आपली वहिनी
सौ. माधवी देसाई

कोवाड
दि. ८ फेब्रुवारी १९८१

कविराज,

स. नमस्कार.

आपले पत्र व खुशाली समजून खूप आनंद झाला. त्यामानाने आपले पत्र (उत्तर) लवकरच आले. मी जरा उशिरानेच पत्र पाठवणार होते; पण गेले चार दिवस कोवाडला एकटीच आहे. सवड आहे म्हणून पत्र लिहितेय.

दिंडीचा अनुभव खूप सांगून गेला असणार. खरोखरीच बदल होणं आवश्यक आहे व या साऱ्या घटना त्याची पूर्वसूचना असावी असं वाटतं.

इकडे सर्व ठीक. यांची 'लक्षवेध' पूर्ण होऊन 'पावनखिंड' प्रकाशनाच्या मार्गावर आहे. दोन्ही ऐतिहासिक कादंबऱ्या आहेत. 'अभोगी' व 'राजा रविवर्मा' सर्व तयार (नोटस् वगैरे) असून फक्त सरकारांनी एका जागी बसणं आवश्यक आहे. मध्यंतरी 'बारी'वर आधारित 'नागीण'चे कथानक व 'समिधा'वर आधारित 'सूर्यफूल'चे कथानक पूर्ण केले. 'सूर्यफूल'चे काम गेल्या आठवड्यातच पूर्ण झाले. 'नागीण' आता रिलीज होईल. असे काही ना काही सुरू आहे. मधूनमधून व्याख्याने, दौरे सुरू आहेत. पाहुण्यांची अखंड वर्दळ सुरू असते.

आमच्या एका मळ्याला एकाच विहिरीचे अपुरे पाणी होते. लिफ्ट-एरिगेशनने आता नदीचे पाणी आणले व तो मळा खूप छान होईल. ते काम नुकतेच पूर्ण झालेय.

माझे मित्र-मैत्रिणी (मोर, कबुतरे, पोपट) वगैरे सर्व मजेत. आमच्या ज्युली व सँडी यांना (दोघींना) एकूण सोळा बच्चे एका वेळी झाले. त्यांचे सर्व करता करता थकून गेले. घर अक्षरशः dog-house झाले होते.

धाकटी कन्या गीतांजली दहावीत आहे. बेळगावला पण नेहमी जावे लागते. गेला संपूर्ण महिना लतादीदी

(कोल्हापूरला) होती. तिथे मी चार दिवस जाऊन आले व दोन दिवसांपूर्वीच ती बेळगावला येऊन गेली. खूप छान वेळ गेला. सर्व लहानपण दोघींचे एकत्र गेलेले. त्या आठवणी निघतात.

'आजोळची गाणी' सुरेख संगम झाला आहे. 'India Today'चा अंक संपूर्ण दीदीवर निघाला आहे. वाचला का? नवीन पुस्तकांची (तुमच्या) नावे कळवा.

आम्ही देशमुख कंपनीकडून सर्व पुस्तके घेतली व कोल्हापूरच्या अजब प्रकाशनाने 'स्वामी'पासून सर्व पुस्तके प्रकाशित केली आहेत. आता सर्व पुस्तके बाजारात आली आहेत.

कोल्हापूरला येण्याची तारीख आधी कळवा. मार्च ६-८-९ आम्ही तिथे असू. मधून मधून लिहा. यांचा स. नमस्कार.

आपली,

सौ. माधवीवहिनी

बेळगाव,

दि. ३१ मार्च १९८१

श्री. कविराज,

सप्रेम नमस्कार.

तुमचे पत्र का नाही? या पत्राचे उत्तर लवकर देणे.

मी व माझी धाकटी मुलगी ११ एप्रिल रोजी रात्री इथून निघत आहोत. १२ ता. ला पहाटे पुण्याला पोचू. तिथून तुमच्या गावी कसं यायचं? पुण्याहून बसने यायचे तर कसे यायचे ते कळवणे. मी एक/दोन दिवस राहून तिथूनच मुंबईला जाईन. तुमच्या कन्येची परीक्षा तोवर संपते का? मला शेती पाहायचीय, कविता ऐकायच्या आहेत. शक्य झालं तर लेणी. सरकार सध्या श्री. शरद जोशींबरोबर भाषणं देत आहेत. इथे बसेस, रेल्वे सर्व मार्ग विस्कळीत झालेत. तुम्ही १२ ता. ला तिथे आहात का?

पत्र बेळगावला पाठवा. मुलीच्या परीक्षेसाठी मी सध्या बेळगावला आहे. कोवाडला पत्र आले तर मला लवकर मिळणार नाही. तुमचे पत्र आल्यानंतर मी रिझर्वेशन करीन. विशेष भेटीत.

आपली,

सौ. माधवीवहिनी

धारिया, मोहन

पुणे

दि. २४ जानेवारी २००२

कविवर्य ना. धों. महानोर,

मु. पो. पळसखेडे

व्हाया अजिंठा,

जि. औरंगाबाद

सप्रेम नमस्कार,

आपली जळगाव येथे जैन इरिगेशन सिस्टिम्स लि.च्या आवारामध्ये दि. १९ व २० जानेवारी २००२च्या दरम्यान पाणलोट क्षेत्रविकास कार्यक्रमाच्या दोन दिवसांच्या राज्यस्तरीय कार्यशाळेमध्ये भेट झाली व आपण वनराई व पाणलोट क्षेत्र याबाबत थोडी चर्चाही केली. आपणाशी चर्चा करीत असताना मनस्वी फार आनंद होत होता. कारण शेतीतील चालत्याबोलत्या प्रयोगशाळेशी आपण चर्चा करीत आहोत असे वाटले. तसेच आपण आपल्या समारोपाच्या भाषणामध्ये शेती, शेतकरी, पाणी, पिकांची फेररचना व नियोजन याबाबत एक हाडाचा शेतकरी म्हणून जे विचार व्यक्त केले आणि माणूस, माती व पाणी यांचे जे नाते सांगितले ते मनापासून पटणारे आहे. याशिवाय भविष्यकाळ उज्ज्वल होऊ शकणार नाही, यात शंकाच नाही.

आपणाशी पुनश्च चर्चा करण्याची संधी आपणाकडून उपलब्ध होईल, अशी आशा बाळगतो.

कळावे.

ध

धोंडगे, दिलीप

वणी

दि. २७ फेब्रुवारी १९८९

आदरणीय कविवर्य महानोरसाहेब,

सविनय प्रणाम वि. वि.

आपले दि. १४-०२-८९ चे पत्र मागेच पोचले. अत्यंत कृतज्ञ आहे.

महाराष्ट्रात मी काही तीर्थ मानतो. त्यात कै. यशवंतरावजी चव्हाण एक होते; पण त्या काळात इतका लहान होतो की ना मी त्यांना पाहू शकलो ना त्यांच्याशी संवाद साधू शकलो. कै. यशवंतरावजींच्या निधनानंतर तर ही बोच मला फारच जाणवली. माझ्या आंतरिक ओढीला उशिरा का होईना आपल्या निमंत्रणाने फळ येतंय याचं मला समाधान वाटलं. समाधानात आणखी भर म्हणजे : मी आणखी ज्यांना तीर्थ मानतो त्यात आपणही एक आहात व आपणामार्फत मला ही संधी मिळते आहे.

आपली विनंती ही माझ्या दृष्टीने आज्ञा आहे. मी ती आज्ञाधारकपणे पार पाडली पाहिजे. म्हणून या काळात मी माझ्या इतर काही कामांत गुंतलेलो असतानाही आपण सोपविलेली जबाबदारी कर्तव्यबुद्धीने पार पाडण्याचा प्रयत्न करणार आहे.

या पंधरवड्यात विद्यापीठाचे दोन परिसंवाद होते व त्यात माझे निबंध असल्यामुळे अभ्यास व प्रवासात वेळ गेला. परिणामी, पत्रोत्तरास उशीर झाला, याबद्दल क्षमा करावी.

एकदा सोयीने आमच्यासाठी वेळ द्यावा, ही नम्र विनंती.

बाकी ठीक. मी प्रबंधाच्या दृष्टीने कामाला लागतो.

पुनश्च एकवार कृतज्ञता.

कळावे,

आपला,
(आपला आज्ञाधारक)
दिलीप धोंडगे

न

नवलकर, प्रमोद

मुंबई
दि. १ ऑगस्ट १९९५

मित्रवर्य श्री. महानोर,

आपले पत्र पोचले. असे एखादेच पत्र येते आणि दुष्काळात पावसाची सर आल्यासारखे वाटते, मन हिरवेगार होते आणि त्याला नाव नसलेल्या नात्याची पालवी फुटते. त्याच पालवीला कालांतराने फुले फुलतात आणि त्या फुलांचा सुगंध आपल्या जीवनात दरवळतो.

या भावनेनेच मी आपले पत्र जतन करून ठेवले आहे.

आपला,
प्रमोद नवलकर

नाडकर्णी, ज्ञानेश्वर

मुंबई
दि. १ फेब्रुवारी १९६८

स. न.

तुमचे ता. २० चे पत्र पोचले. हैदराबादला तुम्हाला भेटलो होतो की पाटील यांना याबाबतच माझा घोटाळा व्हायचा. असो. 'रानातल्या कविता' अजून वाचायच्या आहेत. प्रकाशक दोस्त आहे. पुस्तक मिळेलच. 'पुन्हा कविता'ची दोन इंग्रजी परीक्षणे पाटलांना मिळाली आहेत. चौकशी करा. एक माझे, दुसरे आणखी एकाचे.

नव्या विहिरीला माझे नाव ठेवा! खूप पाणी देईल. 'ही आमची नाडकर्णी!' (सखोलता पाहावी) अशी ओळख करून द्या शेतावर येणाऱ्या साहित्यिकांना.

नेमाड्यांना सांगा : "I miss you! व्यक्तिशः आणि कादंबरीकार म्हणून. हल्ली गंपूच जास्त भेटतो."

औरंगाबादला या चांगल्या मोसमात यायला हवे. यंदाचा हुरडा तरी मी पोचेपर्यंत चालू ठेवा. पाटलांना नमस्कार कळवा. 'वाचा'साठी येत्या महिन्यात लिखाण पाठवीन. तुमचे पत्र आल्याचा आनंद वाटला. कळावे.

तुमचा,

ज्ञानेश्वर नाडकर्णी

नेमाडे, भालचंद्र

अहमदनगर

दि. ५ एप्रिल १९६५

रा. महानोर,

स. न.

आपले पत्र वाचून फार आनंद झाला. मी 'सत्यकथा'ही वाचत नाही आणि 'प्रतिष्ठान'ही कुठे वाचायला मिळत नाही, म्हणून तुमचे नाव कुठेतरी वाचल्याचे फक्त आठवते; परंतु काही बिघडत नाही. तुम्ही आपण होऊन पत्र टाकल्याने व ओळख झाल्याने आनंद आहे. असो.

सांगवीला आम्ही क्वचितच जातो. सतरा वर्षे काढली तेव्हा आणखी तिथे दिवस घालवण्यात अर्थ नाही. मी जातो तिथेच घरोबा, मित्रमंडळी इत्यादी करून असा जम बसवतो की, तिथून कुठे पायही काढावासा वाटत नाही. म्हणून जून महिन्यापासून थेट अहमदनगरला आहे. मे अखेरपर्यंत इथेच राहणार. सांगवीला जायची शक्यता नाही. म्हणून आपली भेट कदाचित लांबेल. पत्र टाकत चला. जूनला मी सोलापूरला किंवा गोव्याच्या कॉलेजमध्ये जाईन. तोपर्यंत हाच पत्ता. बरं वर्ष गेलं. आता नोकरीच्या निमित्ताने जिकडे जावं तिकडे गाव बदलून ते काही जात नाही; परंतु नवीन ठिकाणी गेल्यामुळे एकदम नवीन चेहरे भोवती दिसले की चिकार mysterious वाटतं. म्हणून ही हिंडाहिंडी. सारांश मे अखेरपर्यंत तरी इथेच. मग कुठे ते कळवीन.

'कोसला'बद्दल शक्य तो कमीच लिहीत चला. कारण तुमच्या आमच्यात ही धोंड नको. हल्लीच्या काळात लिहून किंवा वाचून समाधान मिळणं अशक्य झालं आहे. त्यामुळे साहित्य ही खाजगी बाब करून टाकलेली बरी.

तुमच्या मित्रांना माझा नमस्कार सांगणे. शक्यतो वाङ्मयीन लोकांपासून फटकूनच राहावं. आमचं मुंबई सोडण्याचं ते एक कारण आहे. O.K. पत्र देत चला.

आ.

भालचंद्र नेमाडे

अहमदनगर

दि. १७ एप्रिल १९६५

रा. महानोर,

पत्र मिळाले.

सोलापूरला मी इंटरव्ह्यू देऊन आलो; पण तिथे माझ्या वर बरेच लोक आहेत, असं कळलं. खालच्या

माणसावर निव्वळ जास्त वर्षे झाली म्हणून जॉब करायचा, भिकारवर्ग देऊन चांगले गुण घ्यायचे असं आमच्या भिकारधंद्यात आहे. मी जळगावलाही अर्ज केला आहे. एक वर्ष काढण्याइतकंही एम.जे. कॉलेज नाही काय? लायब्ररी कशी आहे? अर्थात नगर कॉलेजपेक्षा बरंच असेल; पण अगदीच जाऊ नये असं आहे का? माझा जळगावशी काहीच संबंध नाही म्हणून तुम्हाला विचारलं. बॅचलरला निदान चांगली खोली, गावात सिनेमा थिएटर, हॉटेलं चिकार पाहिजेतच. नगरला यातलं काहीही नाही आणि कॉलेज म्हणजे तुफान मुलं पण शाळेसारखं चाललेलं असतं. एम.जे.ला इंग्रजीचे किती लोक आहेत? बरे आहेत की वैताग आहेत? औरंगाबादची अजून एकही इंग्रजीची जाहिरात नाही. नाहीतर औरंगाबाद, नाशिक या गावांना मी preference दिला असता. एस. म्हणजे देशमुखांची बायको सुलोचना देशमुख. माझ्या कादंबरीच्या सुरुवातीला जे आहे ते सगळं बंडल आहे. ते मला न विचारता छापून टाकलं आहे. एकूण 'कोसला'ची प्रकाशकाची बाजू एकदम भंकस आहे; पण गोष्टी उशिरा लक्षात येतात, त्याला तो इलाज नाही. मी तुमच्या कविता वाचल्या नाहीत, परंतु हल्लीच्या या पालापाचोळ्याच्या लाटेत शहाण्या माणसानं सापडू नये असं वाटतं. proset आणि poetry तला फरक काही आहेच. तो लक्षात आल्याबरोबर आम्ही कविता लिहिणंच बंद केलं. कधीतरी स्वतःची पद्धत सापडेपर्यंत न लिहिणं बरं. मग ती सापडलीच नाही, तरी ती लिहीत राहणाऱ्या पाडगांवकरांपेक्षा हे बरंच आणि मराठीत एकतर वाचक फार पण रसिक थोडेथोडकेच. शिवाय लिहिलंच पाहिजे का अशी परिस्थिती नाही. त्या मानाने पैसा मिळत नाही. इतकं असून कविता लिहिलीच पाहिजे का याचं उत्तर हल्लीच्या कुणा 'कवीला' देता येईल असं वाटत नाही (अर्थात प्रतिभा, अनुभूतीचे केंद्र इत्यादी इत्यादी भंकस करता येईल, पण उत्तर देता येणार नाही.)

तुम्ही पुसदला गेला म्हटल्याबरोबर खटकलं, पण परभणीला जाणार नाही हे वाचून तितकंच बरं मत झालं. 'असो'चा नवा मोठा अंक महिनाअखेरपर्यंत तयार होईल. मे अखेरपर्यंत मी इथेच आहे.

O.K.

भा. नेमाडे

देवपूर
२८ मार्च १९६६

रा. महानोर,

पत्र मिळाले.

आमच्याकडे रा. अशोक शहाणे व रा. रघू दंडवते यांचा मुक्काम पडल्याने धुळे सोडता येत नाही. सबब तुम्हीच ताबडतोब इकडे या. शनिवारपर्यंत इथे पोहोचा. रविवारी ता. ३ एप्रिलला इथे एक ग्रेट सिनेमा 'La Dolce vita' हा तुम्ही पाह्यलाच पाहिजे. सबब शनिवारपर्यंत केव्हाही इकडे येणे. कोणीतरी मित्र मंडळीही आणा.

O.K.

भा. नेमाडे

औरंगाबाद
दि. १८ नोव्हेंबर १९६६

रा. महानोर,

पळसखेड्यावरून जाताना, येताना, शिवाजी पाटलांजवळ आणि नारायणरावांजवळ असे चार नमस्कार व हा पाचवा. तुमचा पहिला संग्रह आम्हीच काढणार आहोत. आमची पहिली कादंबरी चोरानं काढली आणि त्यावर रुबाब करतोय म्हणून आपण यापुढे हे credit चोरांना द्यायचं नाही. कवितांचं महत्त्व आपल्याला नाही, त्यापेक्षा कवी महत्त्वाचा आहे. संपादक, प्रकाशक साले हरामखोर आहेत. आपली पुस्तकं छापून आपल्यावर हेच... आमच्या वडिलांना 'कोसला'चा इतिहास परवा प्रथमच सांगितला तर ते झटकन म्हणाले, 'तुम्ही प्रकाशकाला सांगा, आमच्यावर पोट भरतोस आणि आमच्यावर दिमाख करतोस?' तेव्हा आपण तुमच्या 'पुन्हा कवितां'च्याच लायनीत आपल्या कविता आपणच छापणार. कवीला पाहिजे ती किंमत मिळत नाही. खरंतर कवीला सगळ्या लेखकांपेक्षा वर ठेवलं पाहिजे; पण कुठेतरी कोपऱ्यात, चार पानांत कोंबून, शो म्हणून किंवा भीड म्हणून कविता टाकणं नालायकपणा आहे. संग्रह काढू म्हणणारे प्रकाशकसुद्धा कुणी कवीवर प्रेम करतं काय; बक्षिसाकरता छापतात किंवा कविता घेतात ते उपकार करतात जणू आणि ग्रेससारख्याच्या पाच पाच वर्षे कविता पाडून ठेवतात. गेले उडत म्हणायची मनमोहनांसारखी तयारी केली पाहिजे. सालं, आम्ही कवी नाही (पण होतो) असतो तर म्हटलं असतं; पण होतो म्हणून सर्वांच्या वतीनं असं म्हणतो. भंपक वाचकांनासुद्धा वाचू नका असं म्हणू. 'हस्तक' असं जन्मभर चालवावं असा विचार सध्या तरी करायला काय हरकत आहे? मराठीत कवी आहेत तोपर्यंत दर महिन्याला एक कवी चालू ठेवावा! पैसेही सध्या अशोककडे आहेत. नंतर कुणीही तयार आहे. फक्त कवीच तयार पाहिजेत. तेही तयार आहेतच. आत्ताच अठरा फिक्स झाले आहेत. शंभर-दोनशे कवी असले तर शंभर-दोनशे संग्रह काढू. अर्थात बाकीच्यांनीही संग्रह काढावेतच, मासिकांत वगैरे कविता छापाव्यातच पण 'हस्तक' हे कवींचं खास. म्हणून न छापलेल्या कविता ही अट आहे. पुढचे चार कवी तुम्ही, पु.शि. रेगे, मधुकर भोसले व आनंद दातार. पहिले चार छापायला टाकले असतील एवढ्यात. तेव्हा तुम्हाला अजून तीनेक महिने वेळ आहे. सावकाश लिहा; पण झाल्यावर घाईने पाठवा. By the way आता कणसं पुरी झाल्यावर ज्वारीच्या शेतात पिवळी सोनेरी पानं—अतिशय दाट कडब्यात—काय भयंकर सुंदर दिसतात. ते तू पाह्यलं असशील. मला ते पहिल्यांदा दिसलं आणि पुन्हा कविता लिहाव्या असं वाटू लागलं. कादंबरी वगैरे सालं भंकस. कविता बेस्ट; पण कविता आपण पुन्हा सुरू करणार. भिकार का होईना पण कविता ती कविता. तुम्ही साला जोरात गावाकडचा rhythm कवितेत आणत राहाच.

रेडिओवर ९० मीटरवर बंगाली लोकगीतं लागतात- रात्री साडे दहा वाजता. ती ऐकत राहा. ऐकलेस का ते न विसरता कळव.

लोक स्तुतीबिती करतात तर ते ढोंग समजा. आम्हाला ते 'कोसला'मुळे फार कळले आहे. आपण बरं लिहिलं की जो तो आपल्याला मोठेपणा देण्यात आपलं अंग आहे हे दाखवण्याकरता बरं बोलत राहतो. वाईट लिहिलं तर कुणीच विचारत नाही. एकूण आपल्या कवितांचं कौतुक हे खोटं असतं. आपल्या पुस्तकाची स्तुतिस्तोम. आपण उद्या भुकेनं मरायला लागतो तर कुणी तुकडा देत नाही. तेव्हा आपली माणूस म्हणून किंमत ती खरी. कविता आपल्यापेक्षा मोठ्या नाहीत. हेच मागे 'पुन्हा कविता'वर लिहिताना मी तुम्हाला कळवलं होतं की कवितेवर इतकं प्रेम नको. कवी साले तडफडत असतात आणि आपण कुठेतरी व्यासपीठावरून अमुक

कवीनं अमुक कथा, गोष्ट केली म्हणून गौरव करून मोकळे होतो. ही कसली हरामखोरी. अर्थात कवितांना महत्त्व नाही असं नाही; पण ते दुय्यम आहे. आपण घमेंडीनं कविता लिहाव्या, बेभान होऊन शब्द शोधावे आणि भंपक लोकांपासून लांब राहावं. जळगावकडे कुणी 'असो' व 'हस्तक' घेणारं आहे काय? एखादं पावती पुस्तक खपेल काय? मला आज कित्येक दिवसांनी पत्रं लिहायची लहर आली. म्हणून आज मोठमोठी सात-आठ पत्रं लिहिली! एरवी चार ओळी लिहून होत नाहीत. 'कोसला' आपण कुणाही प्रकाशकाला देणार नाही असं म्हणून ठेवून दिली आहे. पैसे येतील तेव्हा जितके मित्र तितक्या प्रती छापून भेट म्हणून पाठवू. Idea कशी आहे? एकूण साहित्याचा धंदा बंद पाडून पाहू. आपल्यापुरता अर्थात!

O.K.

भालचंद्र नेमाडे

औरंगाबाद

दि. २३ एप्रिल १९६७

रा. महानोर,

मी काल इथे आलो. मुंबईला मी असतानाच तुझे पत्र इकडे आले असावे. तुझे पुस्तक अजून छापलेही नाही. भटकळांची गती अशीच असते. तोपर्यंत आराम करावा. दुसरे म्हणजे या भंपक प्रकाशकांची जिरवलीच पाहिजे. म्हणून लेखकांची सहकारी प्रकाशन संस्था काढण्याचा विचार आहे. मुंबईला ICCF चे शहा वगैरेंना कल्पना पसंत आहे. मी कच्चा कार्यक्रम तयार केला आहे. पक्का केल्यावर एक प्रत पाठवीनच सर्वांना. शेअर्स प्रत्येकी १०० रु. काढून दहा रु. भांडवल—शंभर नवे लोक सभासद—मग दरवर्षी दोन-तीन पुस्तकं छापून पुढे संख्या मोठी करणे. यात 'असो', 'हस्तक'सारखं होणार नाही अशी खबरदारी घेण्यासाठी मोठमोठी माणसं चांगली म्हातारी घेतली आहेत. पुढल्या उन्हाळ्यात पहिली दोन पुस्तकं छापली गेली तर बरं. सविस्तर भेटीअंती बोलू. इकडे फेरी टाक. मुंबईला विशेष काही वेळ नाही. कुणाला विशेष भेटलोही नाही.

O.K.

भा. नेमाडे

औरंगाबाद

दि. १९ डिसेंबर १९६७

रा. महानोर,

आपली पत्रे मिळाली. प्रयत्न चालू ठेवावा. वर्षभर तरी मी दोन-तीन अंक संपादक म्हणून नाव टाकतो. नंतर तुम्ही व पाटील सांभाळा. ज्यांना पत्रे लिहिली त्या सर्वांची उत्तरं आली (दिव्य शहाणे सोडून) व साहित्यही सर्व मिळाले. भाऊ लवकरच कथा पाठवतो आहे. रेग्यांना वगैरे पुन्हा सतावू नकोस. सौ. सरिताबाई आजारी आहेत. तरी त्यांनी एक जोरदार कविता पाठवलीच. आमच्या घराची फरशी अजून

संपली नाही. कारागीर अपुरंच टाकून निघून गेला. दुसरा कारागीर शोधायचा आहे. पुन्हा पॉलिशिंगचं मशीन शोधायचं आहे. त्यात गॅदरिंग व लगेच आमच्या गावचा एक भंपक डॉक्टर इथे दवाखाना टाकतो आहे. त्याचे उद्घाटन, जेवण करायला आमचं घर चांगलं आहे, असा त्या मूर्खाचा विचार पडला. तेव्हा महिनाअखेर यात जाणार. तरी महिनाअखेरपर्यंत पहिला अंक मार्गी करून टाकू. आणखी म्हणजे भलत्यासलत्या लोकांचे साहित्य मागवू नका. छापले नाही तर उगीच संबंध बिघडतात. एकदा मागवलेले साहित्य छापले पाहिजे असा संकेत आहे. लिहिताना चांगल वाटलं तर छापू असं लिहून ठेवावं. भटकळांचं पत्र नाही. अंक छापायला टाकला की कळवू. बरं.

भालचंद्र

औरंगाबाद
दि. २७ फेब्रुवारी १९६८

रा. नामू,

'वाचे'ला पैशांपेक्षा मॅटरचा दुष्काळ आहे. म्हणून बाराऐवजी सहाच जरा मोठे अंक टाकावे असा तूर्त विचार आहे. पैकी दुसरा एक-दोन दिवसांत प्रेसला टाकू. त्यात आम्ही एक 'साहित्याची नवी बलुतेदारी' नावाचा दीर्घ लेख टाकून साहित्यिक कसे धंदेबाज झाले आहेत याची चर्चा केली आहे. तिसरा कवितांचा टॉप अंक होईल. चौथा तुझा लोकसाहित्याचा. नंतर दोन कसे जमवायचे ते बघू. लोकसाहित्याचा जूनपर्यंत ढकलू. पैसे सगळे जमल्याशिवाय अंक टाकायचा नाही हे बरोबर पाळू. घरी साहित्य विसरता हे चांगलेच आहे. सुर्वेलाही मी खतम होऊ नकोस असे पत्र टाकले आहे. राग आला तरी हरकत नाही; पण चित्रे-आरती प्रभूसारखी हमाली सुर्वे-महानोरांच्या युगात होऊ नये असे मला वाटते. 'राजहंस'ला माझ्याजवळ कविताच नव्हती. कवितेच्या अंकाकरिता एक खास चांगली कविता राखून ठेव. कुठे पाठवू नको. या सुटीत काहीतरी लिहायचा विचार आहे. एक कडक सूचना म्हणजे भटकळला तू माझ्याबाबतीत कविता, 'कोसला', नवे लेखन इत्यादी संबंधी एकही ओळ यापुढे कळवायची नाही. मला माहीत नाही असे फक्त कळवत जा. हे पूर्ण लक्षात ठेव. झाले एवढे पुरे झाले. हे विसरू नको. ६ मार्चपर्यंत आमची कामं चालू आहेत. त्या सुमारास केव्हा येऊ तसे कळवू. त्या गृहस्थाला तयार करून ठेव. आल्यावर वेळ जायला नको.

O.K.

भा. नेमाडे

औरंगाबाद
दि. १५ मे १९६८

रा. नामू

पत्र व कविता मिळाली. मी मुंबईचा मुक्काम घाईने आटोपून इथे अंकासाठी आलो; पण प्रेस जूनपर्यंत मोकळा नाही, असे बर्दापूरकर म्हणाले. म्हणजे १० जूनपर्यंत जवळ जवळ नाही. आता दुसरं काही करत बसावं. कथा लिहून झाल्या म्हणजे ग्रेट. मुंबईला दहा-बारा दिवस एकसारखा हिंडलो. सर्व महत्त्वाच्या

लोकांना भेटलो. 'वाचे'ला सर्वजण पाठिंबा देतील. पावतीपुस्तकं काळसेकर व रायभानकडे ठेवून आलो. मनीऑर्डरी तुझ्या पत्त्यावर पाठवायचं तिसऱ्या अंकाच्या पाठीवर लिहू. दुर्गाताई लिहिणार आहेत. मी आता दिलीपच्या इंग्रजी भाषांतराचा रिव्ह्यू, पु. ल. देशपांडेंची पक्की कॉपी इत्यादी करून दिवस काढतो. वाटल्यास जूनमध्ये घरी आठेक दिवस काढून येतो. मुंबईच्या सर्व नव्या मंडळींना भेटलो.

तुझ्याबद्दल व चंद्याबद्दल अनेकांनी विचारले. या पंधरा दिवसांत इकडे जमल्यास येऊन जा. दोन-तीन हजार रुपये उभे करता आले तर पु. ल. देशपांडे, तुझ्या कथा वगैरे पुस्तकं टाकता येतील. उद्यापासून या घराला रंग देण्याचा विचार चालला आहे. तेव्हा आठ दिवस या उचलाउचलीत जातीलच. मी १ जूनपर्यंत तरी इथेच आहे. 'वाचे'चा दुसरा अंक मुंबईत जो तो धुंडतोच; पण मिळत नाही. करवार या लेखाची छोटीशी पुस्तिका काढून १ रुपया किंमत ठेवावी म्हणतात. रेगे आरामात चिकार कविता लिहीत आहेत. तुझ्या अशा प्रकारच्या किती कविता आहेत? त्या एकदम गाजतील. दाखवायला आण.

O.K.

भा. नेमाडे

औरंगाबाद

रा. नामू

पत्र मिळाले. मीसुद्धा महिन्यापासून वैतागात आहे. छाती दुखल्यामुळे पंधरा दिवस पडून होतो. नंतर चिरंजीव एकाएकी आजारी पडल्यामुळे हॉस्पिटलमध्ये जावे लागले. आठ दिवस हॉस्पिटलमध्ये काढून परवाच घरी आलो. त्यामुळे आतापर्यंत धावाधाव होती. 'वाचा'चे सगळे चंदू पाहतो. पाचवा अंक छापून होतोय. सहाव्याचे लेख हळूहळू जमताहेत. चार चार इंजिनं लावून स्वतः हायतोबा करणे बरे नाही. सांगवीला लोकांचं तंत्र वेगळं असतं. स्वतः रुपयातले चार आणे मजुरांना दिल्याने आपले उत्पन्न घटत नाही. असो. जमेल तेव्हा ये.

भालचंद्र नेमाडे

औरंगाबाद

दि. २४ ऑगस्ट १९६९

रा. नामू

मन्याचा 'आयता कविता' विवेक मुद्रणालयात व माझा 'मेलडी' 'जयहिंद'मध्ये छापायला सुरुवात झाली आहे. दोन्हींचे एक एक फॉर्म झाले. या गतीने काम चालले तर या आठवड्यात छापणे संपेल. कव्हरच्या कागदासाठी औसा किंवा पुण्याला जावे लागेल. निवडक लोकांना पाठवायची कार्डही पुढील आठवड्यात छापून घेऊ. एक जाहिरात 'महाराष्ट्र टाइम्स'मध्ये फक्त देऊन पाच पाच रुपये प्रत्येकी रव्याच्या पत्त्यावर पाठवायला जाहिरातीत लिहू. तूर्त तीन-चारशे रुपये जमले आहेत. या एक तारखेला उरलेल्यांचे मिळतील, असा अंदाज आहे. तेव्हा तू तुझे पैसे घेऊन एकच्या आत किंवा आसपास इकडे ये. खपवण्यासंबंधी काही Idea असल्यास त्याही पाहून ठेव. निदान दोनशे प्रती प्रत्येकी खपल्या पाहिजेत,

म्हणजे पुढचे दोन संग्रह लगेच आखता येतील. गुर्जरबरोबर आणखी कोणाला टाकावा ते कळव. म्हणजे त्यांना प्रती तयार करून ठेवा असे सांगता येईल.

O.K.

भा. नेमाडे

औरंगाबाद

दि. ९ ऑक्टोबर १९७०

रा. नामू

तुझे मंगळवारचे सविस्तर पत्र मिळाले. त्याआधीचे मिळाल्यावर मी टाकलेले पत्रही तुला एवढ्यात मिळाले असेलच. एकूण मन्यानं तिकीट न लावल्यानं हे घोटाळे झाले! मन्याचं ठीक झालं. अरुणचंही तू केलंच; पण मी अरुणला भेटायला जायचं हे आधीच्या तुझ्या पत्रात नसल्यानं मी अरुणला परवा जे पत्र लिहिलं 'त्यात' प्रत पाठविण्याबद्दल किंवा अरुणचं स्वतःच इकडे येण्याबद्दल लिहिलं आहे, एवढा घोटाळा झाला. अरुणचं अजूनपर्यंत उत्तर नाही, भाऊला मी आज सविस्तर पत्र लिहिलं आहे. काळसेकरलाही उद्या २४ प्रती रवाना होताहेत. चंद्या आज दौऱ्यावरून आला, त्यानं खूपच प्रती खपवल्या. आता उलट असं झालं आहे की, आमच्याजवळ पंचवीसच प्रती उरल्या! सर्व चारशे प्रती खपल्या! अर्धेक पैसे जमा व्हायचे आहेत. लवकरच पूर्ण हिशेब करू. मन्याचं दोन-तीन दिवसांत बाइंडिंग होईल. विशेष म्हणजे तुझं हे पत्र वाचून 'कोसला'बद्दल सर्वांनी आम्ही विचार सुरू केला व लगेच आज रात्री देशमुखांना मी एक साधं पत्र लिहिलं त्यात असं लिहिलं की, आता मी स्वतःच 'कोसला'ची दुसरी आवृत्ती काढणार आहे, त्यासंबंधी तुमच्याशी बोलणी करायला मी केव्हा येऊ ते कळवावे. मी १५-१६ ऑक्टोबर ही तारीख सोयीची कळवली आहे. आता देशमुख काय करतात ते बघू. बोलावले तर जाऊ व सर्व नीट करून पाहू. नाही बधला तर पुढची तयारी सर्व मिळून ठरवू. तसे देशमुखांकडे जायच्या आधी तुला पत्र टाकीनच. तिथून पुढे मुंबईलाही जाता येईल; पण सर्व देशमुखांच्या उत्तरावर ठरेल. तुझ्या पत्राने हेही प्रकरण पुढे सरकले. तुला पाच प्रती उद्या पाठवू. उगाच जबरीने खपवण्याचा मोह टाळ. कारण प्रतीच शिल्लक नाहीत. हजार काढल्या असत्या तर बरे झाले असते. एकूण प्रकाशन जोर धरेल असं वाटतंय. तुझ्याकडे आता येणं जरा कठीण.

O.K.

भा. नेमाडे

दि. १४ नोव्हेंबर १९७०

रा. नामू

आम्ही सर्वजण काल सांगवीहून इथे आलो. त्याआधी आठ दिवसांपूर्वी मी इथेच होतो. १५ ऑक्टोबरला रव्या व मी देशमुखांकडे गेलो. ती हकिकत चंद्याने कळवली असेलच. साडेतीनशे प्रती कमिशनने विकत घेतल्या. आधीची व उरलेली रॉयल्टी वजा करून ८७० रुपये मला भरावे लागले. ते मी

औरंगाबादला आल्याबरोबर ड्राफ्टने पाठवून दिले. पत्रात ८ नोव्हेंबरला मी परत येणार आहे. तेव्हा त्या सुमारास प्रती पाठवाव्या असे लिहिले होते; पण आतापर्यंत प्रती नाहीत. आणखी एक-दोन दिवस वाट पाहून पुन्हा पत्र पाठवू. एकूण मराठी लेखक होण्याची आमची हौस पुरी होत आहे. खरे म्हणजे हे प्रकरण आटोपत आले आहे. पण प्रती केव्हा, कशा, किती येतात हे देशमुख ठरवील. पुण्याला सगळा व्यवहार देशमुखाने अतिशय संताप आणण्यासारखा केला, पण मी गप्प बसून मोडायच्या तयारीत होतो. तू इकडे आल्यावर सर्व हकिकत कळेलच. असो. 'मेलडी'च्या काही न खपलेल्या प्रती परत आल्या आहेत. तरी चारशे प्रती पूर्ण खपल्या असाव्यात. 'आयत्या कविता'ची आता जाहिरात वगैरे करून तेही मार्गी लावू. हातोहात खपवणे चालू आहे; पण अजिबात खपत नाही. सावकाश खपवत राहू. यानंतर सतीश काळसेकर व भाऊंची 'होमसिक ब्रिगेड' तयार करू. मुंबईला अरुणने थोडीफार तयारी दाखवली, पण 'वही' द्यायला तो तयार होईना. म्हणून ते तेवढ्यावरच सोडलं. असो.

भालचंद्र नेमाडे

देशमुखाने आजपर्यंतही अजून प्रती पाठवल्या नाहीत. पैसे घेऊन गप्प बसलेला दिसतो. पुन्हा काही करावे लागेल.

नेमाडे

लंडन

दि. १८ डिसेंबर १९७१

रा. नामू

मी इकडे महिन्यापूर्वीच येऊन व्यवस्थित रुळल्याचे तुला औरंगाबादहून कळले असेलच. यायच्या आधी जळगावला तू येऊन गेल्याचे श्री. भागवत चौधरी यांनी सांगवीला सांगितले. तुझे ठीक चालले असेलच. औरंगाबादलाही सर्व लोक सुखात असतील. तीन-चार दिवसांपूर्वी चंद्र्याचे पत्र आले आहे. 'वाचा'चे आरामात का होईना पण नेटाने चालू राहिलेले बरे. मी इकडे तीन वर्षे तरी राहणार असा अंदाज आहे. अर्थात दर नोव्हेंबरमध्ये मी पुढल्या एकेक वर्षाची कबुली देत राहीन. त्यामुळे कंटाळा आला तर केव्हाही नोव्हेंबरात परत येण्याची सोय आहे. इकडे सर्व सुरळीत चाललेले असते. कार्यक्रम ठरलेले असतात. कोणी कोणाच्या कामात हात घालत नाही. तूर्त दोनएक दिवस शिकवावे लागते. बाकी काहीतरी पुस्तकं वगैरे लिहावी लागतात. सध्या मराठी सुलभ व आवडीने वाचता येईल असा एक कोर्स मी करत आहे. 'शुक्रवारची कहाणी'पासून सुरू केला आहे. वीस धडे, त्यावर इंग्रजी व्याकरणाच्या नोटस वगैरे भानगडी हळूहळू चालल्या आहेत. इथे मराठीची चिकार पुस्तके आहेत. आपल्याकडच्या एस.बी.सारख्या कॉलेजात नसतील इतकी आहेत व पाहिजे तितकी पुन्हा मागवून देतात. नुकतीच मी मोठी ऑर्डरही पाठवली आहे. बी.ए. मराठीला 'रानातल्या कविता' घातल्या आहेत. लंडन इतकं गजबजलेलं असूनही कुठे गोंधळ नसतो. रस्ते मोटारींनी, माणसांनी वाहत असतात; पण कलबलाट कुठे नसतो. लोक वागायला चांगले आहेत. जो तो लांबून ओळख ठेवतो; पण हसण्या-बोलण्याइतपतच. हळूहळू ओळखी होत आहेत. तूर्त मी एका होस्टेलवर राहतो. मुलंबाळ येतील तेव्हा घर घेऊ. घर दोन-चार दिवसांत मिळू शकते, पण इथे महागाई भयंकर आहे.

त्यामुळे चांगलं राहायचं झालं तर थोडी शिल्लक टाकून मगच घराचं लफडं करावं. इकडे साहित्यिक चळवळ थंडावलीच आहे. नाटकं आणि टेलिव्हिजनवरच्या एकांकिकांना फार भाव आहे. बाकीचं वाङ्मय रोडावलेलंच आहे. कवितांची आपल्यासारखीच परिस्थिती आहे; पण प्रकाशक लेखकांना फसवत नाहीत. नीट कॉंट्रॅक्ट करूनच सर्व कारभार चालतो. दहा हजार प्रती कमीतकमी खपण्याची शक्यता असली तरच प्रकाशक छापायला काढतो. वाचकवर्गही स्वतः विकत घेऊनच वाचणारा असल्याने खप जोरात असतो. थंडीचा वगैरे मला काहीच त्रास झाला नाही. आजार वगैरे आला तरी फुकट डॉक्टर सरकारी असतो. इंग्लंडमध्ये फुकट मिळणाऱ्या फारच गोष्टी आहेत. गरीब लोकांना तर दूध, पाव, फळे इत्यादीसुद्धा फुकट मिळतात. हल्ली इकडेसुद्धा दारिद्र्य वाढत चाललं आहे. त्यामुळे सरकार घाबरत चाललं आहे. जुने जगावर राज्य करण्याचे दिवस आठवून हे लोक सध्या जगत आहेत. असो. तुझे काय चालले आहे ते सवडीने कळव. नारायणराव यांचा काय विचार आहे? चि. गोपाळरावांच्या व इतर मुलांच्या शिक्षणाकडे लक्ष देत राहा. नाहीतर शेतीच चोवीस तास करत राहशील. सौ. वहिनींना स. न. तुझ्या आईवडिलांनाही नमस्कार. पळसखेडला पुन्हा एकदा यायचे राहून गेले. असो. जळगावला गेलास तर श्री. भागवत चौधरी यांना व इतरांना माझे ठीक चालल्याचे सांगून नमस्कार कळव.

भालचंद्र नेमाडे

लंडन

दि. २० जून १९७२

रा. नामूस,

तुझे पत्र मिळाले. चंद्याचा मजकूरही समजला. त्याने पाठविलेली पुस्तके आणणाऱ्या इसमालाच present देऊन टाकतो. कारण आता चित्रे नावाचा माणूस इथे नाही. त्याला ती सर्व अमेरिकेत न्यायची होती. मुद्दा सोडून इतर दुसरी भंकस करण्यात आपले औरंगाबादचे लोक active असतात. त्यामुळे काहीच activity होत नाही. तुझ्या गोष्टींचे पुस्तक एवढ्यात प्रेसमध्ये टाकलं गेलं असतं तरच दिवाळीपर्यंत झालं असतं. एरवी तुम्ही लोक (कामाक्षीत) चकाट्या पिटण्याशिवाय काय साहित्यसेवा करता हे दिसेलच. मागे एक plan वगैरे केला होता त्याचे काय झाले? तुझ्या फक्त गोष्टीच चांगल्या दिसतील. वह्या, गाणी, ओव्या वगैरे भरताड नको. जमतील तितक्या गोष्टी टाका. मुख्य म्हणजे तुम्हाला जे जमेल ते करा. वर्षभरात एकतरी पुस्तक काढता आलं पाहिजे, नाहीतर फुकट जमून गप्पा मारण्यापलीकडे त्याला काही अर्थ नाही. अशोक शहाण्याचे तुम्हाला वाटेल ते करा. 'वाचा'च्या शेवटच्या अंकाचे शेवटचे पान एकदा वाचा. आपलं एक बारकंसं प्रकाशन चालवता येत नाही तिथे दुसरीकडे नाचायची हौस ज्याला असेल त्याला सोडून द्या. तुझ्या गावात तुला भयंकर त्रास होईल यात शंका नाही. आपल्याकडे काम करणाऱ्याला करू द्यायचं नाही व सगळ्यांनी नागडं होऊन बसावं असं भणंग लोकांना वाटतं. पुढे-मागे हे रानटी लोक साळव्याच्या केससारखे रात्रीबेरात्री हल्लेही करायला मागेपुढे पाहत नाहीत. आणि तुम्ही कष्ट करून श्रीमंत झालेल्या लोकांनी हात उगारला तर ब्राह्मण मंडळी तुमच्यावर लेखबीख लिहून खुर्चीतल्या खुर्चीत समता शिकवणार. हा प्रकार आंध्र, बंगाल, यू.पी. वगैरे प्रांतांतही फार चालला आहे. इकडे त्या सर्व प्रकारांची व्यवस्थित चर्चा होते. तेव्हा तुला आतापासूनच पुढचं सगळं planning केलं पाहिजे. मुख्य म्हणजे तुझ्या बाजूला वेळप्रसंगाला

उपयोगी असे गावातले चांगले लोक नेहमी पाहिजे. शिवाय politics वगैरेंपासून लांब राहून चालणार नाही. वरपर्यंत ओळखी आतापासूनच पाहिजेत. घरातल्या भानगडी मात्र तुलाच ठरवून मोडाव्या लागतील. मुख्य म्हणजे आपल्या शेतकऱ्यांच्या बायका अशिक्षित व बाहेरचं वारं न लागलेल्या असल्याने सुधारण्याची शक्यता नसते. तेव्हा वेगळं राहणं हाच आमच्या गावात तोडगा सुचवला जातो. त्यामुळे property एकत्र असली तरी बायकांचा संबंध नेहमी नेहमी येत नाही हे चांगलं होतं. शिवाय शेती वगैरे वाढवू नकोस. कमी जमीन आटोपशीर असते. आमच्या वडिलांनीही म्हणूनच नुकतीच काही जमीन विकली असे कळवले आहे. कारण भणंग लोक तुम्हाला राहू देत नाहीत. असो. मी इथला राजीनामा दिला आहे व नोव्हेंबरात तिकडे येतोच. लंडनवाले आपल्या लोकांना चांगली वागणूक देत नाहीत. त्यामुळे झक मारत गेलं इंग्लंड म्हणून मी परत येणार. त्यामुळे बायका, मुलांची सर्व येण्याची तयारी केली आहे; पण आयत्या वेळी येऊ नको म्हणून मी कळवलं आहे. त्यामुळे आता माझ्याजवळ चिकार पैसा उरला आहे. तो आता इकडे दणादणा खर्च करून उरलेले दिवस घालवतो. ५ जुलैपासून १० ऑक्टोबरपर्यंत मला सुटी आहे. तेव्हा लंडनला मी अधूनमधून येत जाईन. Youth Hostel Join केलं आहे आणि इंग्लंड, आयर्लंड व युरोपातली महत्त्वाची ठिकाणं या सर्व गावांतल्या Youth Hostel मध्ये reservation करणं चाललं आहे. इकडे लोक वैताग असले तरी सगळ्या गोष्टी systematic होतात. [illegible] असो. [illegible] मुलांच्या शिक्षणाकडे वगैरे चांगले लक्ष ठेव. सौ. वहिनींना नमस्कार.

भा. नेमाडे

सांगवी

दि. १९ डिसेंबर १९७३

रा. नामू,

मी १२ तारखेला मुंबईहून पार्सली घेऊन आलो. बहुतेक मित्र भेटले. गुर्जरने कविता पूर्ण तयार केल्या आहेत. विकायच्या व खर्चाच्या दृष्टीने दोन संग्रह आवश्यक असल्याने परबलाही प्रत करायला सांगितले आहे. त्याने ते केल्यास चंद्याची करून दोन्ही संग्रह एकदम छापू. म्हणजे विकायलाही दगदग होत नाही. शिवाय दिलीप चित्रेच्या सर्व अप्रकाशित कविताही मी आणल्या आहेत. त्यात निदान पंचवीस-तीस चांगल्याच आहेत. सर्वांना वाटल्यास तेही केव्हातरी काढता येईल. मुंबईला तू अशात जात असल्यास कळव. माझे नोकरीचे प्रयत्न दुसरीकडे चालवले आहेत. कारण औरंगाबादचं काही खरं वाटत नाही. तुझ्याकडे लवकर येणं जमेल असं वाटत नाही. कारण माझी आई बहिणीकडे खोपोलीला गेलेली आहे व लवकर येण्याची शक्यता नसल्याने बायकोला मोकळं होता येत नाही. जमल्यास मीच एकटा येऊ शकेन किंवा मग पुढील महिन्यात बघू. टेपसाठी सेल घेऊन ठेवलेच आहेत. 'वाचा'च्या रजिस्ट्रेशनचे तुम्ही ठरवून जमेल तेव्हा करून टाका. तुझे पुस्तक पॉप्युलर काढतायेत? मी आता लवकरच लिहायला बसतो.

कळावे,

भालचंद्र नेमाडे

रा. नामदेव,

रामरावकडून मजकूर समजला. चिठ्ठीही मिळाली.

माझे चारपैकी तीन भाग पक्के झाले आहेत. दुसरा तपासून संपतो आहे. तिसराही आठ–दहा दिवसांत तपासून पूर्ण होऊन मुद्रणप्रत तीन भागांची तयार होईल. तीनतीनदा दुरुस्त्या कराव्या लागल्या. त्यामुळे फारच वेळ गेला. चौथा भाग आता नोव्हेंबरच्या सुट्टीत पक्का लिहून होईल आणि डिसेंबरात दुरुस्त्या होऊन जानेवारीत तपासून चौथ्याचीही मुद्रणप्रत जानेवारीत होईल. नंतर लगेच लंडनवरची कादंबरी उन्हाळ्यात सुरू करायचा विचार आहे. ती भटकळांनी आताच मागून बुक केली आहे; पण त्यांना निश्चित कार्यक्रम करण्याची ताकीद मी करवारांकडे परवा सांगितली. करवार १० तारखेला करारपत्र स्टॅम्पपेपरवर घेऊनच आले होते. त्यांनाही रामदासचा कारभार पसंत नाही; पण तो नोकरमाणूस. करवारने ही नवी कादंबरी शक्य होत असल्यास आम्हालाच द्या म्हणून सांगितले; पण त्या वेळी रामदासची मला खात्री वाटत नव्हती. अजूनही खात्री वाटत नाही; पण माणूस आपल्याला आवडतो. म्हणून मी 'कोसला'ही त्यांच्याकरिता खास राखून ठेवली. नाहीतर अमेयवाले १ तारखेलाच 'कोसला'चंही कॉंट्रॅक्ट करून टाका म्हणत होते. मी शेवटचे पत्र रामदासला टाकून मग कळवतो म्हटले होते. रामदासने या करारपत्रात तरीसुद्धा डिसेंबर ७४ च्या आत छापू हे कलम कोरेच ठेवा असा कळकळीचा आग्रह केल्यामुळे मी ते कलम कोरेच ठेवले. उगाच किरकिर नको म्हणून.

अमेयवाले दुसऱ्या कादंबरीची मुद्रणप्रत १० ऑक्टोबरला घेऊन जाणार होते. तशी त्यांना फार घाई झालेली आहे; पण त्याआधी करारपत्र करून घ्यायचे ठरले होते. त्याचप्रमाणे त्यांनी दहाच्या आधी करारपत्राचा मसुदाही पाठवला होता. त्या अमेयच्या मसुद्यात एक–दोन कलमे मला आवडणारी नाहीत. न आवडणारी कलमे कळवा म्हणजे विचार करू असे त्यांचे त्याबरोबर पत्रही आहे. त्यांना उत्तर देणे मला शिकवण्याच्या गडबडीत अजून जमलेले नाही. मध्यंतरी अमेयच्या तारा व पत्रे, ग्रेसचे पत्र वगैरे बरीच आली; पण कराराच्या चर्चेत डोकं घातलं की पुन्हा लिहीत बसायचा कंटाळा म्हणून मी अजून त्यांना करारातल्या नको असलेल्या कलमांसंबंधी (उदा. दुसऱ्या आवृत्तीसंबंधी वगैरे) अजून कळवलेले नाही. रामदासशी वर्षभर करारावर चर्चा करून कंटाळा आलेला आहेच. असो.

मला अजूनही असे वाटते की, रामदास जर निश्चित तारीख देऊन त्या कादंबरीचं करारपत्र करून टाकील तर त्यालाच ही द्यावी. अमेयच्या लोकांपेक्षा रामदास बरा माणूस वाटतो. करवारला मी आजच सकाळी असे पत्र टाकले आहे; पण बेमुदत ढकलण्याची रामदासची पॉलिसी असेल तर अमेयशीच करार करून टाकू. तूही तसे लगेच रामदासला लिही. मी इकडून लिहिले आहेच. आठवडाभरात कळवा असे कळवले आहे. नाही तर अमेयला माणूस पाठवायला सांगून मोकळे होऊ.

असो. ही कादंबरी माझ्या मताप्रमाणे 'कोसला'सारखीच मनाजोगती प्रचंड लिहून झाली. दोनदोनशे छापील डेमी आकाराचे चार भाग होतील! नाव 'बिढार' किंवा 'फारकती' यातले एक ठेवायचे आहे. तुला 'बिढार' की 'फारकती' आवडेल ते उलटटपाली कळव. चंद्याला बिढार 'गद्य' वाटते.

पुरुषोत्तम पाटलाचे पत्र आले होते. त्यात तुझे काय चालले आहे वगैरे चौकशी होती. इकडे केव्हा येणार ते कळव.

भा. नेमाडे

औरंगाबाद
दि. १७ जून १९७९

प्रिय रा. नामदेवराव,

तुझी बऱ्याच दिवसांत इकडे फेरी नाही. तुझ्याकडची लग्ने आटोपली असतीलच. २ जूनला सौ. वहिनींचा पेपर असल्याने आम्हाला जमले नसतेच. शिवाय लग्नांना हल्ली कमी गर्दीच बरी. आता तुझी घरची सर्व कामे पार पडलेली दिसतात. तेव्हा काही दिवस तू भटकेगिरी करायला हरकत नाही. अशा गर्दीतच इकडे तिकडे फिरूनही होते. तेव्हा फिरत राहणे बरे. त्यामुळे लोकांची मने कळतात. घरची घडी नीट बसलीच आहे. तरी मला वाटते आज ना उद्या तुम्ही सर्व भावांनी नावापुरते का होईना वेगवेगळ्या घरांतून राहणे चांगले होईल. पुढे भांडणे होऊन वेगळे राहण्यापेक्षा आताच सोय म्हणून तशी सवय लावलेली बरी. यामुळे मोठ्या भावाच्या बायकोवर पडणारे प्रेशर कमी होते असा अनुभव आहे.

चिरंजीव गोपाळराव यंदा काय करणार आहेत? त्यांनी औरंगाबाद सोडून अन्यत्र जावे हे बरे.

गेल्या महिनाअखेरीस रामदास भटकळ इथे तीन–चार दिवस राहून पुण्याहून प्रुफे येतात याची खात्री करून मग गेले. एके सकाळी ते पळसखेड्याला चंद्याबरोबर निघालेही होते; पण नंतर त्यांनी अचानक बेत रद्द केला. त्यानंतर भराभरा प्रुफे येऊन काल शेवटचे प्रूफ पाहून दिले. महिनाभरात 'झूल' बाहेर येईल. लगेच काल 'तुकाराम'ची छपाई सुरू होईल, असे पत्र साहित्य अकादेमीकडून आले आहे. त्या वर्षअखेर तेही प्रसिद्ध होईल.

धोंडांचे तुलाही पत्र आले असेलच. सा.सं. मंडळाच्या सचिवांना त्यांनी धाडलेले उत्तरही एक प्रत सोबत आहे. त्यांनी सर्वात अधिक काम केल्याचे स्पष्ट दिसते. त्यात त्यांनी गंदेखाँवर काही आरोपही केले आहेत. चौकशी माझी एकट्याची होऊ नये, सबंध कोशकार्याची व्हावी, त्याबरोबर माझीही झाली तर ठीक असा त्यांचा मुद्दा आहे. तो पटण्यासारखा आहे. कारण सर्व कोशकार्य खराब केले हेही सिद्ध होणे आवश्यक आहे. तू विचार करून ठरव. किंवा इकडे एखादा दिवस मुक्कामी येशील तेव्हा बघू. केव्हा येणार ते कळव.

इतर सर्व ठीक आहे. सर्वांना नमस्कार.

तुझा,
भा. नेमाडे

औरंगाबाद
दि. ६ डिसेंबर १९८४

कै. यशवंतरावांवरील लेख अनेकांनी फार चांगला असल्याचे सांगितले तेव्हा काल मी वाचला. वाचताना मीही अनेकदा सद्‌गदित झालो. एक मायेचा माणूस नाहीसा झाला, हे वाचताना जाणवत होते. तू आता कविता सोडून गद्यच लिहायला लाग. उत्कृष्ट गद्य. आपल्यापैकी कुणीतरी कै. यशवंतरावांवर असे लिहिणे आवश्यक होते. असो.

कळावे,
भालचंद्र नेमाडे

नेवाळकर, विनय

मुंबई

दि. १५ जानेवारी १९८१

श्रीयुत

ना. धों. महानोर

सप्रेम नमस्कार वि. वि.

आमच्या संस्थेचे एक मराठी रंगीत चित्र करीत आहोत. श्री. ग. रा. कामत यांची पटकथा आहे व श्री. सुधीर फडके संगीत देत आहेत. चित्र ग्रामीण विषयावर आहे.

आपण आमच्या चित्रासाठी गाणी लिहावीत अशी आम्हा सर्वांची इच्छा आहे. चित्रीकरण जानेवारी २३ तारखेपासून सुरू करीत आहोत.

तरी कृपया आपण लवकरात लवकर मुंबईस कधी येणार आहात किंवा कसे. त्याचप्रमाणे आपला त्या महिन्यातला कार्यक्रम काय आहे हे समजल्यास आपणास समक्ष भेटून सविस्तर बोलता येईल.

आपणास यापूर्वी एक पत्र पाठवले आहे. आपणास मिळाले नसावे असे वाटल्यावरून पुनश्च पत्र पाठवीत आहोत.

आपल्या सहकार्याची अपेक्षा करीत आहोत.

आपला,

विनय ग. नेवाळकर

प

पटवर्धन, राम

मुंबई

दि. ३० नोव्हेंबर १९६६

प्रिय महानोर,

तुमचे पत्र आणि कविता मिळाल्या. कविता 'सत्यकथे'साठी घेत आहे. दिवाळी अंकातल्या तुमच्या कविता फार आवडल्याचे पु. ल. देशपांडे सांगत होते.

संग्रहाबद्दलचा मजकूर श्री. पु. भागवतांना दाखवीत आहे.

नारायण सुर्वे यांचा नवा संग्रह पाहिला काय? चांगला निघाला आहे.

रायभानला पत्र लिहिले होते. उत्तर नाही!

बाकी ठीक.

स्नेहांकित,

राम पटवर्धन

मुंबई
दि. ९ फेब्रुवारी १९६८

प्रिय महानोर,

तुमचे पत्र परवा मिळाले. त्या अगोदरचे पत्र ('झोका' कविता) योग्य वेळी मिळाले होते. काही कारणाने माझा पत्रव्यवहार जरा खंडित झाला होता. त्यात त्याचे उत्तर पाठवायचे राहून गेले. या विलंबाबद्दल दिलगीर आहे.

तुमच्या 'झोका' या दोन कवितांपैकी 'मी कविता वाचल्या-' ही कविता मला जरा कच्ची वाटली. ती प्रसिद्ध करण्याचा विचार मनात मूळ धरेना. 'छंद घोटाळती ओठी' ही मात्र चांगली आहे. ती 'सत्यकथे'तून प्रसिद्ध करायला मी उत्सुक आहे. दोन्ही एकत्रच प्रसिद्ध व्हाव्यात ही तुमची इच्छा मला कळते; पण 'छंद घोटाळती' ही कविता तुम्ही आम्हाला द्या, असे आग्रहाने सुचविते. तुमचे मत पत्राने कळवावे.

सध्या आमच्या इकडे मुंबई व उपनगर साहित्य संमेलनाचे वेध लागले आहेत. (२४-२५ फेब्रुवारी) गंगाधर गाडगीळ (स्वागताध्यक्ष), व. दि. कुलकर्णी (कार्याध्यक्ष) आणि रा. भि. जोशी (अध्यक्ष) अशी चांगली मंडळी असल्यामुळे संमेलन बरे होईल असे वाटते. 'चालू वाङ्मयातील निवृत्ती' आणि 'मराठी नियतकालिकांनी साहित्याला हातभार लावला आहे काय?' अशा दोन चर्चा. त्यांपैकी दुसरीत मी बोलणार आहे. कविसंमेलन नाही! मुंबईत त्याचे नावीन्य नाही, असे यजमान संस्थेचे म्हणणे. जालना-वर्धा येथील अनुभवाने मंडळी गारठली असावी!

'वाचा'चा पहिला अंक पाहिला. वाचू शकलो नाही. पुढील अंकाबद्दल खूप उत्सुकता आहे. मुंबईत 'टिंब' नावाचे अगदी छोटे नियतकालिक सुरू झाले आहे.

तुमच्या नव्या विहिरीला पाणी लागले हे वाचून फार आनंद झाला. तोंडे यांच्या भेटीची गंमत वाटली.

तुमच्या नव्या कविता पाठवा आणि 'झोका'बद्दल कळवा!

ता. क. : पुस्तके पाठवण्याची व्यवस्था करीत आहे.

आपला,
राम पटवर्धन

मुंबई
दि. १९ ऑगस्ट १९७०

प्रिय नामदेवराव,

खूप दिवसांत तुम्हाला लिहू शकलो नाही.

तुमच्या आमच्याकडे किंवा इतरत्र न छापलेल्या सर्व अप्रकाशित कविता माझ्याकडे पाठवून द्या. शिवाय नवे कवितालेखनही. दिवाळी आली ना!

सध्या पैशाच्या पाठीमागे धावतो आहे. त्यामुळे पत्रव्यवहार जरा मंदावला आहे. तरी राग मानू नये.

विजयाबाईंचा लेख इकडे खूपच गाजला. तुमच्या तिकडे?

पत्र यावे.

आपला,
राम पटवर्धन

मुंबई
दि. ९ ऑक्टोबर १९७४

प्रिय महानोर,

'भुताटकी' ही तुमची कथा मी व प्रा. श्री. पु. भागवतांनी वाचली असून दुसरी कथा ते वाचीत आहेत. 'भुताटकी'चा उत्तरार्ध खूप वेगळा आणि ताकदीचा. मात्र पूर्वार्धामध्ये ढोबळपणा आलेला दिसतो. कथेची स्थळप्रत तुमच्याकडे आहे का? असल्यास पूर्वार्ध अधिक धारदारपणे लिहून पाठवू शकाल काय? तुमची पहिलीच कथा उत्तम स्वरूपात वाचकांसमोर यावी, या इच्छेने लिहीत आहे. भिवबाची तीव्र मनःस्थिती पहिल्या भागातल्या घटनाप्रधान व तपशीलवार हाताळणीत हरवून जाते आहे. अस्वलांच्या सवयीबद्दलचा भागही उगीच स्पष्टीकरणात्मक झाला आहे. तेव्हा पुनर्लेखनाचा विचार करणे शक्य असल्यास लगेच नवा पूर्वार्ध पाठवून द्यावा!

आपला,
राम पटवर्धन

मुंबई
दि. ५ एप्रिल १९७६

प्रिय महानोर,

'सत्यकथे'च्या मेच्या अंकात आरती प्रभू, ग्रेस, डहाके, धुरी इत्यादींच्या कविता देणार आहोत. या संचात 'ना. धों. महानोर' हे नाव नसेल तर तो अपूर्ण वाटेल. तेव्हा तुम्हाला विनंती अशी की, येत्या २० तारखेपर्यंत तुमची एक (किंवा दोन) कविता 'सत्यकथे'साठी मिळावी.

वाट पाहतो.

आपला,
राम पटवर्धन

पत्की, हेमकिरण

सोलापूर
२० जुलै १९९७

श्री. ना. धों. महानोर यांस सादर नमस्कार.

मी तुमच्या कवितेचा एक वाचक आहे. स्वतः काही कविताही लिहिल्यात. मला तुमच्या कविता आवडतात. खूप आवडतात आणि आता तर तुमच्या कविता माझ्या छोट्याशा भावविश्वाचा घटक बनल्यात. हिरव्या बोलीचा शब्द झालेल्या तुमच्या कवितेला पावसाची लय आहे. अवकाशव्यापी आर्तता आहे. 'रानातल्या कविता' ते 'पानझड' असा तुमचा कवितेचा प्रवास. पण एकूण कवितेलाच समृद्ध करणारा.

मला स्वतःला निसर्गाशी एकरूप झालेल्या कवींच्या कविता आवडतात. यामुळेच मी बालकवी, ना. घ. देशपांडे, इंदिरा संत यांच्या कवितांमध्ये रमतो. थोरो, व्यंकटेश माडगूळकर, मारुती चित्तमपल्ली यांच्या लेखनामध्ये हरवून जातो आणि या सगळ्या रमण्याच्या पाठीमागे मला जे. कृष्णमूर्तींच्या निसर्गनिरीक्षणाची प्रेरणा आहे, असे वाटते. विशुद्ध मनच अविकारी निसर्ग टिपू शकते. निसर्ग हा नुसता मनात उमटलेला निसर्गाविषयीचा विचार नाही हे समजू शकते. माझ्या निसर्गकवितेविषयीच्या धारणेला तुमच्या 'रानातल्या कविता' आणि 'वही'ने पुष्कळ भावबळ पुरवले आहे. असो. मी ९६ मध्ये वर्षभर 'कवितेला शोधित जावे' हे कवितेच्या रसग्रहणावरले सदर लिहिले. मला भावलेल्या, वेळोवेळी माझ्या कवितांच्या मुळांशी पाणी शिंपणाऱ्या किंवा जगण्याची नवी श्रद्धा निर्माण करणाऱ्या कविता मी निवडल्या. कवितांच्या आधुनिक प्रवाहापेक्षा मी कवितेतले भावनिक ऊर्जायन महत्त्वाचे मानले. रसग्रहणामध्ये केवळ आस्वाद राहील अशी काळजी घेतली. याचा परिणाम असा झाला की यामुळे पृथक्करणापासून वेगळे झाले. कवितेमागच्या अंतःकरणाला असामान्य महत्त्व आहे. या सदरातल्या सगळ्याच कवितांना माझ्या रसास्वादाच्या या दृष्टीचा स्पर्श झाला आहे.

'कवितेला शोधित जावे' या सदरासाठी मी तुमची 'वही'मधली 'करुणार्त हाकांनी ओथंबून ओघळते दयाघन आभाळ' ही कविता निवडली होती. मला आवडलेली ही कविता. कवितेचे रसग्रहण माझ्याकडून कसे झालेय मला माहीत नाही; पण कवीच्या भावस्थितीपर्यंत पोचणाऱ्या पायवाटेला तयार करण्यात मी यशस्वी ठरलो असेन तर सारे प्रयत्न फळाला आल्यासारखे होईल.

तुमचे कवितेचे आकलनही यथार्थ आहे. त्यामुळे शतकाच्या कवितेची अचूक नोंद काही पुस्तकांच्या प्रकाशन समारंभात तुम्ही घेतल्याचे मी पाहिले आहे. इंद्रजित भालेराव, नारायण सुमंत, प्रकाश घोडके आणि प्रकाश होळकरसारखे अस्सल कवी तुम्ही कविता प्रकाशित केल्या नसत्या तर एवढ्या धीटपणे पुढे आले असते का? आणि पुस्तकी शब्द रानातली कविता झाला असता का? ना. घ. देशपांडेंनंतरचा तुमचा कवितेचा प्रवास कसा अगदी हिरवागार आहे.

स्टंट्सची कवितेत सध्या चलती आहे. वादांच्या धुमाळ्या चालल्याहेत. महानगरी कवितांच्या जाणिवांना मनुष्याचे केंद्रस्थान कल्पून वास्तववाद आणि अतिवास्तववाद किंवा अस्तित्ववाद आणला जात आहे. पुन्हा दुसरीकडे देशीवादाची सत्रं झडत आहेत. निर्भरशील कवितेचं पुनरुज्जीवन करण्यात येत आहे. या विस्तृत आणि Issue problem च्या गुंतागुंतीच्या कवितेच्या पार्श्वभूमीवर मला मात्र तुमची कविता आस्था आणि आश्वासन यांचं सच्चं एकत्रीकरण असलेली जाणवते. आणि याच सूत्रानं बांधलंय मी तुमच्या सदरातल्या कवितेला. निखळ दृष्टीनं. तुम्हाला आवडेल असा भरवसा वाटतो मला. तुमच्या पत्रोत्तराच्या अपेक्षेत.

आपला,

हेमकिरण पत्की

सोबत : 'करुणार्त हाकांनी ओथंबून ओघळते आभाळ...'
या कवितेच्या रसग्रहणाचं कात्रण.

परुळेकर, रजनी

दि. २४ मार्च १९६९

स. न. वि. वि.

संघ मंदिरातील तुमचे काव्यवाचन आणि काव्यगायन दोन्ही मला आवडले. आतापर्यंत ऐकलेल्या काव्यवाचनात एक–दोघांचे अपवाद सोडल्यास चांगले कवीही वाईट कविता वाचतात असा अनुभव आहे. तुम्ही वाचलेल्या कविता पुन्हा ऐकायला मिळाव्यात असे वाटले.

रजनी परुळेकर

पवार, गो. मा.

औरंगाबाद

दि. २६ फेब्रुवारी १९७१

श्री. ना. धों. महानोर यांसी

स. न. वि. वि.

मराठवाडा साहित्य परिषदेच्या कार्यकारी मंडळाची निवडणूक येत्या ३१ मार्चला होणार आहे. या निवडणुकीस तुम्ही उभे राहावे, अशी वा. ल., अनंतराव, भगवंतराव आदी मंडळींची इच्छा आहे. तरी आपण 'कार्यकारी मंडळाच्या मार्च ७१ मध्ये होणाऱ्या निवडणुकीस उमेदवार म्हणून उभे राहण्यास माझी संमती आहे' असे कळवावे. म्हणजे ही तांत्रिक बाब पुरी होईल. संमती शक्य तितक्या लवकर महत्त्वाची. १५ मार्च ही अखेरची तारीख आहे.

औरंगाबादला एवढ्यात येण्याचा विचार आहे काय?

उत्तराची वाट पाहतो.

आपला

गो. मा. पवार

पवार, शरद

मुंबई

दि. १८ एप्रिल १९७४

प्रिय श्री. महानोर

स. न. वि. वि.

आपले १२/१२/७४ चे पत्र पोहोचले.

मी बरेच दिवस ठरवीत होतो आपल्या भेटीबद्दल पण राहून गेले. आपली व्यक्तिशः ओळख होण्याचा योग यापूर्वी आला नाही. मात्र आपल्या कवितांची ओळख जुनी आहे. आपण वेगळ्या पोस्टाने पाठविलेली पुस्तके अद्याप मिळाली नाहीत. मात्र 'गांधारी' माझ्याकडे आहे. आपल्या सर्वच लेखनात वास्तवचित्रण हा वैशिष्ट्याचा भाग असल्याने मी आपला वाचक झालो आहे.

भेटीचा योग फुरसतीने औरंगाबादकडे आल्यावर येईल, अशी अपेक्षा. मुंबईस येणे झाल्यावर अगत्याने येऊन जावे. आपले पत्र नेमके माझ्या जन्मदिवशी आपण लिहिले हा सुखद योगायोग. १२ डिसेंबर हा माझा जन्मदिवस. आपले पत्र त्या दिवसाच्या मी शुभेच्छा समजतो.

कळावे,

आपला,

शरद पवार

मुंबई

दि. १५ जानेवारी १९७५

प्रिय महानोर,

स. न. वि. वि

आपले ८ जानेवारी १९७४ चे पत्र मिळाले. मजकूर समजला. कामाच्या गडबडीमुळे सविस्तर पत्र लिहीत नाही. पुढील महिन्यात आपण मुंबईला येणारच आहात, तेव्हा जरूर भेटावे. इचलकरंजीला येणे अकस्मात रद्द झाले नसते तर आपली भेट झाली असती. आपल्या भविष्यतज्ज्ञ मित्राच्या शुभेच्छांबद्दल आभार. आपल्या पुस्तकाबद्दल सवडीने लिहीन.

कळावे,

आपला,

शरद पवार

मुंबई

दि. २४ मे १९८९

प्रिय महानोर,

स. न. वि. वि.

आपल्या आई पूज्य बनाबाई यांचे निधन झाल्याचे समजले. अतिशय दुःख झाले. खरे म्हणजे मला आपणास पत्र लिहिण्यास उशीर होत आहे; परंतु माझ्या दुःख संवेदना आपणास कळविणे निश्चितच अगत्याचे आहे. मातृवियोगामुळे होणारे दुःख शब्दात मांडणे कठीण असते. त्यातून आपण तर अधिकच संवेदनाशील आहात. ज्या मातेच्या मायेने आपण लहानाचे मोठे होतो त्या माउलीची सावली जीवनातून नाहीशी होणे

यासारखा दुसरा मोठा आघात नाही; पण सर्व संकटांना व दुःखांना सामोरे जाण्याची शक्तीही त्याच माउलीने आपणास दिलेली असते, हेच खरे!

आपल्या कुटुंबीयांना सौ. प्रतिभाच्या व माझ्या दुःख संवेदना कळवाव्यात ही विनंती. परमेश्वर मृतात्म्यास शांती देवो, हीच प्रार्थना.

आपला,

शरद पवार

मुंबई

दि. १५ सप्टेंबर १९८९

प्रिय श्री. महानोर,

सप्रेम नमस्कार, विनंती विशेष,

पद्मभूषण लता मंगेशकर २८ सप्टेंबर १९८९ ला आपल्या वयाची ६० वर्षे पूर्ण करून ६१ व्या वर्षात पदार्पण करीत आहेत.

लताबाईंच्या अलौकिक स्वरांची संमोहिनी आणि दैवीप्रतिभेचे वरदान लाभलेला एक भावमधुर आवाज आज ४०-४५ वर्षे झाली तरी जनमानसावर आपले अधिराज्य टिकवून आहे. लताबाईंचा स्वर मुंबई, महाराष्ट्र, भारत या सीमा ओलांडून विश्वव्यापी झाला. भारताच्या लाडक्या पंडित जवाहरलाल नेहरूंच्या डोळ्यात लताबाईंनी 'ए मेरे वतन के लोगो' हे गीत गाऊन अश्रू उभे केले तर, आपल्याच आवाजाने स्वातंत्र्यवीर सावरकरांची तेजस्वी स्मृती जागवली. चित्रपटांसाठी विविध भाषांतली हजारो गाणी लताबाईंनी गायली. हिंदी चित्रपटसृष्टी फार मोठा काळ लताबाईंच्या स्वरपुण्याईवर जगली. मा. दीनानाथांच्या शुभाशीर्वादाचे पुण्य सदैव त्यांच्या पाठीशी उभे होते. म्हणूनच 'कल्पवृक्ष कन्येसाठी लावुनिया बाबा गेला' या त्यांच्या गाण्याने सर्वांची मने हेलावली. असा एकही भाव नाही की जो लताबाईंच्या स्वराने अभिव्यक्त केला नाही. लताबाईंचा चैतन्यस्वर चिरतरुण, चिरबहार होता, आहे आणि अक्षय राहणार आहे.

लताबाईंच्या षष्ट्यब्दीनिमित्ताने एक समिती गठित केलेली आहे. त्यात सदस्य म्हणून आपली नियुक्ती केलेली आहे. त्यास आपली संमती कळवावी. तथापि, आपली संमती गृहीत धरून या निमित्ताने समाजाला आनंद देणारा 'लता मंगेशकर गौरव सोहळा' आयोजित करावा आणि त्यांच्याविषयीचे समाजाचे प्रेम, कृतज्ञता व्यक्त करावी या सद्‌भावनेने सोमवार, दि. २५ सप्टेंबर १९८९ रोजी सायं. ६.३० वाजता, माझ्या 'वर्षा' निवासस्थानी बैठक आयोजित केली आहे, त्यास आपण उपस्थित राहावे.

कळावे,

आपला,

शरद पवार

दि. १ एप्रिल १९९८

प्रिय नामदेवराव

स. न. वि. वि.

यंदाचा कै. केशवराव कोठावळे पुरस्कार आपल्या 'पानझड' या काव्यसंग्रहास जाहीर झाल्याबद्दल मी आपले मनःपूर्वक अभिनंदन करतो.

साहित्यिक, निसर्गवेडा कवी, हाडाचा शेतकरी, जागृत लोकप्रतिनिधी अशी आपली विविध रूपे महाराष्ट्राला परिचित आहेत. आपल्या कवितांमध्ये होणाऱ्या निसर्गाचे दर्शन हे प्रत्यक्ष अनुभवातून साकारलेले असल्याने निसर्गाची प्रसन्न व उदास अशी दोन्ही रूपे आपण 'पानझड'मधील कवितांमध्ये दर्शवू शकला आहात असे मला वाटते. या पुरस्कारासाठी निवड करणाऱ्या प्रथितयश साहित्यिक व समीक्षकांनी व्यक्त केलेल्या अभिप्रायाचा पुनरुच्चार येथे करावयाचा मोह टाळता येत नाही. त्यांनी म्हटल्याप्रमाणे आपल्या कवितांची मुळे मातीत किती खोलवर रुजली आहेत याची साक्ष 'पानझड'मध्ये होते.

'जैत रे जैत' यासारख्या निसर्गचित्रपटातील आपल्या गाण्यांची गोडी सदैव ताजी टवटवीत वाटते. आपल्याकडून मराठी साहित्याच्या काव्यदालनात यापुढेही मोलाची भर पडेल, असा मला विश्वास वाटतो.

पुरस्काराबद्दल पुनश्च एकदा आपले अभिनंदन!

आपला,

शरद पवार

मुंबई

दि. २३ मे १९९९

प्रिय नामदेवराव,

स. न. वि. वि.

आपण पाठविलेल्या दिनांक नसलेल्या पत्रात आपण ज्या सद्‌भावना व्यक्त केल्यात त्याबद्दल आभारी आहे.

देशहित लक्षात घेऊन मी व माझ्या सहकाऱ्यांनी घेतलेल्या भूमिकेचा पाठपुरावा पक्षात राहूनच करण्याचा आमचा निर्धार होता. पक्षाच्या व्यासपीठावर भारतीयांना अस्वस्थ करणारे विचार मांडून पक्षातच काही निर्णय घेतला जावा या दृष्टीने प्रयत्न केले; परंतु लोकशाही पद्धतीने काम करणे मान्य नसल्याने लोकशाही पक्षहितविरोधी निर्णय घेऊन कारवाई करण्यात आली. व्यक्तीपेक्षा पक्ष मोठा व पक्षापेक्षा देश मोठा याची दखल घेऊन पुढे जाण्याचे ठरविले आहे. यापुढील वाटचालीत आपले सर्व ताकतीने सहकार्य मिळेल हा विश्वास आहे.

प्रकृतीची काळजी घ्या, पुन्हा मशाली पेटवणे आहे.

पुन्हा एकदा सद्‌भावनेबद्दल आभार.

आपला,

शरद पवार

दि. २६ डिसेंबर २०००

प्रिय श्री. नामदेवराव,
स. न. वि. वि.

समृद्धीच्या संकल्पसिद्धीसाठी जीवनात परिश्रम करावे लागतात आणि ग्रामीण भागात राहणारी जनता असे प्रयत्न अधिक प्रामाणिकपणे करीत असते. ग्रामीण जीवनाशी समरस झाल्यामुळेच आपल्या काव्यातून ग्रामस्थांच्या जीवनसंघर्षाचे दर्शन महाराष्ट्राला झाले होते. आता राष्ट्रपातळीवरही या आपल्या काव्यसंग्रहाला साहित्य अकादेमीचे पारितोषिक मिळाले आहे. राष्ट्रीय बहुमानाबद्दल आपले मनःपूर्वक अभिनंदन.

आपला,
शरद पवार

दि. १८ सप्टेंबर २००३

प्रिय श्री. नामदेवराव,

निसर्गात रमलेलं आणि जनसामान्यांत गुंतलेलं मन वयाच्या बंधनात राहतच नाही आणि म्हणूनच कवीसुद्धा वयाची साठी मनानं तरी ओलांडून जात नाही, हे त्याचे त्यालाच 'पुन्हा नवे चांगले अंकुर आल्याचे' कवितेनं पटवून दिलेलं आहे.

आपल्या पत्रातील भावनांबद्दल आभार आणि एकसष्टीनंतरच्या कविताबहारास शुभेच्छा!

आपला,
शरद पवार

दि. २१ ऑक्टोबर २००३

प्रिय नामदेवराव,
स. न. वि. वि.

आपल्या काव्यांनी जनतेची मने जिंकणारा काळ्या मातीतूनही सोनं पिकवू शकतो हे आपल्या सीताफळाच्या बागेतील समृद्ध पिकाने दिसून आले आहे. फळबागाच्या लागवडीने आपली शेती स्वावलंबी नि समृद्ध करण्याची प्रेरणा आपल्या सीताफळ लागवडीतून परिसरातील आणि महाराष्ट्रातील शेतकऱ्यांना नक्कीच मिळेल. पहिला तोडणीचा प्रसाद आणि १६ ऑक्टोबरच्या पत्रात आपण व्यक्त केलेल्या सदिच्छांबद्दल आम्हा कुटुंबीयांतर्फे आपले मनःपूर्वक आभार.

आपला
शरद पवार

दि. १२ ऑगस्ट २००४

प्रिय श्री. नामदेवराव,

आपले दिनांक ८ ऑगस्ट २००४ चे पत्र मिळाले. शेतकऱ्यांच्या कर्जमाफीसंदर्भात आपल्या भावना समजल्या.

कळावे,

आपला,
शरद पवार

दि. १७ डिसेंबर २००४

प्रिय श्री. नामदेवराव
स. न. वि. वि.

आपले दि. ३० नोव्हेंबर २००४ चे पत्र मिळाले. 'दिवेलागण'संदर्भात आपली सूचना समजली. महाराष्ट्रातील नवीन मंत्रिमंडळाबाबत आपण व्यक्त केलेल्या भावनांसाठी आभारी आहे.

कळावे,

आपला
शरद पवार

दि. १ सप्टेंबर २००५

प्रिय श्री. नामदेवराव,
स. न. वि. वि.

आपले फॅक्स पत्र मिळाले. जळगाव येथे आदिवासी आणि भटक्या-विमुक्त मुलांच्या वसतिगृहाच्या उद्घाटनासाठी व कर्मवीर भाऊराव पाटलांच्या पुतळा अनावरणासाठी निमंत्रित केल्याबद्दल आभारी आहे.

दि. २७-२८ डिसेंबर रोजी होणाऱ्या भारत कृषक समाजाच्या कार्यक्रमाविषयी आपले मत कळाले. श्री. विठ्ठल मणियार यांच्या पुस्तक प्रकाशन समारंभाबाबत आपण व्यक्त केलेल्या भावनांसाठी आभारी आहे.

कळावे,

आपला,
शरद पवार

दि. २४ एप्रिल २००६

प्रिय श्री. नामदेवराव,

आपले दि. १७ एप्रिल २००६ चे पत्र मिळाले. राष्ट्रीय फलोद्यान योजनेअंतर्गत विविध योजनांसाठी आलेल्या अर्जांचा त्वरित विचार होण्यासाठी नाशिक येथील नाबार्डच्या अधिकाऱ्यांना सूचना देण्याबाबत आपली विनंती समजली.

कळावे,

आपला,
शरद पवार

दि. १२ जुलै २००७

प्रिय श्री. नामदेवराव,
स. न. वि. वि.

आपण दिनांक ९ जुलै २००७ रोजी पाठविलेले फॅक्स-पत्र मिळाले. श्री. चंद्रशेखर यांच्या निधनाने समाजवादी विचाराचा एक नेता आपण गमविला आहे. ती पोकळी भरून निघणे अवघड आहे. त्यांच्याविषयी आपल्या आठवणी वाचून समाधान वाटले.

महाराष्ट्रात सर्वत्र चांगला पाऊस होऊन वर्ष चांगले जाईल हीदेखील एक आनंदाची बातमी आहे. श्री. विश्वासराव पाटील यांना दिल्लीत अवश्य भेटेन. दिनांक १३ ऑगस्टला मी सासवडला जाऊ शकणार नाही, तसे संबंधितांना कळविले आहे.

कळावे,

आपला,
शरद पवार

दि. १० जानेवारी २००८

प्रिय श्री. नामदेवराव,
स. न. वि. वि.

आपले सविस्तर पत्र आणि त्यासोबत 'हा काळोखाचा रस्ता आपला नाही' ही दै. 'सकाळ'मध्ये प्रसिद्ध झालेली आपली कविता, जळगाव येथील चित्रकार श्री. राजू महाजन यांनी काढलेले कवितेवर आधारित चित्र मिळाले.

आपल्या लिहिण्यात, मग ते पत्र असो व कविता असो, वागण्यात व बोलण्यात नेहमीच आपुलकीच्या, आदराच्या भावना असतात. आपला गेली अनेक वर्षे मैत्री-परिचय आहे. आपला संपर्क असताना प्रत्येक वेळी मला ही जाणीव प्रकर्षाने होते. आपण व्यक्त केलेल्या भावनांबद्दल आभारी आहे.

पत्रात आपण अनेक मुद्दे उपस्थित केले आहेत. या मंत्रालयात काम करताना शेतकरीवर्गास केंद्र

सरकारकडून अधिकाधिक सहाय्य मिळून त्यांचे प्रश्न दूर करण्यास मी प्रयत्नशील असतो. प्रश्न अनेक व जटिल आहेत. विलंबाने का होईना ते सोडविण्यास मला यश मिळेल, अशी खात्री आहे.

कळावे,

आपला,

शरद पवार

दि. २७ फेब्रुवारी २००८

प्रिय नामदेवराव,

स. न. वि. वि.

आपले दि. २४ फेब्रुवारी २००८ चे फॅक्स-पत्र मिळाले. यंदा देण्यात येणाऱ्या 'यशवंतराव चव्हाण साहित्य गौरव पुरस्कारासाठी' निवडण्यात आलेल्या साहित्यकारांबाबतची माहिती आणि शेतकऱ्यांच्या प्रश्नांबाबत आपल्या भावना समजल्या.

कळावे,

आपला,

शरद पवार

दि. १ एप्रिल २००८

प्रिय नामदेवराव,

स. न. वि. वि.

आपले दि. ८ मार्च २००८ चे पत्र मिळाले. वर्ष २००८-०९ च्या अर्थसंकल्पात शेतकऱ्यांसाठी जाहीर केलेल्या कर्जमाफीच्या धोरणाबाबत आपण व्यक्त केलेल्या भावनांसाठी आभारी आहे.

कळावे,

आपला,

शरद पवार

दि. २ एप्रिल २००८

प्रिय नामदेवराव,

स. न. वि. वि.

आपले दि. २० मार्च २००८ चे सविस्तर पत्र मिळाले. राज्यपाल आणि पक्षाकडून नेमण्यात आलेल्या विधान परिषद सदस्यांबाबत आणि इतर बाबींबाबत आपल्या भावना समजल्या, आभारी आहे.

कळावे,

आपला,

शरद पवार

दि. २२ मे २००८

प्रिय नामदेवराव,

स. न. वि. वि.

आपले दि. ३ मे २००८ चे पत्र पोहोचले. औरंगाबाद जिल्ह्यात जलसंधारणासाठी लहान साठवण तलावांच्या निर्मितीसाठी नेमलेली समिति घेत असलेल्या निर्णयाबाबत आपली सूचना समजली.

कळावे,

आपला

शरद पवार

पाटकर, नयना

दि. २२ सप्टेंबर २००३

प्रेमस्वरूप ती. दादा,

दादा, आपण दिलात मला आत्मविश्वासाचा एक किरण, आणि वा. रा. कांत आणलेत माझ्या ओठावर. आता हवा आहे 'कवितेचा ध्यास'. तो कसा असतो हेही मला माहीत नाही, तरीही तो तुम्ही देणार असा आत्मविश्वास मात्र जागा झाला आहे.

आपल्या ऊन-पावसाच्या खेळात काल काव्याची बाग फुलून, खुलून, बहरून गेली. प्रत्येकजण आपले हरवलेले क्षण जमेल तितके घट्ट पकडून घरी परतले. काहीजणांना थोडे थांबून विचार करायला भाग पाडले.

गेल्या पंधरा दिवसांत मला असं भासत होतं की, मी पाहीन तिकडे निरभ्र आकाश, सतत सोबत रानफुलांचा सुगंध आणि आनंदाचे उधाण झोपेतही दिसत होते. कधी कुठे न पाहिलेली फुलं, झाड हा चमत्कार म्हणावा की ईश्वरी साक्षात्कार, तोच जाणे. ज्यांनी हे सारं सारं इतकं सहज दिलं की, जाणीवही होऊ दिली नाही.

पुलकित होण्याचा प्रत्यक्ष अनुभव आपल्या सहवासात मिळाला. आपण व आपल्या सहकाऱ्यांनी खूपच सांभाळून घेतलंत. आजची संध्याकाळ जितकी हरवलेली तितकीच गवसलेली आहे. बाकी सारं शब्दांच्या पलीकडलं आहे.

आपण उभयतांनी किमान चार दिवस संपूर्ण विश्रांती घ्यावी. आपण थकलेले आहात. तो थकवा भरून काढणं जरुरी आहे.

आपली,

सौ. नयना पाटकर

पाटकर, मेधा

दि. ३ एप्रिल १९९७

कविप्रिय महानोर यांस,

तिथून निघालो तेव्हाच, अगदी गाडीने काळ थबकवून, हळूच दूर नेलं तरीही, काहीतरी राहून गेलेच होते, माझ्या पुरते तरी. तेच हे दूरवरून पत्र लिहिणे. जवळून नाही साधत अनेक चित्रे-स्मृतिचित्रे, छायाचित्रे. दुरी फार मोलाचा कॅनव्हास पुरवते. आज या क्षणी नेमकं तेच घेऊन बसले आहे. साधे आभाराचेच पत्र ना? तरी केवढा साजशृंगार मनाशी, मात्र सारं सजून-सजवून झरोक्यातून दूर, दिवस बुडताना पाहत बसलेल्या सजणीसारखाच. कुणी येत-जात नसताना. या इथे.

नर्मदेतून आयुष्य पुढे ढकलत नेतो आहे, नावाडी कुणी, या क्षणी. मध्यरात्र होत आली आहे. अशा वेळी की अवेळी या खोऱ्यात घुमणारी आमचीच नावडी. साऱ्या नावांचे काय, लाटाही चिडीचूप. अंधार पांघरून, गुरफटून. माझ्या सोबतीला आज तरी 'पक्ष्यांचे लक्ष थवे' दूर, अस्पर्श, निवांत मनसोक्त निरखावयाचे आणि हो इथे चांदण्यांचे लख्ख दिवेही. तेही दूर, अंधाराला न डिवचणारे. हे सारं तरी मला पुन्हा आणि मागे घेवतंय. या रात्रीला, [illegible] [illegible] विणेतून [illegible]. 'किती [illegible] चांदणं - त्याचे सूर मला चारताहेत' ही कुठली कोजागरीची कविता. ते चांदणं, ते तारुण्य मागे पडल्यानंतर पुन्हा आठवतेय.

खरंतर फक्त चार दिवस असे तसे घालवायचे होते. तुम्ही सर्व कौटुंबिक जिव्हाळ्यासह ते गोंदलेत. खरंतर या पत्रातही मला फक्त चार जिवाभावाचे, कृतज्ञतेचे म्हणा हवं तर, शब्द मांडायचेयत. तरीही मी मात्र सारं असं तसं, अस्तव्यस्त मांडतेय. या इथलं हे सारंच तसं मनच म्हणून सांडतंय.

परतलो तरी चारजणांच्या चार खुणा, चार दिवसांच्या सोडवत नव्हत्या. मी घरात शिरेपर्यंत म्हणून ते सारे सोबतीला राहिले. आपण साऱ्यांनाच सोडून तर आलोच होतो. मी 'भारल्या'गतच पुन्हा कामात शिरलेय. भारणं नि भार वाहणं किती अंतर! तरी मिटवत राहिले, पुनःपुन्हा मला 'बंधक मजदूर' बनवून कामं नाहीतरी काही द्वंद्वच मिटवतात. निवडीच्या निमित्ताने मनात ठाकणारी. कधी वाटेवार बिचकवणारी. तसंच. रात्रीपर्यंत पार शिणून, आठ बॅगा कागदांचे ढीग घेऊन गाडीत चढले. सराइतासारखी. कुणी पोचवायला 'मायमनानं' नाही म्हणून की काय, गाडीनेही वेळही दवडला नाही. कुणाकुणाचा. माझी मीच. पहाटेच उतरून आताशा निश्चल, मृतवत धरणाऱ्या पोटावर पाय देऊन पोहोचले. इथवर. मणिबेली (गावात) आज बरंच काही तुमच्या तिथलं शेती-पाणी, फळं-फुलं, भेटीगाठी शेतकरी म्हणून आखायच्या. बरंच काही, नाव न घेता, गाणी न गाता, काव्य सारं मनातच दडवता, जमलं तसं. आदिवासींना अप्रूप ते कसलं? वाटलं, मी भडभडून बोलतेय, बऱ्याच दिवसांनी आज आलेय. काहीतरी मनापासून सांगू पाहतेय. याचंच. माझ्या त्या चार दिवसांविषयीच्या बोलण्यातला साधा सरळ आशयही त्यांना कळतोय; पण त्या पलीकडचं, अलीकडचं तर नाहीच. मलाही काही सांगायचं नाहीय. सांगायचंय ते पुन्हा लवकरच जाण्याबद्दल तिथे, भेटीगाठींना-झाडांच्या, फळाला आलेल्या तसं ठरवलंही. अधाशीपणे.

या पत्रातही मला अधिक ते काय सांगायचंय? तसं बरंच काही. मला 'गाव' नवीन नाही, नव्हतं. मला संघर्षगीतांचं देणं भारवत नसतं. मला पाणलोटाचं काही अप्रूप? मी राजकारण, राजकारणी यांनाही खूप दुरून, जवळून पाहिलं का नाहीय? तेव्हा या सगळ्या पसाऱ्यात नाही पडत. एकुलत्या पत्राच्या निमित्ताने निमित्त तर आहेच पत्राचं. पण खरं-खोटं, तुम्ही जाणताच. त्या चार दिवसांची बैठक यातून दुमडून, मोडूनही धाडायची नाहीय. या टीचभरातून.

सांगायचंय ते फक्त मनातलं, ऋणबंधाचं. तिथल्या साऱ्या खोल क्षणघटनांचं नाही. उगाळून पुनःपुन्हा म्हणून थांबते इथे. नाहीतरी कविता अशी भिडलीय. पुन्हा एकदा मी वाहतच जाईन. नकोच, थांबतेच.

टॉर्चच्या प्रकाशात, चांदण्यांची केवळ 'लुकलुक'च असताना लिहावं लागलंय.

सुलोचनाताई, सर्वांनाच सस्नेह.

आपली,

मेधा पाटकर

दि. २१ नोव्हेंबर १९९७

कविप्रिय श्री. महानोरजीस,

आज पुन्हा कालची आठवण. तर अखेर सोबत दोन गोष्टी पाठवतोय. एक ती कविता, अजिंठ्याहून परतताना लिहिलेली, कवितेलाच उद्देशून. तुम्ही जाणालच. आणि ते पत्र, ३ नोव्हेंबरच्या रात्रीचे, बोटीवरचे, ७ ता. ला. खोऱ्यातून बाहेर येऊनही न पाठवलेले. काल म्हटलं; पण तुम्ही न मागितलेले. आज फोडून, पुन्हा वाचून, हरकत नाहीसे वाटून, पाठवतेय.

मी एसीची गादी खुपवून घेत, माझ्या पथराळ पाठीत, रात्रीचा प्रवास केला. वही तिथेच सोडून आले. जणू काही मागे ठेवायचेच होते! आता कसे करावे? घेऊनही अर्थात आले आहेच की काही!

आता पुन्हा वणवण, कामाकामाच्या दऱ्याखोऱ्यांतून, तुम्ही व घरचे सारे छान असा, शेतीमातीत, नात्यागोत्यात, पाणकळेत निथळत.

मेधाताई

बडोदा

दि. १ नोव्हेंबर १९९७

रात्र

तुझ्या भुईचे डोहाळे
तिचे नदीचे उमाळे
दीस डोळ्यात आळवे
रात्र आपुली भोगावे ।।

तुझ्या दुभत्या दातुणी
तिच्या ओठावीण गाणी
दीसा पारूची कहाणी
रात्री समाधी भेटावी ।।

तुझे	राजस्व विधुर
तिचा	कुँवार संभार
दीसा	झूल अंगावर
रात्र	उधळे अनावर ॥

तुझे	काय द्यावे-घ्यावे?
पाणी	डोळाभर न्यावे
दीस	चार सांडून जावे
रात्री	आयुष्य मोजावे ॥
...	
रात्र	पथारून नीजी दडावे ।
स्वप्नबीज	भू-जळी नुरावे ॥

मेधा पाटकर

बडोदा

पुन्हा एक अजिंठा!

अखेर तू गाठलेसच मला,
पुन्हा एकदा,
अजिंठ्याच्या गहिराईत,
की मीच दडवल्या विरासतीत?
तू अवतीभोवती
साऱ्या आकृतींपार कॅनव्हास बनून,
मी बुद्धाच्या नजरेत दडून

तुझे काव्य, तिथे घुमले नाही,
चित्तरले पेशीपेशींतून
कोरत गेले देहकातळ
मी शब्दशिल्प, लय पांघरून

त्या राणीचे माळून घेतले
स्वरगुंफेचे, वेलीफुलींचे,
नजरेत एक मूकवेळ

मनात रंगांची सळसळ
घुमटाच्या नक्षीआड,
माझे आयुष्य साकळून

चित्रनक्षत्रांपुढे थवेच थवे
आले कुठून,
माणसांचे, मला स्पर्शणारे दूरदुरून...
वाघूर झुळझुळीत गुंतून
मी मात्र सुसाट, अस्पर्श गिलला शोधत
तापीच्या खोऱ्यात... की मी माझ्यात? तुझ्यात?

अजिंठा : एक कलावंत दालन
माझ्या वस्तीतल्या गोंधळी निनादातच
हळुवार उघडलेले.
तुझ्या साऱ्या संवेदना ओटीत बांधून,

पारूचं पाऊल निहारताना
माझाच जीव का लवंडला आहे?

माथ्यावरल्या गाठोड्यात
निर्विकार कोंबून घेताना
माझी दऱ्याखोऱ्यातली वणवण,
वाटेवाटेवर,
पुन्हा एक अजिंठा!

मेधा पाटकर

भोपाळ
दि. १४ फेब्रुवारी १९९८

प्रिय कवी श्री. ना. धों. महानोर यांस,

पत्र मिळाले. इतक्या दिवसांनी का होईना पत्र लिहिलेत, त्यातून मन हिंदोळलेच. तुमच्याच शेतातल्या कणसासारखे. त्याच उभरत्या शेतातच मधे रोवून दिलेली ती जरा कणखरशी झाडे स्वतःच्या जीवावर उभी राहिली का हो? तसेच माझेही जीवन भासतेय. सभोवती हिरवेपण असतानाही!

तुम्ही त्याच चार दिवसांची आठवण दिलीयत. बायापोरांना घरच्या, गावच्या, एवढी आठवण ठेवण्याची, निदान काढण्याची, फुरसत ती कुठली असणार? मीही तर कामात फार मुरून गेलेली. या मधल्या

काळात काय काय, कुठे कुठे गेले-केले ते पत्रात न मावणारेच. आता २६ ते ३० जानेवारीच्याच गावयात्रेत सातपुड्याच्या उंचच चढत्या डोंगरापारात दिवसाला एकदा चार, एकदा सहा तास चाललो. विश्वास नाही ठेवणार तुम्ही! त्यानंतरही रात्रभरच्या मीटिंगा—जबलपूर ते वाराणसी ते बिहार—सारे करून आज भोपाळमध्ये. या मधल्या काळात नर्मदा खोऱ्यातले चौथे मोठे धरण (महेश्वरचे) थांबवले, हजारो स्त्री-पुरुष १० जानेवारीच्या रात्री दोन ते पाच तासांचे अंतर चालून टॉर्चही न लावता, गाववाटांनी, पहाटे पावणेसहा वाजता धरणस्थळी ८००० च्या संख्येने पोहोचले. दुपारपर्यंत १५,००० हून अधिक मोजून कबजा ३०० माणसांनी ३० जानेवारीपर्यंत कायम ठेवला. दुकाने, वीज, पाणी सर्व आणून संघर्ष गाव वसवले गेले. ३० तारखेला मध्यरात्री उपमुख्यमंत्री सुभाष यादव यांनी येऊन घोषित केले. काम थांबवून योजनेचा पुनर्विचार मंजूर. हा S. Kumars ना दिलेला खाजगीकरण केलेला पहिला जलविद्युत प्रकल्प. उद्या या पुनर्विचाराची नर्मदेच्या म.प्र.तील सर्वत्र मोठ्या धरणांच्या विशेषज्ञ समितीची बैठक. मोठा टप्पा गाठलाय. श्रेय माझ्या सहकाऱ्यांना. आता एवढ्यातच आणखी मोठे पाऊल. जागतिक पातळीवर मोठ्या धरणांच्या धोरणाचा, धरणांचा अभ्यास करणारी समिती World Commission on Dams अखेर नेमली गेली. चिवळेवर्गीय इत्यादी नावे राहिली. माझी नेमणूक एकूण आठ Commissions दक्षिण आफ्रिकेचे Water Resource Minister अध्यक्ष, उपाध्यक्ष, L.O. Jain गोयनके, विश्व बँक, धरणवादी कंपन्या, चीन सरकारातील मंत्री इत्यादी इतर! पाहू. आव्हानच आहे. वेळ त्या पातळीवरही द्यावा लागणार. येत्या दोन वर्षांत इथे अनेक अभ्यास करवून/करून घेऊन निष्कर्ष. मोठाच व्याप.

मन एकीकडे नवनिर्माणाकडे झुकतेय. संघर्षाची पुकार तरी ठायी ठायी. उत्तर प्रदेश-बिहारमध्येही कॉलेजेस सभाभाषणांना युवांचा प्रतिसाद. युवाशक्ती बांधली पाहिजे, हेच खदखदून सांगणारा. बैतूल-म.प्र.तील शेतकऱ्यांवर गोळीबार, उत्तर प्रदेश-बिहारमधील ओलावृष्टी, आंध्र प्रदेशातील आत्महत्या. शेतकरी आंदोलन उभे करायला हवे, हे सुनावणाऱ्या घटना. प्रत्येक गोष्टीकडे मन खेचलं जातं. पिळून उठतं. काय-कुठे किती करावे? शेती व शेतकऱ्यांवर निसर्गाचे तसेच जागतिक अर्थकारणाचे फार मोठे आक्रमण दिसतेय. पेटंट कायदा आज-उद्या बदलणार. तिथे एकेक ठरतेय. आदिवासी जनसामान्यांवरही याबद्दल निवडणुकीच्या प्रचारात आहे कुठे काय? विचित्र बैलांची झुंज लागल्यागत आपण पाहत टाळ्या वाजवत, फारतर मतं टाकत...? २२ ते २५ फेब्रुवारी Geneva मध्ये विश्वातील ६०० प्रमुख जनसंघटना एकत्र येऊन विश्व व्यापार संघटना जागतिकीकरणावर हल्ला बोलणार. तिथे जावे लागतेय. आल्यावर १२ ते १४ मार्च होळी. तुम्हाला यायचंय. थोडा धकाधकीचा कार्यक्रम असला तरी! विशेषच असणार यात! सोबत पत्रक.

नवनिर्माणासाठी आता एका ठिकाणी जरा तरी स्वस्थ्य राहावं म्हणतेय. ते कुठे तेही दाखवेन तुम्हाला. त्यानंतर २०-२२ मार्च राष्ट्रीय संमेलन. २७-२८ एप्रिल दिल्लीत मोठा जमावडा. देशभरचा. माझ्या खांद्यावर बरेच काही! मेपासून पाहू.

आपण नवे-जुने, जगवत, वाढवत? ताई कशा आहेत? नजर तर स्वच्छ, सुंदर झाली ना? पुन्हा घर उजळले असेल. सोनू, चिमणीसह? गावकरी सारेच कला गीतात, शेतात, दालनात? आमचे आदिवासी खूश होऊन आलेत; पण आता contom frenching प्रत्यक्ष शिकवणारे शोधतेय. ३ ते ५ मार्च शिबिर लावायचे आहे. होळीच्या ठिकाणी पाहू.

आपली प्रकृती सांभाळताहात ना? कार्यक्रम? २६ जानेवारी. मालेगाववाल्यांना नाही जमले. करणार

होते. लांबले, अनेक व्यापांमुळे. करतील. 'नर्मदे'साठी कोलकात्ता, मुंबई, बडोदा, बंगलोरच्या painters नी चित्रं कबूल केलीत पन्नास-साठ तरी. २३ मार्च ते १ एप्रिल प्रदर्शन. दोन art galleries booked केल्यात. त्या डॉ. चौधरीच्या पत्नी देणार होत्या? त्यांच्यासाठी तुम्हाला पाठवलेले आवाहन पत्र पोहोचले ना? नसेल तर लगेच कळवा. कविता नाही. रागवाल, भांडाल का, खरंच भोवतालच्या शब्दसुरांना थारा. होळीतच काय ते! येण्याचे कळवाल. साऱ्यांना निमंत्रण आहे.

स्नेहांकित,

मेधा पाटकर

बडोदा

दि. २७ सप्टेंबर १९९८

आ. महानोरजी,

सप्रेम नमस्कार,

मी पत्र लिहू, पुन्हा म्हणता म्हणता तुमचे आभार कार्ड मिळाले. आपण मध्यंतरीच्या अनुभवाने, मनानं 'करपून गेल्याचं' वाचून गलबलून आलं. असं कसं? एवढ्या उदात्त मनाच्या निसर्गाच्या सहजतेने, सहनशीलतेनेही भारलेल्या कुटुंबाने, चार-दोन व्यक्तींच्या विनाशी सूत्रांनी एवढे हवालदिल व्हावे? याच वेळी उलट अधिक संतत्वाची जाण, नात्यागोत्यांची खाण सोबत घेऊन चालायचे. तुम्ही हे जाणताच. मी काय सांगणार? एवढेच की, तुमच्या मोठ्या वाढत्या कुटुंबात मीही आहे आणि त्याविषयी कृतज्ञता ती कसली? तुमच्या नावाने, कार्याने मिरवणारी सर्व मित्रमंडळी. सुलोचनाताईंपासून लहानग्यांपर्यंत सर्वांना लोभच लोभ द्यावा, माझ्या वतीने.

इथले सर्व इथे चाललेय. आयुष्य त्यातच गाडलेले. गाडले जाणारे. बरेही आहे. एका अर्थी देशभराचा प्रवास आता थोडा जगभराचाही झाल्याने जरा सतत तोल सांभाळणे करावे लागते. गावापासून जागतिक धरण आयोगापर्यंत गुजरातच्या धरणाधारित राजकारणाविषयी वाचलेच असेल. आपण बैठकीचे वृत्तान्त पाठवत चालावे. फार उपयुक्त ठरतात.

नवनिर्माणाच्या दिशेने नर्मदाकाठच्या आदिवासी गावांमध्ये बरेच काही योजले आहे. त्यात पाणलोट क्षेत्रविकासही. आपण कधी येता? येती दिवाळी मी तिथेच आहे. १७ ला मुंबईत आले की, खरंतर रामदासभाऊ, विजयालाही सांगतेय. येता का?

घरच्या सर्वांना सस्नेह याद.

मध्यंतरी माझी पर्स विचित्र स्थितीत हरवली. तुमचे पत्र, साऱ्या कविता गेल्या. व्हायचेच असे, बंधमुक्त केले जाते, कुणाकुणाकडून.

स्नेहांकित,

मेधा पाटकर

पाटील, गंगाधर

मुंबई
दि. २० जानेवारी १९७६

प्रिय श्री. महानोर,

सप्रेम नमस्कार.

आपले 'कवितेवर लेख' लिहिण्याविषयीचे पत्र मिळाले. आपण ज्या सलगीने लिहिण्याविषयी गळ घातली तिला नाही म्हणता येईना म्हणून एक लेख पाठविला आहे. प्रा. वरखेडे यांनी काही 'तात्त्विक' लिहायला सांगितले म्हणून लिहून पाठविले. 'तात्त्विक' वगैरे कुणी वाचत नसल्यामुळे बिनधास्तपणे लिहायला बरे असते म्हणून लिहिले. आहे काहीतरी. (म्हणजे पुन्हा कोणी लिहायला सांगणार नाही.)

या वर्षी बी.ए.साठी आपल्या 'रानातल्या कविता' शिकवीत आहे. शेवटी कवितेतच मन रमते. तिच्याचद्वारे तुमच्यासारख्या कवींबरोबर काहीएक आंतरिक नाते जुळते. तेच मोलाचे वाटते. 'सुहृदगाथा' आवडली असल्यास ते श्रेय रेग्यांच्याच कवितेचे.

आपल्या कवितेबरोबर आपले 'शेतीवरचे' लेखही विशेष आवडले हे मुद्दाम सांगावेसे वाटते.

बाकी सर्व ठीक.

नवीन लेखन काय चालले आहे?

मुंबईस आल्यावर भेट झाली तर आनंद वाटेलच.

कळावे,

आपला,
गंगाधर पाटील

पाटील, चंद्रकान्त

दि. २१ मार्च १९६७

नाम्या,

रटाळ, भकास, भयाण, सुन्नविषण्ण, शून्यअसह्य, असहाय, अगतिक, वैराण, दीर्घ, अनंत, आळसवाणी, कंटाळवाणी, भंकस उन्हाळ्याची दुपार. काम नाही. कॉलेजात परीक्षा चालूच. आज-उद्या, परवा सुट्टी. पुन्हा सात-आठ दिवस भंकस. चंद्रकांत भालेरावला पळसखेड्याला उद्या जाऊत असं सांगून पायऱ्या चढलो तर तुझं पत्र. टेलिपथीचा पाचवा प्रकार. सध्या फणीश्वरनाथ रेणूच्या कादंबऱ्या वाचतोय आणि सारखी तुझी आठवण. म्हंजे एकदम पळसखेड्याची आठवण. जानेवारीत 'जुलूस' संपवली. काल-परवा 'दीर्घतपा' आणि आता 'परती परिकथा' रेणूबद्दल भेटीत सांगेन. एकदम भलताच ग्रेट. त्याचं 'ठुमरी'सुद्धा वर्षांपूर्वीच संपवलंय.

मुंबईला जायची आयडिया एकदम कबूल. सालं आपल्याजवळ वांधे पैशाचेच. तोवर परिषदेकडून

मिळाले तर ठीकच. नाही तर तुम्ही. रसाळांचा बऱ्याच दिवसांपासून मुंबईला मुक्काम. तेव्हा त्यांची शक्यता कमीच; पण ते आल्याबरोबर कळवतो.

काल रायभानचं पत्र. त्याचीही टेलिपथीच. त्याचा मूड बरा नाही म्हंजे तुझाही नाही. आणि मी तर चक्क भ्रमिष्टासारखा. म्हंजे आपण तिघे झिंदाबाद. आपले घाणेरडे मूडस झिंदाबाद. हां. आणखी एक महत्त्वाचं झिंदाबाद म्हंजे 'पुन्हा कविता.' कारण दहा-बारा दिवसांपूर्वीच रायभाननं 'पुन्हा कविता'चे सगळे म्हंजे पै सकट सगळे पैसे देऊन टाकले. माझा मूड इतका विचित्र की, फारसा आनंद झाला नाही. तुला होईल. मजा करा. आता टेचात मुंबईशिवाय आगाऊपणा केला की पुन्हा मुंबईवर कविता.

By the way, 'आलोचने'त (सप्टेंबर) 'पुन्हा कविते'वर दीर्घ परीक्षण. अगदीच गचाळ. रायभानच्या प्रस्तावावर खूप कापाकापी. ती मजाय. आपण साले रायभानके तरफ हंसते रहना. सगळेच थोर त्याच्यावर लिहितात. मला भयंकर वैताग आलाय. अगदीच गचाळ. सालं असलं आयुष्य आपण किती दिवस कंठणार. बाकी भेटीत. आता रायभानला पत्र टाका. शिव्या द्या. हसा. किमान एक रात्र. मजा करा. धूम. होळी होऽऽ मी/चंद्रकांत.

एकवीस मार्च सदुसष्ट इसवी दुपारी पावणेचार वाजता अगदीच करमत नसताना!

चंदू

दि. २ नोव्हेंबर १९६७

नाम्या,

'पुन्हा कविते'चे चट्टे अजून अंगावर वागवत असताना, 'हस्तक'मध्ये हात होरपळलेले असताना त्यात हे नवीन धाडस केलेय. आणिक तरीही तू जिवंतपणानं त्यात उडी टाकणारच. कारण आम्ही टाकल्यात.

एक : नेमाडे हा माणूस त्याला तयार करणं terribly कठीण; पण कसातरी तयार झालाय.

माझा उत्साह एवढ्या प्रचंड nervousness मधेही अगदी 'पुन्हा कविते'सारखाच. फक्त आता व्यवहार सांभाळावयाचा. planning अशी. दर अंकाला बारा पानांसाठी कागद, binding, posting, correspondance इत्यादी मिळून दहा रुपये x दहाजण इतका खर्च. म्हंजे शंभर. तर दहाजणांनी हा खर्च bear करायचाय. दर महिन्याला दहा रुपये शक्य आहेत. probable माणसं पंधरा. म्हंजे एखाद्या महिन्यात नाही दिले तरी चालतील. या शिवाय लहान लहान स्वरूपात देणग्या द्यावयाच्या. म्हंजे दहा रुपये, पंधरा, वीस, तीस आणिक maximum पन्नास रुपये. याशिवाय सहा महिने व्यवस्थित चालल्यावर काहीतरी अगदी क्षुल्लक किंमत ठेवायची.

प्रश्न matter चासुद्धा आहे. म्हंजे अतिशय Standard असं काहीतरी देऊ शकलो तरच काढायचं. आणिक जिद्द अशी की, वर्षभर चालवायचंच. तुझ्यावर, माझ्यावर, नेमाड्यावर हे moral obligation. पहिलाच अंक काहीतरी विलक्षण औत्सुक्य निर्माण करणारा असलाच पाह्यजे. त्यासाठी आज नेमाडे पु. शि. रेगे, अरुण कोलटकर, अशोक केळकर, भाऊ पाध्येला पत्र टाकणार आहे. शिवाय दिलीपलाही बोल. तू नेमाडेला पत्र लिही आणिक या बाबतीत त्याला विश्वास दे. त्याहून बरं म्हंजे प्रत्यक्ष तूच येऊन जा.

मध्यंतरीच्या काळात तुझ्याकडे काय काय झालं, कुणाची पत्रं, कुणाच्या भेटी, कुणाच्या वार्ता सगळ्यांसाठी मी विलक्षण उत्सुक आहे.

सर्वात महत्त्वाचं म्हंजे मागे मी नेमाड्याच्या संग्रहाबद्दल काहीच हालचाल नाही म्हणून नेमाडेसाठी रामदासला script पाठवून देण्याबद्दल पत्र टाकलं होतं. तर गोकर्णचं पत्र की, रामदास जर्मनीत. script स्वीकारलेलं आहे. शिवाय एक popular चा catalogue पाठवला. त्यात आगामीमध्ये (१) आवर्त : अनुराधा पोतदार, २) मेलडी : भालचंद्र नेमाडे. म्हंजे वर्षभर तरी घुमवणार. आणिक 'आवर्त'नंतर आपण लगेच नेमाडेला असं बोललो होतो. आता दहा-पंधरा दिवस script मागवून घे असं नेमाडे म्हणतोय. रामदास परत येऊन महिना झाला; पण पत्र नाही. रामदासकडे घरचा पत्ता आहे. नेमाडेने घर बदललंय तर S. B. College, Aurangabad या पत्त्यावर नेमाडेला पत्र पाठवण्यासंबंधी रामदासला ताबडतोब लिही. रामदासला conditions समजावून सांग. नाहीतर रामदासनेही हा लेखक गमवला असे मला वाटते.

कळव, किंवा ये.

चंदू

दि. १२ डिसेंबर १९६७

रात्री ११ वाजता

नाम्या,

परवा भाऊची कादंबरी वाचली; पण त्यात बरेच drawbacks आहेत. जमल्यास त्या कादंबरीवर लिहावे म्हणतोय. तरी पण छानय्. आवडलीच.

मागच्या पत्रात लिहिल्या होत्या इतक्या conditions वाईट नाहीत. मन्या ओकची एक खूपच चांगली लांबलचक कविता आलीय. (देवः दंवः दारू) भाऊचं पत्र आलंय एक मोठी कथा पाठवतो म्हणून. शिवाय अशोक केळकरची कविता. पुशिरेना आज नेमाडे पुन्हा पत्र टाकणार, तर पहिला अंक रविवारी fix करून सोमवारी press ला जाईल.

तर आता पैशाचं लवकर बघ. भग्या क्षीरसागर आणिक मुक्याची पत्रं नाहीत. तू पुन्हा त्यांना कळव. पन्नासएक रुपयांची तीव्र आवश्यकता पडेल असं दिसतंय. रव्याला चाळीसएकसाठी लिहितो. तर एकूण धूम आहे. दुसरा अंक लगेच अकराला. अशोक शहाण्याचं उत्तर नाही.

चंद्रकान्त

दि. १६ डिसेंबर १९६७

नाम्या,

एक म्हंजे तुला जे letterpad दिले आहे ते ना. घ. देशपांडे, कुसुमाग्रज, पुरुषोत्तम पाटील अशा माणसांसाठी मुळीच वापरू नकोस. ते अगदी घाणेरडे आहे. नेमाडे वैतागलाय तर खास माणसांसाठी तुला नवे letterpad पाठवतोय. पाहिजे तर जुने destroy कर. त्याच्या छापील पट्ट्या काढून टाक. मीसुद्धा कापून टाकल्या.

दुसरे : उद्या final करावयाचे होते; पण अजून matter नाही. तूर्त तीन गोष्टी आहेत. १. मन्या ओकची

कविता. २. अशोक केळकरची कविता (मालार्मेच्या french कवितेचा अनुवाद) ३. देविदास बागूलचे 'कविता आणि केशवसुत' हे टिपण. भाऊची कथा नाही. पु. शि. रेग्यांचे पत्र नाही. पु. शि. रेगे सोडून दिले. भाऊची वाट आहे. तेव्हा आता चोवीसपर्यंत आराम. चोवीसला final करू.

पुरुषोत्तम पाटलांचे आज नेमाडेला पत्र आहे. कविता तुझ्याकडे पाठवतो म्हणून.

'रानातल्या कविता'वर आज 'म. टाइम्स'मध्ये अजगराने टिपण लिहिलेय. मी बागूलव्यतिरिक्त नारायण सुर्वेला (महाराष्ट्राचे येवटुशेंको) पत्र टाकले होते.

तिसरे : मी जालन्याला येणार नसल्याचे निश्चित ठरवलेय. तर तुम्ही जा; पण आम्हाला press करू नका. त्या वेळी रवी व रायभान इथे येतील असा अंदाजय्.

चंद्रकान्त

बाळ, भगवंत, मुक्याची पत्रे नाहीत.

नाम्या,

कशातच लक्ष लागत नाहीय्.

हल्ली कायम कामाक्षी आणिक बर्कले सिगारेट. इकडे थंडी फार आहे. कायम. आताच रायभानला पत्र लिहिलंय. काल 'सुर्वे, मी औरंगाबादला न उतरता सरळ जालन्याला जाऊत, तुम्ही या' असं पत्रंय्. त्याचं उत्तर. काहीही झालं तरी आपण जालन्याला येणार नाहीत.

'वाचा'चं आता final ठरवलंय. पु. शि. रेगेची कविता, अशोक केळकरची कविता, मन्या ओक, पुरुषोत्तम पाटलाची एकच कविता, तीन टिपणं, देविदास बागूल, सुधीर रसाळ व चंद्रकान्त पाटील ('धोपेश्वर'वर) नेमाडपंताचा एक लेख आणिक संपादकीय. उद्या 'वाचा'ची लेटरिंग करीन. 'वाचा' अशी. त्याचा ब्लॉक करूत. शिवाय संपादक म्हणून आता फक्त नेमाड्यांचं नाव टाकायचं. माझं मी काढून घेणार. मी प्रकाशक. शिवाय 'मासिक' म्हणून करायचं. ragistration नाही.

२७ ला छापायला देऊत. अजून नेमाड्यांचं लिहून वाचायचंय. रसाळांचं पण. रसाळ कवितेच्या symposium साठी पुण्याला गेलेत. परवा येणार. मग लिहिणार. संमेलनापर्यंत छापून होईल की नाही, शंकाय. झालं तरी प्रकाशन संमेलनात असं बावळटासारखं करू नये.

नेमाड्यांचं ब्लर्ब लिहिणं कठीणय्. आज-उद्याच लिहीन.

रात्रीचे अकरा वाजलेत. येताना पैशाचं बघ.

इथं आल्यावर लेटरपॅड देईन.

चंद्रकान्त

नामदेवराव,

आमचा अंदाज एकदम खरा.

पापणीत आभाळ वगैरे.

सालं तुमच्या आमच्या गाठी काही एवढ्या सहजासहजी तुटत नाहीत. सध्या कॉलेजात हेवी वर्कय्. शिवाय पैशाबिशाचं भलतंच वैताग काम झालंय.

आणिक तिसरं म्हणजे 'वाचे'चं.

एवढ्यातच आपलं डोकं चाललंय.

तीन-चार अंकांची planning करून ठेवलीय.

येत्या अंकात 'रानातल्या कवितां'वर तुशमूचा review देतोहेत.

तुम्ही रानातली कामं संपवून व्यवस्थित दहा-पंधरा दिवसांनी इकडे चक्कर टाका. तवर आम्हीही घाईत आहोत. आटोपून घेऊ.

तिकडे अंकावर मतंबितं कशी. कुणाकुणाची. काय काय. आमच्या मागच्या पत्रावरून काही बरा विचार करीत असल्यास करा. नाही तर सरळ विसरून जा. तुम्ही हैदराबादला आमच्यावर वैतागल्याचं आम्ही विसरून गेलो तसं.

सविस्तर पत्रं टाका. इकडचं इतिवृत्त इथं आल्यावर. ढाकेचं काय.

चंद्रकान्त

दि. ४ फेब्रुवारी १९७०

नाम्या,

मी मन्याला पत्र टाकलं. उत्तर आलं १२ तारखेला. इथं मुंबईहून सतीश काळसेकर / वश्या गुर्जर / प्रदीप नेरूरकर / राजा ढाले इथं येणार त्या वेळी मन्याचं script येणार. म्हंजे सगळ्या कविता. तर आपण selection करणार. म्हंजे नेमाड्यासुद्धा. तर आमची इच्छा तूही १२ ला इथं ये. मजा येईल. मग जालन्याला जाऊ. शिवाय डॉ. अ. के. चं काय? अरुणचं काय पत्र आलं का नाय? अजून कुणाची पत्रंबित्रं येण्याआधी पत्र पाठव. शिवाय तू आलास की, मग पैसे वितरण इत्यादी ठरवायचं. शिवाय मार्चचा पहिला आठवडा मुंबईसाठी तर कळव, रायभानला २९ मार्चला sorry जानेवारीत लेकरू झालं सुखरूप ७-८ फेब्रुवारीला मुबईत चित्रांचं प्रदर्शन तर माझीसुद्धा चित्रे का मागवलीस प्रलयच्या उसाला मार्केट मिळालं तू इथून गेलास तर त्याच दिवशी रायभान गाडी घेऊन आलता. बाकी तर तूच सगळं डिटेलात कळव.

चंद्रकान्त

दि. ३ जुलै १९७१

नाम्या,

एक अतिशय महत्त्वाचं very very urgent काम.

हे पत्र पाहताच तत्काळ सोयगावला जाऊन तिथल्या तहसील ऑफिसातून तुझ्या नावावर असलेल्या शेताच्या सातबाऱ्याची नक्कल दाखवून तिथून तू अमुक अमुक जमिनीचा मालक आहेस, ती प्रॉपर्टी अंदाजे अमुक अमुक किमतीची आहे, अशा अर्थाचे certificate घेऊन ये.

नेमाडेला London University कडून Linguisties च्या lecturership साठी बोलावणं आलं आहे व त्याने कॉलेजचा राजीनामा दिला असून तो निघण्याच्या मार्गावर आहे. त्याला पासपोर्टसाठी प्रॉपर्टी असलेल्या एखाद्या मित्राकडून Solvancy Certificate पायजे आहे. तू तेवढे Certificate आणल्यास इथे Solvancy Certificate वर तुझी सही करून सोबत तुझे Certificate दाखवता येईल. मग तेवढं झालं. Passport application मुंबईला पाठवला जाईल. यात तुला कसलाही धोका नाही. ही फक्त formality आहे. वेळ अगदीच थोडी असल्यानं अगदी पत्र मिळताच निघणं आवश्यक. इथं आल्यावर details सांगतो. तरी Urgent निघणे. फारसा विचार न करता.

चंद्रकान्त

नाम्या,

गेल्या कित्येक महिन्यांत आपली निवांत भेट झालीच नाही. गेल्या भेटीत मी भावाच्या आजारामुळे अस्वस्थ होतो आणि नेमाड्याकडे अर्थातच व्यवस्थित बोलावयाच्या वेळी तू थकलेलाच.

मी त्या वेळी रामदासला लिहिलेल्या पत्राचं उत्तर आलंय. रामदास नेमाड्याची नवी कादंबरी काढावयाला तयार आहे; पण contract च्या conditions रामदासप्रमाणे हव्यात हे एक आणि दुसरं असं की कादंबरीला एक वर्ष लागेल हे, तर एक वर्षाचं मात्र काही फारसं पटण्यासारखं नाही. शिवाय इकडं 'बिढार'चं भिजतघोंगडं तसंच अडकून पडलं आणि कल्पना मुद्रणालयात छापत असल्यामुळं आज देशमुखांचा त्यात हात असावा असा पिंपळापुरेचा अंदाज आहे. खरं काय माहीत नाही. तर पहिले दोन भाग 'बिढार' म्हणून आणि नंतरचे दोन भाग 'फारकती' म्हणून असं आता जवळ जवळ ठरलं. शिवाय 'कोसला' आता पंधरा दिवसांत बाजारात येईल, असंही रामदासनं लिहिलंय. त्यावर महाराजचं एक कव्हर आहेच.

या 'ललित'मध्ये तुळश्याचा परिचय आहे. म्हंजे माझा परिचय छापायचा त्यांचा विचार नसावा, असा माझा न् नेमाडेचा अंदाज. तू सहज casually कोठावळ्यांना विचारून बघ. मी तूर्त अगदी आरामात आणि काहीही काम करीत नाही. मात्र, उद्या-परवापासून मला National Book Trust च्या अनुवादाचं काम हातात घेणं आवश्यक. कारण २० सप्टेंबरला छापील प्रत द्यायचा मी written contract केलाय.

तू एक अत्यंत महत्त्वाचं काम कर. संदर्भ - २, चा माझा अंक तुझ्याकडे आहे. तर तो अंक तत्काळ विष्णूला पाठव.

खालील पत्त्यावर -

विष्णू खरे

१२/८/०७ रामकृष्णपुरम्, नवी दिल्ली -२२

११०-०२२.

अजून काय? इकडं निवांतपणे एखादी चक्कर टाक. दिलीपच्या संग्रहाचं तत्काळ काहीतरी करणं आवश्यक / सविस्तर पत्र लिही.

चंद्रकान्त

पाटील, जयंत (बोर्डी)

ठाणे

दि. १९ सप्टेंबर २००६

माननीय कविवर्य महानोरजी,

यांना सादर प्रणाम

आपला दिनांक १६ सप्टेंबर २००६ रोजी ६३ वा वाढदिवस होता. त्या निमित्त आपणास माझ्या अनेक शुभेच्छा व परमेश्वराने आपणास उत्तम आरोग्य व दीर्घायू होवो हीच प्रार्थना.

लोहारा येथील कृषिभूषण श्री. विश्वासराव पाटील यांनी मला परवाच फोन करून ही आनंदाची बातमी सांगितली.

इंग्रज कवी शेले यांनी म्हटले आहे की, सर्वात मोठा कलाकार कोण? तर शेतकरी! कारण तो ओसाड जमिनीला हिरवीगार बनवितो व फळाफुलांनी सुशोभित करतो. शेले यांचे उद्गार आपल्या बाबतीत सार्थ आहेत. कारण आपण अशा ओसाड जमिनीवर सीताफळे व इतर फळझाडांची लागवड करून ती जमीन फुलविली आहे व आपल्या काव्याने साऱ्या महाराष्ट्राला मंत्रमुग्ध केले आहे. म्हणून आपणात शेतकरी व कवी असा दुहेरी संगम झाला आहे. अशी उदाहरणं इतिहासात फार दुर्मिळ आहेत. म्हणून आपण महाराष्ट्राचे भूषण आहात. आपला आम्हास मोठा अभिमान वाटतो.

परमेश्वराने आपणास उदंड आयुष्य द्यावे हीच प्रभुचरणी प्रार्थना आहे.

आपला,

जयंत पाटील

दि. १८ एप्रिल १९९९

प्रिय नामदेवराव,

सप्रेम आठवण,

काल माझ्या शुभेच्छांना आपले उत्तर मिळाले. आपण 'तसे' जवळ आलो नाही... का? कदाचित माझ्याच काही मर्यादा असाव्यात, त्या आड आल्या असाव्या... तरीही कृष्णमूर्ती म्हणतात तसे, ''नो कम्युनिकेशन इज बेस्ट कम्युनिकेशन' असेही एक नाते आपल्यात असावे.... तसे पाहिले तर धाडकन प्रेमात पडणे माझ्या बाबतीत अगदी सहज घडते. तसा मी तुमच्या 'विदूषक'च्या प्रेमात पडलो होतो. अजूनही पडलो... श्री. ठाकरे सरांचा (माजी कुलगुरू) वाढदिवस २२ एप्रिलला असतो. एकदा मी त्यांना आपल्या 'विदूषक'च्या गाण्यांची जोड कॅसेट भेट दिली होती. (सर कधीच कोणाकडूनही काहीही घेत नसत; पण मला नाही म्हणू शकत नसत... कारण त्या कृतीच्या मागे आणि पुढे काहीही नसते हे त्यांनाही न सांगताच कळाले होते का?)

अजूनही सर त्या गाण्यांची आठवण काढतात... आनंद मोडक फार थोर प्रतिभावान संगीतकार आहे...

तुम्ही ज्या वर्तुळात वावरलात त्या वर्तुळाच्या मी बाहेरच होतो. तुम्ही मग बरेच सार्वजनिकही झालात... मग तर काही शक्यताच राहिल्या नाहीत...

बरं, उठून पळसखेड्यास यावे तर तिथेही इतकी थोर माणसं येत राहिली की मी संकोचूनच घेतले...

मागे मी आनंदवनात असताना आमच्या एका कार्यकर्त्याने दूर बस्तर भामरागडच्या सीमेवरच्या गावात आत्महत्या केली... विकास त्या घटनेने अस्वस्थ होऊन गेला आणि त्याने जी.एं.ना पत्र लिहिले... जी.एं.चे पत्र आले... त्यात त्यांनी एका ठिकाणी म्हटले होते की, ''तेंडुलकर, ग्रेस वगैरे मंडळींशी माझी मैत्री आहे; पण कशी? एका मोठ्या हॉलमध्ये पार्टी चाललेली असावी आणि एखाद्या लहान मुलाने बाहेरून खिडकीच्या काचेला नाक भिडवून टाचा उंचावून आत डोकावण्याचा प्रयत्न करावा... इतपतच आमची मैत्री आहे.''

आज तुम्हाला लिहिताना या प्रसंगाची आठवण तरी का व्हावी?

तुम्ही मराठीला आणि महाराष्ट्रालाही जो ताल दिला त्यासाठी तर मीही कृतज्ञ आहे,

नामदेवराव...

किचनमधल्या डायनिंग टेबलशी बसून लिहितोय... माझे जग आता संकोचून संकोचून किचन टेबलशी येऊन थांबले आहे.

'किमया'ची कामेही कमी झाली आहेत...

'जरा जरासे काही उत्कट' जे फक्त माझ्यापाशी आहे त्याची आज आवश्यकता आहे काय? असेही वाटते... म्हणून 'किमया'त जाणे जवळपास थांबले आहे. घरी येईल तेच काम करायचे.

...मधल्या काळात तुमचे कुटुंब बऱ्याच मनस्तापातून गेल्याचेही वाचून माहीत झाले होते...

कसे आहात? सौ. वहिनींची साथ-संगत मोलाची असणार...

मुक्काम अजून पळसखेडीच का?

तिकडे येण्याच्या इच्छेचा चटका कधी बसतो त्याची मी वाट पाहणार आहे..

जपा.

घराला मनःपूर्वक आठवण.

तुमचा,

जयंत पाटील

पाटील, जयंत (जळगाव)

जळगाव

दि. १४ जानेवारी २००१

प्रिय श्री. महानोर दादा,

सप्रेम आठवण,

मागील रविवारच्या 'महाराष्ट्र टाइम्स'मधले तुमचे आत्मकथन रडवून गेले... कालच्या रविवारमधले निसर्गाचे शब्दचित्र विलोभनीय आणि शब्द हे माध्यम किती तोकडे त्याची तुम्हाला झालेली जाणीव किती विदारक... पहिल्या लेखनातले मामीचे—आईचे अबोध—अनाघ्रात प्रेम... हे आपण अनुभवले आहे म्हणूनच आपले प्रेमही प्राकृतच.

तुमच्या सर्वच लिखाणातून व्यक्ती महानोर काही फारसे व्यक्त होत नाहीत...

आता आत्मचरित्राच्या दिशेने वळायला हरकत नाही... तुमचा तो अधिकार आहेच.

सौ. वहिनींनाही जनलोकात येऊ द्या...

तुमचे दोघांचे इतक्या वर्षातले सहजीवन...

सुख-दुःखाच्या सर्वच दिवसांना कवेत घेणारे, काळ्या मातीसारखे देखणे, सृजनसमृद्ध!

परवाचा सयाजीचा कार्यक्रम छान झाला...

सयाजी किती पारदर्शक (सगळे श्रेय तुम्हाला...)

नारळीकर नेहमी म्हणतात, ''मला माझे जिनियस विद्यार्थी हे ग्रामीण भागातून आलेल्या विद्यार्थ्यांमधूनच मिळाले आहेत.''

सौ. वहिनींना आणि मुलांना आठवण.

जयंत पाटील

पाटील, पुरुषोत्तम

देवपूर, धुळे

दि. ३१ ऑक्टोबर १९६४

प्रिय महानोर,

स. न. वि. वि.

तुम्ही अगत्यपूर्वक पाठविलेला 'प्रतिष्ठान'चा अंक मिळाला. तत्पूर्वीच मी तो आमच्या कॉलेजच्या वाचनालयात वाचला होता. तुमच्या या 'रानातल्या आठ कवितां'नी आम्ही म्हणजे मी आणि माझे स्नेही खरोखरीच हरखून गेलो आहोत. तुमची झेप मोठी आहे. मनापासून अभिनंदन. तुम्ही पाठविलेला अंक माझे स्नेही प्रा. सदाशिवराव माळी यांना वाचायला दिला होता. त्यांनाही तुमच्या कविता अतिशय आवडल्या व त्यांनीही याच पत्री तुम्हास अभिनंदन कळवायला सांगितले आहे. कांत, बी. रघुनाथ, ना. घ. देशपांडे यांच्या उत्कृष्ट कवितांच्या तोडीच्या त्या आहेत. एवढेच नव्हे तर त्यातला ग्रामीण जिवंतपणा मला व्यक्तिशः त्यांच्याहूनही उजवा वाटतो. 'सत्यकथे'च्या भागवतांना सवडीने मी लिहिणार आहे— या आठ कवितांचा उल्लेख करून.

पोटऱ्यातल्या गव्हाचे
हसू ओंब्यांत दाटते
आणि तुझ्याही डोळ्यांत
गडे नभ उतरते
कशी बोलता बोलता
अवेळीच सांज होते

अशासारख्या तुमच्या नितांत सुंदर ओळी रसिकांच्या मनातून दूर जाणे कठीण. दुसऱ्या क्रमांकाच्या कवितेतील अखेरीस हृदयाला जाऊन भिडते. असेच सातत्याने लेखन चालू ठेवा. माझ्यासारखे थांबू नका. 'थांबला तो संपला.'

तुमच्याकडे येण्याचे आश्वासन मागेही दिलेले आहे. अजून पाळता येत नाही. याचे वाईट वाटते. इच्छा मात्र तीव्र आहे. या नाताळच्या सुटीत जमते का ते पाहतो.

माझी गेली सहामाही अतिशय वाईट गेली. गृहस्वास्थ्याच्या दृष्टीने. सौ. पाटील अतिशय आजारी होत्या. डोक्यावर परिणाम झाला होता. म्हणून सुरतेजवळील मरोली येथील Mental Hospital मध्ये महिनाभर ठेवावे लागले. मीही त्या काळात तेथेच राहिलो. आता पूर्ववत तब्येत ठीक झाली; पण प्रकृतीचा अशक्तपणा अजून कायम आहेच. मुलांच्या तब्येती ठीक.

तुम्ही काही कामानिमित्त इकडे आलात तर अवश्य माझ्याकडेच मुक्काम करा. अर्थात 'वही' बरोबर आणालच. (मीही माझी 'वही' आता तयार करीत आणली आहे!) मात्र अगोदर पत्र द्या.

ही दिवाळी तुम्हास व तुमच्या सर्व कुटुंबीयांना आनंदाची व सुखाची जावो.

तुमचा स्नेहांकित,

पुरुषोत्तम पाटील

देवपूर, धुळे

दि. १ ऑगस्ट १९६९

प्रिय महानोर,

तुमचे स्नेहभावाने ओथंबलेले पत्र मिळाले. तत्पूर्वीचेही एक मिळाले होतेच. गेले कित्येक दिवस कोणालाच पत्र वगैरे लिहिण्याच्या मनःस्थितीत नाही. खरे म्हणजे अंतर्यामी मी फार कोसळलो आहे. Totally broken. घडलेल्या विपरीत घटनेने सौ.ही उन्मळून पडल्यासारखी. तिची व लहानग्यांची काळजी घ्यावी लागत आहे. त्या जबाबदारीत आणि अध्यापनात वेळ जातो तेवढा बरा. उरलेला काळ खायला उठतो. असे भकास कधी वाटले नव्हते. साहजिकच नवीन लेखन शून्य. 'सत्यकथे'त प्रसिद्ध झालेली कविता गेल्या दिवाळीत जुडग्याने कविता पाठविल्या होत्या त्यापैकी. नवीन लिहिलेच तर तुमच्याकडे पाठवीनच.

संग्रहाबाबतही तुमचे ऐकणार आहे. या आठ-दहा दिवसांत माझ्याजवळ जेवढ्या कविता आहेत त्यांची Press copy पाठवतो. आतापर्यंत कोणाला तसा बधलो नाही. तुमच्या प्रेमाच्या सक्तीची जातच वेगळी आहे. तुमच्या हाती त्या कविता सोपवण्यातले समाधानही तसेच वेगळे लाभेल. 'कविता महानोरांनी ताब्यात घेतल्या आहेत' एवढे भागवतांना कळवून मोकळा होईन.

दुसरा एक विचार, ज्यामुळे संग्रहासाठी मन तयार होत आहे, आतापर्यंत कोणाजवळच व्यक्त केला नाही. शक्यही नाही. का कुणास ठाऊक मधून मधून सारखे जाणवते की, आपणाला आता जास्त आयुष्य नाही. कदाचित हे वाटणे चुकीचेही असेल, आधारशून्य असेल; पण वाटते खरे. छातीत दुखते. अतिरेकी धूम्रपानाने छातीचे डबडे झाले असावे. या शारीरिक परिणामामुळेही मन असे चक्रावत असेल. काही उमजत नाही. कुणाजवळच हे बोलू नका.

असो; परत कामाचे. कविता तुम्हाला मिळाल्यावर राहिलेल्या इतर कविता शोधणे तुम्हाला सोयीचे जाईल. कालखंड, नियतकालिके इत्यादी माहिती त्यासोबत पाठवीन. त्यानंतर औरंगाबादला जाऊन त्या मिळवणे.

इतर विषय नाही. वडील मंडळीस सा. न. लहानांस आशीर्वाद.

तुमचा स्नेहांकित,

पुरुषोत्तम पाटील

देवपूर, धुळे
दि. २६ नोव्हेंबर १९६९

प्रिय महानोर,

तुमचे पत्र मिळाले. 'मराठवाड्या'चा अंक, कात्रणे व चेकही मिळाला. 'मराठवाड्या'साठी तुम्ही निवडलेल्या कवितांच्या गटाचे औचित्य जाणवले. यापूर्वी त्या कवितांच्या बाबतीत हे लक्षात आले नव्हते. मला निवड आवडली. तुमच्या कवितांची 'नवती' कायम आहे याचा अभिमान वाटतो. त्यातही 'सत्यकथा', 'उत्तम'मधील कवितांपेक्षा मराठवाड्यातील कविताच जास्त आवडली. का ते सांगायला नको. (तशी तुमच्या माझ्या मनाची खास जात एकच आहे असे दिसते.)

एक मात्र घडायला नको होते. एक कविता 'उत्तम' व 'मराठवाडा'मध्ये दोन्ही ठिकाणी प्रसिद्ध झाली. तुम्ही कोणत्या कविता मराठवाड्याला दिल्या हे माहीत नसल्याने मी 'उत्तम'ला ती दिली. तीही प्रा. व. दि. कुलकर्णींच्या आग्रहामुळे. नाहीतर यंदा मी आपण होऊन कुठेच कविता पाठविल्या नव्हत्या, असो.

आता थोडे 'संग्रह'पुराण. भागवतांनी तुम्हाला तसे लिहायला नको होते. त्यांचे वाक्य वाचून अतिशयच वाईट वाटले. ते दुःखसुद्धा मनात ठेवले आहे. प्रसंग येईल तेव्हा जाणीव देईनच. मधल्या काळात भागवतांची दोन पत्रे आली. सवडीने पाहून ठेवतो. मी त्यांना लिहिले आहेच, सुटीत वाचून ठेवा म्हणून. 'मात्र या सुटीत दिवाळीला जमले नाही तर फार उशीर लावणार नाही' असे अगदी अलीकडचे ३०/१०/६९ चे पत्र आहे. मी आपण होऊन मागेच डिसेंबरअखेरची अंतिम मुदत सुचविली आहे. तेवढ्याही अवधीत त्यांचे वाचून झाले नाही व त्यांनी निर्णय दिला नाही तर पुढचे काय करायचे ते तुमच्या सल्ल्याने बघू. या सर्व प्रकरणात 'माझ्यासाठी' तुम्हाला जो मनस्ताप सोसावा लागत आहे (कदाचित आणखीही सोसावा लागेल) त्याबद्दल मला ओशाळवाणे जरूर वाटते; पण एकदा त्यांच्या ऋणातून मुक्त होऊ द्या. त्यांनी काहीच जाणले नाही तर दोष त्यांचा ठरेल. मग आपण मोकळे.

नवीन उपक्रमानुसार राज्य स्पर्धेसाठी प्रकाशित पुस्तके पाठविण्याची मुदत ३१/३/७० ही आहे. (पूर्वी ऑक्टोबरमध्ये तारीख असायची असे वाटते) तेव्हा डिसेंबरअखेर त्यांचा होकार किंवा नकार आल्यावर लगेच दुसरा निर्णय घेता येईलच. संग्रह लहान असल्याने छपाईला महिनाभरही लागायचा नाही.

'मौज' ५४-५५-५६ दिवाळी अंकातील 'तुझा दुरावा' ही कविता मिळाली का? तुम्ही संग्रहात कोणती कविता add केलीत?

मधून मधून असेच लिहीत राहा. तेवढेच बरे वाटते. सर्वांस यथोचित नमस्कार-आशीर्वाद.

तुमचा स्नेहांकित,
पुरुषोत्तम पाटील

दोंडाईचे, जि. धुळे
दि. ५ एप्रिल १९६९

प्रिय महानोर,

तुमचे पत्र मिळताच लगेच लिहीत आहे. तुम्ही ज्या आत्मीयतेने आणि तळमळीने माझा संग्रह निघण्यासाठी प्रयत्न करीत आहात ते पाहून मन भरून येते. अनेक वेळा तो विषय मी मनाबाहेर काढून

टाकतो; पण तुमच्या संजीवक त्यामुळे पुन्हा आशेला पालवी फुटते. तरी पण ही माझी कसोटी नाही भागवतांचीच आहे. नुकताच इंदिरा संतांचा 'बाहुल्या' वाचला. धक्काच बसला. त्या तर माझ्या आवडत्या कवयित्री होत्या; पण या संग्रहातील कवितातील 'सपकपणा' भागवतांना काहीच कसा जाणवला नाही? असो.

'मराठवाडा दिवाळी अंक' (ज्यात माझ्या चार कविता तुम्ही छापल्या होत्या) तो वाचायला नेणारांनी मागेच गहाळ केला. त्यामुळे तो औरंगाबादेहून मागवून कविता द्याव्या लागतील. कदाचित या कविता भागवतांना दिलेल्या वहीत असतीलही, नक्की आठवत नाही.

नवीन कविता दोन-तीनच सध्या आहेत. त्या येत्या आठवड्यात पाठवितो. आणखीही लिहीन. तुमचे पत्र आल्यावर लिहावेसे वाटते. नाहीतर या साऱ्यांच्या उपेक्षेमुळे विझलोच आहे असे समजून चालण्याची मनाला सवय झाली आहे.

माझ्या कॉलेजची माझ्या संबंधात हानिकारक भानगड नाही. झाली ती घटना मला न्याय देणारी व prestige उंचावणारी झाली. कॉलेजच्या चेअरमनने माझा अपमान केला होता, ते मुलांना कळताच त्यांनी त्यांच्या घरावर निषेध मोर्चा काढला. एक दिवस संप केला. त्यांना माझी माफी मागायला लावली. प्रकरण सध्यापुरते संपले आहे; पण मुलांच्या माझ्यावरील प्रेमाच्या व जिव्हाळ्याच्या या साक्षात्काराने कॉलेजसाठी अधिक कष्ट करण्याची उमेद आली. सतत सतरा वर्षे मी विद्यार्थ्यांतच वावरत आहे. त्यांच्यासाठी झिजण्यात मला नेहमीच आनंद वाटला आहे. आपले कष्ट वाया जात नाहीत याचा मला रोमांचकारी अनुभव मात्र क्वचितच मिळतो. तो मिळाला. असो.

सर्वांस यथोचित.

तुमचा स्नेहांकित,
पुरुषोत्तम पाटील

धुळे
दि. ३० मे १९७५

प्रिय महानोर,

तुमचे पत्र मिळाले. आजच्या टपालाने रजिस्टर्ड पार्सलने कवितांची वही तुमच्याकडे पाठविली आहे. काही पाच-सात कवितांची भर घालून. वही पाठविण्याला उशीर झाला याबद्दल क्षमस्व; परंतु या मधल्या दोन-तीन महिन्यांच्या काळात मला कसलेही मानसिक स्वास्थ्य नव्हते. विशेषतः घरचे वातावरण अतिशय दूषित व तापदायक होते. वेडसरपणाचे attack घरात फार आले. ते सांभाळून पुन्हा हे प्रचंड कॉलेज सांभाळायचे. त्यामुळे मी फार थकलो होतो. थोडाही वेळ मिळत नसे. असो.

संग्रहाचे पुढचे सर्व तुमच्यावर सोपविले आहे. दोन-चार कविता कमी घेतल्या तरी चालतील; पण तो निवडक चांगल्या कवितांचाच असावा अशी इच्छा आहे. तसा निघाल्यास त्याच्या यशाबद्दल आत्मविश्वास वाटेल. भागवतांना हे सक्रिय सृजनशील उत्तर मिळाल्यावरच कदाचित पश्चात्ताप वाटला. संग्रह या डिसेंबर अखेरपर्यंत निघू शकेल काय?

या वर्षी ऑगस्ट-सप्टेंबरमध्ये थोडा वेळ काढावा. कॉलेजमधला तुमचा कार्यक्रम व्हायचा आहे.
वडील मंडळीस सा. न., लहानांस सप्रेम आशीर्वाद.
टीव्हीचा कार्यक्रम कसा झाला? नव्या ओळखी?

तुमचा स्नेहांकित,
पुरुषोत्तम पाटील

देवपूर, धुळे
दि. १४ ऑगस्ट १९७७

प्रिय महानोर,

माझे मागचे पत्र मिळालेच असेल. तीर्थरूपांची उत्तरक्रिया, अस्थिविसर्जन इत्यादी यथासांग पार पडले असेलच. उत्तरकार्याला येणार होतो; पण त्याच वेळी येथे कॉलेजची कामे उपटली.

काव्यसंग्रहाच्या छपाईचे काम या महिन्यात मार्गी लागते आहे असे दिसते. गेल्या आठवड्यात 'पॉप्युलर'च्या ऑफिसमधील श्री. गोकर्ण यांचे पत्र आले होते. त्याप्रमाणे फोटो, अर्पणपत्रिका, 'हस्ताक्षरा'तील कविता इत्यादी गोष्टी पाठविल्या आहेत. पुण्याच्या 'सुलभ मुद्रणालया'त छापताहेत. नवीन दोन लिहिलेल्या कविताही समाविष्ट करण्यासाठी पाठविल्या आहेत. ('पाहुणेर', 'सावल्यांच्या गार गर्द डोळ्यांवर तुझ्या') कवितासंग्रहाचे नाव तुम्ही सुचविलेले 'तळ्यातल्या साउल्या' हेच छान असल्याने तेच confirm केले आहे. (तळ्यातील, सावुल्या, साऊल्या, सावल्या' याऐवजी 'तळ्यातल्या' व 'साउल्या' हे शब्द अधिक उचित वाटल्याने व शब्दशोधनातही बरोबर आढळल्याने तेवढा किरकोळ फरक केला आहे.) कवितांची मांडणी व अनुक्रम तुम्ही कसा ठेवला याची मला कल्पना नाही. अंतिमतः कोणत्या व किती कवितांची निवड हेही ध्यानात नाही. या सर्व काळात तुमची एकदा तरी समक्ष गाठ झाली असती तर माझ्या मनातला गोंधळ कमी झाला असता. आता जसे जसे परिस्थितीप्रमाणे आकार घेईल तसे घेऊ द्यावे, असे मनाशी ठरवून काहीशी स्वस्थता स्वीकारली आहे.

या संग्रहाचे प्रकाशन सुचवून ते आग्रहाने स्वीकृत करायला लावणे, छापण्याची निकड लावणे या सर्व गोष्टी तुम्ही केल्या नसल्या तर तो प्रकाशात येणे शक्य नव्हते. (इतका मी 'जुना' झालो होतो.) कसे फेडू हे ऋण? हा संग्रह प्रकाशित होऊ घातला नसता तर माझे कवितालेखनही हळूहळू पार बंद पडले असते. म्हणजे सारा जीवनार्थच संपणार होता.

तुमच्याप्रमाणेच, माझ्या सुरुवातीच्या ऐन उमेदवारीच्या काळात, पण प्रेमभंगाच्या पार उद्ध्वस्त मनःस्थितीत असताना कविवर्य बोरकरांनी चार वर्षे मला त्यांच्या घरी स्वतःजवळ ठेवून मला व कवितेलाही सांभाळले. म्हणून संग्रह त्यांना अर्पण केला आहे. अर्पणपत्रिका, श्रेय इत्यादी मजकूर पुढीलप्रमाणे (प्रत्यक्ष भेट झाली असती तर हे सर्व तुमच्यासमोर बसून तयार करणार होतो. आता त्यांनी घाईत मागितल्याने मजकूर तसाच तयार करून पाठविला.)

१) कविवर्य बा. भ. बोरकर यांना,
प्रणिपातपूर्वक,
माझ्यासकट ही कविता तुम्ही जगवली, सांभाळली त्या दिवसांची आज फार आठवण येते...

२) श्रेय – सत्यकथा, छंद, प्रतिष्ठान, अनुष्टुभ
श्री. पु. भागवत, राम पटवर्धन, व. दि. कुलकर्णी, रामदास भटकळ,
ना. धों. महानोर आणि 'एम'
(आणखीही अनेक सज्जनांचे श्रेय आहेच. तुमच्या अशा अत्यल्प उल्लेखाने मी यत्किंचितही उतराई होऊ शकत नाही याची अपराधपूर्ण जाणीव आहेच. इच्छा एवढीच आहे की, तुमच्या या सक्रिय प्रोत्साहनाने मला पुढचा संग्रह होईल इतक्या कविता लिहिता याव्यात आणि तो तुम्हाला–तुम्हालाच अर्पण करता यावा.)

३) हस्ताक्षरातील कवितेसाठी 'आम्ही सुगंधित पुन्हा' ही आठ ओळींची कविता दिली आहे. चांगली आहे. तुम्हाला आवडेल.

४) एक इंग्रजी अवतरणही दिले आहे. संदर्भाशिवाय त्याच पहिल्यावहिल्या जखमी प्रेमप्रकरणाचा आहे.

"But in an hour of agony,
pray, speak it, and recall my image,
And say, "He still remembers me,
this heart alone still pays me homage."

Alexander pushkin

ब्लर्ब (इतरच्या पानावरील मजकूर) कोणी लिहावा किंवा लिहिणार आहे याची कल्पना नाही. त्वरित मुंबईलाच तो लिहून मिळावा म्हणून मित्रवर्य व. दि. कुलकर्णी यांचे नाव सुचवून ठेवले आहे. तुम्हीच तो दिलेला असेल तर प्रश्नच मिटला.

मुद्दाम सविस्तर लिहिले आहे. सर्व काही तुम्हाला report केल्याशिवाय चैन पडत नव्हती. तुमचेही सविस्तर उत्तर द्यावे. वाट पाहतो.

तुमचा स्नेहांकित,
पुरुषोत्तम पाटील

देवपूर–धुळे
दि. २ फेब्रुवारी २००१

कविवर्य ना. धों. महानोर यांना,
स. न.

इंदूर संमेलनाचे वृत्तान्त विविध दैनिकांतून प्रसिद्ध झालेले वाचनात आले. त्यांत बहुतेकांनी आमंत्रितांच्या कविसंमेलनातील तुमचे सूत्रसंचालन आणि भाष्य खूप आवडल्याचे लिहिले आहे. आजच 'दै. केसरी'चा रविवारचा (दि. २८ जानेवारी) अंक माझ्याकडे आला. त्यात या संमेलनाचा परामर्श घेणाऱ्या 'केसरी'च्या प्रतिनिधीने (स्वप्नील श्रीकांत पोरे) आपल्या 'इंदूरदिनाचा असर सरे ना' या लेखात पुढीलप्रमाणे

उल्लेख केला आहे–''ज्येष्ठ कवी ना. धों. महानोर हे निमंत्रितांच्या कविसंमेलनाचे अध्यक्ष होते. त्यांनी यंदा नेहमीची प्रथा मोडून दर दोन-तीन कवींच्या कविता वाचून झाल्यावर गेल्या शंभर वर्षांवरील कवितांचा आढावा घेतला. त्यांची ही कल्पना अफलातूनच होती. कविसंमेलनाऐवजी महानोर यांनीच बोलत राहायला हवे होते, असे अनेक श्रोत्यांना वाटले. उलट अधूनमधून सादर होणाऱ्या कवितांनी श्रोत्यांचा रसभंग होत होता. एकूण या कविसंमेलनात कवितेऐवजी महानोरांनी सांगितलेला कवितेचा इतिहासच अधिक रंगला!''

'रविवारचा केसरी' माझ्याकडे येतो. त्यांच्याही आग्रहावरून त्यांच्या रविवारच्या आवृत्तींसाठी माझे पाक्षिक सदर 'अमृताच्या ओळी' सुरू केले आहे. आतापर्यंत दोन लेख लिहिले : १) तेथे कर माझे जुळती २) रात्रीच्या गर्भात उद्याचा असे उषःकाल. दुधावरच्या सायीसारख्या वर आलेल्या या ओळी. त्यांच्या अनुषंगाने संपूर्ण कवितेवरचे माझे भाष्य, अनुभवकथन असा हा आगळा लेखनप्रयोग आहे. प्रत्येक लेखाला ते पाचशे रुपये देतात. 'देशदूत'मध्ये साप्ताहिक 'ग्वाही' सुरूच आहे.

४ मार्चच्या जळगावच्या टोलेजंग कार्यक्रमाची आतुरतेने वाट पाहत आहे.

तुमचे आजचे हे यश तुमच्या प्रदीर्घ साधनेची फलश्रुती आहे. सरस्वती तुमच्यावर प्रसन्न आहेच; पण श्रोत्यांना गुंगवून सोडणारा एक आगळा वक्ता म्हणूनही तुम्ही खास ठसा उमटवला आहे. हा 'वाणीचा उत्सव' पाहण्यासाठी, ऐकण्यासाठी ४ मार्चला येत आहेच! (३ मार्चला ७३ वे वर्ष भूतकाळात लोटून ७४ वर्षांच्या सुरुवातीला तुमचे बोल ऐकण्याचा योग आहे.)

जळगावी विद्यापीठात ओझरती भेट झाली. मला थांबता आले नाही. जैन हिल्सवरची मैफल चांगलीच रंगली असेल.

मला तुमच्या आयुष्यातील अलीकडचा मधला काळ आठवतो. काळाकुट्ट. त्या वेळी तुम्ही किती सोसले याची कल्पना मला आहे; पण नियतीने सवाईने परतफेड केली. छळणाऱ्यांची तोंडे काळोखून गेली.

सौ. ताईंसह सर्वांना हार्दिक शुभेच्छा!

तुमचा,

पुरुषोत्तम पाटील

पाटील, म. सु.

दि. २८ जानेवारी १९७८

प्रिय श्री. महानोर यांसी

सप्रेम नमस्कार वि. वि.

माझे अगोदरचे पत्र मिळाले असेलच. आताच प्रा. पुरुषोत्तम पाटील यांचे पत्र हाती आले. त्यांच्या कवितासंग्रहाचे प्रकाशन दिनांक ११.२.७८ रोजी धुळे येथे आपल्या हस्ते व्हायचे आहे हे ऐकून अतिशय आनंद झाला. आपण तेथे भेटूच आणि दुसऱ्या दिवशी मालेगावला येऊ. आपण एकाऐवजी आता दोन

दिवसांची सवड काढावीच. आता १२ तारखेला आपण माझ्याबरोबर मालेगावी याल असे पत्र आपणाकडून अपेक्षित आहे. निराश करू नये. पत्र लवकर पाठवावे. वाट पाहत आहे. कळावे,

आपला,

म. सु. पाटील

पाटील, माधवराव

लाडपिंपळगव

दि. २५ जुलै १९७७

कविरत्न चि. नामदेवराव महानोर आणि आपले बांधव यांना माधवराव पाटील यांचा शुभाशीर्वाद. उ. वि.

आपले परमपूज्य पिता यांची दुःखद वार्ता ऐकून मनाला अत्यंत वाईट वाटले. आमच्या नातेवाइकांतील चतुर, अविरत उद्योगशील, प्रगतिशील शेतकरी व अशिक्षित परंतु प्रभावी तेजोवलय व भाग्यशील असा समाजातील हिरा हरपला असे वाटले.

तो ईश मृतात्म्यास शांती व सद्‌गती देवो ही नम्र प्रार्थना.

आपल्या कुटुंबावर वडिलांची असलेली शुद्ध ममतेची छाया आज जगातून नाहीशी झाली. त्यांनी आजवर तुमच्यावर तुमच्या सुखासाठी, प्रगतीसाठी अविचल रात्रंदिन केलेले कष्ट, आपल्या नजरेसमोरून जाणार नाहीत. त्या आठवणीच्या वेदना तुमच्या हृदयातून सध्या नाहीशा होणार नाहीत; परंतु एकेक रात्रीनंतर रात्र जाऊन ते दुःख हळूहळू विसरावे लागेल.

आपण कवी आहात. सृष्टीच्या उदरातील सुख-दुःख शोधून मानवापुढे ठेवण्याची आपली शक्ती त्या प्रभूने आपणास दिली आहे. त्यापुढे माझी लेखणी काय लिहू शकेल. माझ्या वयानुसार चार शब्द सांत्वनपर लिहिणे योग्य म्हणून मी लिहिले आहे.

आपल्या बांधवांसह आपणास भरपूर दुःख झाले आहे; परंतु ते धरून चालणार नाही. तुमच्या घरातील, मातांची व भगिनींची काय परिस्थिती होत आहे या जाणिवेने आपण दुःख कमी करून व धैर्य धरून त्यांचे सांत्वन करणे हे आपले कर्तव्य आहे. तुम्ही दुःख केले तर सर्व घरातील मंडळीही दुःख करतात व एकच हलकल्लोळ होतो. हे काशीनाथरावांनी कळविलेच आहे. तेव्हा आपण शांती, धैर्य धरून शोक आवरणे हे अत्यंत महत्त्वाचे कार्य आहे. कारण त्याशिवाय इलाज नाही.

त्यांची सर्वांची तीर्थयात्रा प्रभूकृपेने आनंदात पार पडली. त्यांचे पवित्र चरणांबुजाचे दर्शन व्हावे ही इच्छा. प्रभूने त्यांची जीवनयात्रा फारच लवकर संपविली.

त्यांचे मानवी जीवन ऐश्वर्यात जराही उणेपणा येण्याच्या अगोदर प्रभूने त्यांना ईश स्वदपांत विलीन केले. आजाभंगो नरेंद्र नाम अशास्त्रोशस्त्र पानयमः या न्यायाने त्यांच्या आज्ञेचे यत्किंचितही उल्लंघन तुमच्याकडून होण्याच्या आत त्यांना हिरावून नेले.

तेव्हा शोक, मोह बळजबरीने बाजूला सारून धैर्य धरून पुढचे पाऊल टाकणे उचित आहे. आपण त्यांचे सुपुत्र आहोत, त्यांच्या प्रेरणेने तुम्हासही यशसिद्धी लाभल्याशिवाय राहणार नाही.

बाईंनी, मुलींनी तथा सर्वांनीच दुःख बाजूला सारावे. ही आग्रहाची विनंती. उत्तरकार्यासाठी अवश्य येत आहे.

माधव पाटील

पाटील, वसंतदादा

मुंबई

दि. ३० डिसेंबर १९७६

प्रिय श्री. महानोर यांना,

सप्रेम प्रणाम वि. वि.

आपले पत्र पोचले. मध्यंतरी तुम्ही सांगलीस आलात; पण मी नव्हतो. त्यामुळे तुमची भेट होऊ शकली नाही. असो.

त्या भागात मी येईन त्या वेळी तुमची भेट होईलच.

आपल्या शेतीचे, त्याचबरोबर कवितेचे चांगले चालले आहे हे वाचून आनंद वाटला.

कळावे,

आपला,

वसंतराव पाटील

मुंबई

दि. २९ जून १९७७

स. न. वि. वि.

सांगली, सातारा स्थानिक स्वराज्य मतदारसंघातून महाराष्ट्र विधान परिषदेवर बहुमताने माझी निवड झाल्याबद्दल आपण ज्या शुभेच्छा व्यक्त केल्या आहेत त्याबद्दल मी आपला आभारी आहे. आपल्या या सद्भावना आणि प्रेम सतत माझ्या पाठीशी राहील, असा मला विश्वास आहे. आपण व्यक्त केलेल्या विश्वासास पात्र ठरण्याचा मी प्रयत्न करीन.

आपला,

वसंतराव पाटील

मुंबई

दि. २७ जुलै १९७७

प्रिय श्री. महानोर,

स. न. वि. वि.

आपल्या पिताजींच्या दुःखद निधनाची वार्ता ऐकून अतिशय वाईट वाटले. परमेश्वरी इच्छेपुढे कुणाचे काही चालत नाही. आपण कवी आहात. नियतीचे नियम कुणाला टाळता येत नाहीत हे मी आपणास सांगावे असे नाही.

आपल्यावर कोसळलेल्या दैवी आपत्तीत मी सहभागी आहे.

परमेश्वर मृतात्म्यास शांती व सद्‌गती देवो.

कळावे,

आपला,

वसंतराव पाटील

पाटील, शरद (कॉ.)

धुळे

दि. ६ फेब्रुवारी १९८३

कविवर्य ना. धों. महानोर यांस

स. न.

प्रा. पुरुषोत्तम पाटलांच्या 'तळ्यातल्या सावल्या'चे प्रकाशन कविवर्य वा. भा. बोरकर यांच्या हस्ते झाले. त्या वेळी मी तुम्हाला ऐकले. ब्राह्मणेतर भूमिपुत्र समर्थ वक्ता असल्याचे दिसले.

नामांतराच्या ठरावावर विधान परिषदेत मतदान झाले तेव्हा तुम्ही हजर राहून नामांतराच्या बाजूने मतदान कराल असे वाटले होते; पण मराठवाड्याचे सर्व विरोधी पक्षांचे आमदार जसे गैरहजर राहिले तसे तुम्हीही राहिलात हे ऐकून मन विषण्ण झाले. ***(या संदर्भात मी महानोरदादांना विचारले असताना दादांनी याच ठरावाच्या बाजूने महत्त्वाचे काम करण्यासाठी त्यांना बाहेर पाठवण्यात आले होते, असे सांगितले. हा संदर्भ पत्रलेखकांना माहीत नसल्याने त्यांचा गैरसमज झालेला असावा. – संपादक)***

त्या वेळी मी, डॉ. बाबा आढाव व ॲडव्होकेट अंकुश भालेकर उपोषणास असल्यामुळे व नुकतेच ठाणे जेलमधून सुटलेलो असल्यामुळे आम्ही तिघे प्रा. ग. प्र. प्रधानांच्या बंगल्यावर होतो. बाकी आमदार सवर्णांची मते सांभाळण्यासाठी गैरहजर राहिले; पण काँग्रेस (२८) ला तुमची गरज होती, आहे. तुम्हाला नाही, असे असतानाही तुम्ही एखाद्या पारंपरिक सवर्णांप्रमाणे वागायचे कारण नव्हते. तुम्ही सत्वार्थी नाहीत हे तुम्ही ना. वसंतदादा पाटलांच्या मंत्रिमंडळात यायचे आमंत्रण नाकारलेत यावरून स्पष्ट होते. मग तुम्ही आपले status का विनाकारण खुरटवून घेतलेत? ब्राह्मणेतरांमधून समर्थ व्यक्तिमत्त्वांची अशीच शोकांतिका होत राहणार काय? मा. य. दि. फडकेंच्या 'केशवराव जेधे' या पुस्तकाचे मी केलेले परीक्षण 'सत्यशोधक

मार्क्सवादी'च्या फेब्रुवारी अंकात प्रसिद्ध होत आहे. ते वादळी ठरणार आहे. ते तुम्ही वाचलेत तर माझी व्यथा तुम्हाला कळेल. कवी म्हणून तुमचे 'निजत्व' तुम्ही जरूर राखावे. मी स्वतः जे. जे. स्कूल ऑफ आर्टचा माजी विद्यार्थी असल्यामुळे कला-कलावंत समजू शकतो; पण कला समाजाभिमुख केली म्हणजे ती प्रचारकी होते. निजत्वाचा ऱ्हास होतो, ही समजच मुळात चुकीची आहे. तुम्ही बौद्ध महाकवी अश्वघोष वाचावा. भक्तिपंथाचे सर्व कवी समाजाभिमुख होते. कुसुमाग्रज 'गर्जा जयजयकार क्रांतीचा' यामुळे अमर झाले.

येता काळ फुले-आंबेडकरांच्या जाती, स्त्रीदास्य अंताच्या चळवळीला भरती यायचा काळ आहे. ब्राह्मणी डाव्यांनी वर्गव्यवस्था अंताची चळवळ सर्वस्व मानून जाती, स्त्रीदास्य, अंताच्या चळवळीला उपेक्षिले, निंदले. दलित आदिवासींमधल्या, ब्राह्मणेतरांमधल्या तरुण समाजपरिवर्तक तरुण कार्यकर्त्यांची नवी पिढी उदयाला येत आहे. या नव्या सर्वंकष मुक्तीच्या चळवळींशी तुमच्या मगदुराप्रमाणे 'नाते' जोडा. तिचे भाट होऊ नका; पण हितचिंतक व्हा आणि मेहेरबानी करून तुमच्या ब्राह्मणेतर श्रद्धास्थानांच्या प्रस्थापित व फुले-आंबेडकरविरोधी राजकारण्यांसोबत फरफटत जाऊ नका. मी तुमची 'समा'साठी कविता मागत नाही. कारण ललित साहित्य छापायचेच नाही. सर्व केंद्रीकरण वर्गजाती, जाती, स्त्रीदास्य, अंतक राजकारण, समाजशास्त्र, अर्थशास्त्र, इतिहास, तत्त्वज्ञान, संस्कृती, साहित्य, कला, समीक्षा यांवरच भर देणारा, असे आमचे धोरण आहे.

'समा'चा १० मार्चला नाशिकला पहिला वाढदिवस साजरा करायचे आम्ही ठरवले आहे. दुसऱ्या वर्षाच्या पहिल्या अंकाचे प्रकाशन तुम्ही करावे, अशी मी तुम्हाला विनंती करतो. कुसुमाग्रजांनी 'समा'ला १०० रुपये देणगी दिलेली आहे, ही तुम्हाला माहिती म्हणून सांगतो.

आपला,

शरद पाटील

पाटील, शंकर

पुणे

दि. १४ मार्च १९८९

प्रिय श्री. महानोर,

सप्रेम नमस्कार.

आपण 'यशवंतराव चव्हाण प्रतिष्ठान'च्या वतीनं लिहिलेलं पत्र वेळीच मिळालं, पण गेले दोन-अडीच महिने मी आजारी असल्यामुळे वेळीच पत्रोत्तर पाठवू शकलो नाही. त्याबद्दल राग वा गैरसमज नसावा. प्रतिष्ठानच्या वतीनं आयोजित केल्या जाणाऱ्या पहिल्या साहित्योत्सवात मला सहभागी होण्याची संधी देत आहात याबद्दल आभारी आहे. या पत्राने मी माझा होकार कळवत आहे. कथा या वाङ्मयप्रकाराबद्दल आपण म्हणता असं सविस्तर लिहायला आवडेल. प्रकृतीनं साथ दिली तर जरूर लिहीन. तेवढी साथ मिळाली नाही आणि मोकळा वेळ व निवांतपणा लाभला नाही तर, सूत्ररूपानं निदान थोडक्यात तरी जरूर लिहीन. कृपया, आणखी कोणते कथाकार व समीक्षक यात भाग घेत आहेत, हे कळवल्यास आभारी होईन.

बाकी काय हालहवाल?

साहित्य संस्कृती मंडळावर आपली नियुक्ती केल्याचं कळून आनंद वाटला. त्याबद्दल मनःपूर्वक अभिनंदन.

कळावे, लोभ असावा, ही विनंती.

आपला,

शंकर पाटील

पाटील, सरोज

नाशिक

दि. २३ एप्रिल २००३

तीर्थस्वरूप भाऊ,

साष्टांग नमस्कार,

राजकीय कार्यकर्त्यांचे घर असल्यामुळे आमच्या घरी लोकांचे येणे सततच. पाहुण्यांचा राबताही कायमच. कर्तव्यबुद्धीने आपण सगळेच करीत असतो; पण हे करीत असताना मनाने कधी तटस्थ तर कधी गुंतलेले असतो.

मा. शरद पवार व यशवंतराव चव्हाण कुंदेवाडीला आमच्या घरी आले होते. तेव्हा आपण त्यांना काही कविता म्हणून दाखविल्या. तेव्हापासून आपल्या व्यक्तिमत्त्वाचे वेगळेपण मला जाणवले होते. आपल्या वागण्यात एक नितांत निर्मळ सहजता आहे. आपल्या आयुष्यातील चढउतार मी ऐकले व वाचले आहेत; पण त्याने आपल्या वागण्यातील लय कधी बदलली नाही. ती आहे तशीच आहे. निर्मळ सहज.

आपल्या येण्याने मला नेहमी माहेरचा माणूस आल्याचा अनुभव आला आहे. आस्थेने, भिजल्या मनाने, मुलाबाळांची व माझी चौकशी करणारा वडीलधारा माहेरदार, असे माझ्या मनातले तुमचे असणे.

वडील गेले, आई गेली, कामानिमित्त भाऊ पांगले. माहेरपण कमी झाले. त्याची जागा आपल्या येण्याने घेतली आहे. आपले कधीतरीच येणे माहेरपणाचा शिडकावा देऊन जाते.

परवा आपले नवे पुस्तक 'त्या आठवणींचा झोका' पोहोचले. काही लिखाण पूर्वीच इतरत्र वाचले होते. मनापासून आवडले. या पुस्तकाच्या अर्पणपत्रिकेत आपण माझा उल्लेख केलात. ही पण माहेरची शिदोरीच. तिचा अगत्यपूर्वक स्वीकार करते.

सौ. वहिनीसाहेबांना नमस्कार.

परसातील सीताफळाची झाडे कळ्यांनी लदबदली आहेत.

कळावे,

आपली नम्र,

सरोज पाटील

पाटील, सूर्यकांता

दि. ३ जानेवारी २००१

श्री. ना. धों. महानोर,
स. न.

'पानझड'ला व पर्यायाने महानोरांना साहित्य अकादेमीने योग्य सन्मान दिल्याबद्दल मनस्वी आनंद वाटला. या सन्मानाने तुमच्यातील 'शेतकवी'ची प्रतिभा आणखीन बहरून अनेक सन्मानांचा लाभ होवो, ही निसर्गदेवतेजवळ प्रार्थना. पत्रोत्तर द्यावे.

नांदेडला एक दिवस द्यावा. सत्कार (सत्कार्य) करावे वाटते तरी कळवावे. फोन नंबर कळवावा, म्हणजे प्रत्यक्ष बोलता येईल.

परिषदेतर्फेही अभिनंदन!

सूर्यकांता पाटील

पाडगांवकर, मंगेश

मुंबई
दि. ७ जुलै १९६७

स. न. वि. वि.

तुमचे पत्र मिळाले. तुमच्या कविता मला आवडत होत्याच. आता तुम्हीही आवडलात.

चंद्रकान्त पाटील यांचे पत्र आले आहे. त्यांनाही आजच पत्र लिहीत आहे. त्यांच्या कविता एकत्र करून अवश्य पाठवा.

मुंबईला पुन्हा याल तेव्हा एकाद दुसरा दिवस माझ्याकडे राहायलाच या.

कळावे,

तुमचा,
मंगेश पाडगांवकर

मुंबई
दि. १३ मार्च १९६८

प्रिय महानोर यांस,
स. न. वि. वि.

'चार नवे कवी' या भाषणमालेत तुमच्या 'रानातल्या कविता' या पुस्तकावर कविवर्य बा. भ. बोरकर

बोलणार आहेत. हा कार्यक्रम दि. १९.३.६८ या दिवशी मुंबई 'ब'वर रात्री ९.१५ वाजता ऐकण्याची कृपा करावी.

दोन महिन्यांपूर्वी तुमचे कार्ड मिळाले होते. तुमचे पुस्तक मी दहा-पंधरा वेळा तरी वाचले असेन. मला ते फारच आवडले. येथे कंटाळा आला की, तुमच्या शेतावर येण्याचे 'स्वप्न' मनात घोळवतो. तुम्ही मुंबईला कधी येणार आहात?

बोरकरांचे भाषण ऐकून मला प्रतिक्रिया कळवा.

पत्रोत्तर यावे.

कळावे,

तुमचा,

मंगेश पाडगांवकर

पाध्ये, स. कृ.

शनिवार पेठ, पुणे
दि. २ जुलै १९७५

स. न. वि. वि.,

आज बऱ्याच दिवसांनी आपणास पत्र लिहिण्याचा योग येत आहे.

'महाराष्ट्र टाइम्स'मध्ये प्रसिद्ध झालेले आपले दोन्ही लेख वाचले. आपण वर्णन केलेली भेदक परिस्थिती सर्वच क्षेत्रांत आढळून येते. गेल्या पंचवीस वर्षांत आपण लावलेल्या वृक्षाची फळे आता चाखत आहोत. कूळ कायदा अस्तित्वात आला त्या वेळी ज्यांना जमीन मिळाली त्यांच्यावर धान्याच्या उत्पन्नाची सक्ती केली असती तर अन्नधान्याच्या तुटीचा प्रश्न फारसा राहिला नसता. अन्य क्षेत्रांतही डोकावले असता आपला हा हिंदी माणूस आळस, निष्काळजीपणा, लाचारी यांनी ओतप्रोत भरलेला असून तो basically dishonest आहे, असे मला वाटते. काही लोक यावर दारिद्र्याचे कारण सांगतात; पण मी त्याशी सहमत नाही. हा दरिद्रीपणा घालविण्यासाठी आपला माणूस काय करीत आहे?

आपला अनुभव माझ्या विचाराशी जुळता असल्यामुळे हे पत्र पाठवीत आहे.

काही दिवसांपूर्वी माझे स्नेही प्रि. रा. रं. बोराडे येथे आले असताना त्यांच्याबरोबर एक-दोन दिवसांसाठी मी आपणाकडे येण्याचे त्यांना आश्वासन दिले आहे.

कळावे, लोभ असावा ही विनंती.

आपला,

स. कृ. पाध्ये

पानतावणे, गंगाधर

औरंगाबाद
दि. १४ मार्च १९८९

प्रिय ना. धों. महानोर यांसी,

स्नेहपूर्वक नमस्कार...

आपलं पत्र पोचलं. भेटीत आपण 'प्रतिष्ठाना'संबंधी सविस्तर बोललाच होता. मी 'कथे'संबंधाने जरूर लिहीन. आपण फार मोठं काम शिरावर घेतलं आहे. यशवंतरावांच्या नावाने निर्माण झालेल्या प्रतिष्ठानमार्फत साहित्यविषयक उपक्रमाला आपण भरीव अशी चालना देत आहात, ही बाब प्रशंसनीय अशीच आहे. आपण जी काही जबाबदारी सोपवाल ती मी आनंदाने पार पाडीन. शेष क्षेम.

कळावे,

आपला,
गंगाधर पानतावणे

पालेकर, अमोल

पुणे
दि. १५ ऑक्टोबर २००२

प्रिय महानोर,

दसऱ्याच्या मनःपूर्वक शुभेच्छा! आणि अगत्याने तुमच्या कविता पाठवल्याबद्दल धन्यवाद.

मी पुण्यात स्थायिक झाल्यानंतर 'हिरवाई'त गुंतलो आहे. सोबतच्या आवाहनावरून कामाची कल्पना येईल. 'हिरवाई'साठी निधी उभारावा म्हणून काही कार्यक्रम करायचा मानस आहे. त्यांपैकी पहिला तुमच्या कवितांवर आधारित असावा, असं आम्हाला सगळ्यांना मनापासून वाटतं. निसर्गाशी इतकं जवळचं नातं असलेला आजचा दुसरा कोणताच कवी मला तरी दिसत नाही. तुमच्या कवितांवर रचलेली (आणि गाजलेली) गाणी, जमल्यास चार-पाच नवीन गाणी आणि काव्यवाचन अशा अंगाने जाणारा हा कार्यक्रम असेल. यासाठी तुमच्या काही नव्या अप्रकाशित कविता मिळू शकल्या तर बहार येईल. मी स्वतः त्यांचं वाचन करीन. कधी पाठवू शकाल? आणि थोडासा अतिक्रमणाचा दोष पत्करून असंही सुचवतो की पायवाट, पाऊलवाट या संकल्पनेतून एखादी नवीन कविता सुचली तर बघा.

पुढच्या महिन्यात ३ ते २० नोव्हेंबर या दरम्यान मी परदेशी जाणार आहे. जाण्यापूर्वी नवीन कविता मला मिळाल्या तर कार्यक्रमाचा सगळा आराखडा नक्की करायला मदत होईल.

हा कार्यक्रम डिसेंबरच्या पहिल्या आठवड्यात शक्यतो ७ डिसेंबरला करायचा बेत आहे. तारीख नक्की झाली की लगेच कळवीनच. तुम्ही या कार्यक्रमाला असायला हवं हे नक्की!

उत्तराची वाट बघतोय. माझा पुण्यातला पत्ता आणि फोन नंबर वर दिला आहेच.

तुमचा,
अमोल पालेकर

पिंपळे, शंकरराव संताजी

पुणे
दि. ३१ डिसेंबर २०००

सन्माननीय कविवर्य ना. धों. महानोर,

सप्रेम नमस्कार,

आपल्या 'पानझड' या कवितासंग्रहाला यंदाचा 'साहित्य अकादेमी पुरस्कार' मिळाला. आपले हार्दिक अभिनंदन!

आपल्या रानातल्या कविता, खेड्यातल्या, शेतातल्या कविता माझ्यासारख्या शेतीवर अपरंपार प्रेम असणाऱ्यांना जिव्हाळ्याची सोबत करतात. जगण्याची नवी ऊर्जा देतात. मन आनंदून जाते. उत्साह वाढतो. मातीचा सुगंध दरवळत राहतो. आज दि. ३१.१२.२००० वर्तमानपत्र 'सकाळ'चे प्रतिमामधील श्री. रमेश राऊत यांचा 'संकेत आणि चौकटी तोडण्याची वेळ आलीय' लेख वाचला. आपला मोठेपणा अनेकांना मानवला नाही. अशा जळकऱ्यांनी आपणास उद्ध्वस्त करण्याचा चंग बांधला. मागेही अधूनमधून वर्तमानपत्रातून आपणास छळवादास तोंड द्यावे लागत असल्याच्या बातम्या येत होत्या. त्याचा स्फोट झाला. संकटाशी सामना करण्यास आपणास बळ येवो. एकविसाव्या शतकात, नव्या सहस्रकात त्यांचे निवारण होवो ही सदिच्छा!

आपला रानावनातील कविता करण्याचा छंद आपल्या असंख्य चाहत्यांना सदोदित आनंद देवो, ही शुभेच्छा!

पौर्णिमेचा चंद्र प्रकाशमान असतो, तो सगळ्यांना आनंद देतो. हाच चंद्र राहूच्या तोंडात सापडून अस्ताला जातो. हृदय नसलेल्या, क्रूर व्यक्तींना सज्जनांचे गुण कस्पटासमान असतात. काळाच्या ओघात हे घडत राहणार. सामना करण्यासाठीचे सामर्थ्य आपणास मिळत राहणार. चंद्र प्रकाशित होत राहणार.

आपला कृपाभिलाषी,
शंकरराव पिंपळे (अण्णा)

पुलाटे, यशवंत

अ. नगर
दि. २९ डिसेंबर २०००

आदरणीय भाऊ तथा कविवर्य ना. धों. महानोर यांसी,

स. न. वि. वि.,

आपणास नुकताच साहित्य अकादेमी पुरस्कार जाहीर झाल्याचे कळले. त्याबद्दल आपले व्यक्तिशः व शब्दानेही ग्रामीण साहित्यिक व सांस्कृतिक व्यासपीठ प्रवरानगर (लोणी)तर्फे मनःपूर्वक अभिनंदन!

आपण आजवर कुणब्याच्या पूर्वीच्या 'चंदनी' व आजच्या 'रायवळ' आयुष्याला पैलू पाडत आलात. त्याचे सुख सर्वसाक्षी करता करताच दुःखाचेही सोने केले. त्याच्या अस्मितेला व अनुभवांना आपल्या सृजनतेचा परीसस्पर्श झाला आणि 'मातीत मळल्या जन्मासाठी आभाळाने यावे खाली' असा अनुभव आला. आपण या बाबतीत 'ऐसी कळवळ्याची जाती । लाभावीण करी प्रीती' या पद्धतीचे (जातीचे) नाळकरी आहात. आज टाळकरी किंवा माळकरी पुष्कळ भेटतात. येथे मला गुरुवर्य तात्यासाहेब जसे मानवतेचे नाळकरी होते तसे आपण मातीचे नाळकरी आहात याचा सार्थ अभिमान वाटतो.

आज 'विकासाचा भार, समजून पेलवेना । पाय असुनिया, आज कुणब्याला चालवेना ।।' अशा स्थितीतील शेतकरी किती बाजूंनी शोषला व उपेक्षिला जातो हे दिसते. त्याचे शब्दचित्रण करताना व अनुभवताना 'आमच्या कैकयीच्या कानी, तुमची विषते मंथरा । गोकुळाच्या उरावर, आज नाचते मथुरा ।।' आदरणीय विठ्ठल वाघ सरांच्या म्हणण्याप्रमाणे कवीचे काम ठिणगी पेटविण्याचे. या मंथरेला आणि असात्त्विकतेचा आदर्श मथुरेला चूड लावण्यासाठीचे बळ आम्ही तुमच्यात शोधतोय. आपल्या आशीर्वादाचे बळ पाठीशी असावे, असे वाटते.

आपला हा सन्मान केवळ आपला नसून मराठी मातीचा व माणसांचा आहे असे वाटते. म्हणून तो आम्हाला घरचा वाटतो आणि आमचा वाटतो. 'महात्मा फुलेंनंतर शेतकऱ्यांना सन्मानित करणारे कवी ना. धों. महानोर' असे म्हटल्यास कोणाची हरकत नसावी. असो, पुनश्च मनःपूर्वक अभिनंदन! व सृजनानंदासाठी हार्दिक शुभेच्छा! प्रियपत्र प्रतीक्षेत. कमी जादा समजून घ्यावे. क्षमा करावी.

कळावे, लोभ बहरावा.

आपला,

श्री. यशवंत पुलाटे

पुंडलिक, विद्याधर

पुणे

दि. २७ ऑगस्ट १९६८

प्रिय श्री. महानोर,

स. न. वि. वि.

तुमच्या पत्राला मी फार उशीर केला. क्षमा करा.

पत्र एकदम अनपेक्षित. त्यातून लहरीतून लिहिलेले. कुणाच्या तरी लहरीत आपण यावे याचा आनंद अगोदर वेगळा. त्यातून हा कुणीतरी एक तर चांगला संवेदनाशील कवी निघाला. त्यामुळे तुमच्या पत्राची मजा खूप वाढली.

तुम्ही माझ्या कथालेखनाबद्दल जे लिहिले त्याबद्दल काय म्हणू? अशा पत्रांनी बरे वाटते खरे, पण मग मीच स्वतःला बजावत असतो की, स्वतःच्या प्रेमात पडायचे नाही. पडले तरी चटकन बाहेर यायचे.

तुमच्या 'रानातल्या कविता' मला फार आवडल्या आहेत. मध्यंतरी एक 'सत्यकथे'तील कविताही अशीच आवडली होती. काही झाले तरी आता रान सोडू नका.

'वाचा'बद्दल एकदा बोलावयाचे आहे. तुम्ही पुण्याला याल तेव्हा बोलू. केव्हा येत आहात. मी उद्या गावाला चाललो आहे. ९ सप्टेंबरला परत येणार आहे. त्यानंतर जरूर या.

बाकी ठीक.

क. लो. अ. हे वि.

आपला,
विद्याधर पुंडलिक

पेंढारकर, भालजी

कोल्हापूर
दि. १६ फेब्रुवारी १९७४

सप्रेम नमस्कार, वि. वि.

तुमचे पत्र येऊन तीन आठवडे झाले. डोळ्यांचा पुन्हा त्रास वाढल्याने लिहिणे, वाचणे बंद होते. अद्यापही तक्रार चालू आहे; पण तुम्हाला पत्र लिहिल्याखेरीज बरे वाटेना. थोडे बरे दिसू लागले, म्हणजे मी आपल्याकडून तिकडील भागात — विशेषतः तुमच्याकडे — यावयाचे ठरवीन. माझ्या नजरेत अगत्य आणि साधेपणाचा भाव फार आहे. कधी कधी पत्र लिहून क्षेम कळवत असावे.

कळावे हे नमस्कार.

आपला,
बाबा
(भालजी पेंढारकर)

पोतदार, अनुराधा (उषाताई घाटे)

गणेशवाडी
दि. ४ डिसेंबर १९६७

सप्रेम नमस्कार वि. वि.

तुमचं पत्र काही दिवसांपूर्वी मिळालं, अनपेक्षित होतं म्हणून अधिकच आनंदाचं वाटलं. दर्शनची मात्र किंचित निराशा झाली असावी. कारण पत्रावर नाव त्याचं होतं! अर्थात ते दोघांसाठी होतं हे जाणवलंच. मी यापूर्वीच लिहिणार होते; पण माझ्यामागे सध्या प्रकृतीचे तापही सुरू झाले आहेत. इतर व्याप तर असतातच. कॉलेजचे, घरचे. तुम्ही आमच्याकडे अवश्य यायला हवं. रायभानमुळे आणि तुमच्या कवितेमुळे तुम्ही आम्हाला आधीच जवळचे झाला आहात.

मागे लिहिलेली पत्रं अशी फाडून का टाकली? यापुढं असं करू नका. पत्रं 'मेलॅंकली' असली, वेगवेगळ्या मनोवस्थेत लिहिलेली असली याला काय महत्त्व? त्यानं फरक का पडावा? मला ती परकी नाहीत. मनापासून लिहावीशी वाटली, सहजपणानं लिहिली गेली यालाच महत्त्व नाही का?

हैदराबादला संमेलनात मीही बाजूबाजूलाच होते. व्यासपीठावर गेल्याचं तर स्मरत नाही. तो माझाही स्वभावच. कुसुमाग्रजांबद्दल इतकं ममत्व वाटतं; पण त्यांच्याशीही कधी तसं बोलता आलं नाही! तुम्ही त्या वेळी तिथं होता याची मात्र कल्पना नव्हती मुळीच.

दर्शनला तुम्ही वरचेवर लिहावत. (अर्थात मलाही) त्याला ते फार आवडेल. हे माझं मूल थोडं जगावेगळं आहे. कमी बोलणारं, झुरणारं, स्वतःला त्रास करून घेणारं! एकदा त्याला तुमच्या शेतीवर घेऊन जा. थोडं माणसांत आणा. 'सत्यकथे'च्या या अंकात त्याची कविता प्रथमच प्रसिद्ध झाली आहे. पाहिलीत? आम्हाला खूपच आनंद झाला. तो अलीकडे फारच चांगलं लिहितो.

'रानातल्या कविता' झपाटून टाकतात. मस्त रानवाऱ्याच्या गंधानं, झोंबऱ्या गारव्यानं काही वेगळंच वाटतं. मला पुस्तक नुसतंच दिसलं. 'आवर्त' (यापैकी तिसरं) या महिन्यात बाहेर पडेलसं वाटतं. मन फार साशंक आहे.

तुम्ही कधी येणार?

आधी कळवा. पत्ता दिलाच आहे. (आनंद यादव माहीत आहे.)

आपली,
उषाताई

पंडित, तारा / पंडित, वसंत

कलकत्ता
दि. १२ सप्टेंबर १९८२

कविवर्य,
ना. धों. महानोर यांसी
सप्रेम सविनय!

मुलगा चि. श्रीकांत याच्या विवाहाची पत्रिका पाठविण्याच्या मिषाने हे पत्र लिहिले जात आहे.

'म. टा.'मधील संपादकीय वाचले. आपण नुसते कवी नाहीत तर खरे शेतकऱ्यांचे प्रतिनिधी आहात. गरिबांचे कैवारी आहात. दुष्काळी परिस्थितीवर वाचलेला कागद एक प्रत इकडे पाठवू शकाल तर बघा! सामुदायिक वाचन बंगाली विचारवंतांपुढे करू! आमच्या पुस्तकसंग्रहात तुमची 'वही', 'रानातल्या कविता' हाती लागल्या की तुमची आठवण होतेच होते. डोळे तुमच्या साध्या-सरळ, ग्रामीण जीवनाचा वास येणाऱ्या त्या शब्दांतून फिरतात! वाटते एकवेळ आपण रंगातून चित्र उभे करतो ते सोपे; पण या कवीने शब्दातून रचलेले चित्र करणे, केवढे कठीण कर्म असावे ते!!

इच्छा आहे पळसखेड्याकडे यावे. तुमच्या सहवासात काही क्षण काढावे. नवा उल्हास, नवी स्फूर्ती घेऊन परत कामाला लागावे.

बंगालकडे कधी येता? विश्रांतीसाठी एक आठवडा याच!

आजच श्री. अनंतराव भालेरावांना (औरंगाबाद) पत्र-पत्रिका पाठवीत आहे.

घरच्या सर्वांना नमस्कार.

आपले,

तारा पंडित, वसंत पंडित

प्रधान, राम

मुंबई

दि. १६ सप्टेंबर १९९७

श्री. महानोर यांस,

सप्रेम नमस्कार,

कै. यशवंतरावजी चव्हाण यांचे कागदपत्राचे काम बरेच झाले आहे. आता वर्गीकरणानंतर त्याचे काय व कसे करावे याविषयी मी विचार करीत आहे. त्याविषयी आपल्याशी बोलण्याची फार इच्छा आहे.

आपण जेव्हा मुंबईस याल तेव्हा संपर्क जरूर साधावा, ही विनंती. अगोदर आपल्या येण्याची तारीख कळली तर मला अधिक सोयीचे होईल.

आपला स्नेहांकित,

राम प्रधान

फ

फडकुले, निर्मलकुमार

सोलापूर

प्रिय, श्री. कविवर्य ना. धों. महानोर,

यांना स. न. वि. वि.

'पानझड' या आपल्या कवितासंग्रहाला साहित्य अकादेमीचा पुरस्कार मिळाला. याबद्दल आपलं मनःपूर्वक अभिनंदन करतो. आपल्या काव्याचा मी पूर्वीपासून एक भोक्ता आहे. ग्रामीण जीवनातलं सौंदर्य, निसर्गातलं, माणसांच्या जगण्यातलं, आपण सूक्ष्म छटांसह शब्दांकित करता. निसर्गानं आपल्यातला कवितत्वाचा मळा फुलवला. आपणही निसर्गातल्या प्रत्येक लहरीशी सहकंप पावता. आपलं काव्य वाचताना

आमच्या कानामनांत झऱ्याचं झुळझुळणं, पाखरांची गाणी, शेतमळ्यांतून वाहणारा वारा आणि रानातल्या माणसांच्या हृदयाची स्पंदनं मुखरित होतात.

दिनांक १८ डिसेंबरला मी व श्री. रंगनाथ पठारे (आम्ही दोघे परीक्षक होतो. कदाचित परीक्षक हा शब्द तितकासा उचित नसेल.) तिसरे परीक्षक श्री. यशवंत मनोहर बैठकीला आले नाहीत. 'पानझड'च्या संदर्भात आम्हा दोघांचं तत्काळ एकमत झालं. 'पानझड'ला पुरस्कार देण्याची आम्हाला संधी मिळाली. यात आम्हालाच पुरस्कार मिळाला असं मी मानतो. श्री. भालचंद्र नेमाडे हे निरीक्षक होते. आपल्या कवितांनी रसिकांच्या पदरात प्रसन्नतेचे, उत्साहाचे अनेक सुंदर क्षण टाकलेले आहेत. 'ज्ञानपीठा'पर्यंत आपल्या दमदार प्रतिभेनं प्रवास करावा हीच मनःपूर्वक इच्छा.

आपला स्नेहांकित,
निर्मलकुमार फडकुले

फडके, अंजली

विजयनगर
दि. ३० जानेवारी १९६८

स. न. वि. वि.

अगदी अनपेक्षितपणे तुमची अभिनंदनाची तार पोचली. खूप खूप आनंद झाला. इतके दिवस माझी कल्पना होती की, मोठे कवी त्यांनी निर्माण केलेल्या त्यांच्या विश्वातच रमतात, जगतात; पण माझी कल्पना खोटी ठरली! (किंवा तुमचं विश्व माझ्या कल्पनेपेक्षाही विस्तृत असेल!)

ती. अप्पांना पाठवलेला तुमचा संग्रह मी वाचला. काही कविता मला फार फार आवडल्या. अप्पा अजून वाचत आहेत. नंतर ते तुम्हाला लिहितीलच.

माझ्या कविता मी तुम्हाला नक्की पाठवणार आहे.

बाकी सर्व ठीक.

तुमची,
अंजली

फडके, ना. सी.

पुणे
दि. २५ जानेवारी १९६७

प्रिय श्री. महानोर,

तुमचे ता. २० चे पत्र वाचले. 'रानातल्या कविता'ही मिळाल्या. अगत्याने पुस्तकाची भेट पाठविलीत

त्याचा आनंद झाला. तुमचे आभार मानले पाहिजेत. तुमची समक्ष भेट झाल्यास मलाही आनंद वाटेल. पुण्यास कधी आलात तर माझ्याकडे अवश्य या. कवितांबद्दल तुमचा निरोप अंजलीला सांगितला आहे. आत्ताच कळले की महाराष्ट्र राज्य नाट्य स्पर्धेतील अभिनयाबद्दलचे रु. १०१ चे पारितोषिक अंजलीला 'सती' नाटकातील तिच्या भूमिकेबद्दल मिळाले आहे. तुम्हाला आनंद वाटेल म्हणून ही ताजी बातमी तुम्हाला कळवीत आहे.

स्नेहांकित,

ना. सी. फडके

फडके, भालचंद्र

पुणे

दि. २५ डिसेंबर २०००

प्रियश्री ना. धों. महानोर,

स. न.

तुमच्या 'पानझड' या काव्यसंग्रहाला २००० चा साहित्य अकादेमीचा पुरस्कार मिळाल्याबद्दल मी अंतःकरणापासून अभिनंदन करतो. तुमची खूप आठवण येते. हॉटेलात बसून गप्पा केल्या.

सौ. महानोर यांना स. न.

आपला,

भालचंद्र फडके

फुले, निळू

पुणे

दि. १३ जुलै १९८१

प्रिय श्री. ना. धों. महानोर,

स. न.

बरेच दिवसांत पत्र नाही म्हणून लिहीत आहे. पुण्याला कधी येणार आहात? अगोदर एक पत्र टाका. काही मित्रांनी मिळून डॉ. लोहिया विचारदर्शन या हेतूखातर निरनिराळ्या विषयांवरची त्यांची भाषणे छोट्या छोट्या पुस्तिकेत संकलित केली आहेत. त्यातली तुम्ही काही वाचली असतीलच; परंतु सूची पाठवीत आहे. जी तुम्हाला हवीत ती मला पत्राने कळवा. मी गावी पाठवून देईन.

१) अंग्रेजी हटाओ, २) शेती आणि शेतकरी, ३) हिंदू बनाम हिंदू, ४) राम मनोहर लोहिया (निरनिराळ्या क्षेत्रांतील लोकांनी लोहियांवर लिहिलेले लेख), ५) भूमिसेना, ६) समता आणि समृद्धी,

७) जाती प्रथेचा तुरुंग, ८) खर्चावर मर्यादा, ९) ललित लेणी, १०) भारतीय फाळणीचे गुन्हेगार, ११) लोकसभा में लोहिया (यात लोकसभेतली त्यांची भाषणे, एकंदर दहा भाग आहेत) त्यातली तुम्हाला हवी ती पुस्तके मला कळवा. मी पाठवून देईन.

फावल्या वेळात सिनेमा-नाटकाशिवाय एक-दोन कामे हाती घेतलीत. अर्थात सर्व मित्रांनी मिळूनच. मी फक्त फंड गोळा करणारा माणूस.

खेड्यातील मुलांसाठी एक २ वर्षांचा अभ्यासक्रम असलेली शाळा. किमान शिक्षणाचीसुद्धा अट न ठेवता त्यांना वीज उपकरणे दुरुस्ती, लोहारकाम, गवंडीकाम यांचे शिक्षण देणे. त्यांची जेवणाची व राहण्याची सोय करणे. अट एकच की, या शिक्षणानंतर त्यांनी खेड्यातच काम करायचे. शहराकडे फिरकायचे नाही. या अभ्यासक्रमात एक तास लोकशाही, भांडवलशाही, समाजवाद, धर्म, संस्कृती याचे प्राथमिक ज्ञान देणे. पहिली बॅच चाळीस मुलांची असेल.

दुसरे काम शहरांमधल्या कामगारांच्या युनियनमार्फत एक एक खेडे पूर्ण सुखसोयींनी समृद्ध करणे व कर्जमुक्त करणे. शासनाकडून एक पैही न घेणे. हेतू हा की शहरी कामगार व दरिद्री खेड्यातील माणूस यांचा धागा जुळवून घेणे. मुंबईमधल्या रेमन हक्क कारखान्यातल्या कामगारांपासून सुरुवात झाली आहे. पगारातून शेकडा एक टक्का कामगाराकडून व अधिकाऱ्याकडून दोन टक्के दरमहा जमा करीत आहेत. ठाण्याच्या परिसरातले एक आदिवासी खेडे पूर्ण कर्जमुक्त व सर्व सुखसोयींनी पूर्ण केले आहे. पाच वर्षांत शंभर खेड्यांचा संकल्प आहे. शासनाकडे भीक मागणारे अनेक. त्यामुळे शासन अधिकाधिक सत्ताकेंद्रित व बेमुर्वतखोर झाले आहे. या प्रयोगाने शासनसत्ता अधिकाधिक विकेंद्रित करून सभ्य बनवण्याचा हा छोटासा प्रयत्न आहे. इंदिराजींच्या एकाधिकारशाहीला हा कृतिपूर्ण पर्याय आहे. बघूया! हे वारे पसरले तर कृतिपूर्ण व शांततामय निर्धाराचे विधायक वादळ यातून निर्माण होईल.

हे फारच झाले; पण करणार काय? स्वप्न बघण्याची सवय लागली आहे. मेल्याशिवाय कशी जाणार? तोपर्यंत कबरी बांधण्याचे काम चालू आहे. आपल्याच मृत स्वप्नांना गाडण्यासाठी!

तर असो!

सर्व सहकाऱ्यांना व घरातील सर्वांना नमस्कार. सौ. रजनीचा आईंना, सौ. वहिनींना नमस्कार, छोट्यांना आशीर्वाद.

आपला,
निळू फुले

जरूर पत्र पाठवा!

पुणे
दि. १६ जुलै

प्रिय श्री. महानोर,
स. न.

परवा तुमचे पत्र मिळाले. दोन दिवस अगोदरच तुम्हाला पत्र लिहिले. हा योगायोग विलक्षण.

तुम्ही केलेल्या सूचनांचा गंभीरपणे विचार करीत आहे. आपण गाणी लिहू एवढे म्हटलेत तरी अंगभर मांस चढते.

तूर्त एक मुक्तनाट्य करीत आहे. ते हिंदी रंगमंचावर बरेच प्रयोग करून आहे. कन्नडमध्येही त्याचा अनुवाद झाला आहे. ते आहे सर्वेश्वरदयाल सक्सेनाचे 'बकरी' हे मुक्तनाट्य. ३३ वर्षे गांधीजींच्या नावाखाली सामान्य जनतेची चाललेली फसवणूक. हे व्यंगार्थाने बकरी हे प्रतीक वापरून लिहिलेले आहे. श्री. एस. एम. सथ्यू नावाचे सिनेदिग्दर्शक मुंबईत त्याचे प्रयोग करीत असतात. हे प्रयोग शहरात करण्यापेक्षा गावोगाव करावेत, असा विचार आहे. बघूया.

तुमच्याविषयी दोन तक्रारी आहेत.

१) पोस्ट केलेल्या पत्त्यावर पुरेसे पोस्टेज लावलेले नव्हते. आखे दहा पैसे दंड भरावा लागला.

२) सौ. रजनीला सौ. बाईसाहेब म्हटल्याने तिला आपण कोणीतरी राजमाता वगैरे आहे, असे वाटायला लागले आहे. असो.

उभयतांचा सौ. वहिनींना, आईंना नमस्कार.

छोट्या कंपनीस आशीर्वाद.

सर्व मित्रांना नमस्कार.

आपला,

निळू फुले

दि. २६ ऑगस्ट १९९८

प्रिय श्री. महानोर,

स. न.

'म.टा.'तल्या आपल्या छळाच्या कहाण्या वाचल्या आणि खरोखरच सुन्न झालो.

तुमच्यासारख्या माणसाचाही आपल्याच गावात या पद्धतीने माणसे छळ करू शकतात हे आकलनाबाहेरचे आहे. समाधानाची गोष्ट एवढीच की, गृहमंत्री स्वतः गावात येऊन गेले आणि त्यांनी शासकीयदृष्ट्या उत्साह दाखवला.

तुम्हाला मिळणाऱ्या प्रसिद्धीचा, रसिकांकडून मिळणाऱ्या अकृत्रिम प्रेमाचा स्थानिकांना मत्सर वाटत असावा किंवा प्रवाहाविरुद्ध काहीतरी समाजप्रबोधनाचे तुम्ही करीत असावे की ज्यामुळे हितसंबंधीयांना धोका वाटत असावा. काहीही असो. उभ्या महाराष्ट्रातल्या तुमच्या रसिकांना जे गावात घडतेय त्याचे दुःख आहे आणि तुमच्याविषयी काळजी वाटावी, असे 'लाभाविण मैत्र' तुम्ही जोडलेत याचा अभिमानही आहे.

घरी सर्वांना प्रेमपूर्वक नमस्कार!

आपला,

निळू फुले

ब

बागवान, शकील

श्रीरामपूर

दि. ४ फेब्रुवारी २००७

प्रति,

मा. ना. धों. महानोर,

(ज्येष्ठ कवी)

पळसखेड, औरंगाबाद

सस्नेह,

'हा काळोखाचा रस्ता आपला नाही' हा विचारवेध दैनिक 'सकाळ'च्या दि. १४, १५, १६ व १७ या अंकांमधून वाचायला मिळाला. त्यात आपण शेतकऱ्यांना केलेले आवाहन व शासनास कळवलेल्या 'आडमुठी धोरणा'बद्दल खूप धन्य वाटले.

आत्महत्या केलेल्या शेतकऱ्यांच्या घरी जाऊन (शासकीय खर्चाने) त्यांचे सांत्वन करून वर्तमानपत्रात फोटो छापण्यापर्यंतच त्यांची मर्यादा आहे. आपण मात्र आपला फोटो न छापता शेतकऱ्यांना मार्गदर्शन करून शासनापुढे आदर्श ठेवला. मात्र, शासन या उपर आपल्याला चर्चेला बोलावणार नाही. कारण त्याचे पितळ उघडे पडण्याचीच शक्यता अधिक आहे.

'विधान परिषदे'ची खरी व्याख्याच बदलण्यात आलेली आहे असे वाटते. राज्यकर्त्यांमधून श्रीरामपूरमधून माजी कृषिमंत्री मा. गोविंदरावजी आदिकसाहेब सध्या 'महाराष्ट्र कृषक'च्या माध्यमातून शेतकऱ्यांसाठी महत्त्वाचे काम करीत आहेत असे वाटते. त्यांची ११ कलमी 'शेतकऱ्यांची सनद' फार व्यापक आहे.

आपला लेख प्रत्येक शेतकऱ्याने वाचणे आवश्यक असून त्याने ते अमलात आणल्यास शेतकऱ्यांच्या आत्महत्येचे प्रमाण घटल्याशिवाय राहणार नाही. चांगला अभ्यासू लेख वाचायला दिला त्याबद्दल धन्यवाद.

आपला,

शकील बागवान

बारवकर, शिवाजी

मुंबई

दि. १० जानेवारी २००१

मित्रवर्य महानोरजी,

बरेच दिवस भेट नाही. मी महाराष्ट्राच्या पोलीस महासंचालक या पदावरून निवृत्त होऊन चार-पाच वर्षे

झाली व पुण्याला स्थायिक झालो. शेती (जवळ जवळ १०० एकर) काटोला, नागपूर व वर्धा जिल्ह्यांत आहे. त्या शेतीच्या डेव्हलपमेंटविषयी नंतर निवांतपणे भेटू, बोलून आपला सल्ला घेऊ.

मुद्दाम पत्र लिहिण्याचे कारण म्हणजे आपल्याला साहित्य अकादमीचा मिळालेला पुरस्कार. त्या निमित्ताने अभिनंदन. साहित्यिक जगतात आपण कथन करीत त्यांच्या प्रेरणा, वगैरे बरेच इतर काही अधूनमधून वाचनात, ऐकण्यात येते. त्यामुळे मनाला आनंद वाटतो.

अशीच साहित्यक्षेत्रात आपली कमान उंच उंच चढत वाढत जावो हीच इच्छा!

लवकरात लवकर भेट होवो! घरातील सर्वांना मानाप्रमाणे नमस्कार व आशीर्वाद.

कळावे,

आपला हितेच्छू,

शिवाजीराव बारवकर

बापट, वसंत

मुंबई

दि. २२ नोव्हेंबर १९७३

मित्रवर्य महानोर,

येणार येणार म्हणून गाजावाजा करणारी आमच्या कॉलेजची नाटक मंडळी जानेवारीच्या १२ तारखेला अजिंठ्याला खरोखरच येणार असे दिसते. त्या दिवशी तुम्ही गावी आहात की नाही हे कळवावे. चाळीस-पंचेचाळीस जणांचे जेवण तिकडे करण्यापेक्षा फर्दापूरच्या प्रवासी बंगल्यातच करणे ठीक वाटल्यास तसे करूया आणि नंतर दुपारी तुमच्या मळ्यात जाऊया. हे जमण्यासारखे असल्यास मला कळवावे.

तुम्ही मुंबईला येत्या काही दिवसांत येण्याची शक्यता आहे का? जर डिसेंबरच्या पहिल्या तीन आठवड्यांत येणार असलात तर आमच्या कॉलेजमध्ये तुम्हाला सुपारी द्यायची आहे. तुम्ही येणार असाल तर त्या बेताने कविसंमेलन करू. म्हणजे बेत उत्तम जमेल. हाही खुलासा कळवावा.

कळावे,

आपला स्नेहांकित,

वसंत बापट

मुंबई

दि. २२ ऑगस्ट १९७७

प्रिय नामदेवराव,

तुमच्या वडिलांच्या मृत्यूची दुःखद बातमी तुमच्या पत्राआधीच कोणीतरी सांगितली होती. नंतर तुमच्या कार्डावरून सगळे समजले. अशा प्रसंगी मी अत्यंत बावचळून जातो आणि काय लिहावे तेच समजत नाही.

सर्व शब्द उघडेबोडके, कोरडे, निरर्थक आहेत हे समजत असते. एका परीने, सांत्वन न करणेच बरे असे वाटत राहते. काय आपली माणसाच्या जातीची दुर्दशा आहे. एवढी भाषा आपण कमावलेली असते, अर्थांच्या लाख छटा निर्माण करण्यातली धन्यता आपण अनुभवलेली असते; पण असा प्रसंग आला की शब्द केविलवाणे ठरतात, भाषा कृत्रिम वाटू लागते. त्यापरीस स्पर्श बरा. नुसते हात हातात घेऊन जे सांगता येते ते हजार शब्दांना जमत नाही. तुम्ही काय ते समजालच.

तुमचा,

वसंत बापट

बाळ, विद्या

दि. २० एप्रिल १९९८

प्रिय श्री. महानोर,

यंदाचा कोठावळे पुरस्कार तुम्हाला मिळतो आहे याबद्दल मनःपूर्वक अभिनंदन.

ऑगस्ट ९७ च्या जळगावमधील भेट आणि त्या वेळी 'साऱ्याजणी'साठी काही खूप लिहिण्याचा तुम्ही बोलून दाखवलेला मानस मी आठवणीत सांभाळून ठेवला आहे. त्याची तुम्हाला तगादा न वाटेल अशी आठवण देण्याचं मी ठरवलं आहे. तेव्हा लिहाल ना? कधी लिहिता?

मध्यंतरी मेधा पाटकर आणि विजया चौहान तुमच्याकडे येऊन गेल्या आणि ते दिवस सर्वांसाठी फार जपून ठेवण्याजोगे ठरले हे मला समजलं आणि दुरूनच खूप आनंद झाला.

पुरस्कार प्रदानाच्या दिवशी बहुधा भेटूच.

विद्या बाळ

बेलवलकर, सुमन

पुणे

दि. १८ डिसेंबर १९७६

सादर नमस्कार,

वि. वि.

गेल्या वर्षी याच दिवसांत कऱ्हाडच्या साहित्य संमेलनाला मी मुद्दाम उपस्थित राहिले होते. या कवीला एकदा प्रत्यक्ष ऐकायचं या एकाच हेतूनं; पण कवी माणसाची ओळख करून घ्यायचा पक्का इरादा नव्हता. परिचय झाला तरी तो फक्त माझ्यापुरताच राहील, तुमच्या लक्षात राहणार नाही अशी कल्पना (कारण कविता ऐकणाऱ्या साऱ्याच मुली सारख्याच दिसतात. आम्ही त्या वेळी होतोही बऱ्याच जणी!) तुम्ही दिलेली

पत्त्याची धांदोटी माझ्याजवळ असूनही मी पत्र वगैरे लिहिलं नाही. न लिहिण्याची कारणं देण्यापेक्षा लिहिण्याजोगं काही कारण नव्हतं एवढंच खरं; पण वर्षानंतर अचानक साहित्य परिषदेचा कार्यक्रम तुमचा आहे हे कळलं. तुम्ही स्वतःच बरोबर संदर्भासह ओळखलं. बरोबरीनं, आपुलकीनं चौकशी केली – अगदी जिव्हाळ्याचा शब्द असा गोड दिला – सारखी! एखादं आवडीचं रोप खटाटोपानं, जपणूक मुद्दाम न करताही तरारून उगवून यावं आणि त्याच्या आगमनाचा विस्मयानंद व्हावा तसं मला वाटलं. वर्षभरात कसलंच खतपाणी न घालताही त्या रोपानं जीव धरला ही खूण फक्त तो स्नेह खरा आहे याचीच आहे असं मला वाटतं. तुमच्याकडून कवितेची मागणी करण्याबरोबर आणखी एक अपेक्षा ठेवते. अशीच आठवण ठेवा. माझी भेट घेणं आवश्यक मानावे अशी अनाहुत सक्ती नाही; पण फक्त आठवण ठेवा.

पत्रात मी 'तुम्ही' लिहिलंय (काही ठिकाणी तरी दुराव्याचे 'आपण' माझ्या जिभेने रेटत नाही) शिवाय थंडीने गारठलेल्या अनेक पेनांची कलमे मी माझ्या सुंदर अक्षरावर केली आहेत. या दोन्ही गोष्टी फार लावून घेऊ नयेत.

सौ. सुलोचना वहिनींना सादर नमस्कार! एकदा त्यांची भेट मात्र जरूर जरूर घडवा.

आपली,

सुमन बेलवलकर

पुणे

दि. ९ फेब्रुवारी १९८१

श्री. ना. धों. महानोर यांना

सप्रेम नमस्कार,

खूप दिवसांनी पत्र लिहिले आहे. आठवण नेहमीच येते. मी गेल्या वर्षी या सेंटरमध्ये मराठीची प्राध्यापिका म्हणून रुजू झाले आहे. इथं आम्ही परप्रांतामधून येणाऱ्या शिक्षकांना दहा महिन्यांत मराठी शिकवतो. आमचे विद्यार्थी आता थोडफार संभाषण वगैरे करतात. त्यांना मराठी संस्कृतीची, जीवनाची जवळून ओळख व्हावी म्हणून संस्थेतर्फे पंधरा दिवसांची पर्यावरण सहल (Environment Tour) काढली जाते.

मी बारा विद्यार्थ्यांना घेऊन १५ फेब्रुवारी ते २० फेब्रुवारीपर्यंत औरंगाबादला येणार आहे. तुमची भेट व्हावी, अशी फार इच्छा आहे. या वरील दिवसांत तुम्हाला एखादी संध्याकाळ आम्हाला देता आली तर ऋणी होऊ. 'पळस'ला कसं यायचं मला माहीत नाही. आपण कळवाल तसं आम्ही अमलात आणू.

आमचा मुक्काम मराठवाडा विद्यापीठाच्या वसतिगृहात आहे. पत्राची वाट पाहत आहे.

(आठवण विसरला असाल तर कऱ्हाडच्या साहित्य संमेलनात कानिटकरांचं गाणं म्हणणारी बाई आठवा.)

आपली स्नेहाभिलाषी

सुमन बेलवलकर

पुणे

दि. २२ फेब्रुवारी १९९९

प्रिय श्री. महानोर,

'ऐशी कळवळ्याची जाती' १ जानेवारी १९९७ ला प्रसिद्ध झालं असावं; पण माझं दुर्भाग्य असं की ते मला काल संध्याकाळी एका कोब्रा मैत्रिणीनं 'तुझ्याबद्दल एक ओळख लिहिलीय त्यात' असं सांगितल्यामुळे कळलं. धावत जाऊन पुस्तक खरेदी करण्याइतकं ते महत्त्वाचं नाही, असं मला परावृत्त करूनही विसाव्या मिनिटाला ते मी मिळवलं. घरी येऊन वाचलं आणि विस्मृतीत गेलेलं पुसट पान आणखी दिसेनासं झालं.

माझ्या मुलांना घेऊन ८२ साली आले होते. त्या वेळची भेट प्रत्येक क्षणासह ताजी आठवते. मग एकदा तुमचे सेशन असल्यामुळे फक्त चूल, घरच भेटले. लेकाने खिद्रापूरला आणून सोडले हे आठवले. मॉडर्नमधल्या चर्चासत्रानंतर (१९८५) घरी मिट्ट काळोखात गूळपाण्याचाच पाहुणचार घडला होता.

'दूर लखलखत्या दिव्यांनी गाव जागे
मी इथे कवळून माझ्या गोधडीला'

असं तुम्ही एका संग्रहावर लिहून दिलं होतं. माझ्या गोपाल नावाच्या विद्यार्थ्यानं ते पुस्तक काकुळती येऊन मागून नेलं. एकदा सर्किट हाऊसच्या रस्त्यावर तुम्ही मला बसमधून दिसलात. या सर्व भेटी आठवतात. अगदी अलीकडे मॅजेस्टिक गच्चीवर फक्त सौ. वहिनी भेटल्या. त्यांच्याजवळ गिरीशांची कॅसेट दिली होती. तुम्ही दोन ओळी लिहाल अशा अपेक्षेनं वाट पाहिली. मग अपेक्षा आणि वाट पाहणं दोन्ही सोडून दिलं. या दरम्यान तुम्ही पुस्तकात लिहिलेली भेट मात्र आठवत नाही. फार पुसट झाली. असो.

मधल्या काळात तुम्हाला तसंच मलाही विपरीताने घेरून टाकलं होतं. कडू जिभेनं कोणालाही सामोरं जाऊ नये, असे ते दिवस. या लेखाचा शब्दन् शब्द मला वेळेवर वाचायला मिळता तर – असो. पन्नाशी उलटून गेल्यावर लक्षात आलंय की सुखाची पाखरं फार भुर्रकन उडून जातात. पुढे टाकायच्या प्रत्येक पावलागणीक खांद्यावरची दुःखं मात्र फार फार जड होत जातात. आयुष्यापेक्षा मोठी चूक करून आता मी चार भिंती आणि एका कुलुपाच्या सोबतीनं राहते. नोकरी करते. ज्यांच्यासाठी घास अडतो असं कुणी सहसा येत नाही. माझ्या हाताला ती चव राहिली नसावी. माझ्या हातच्या घासाची भूक कोणाला उरली नाही. 'माय तुहा लेक काल गेला परभारे लोकावाणी' असं वारंवार घडत गेलं. भागधेय म्हणून त्याचीच सवय करून घेतली.

तुम्ही कराडच्या भेटीनंतर लिहिलेलं एकच पत्र माझ्यापाशी आहे. 'तुम्ही कुठेतरी दुखावलेल्या दिसता' हे तेव्हाचं निदान आज सत्य बनलेलं आहे. कधी भेटाल? आता दुःखाची गाठोडी सोडायची माणसं फार राहिली नाहीत असं वाटतं. वेळ होईल तेव्हा या. फोन करा. सौ. वहिनींना स. न.

सुमन

बोरकर, बा. भ.

पणजी

दि. २३ सप्टेंबर १९६८

प्रिय कविश्री,

तुमचे १७ तारखेचे पत्र नुकतेच मिळाले. ते तुम्ही भरून येऊन लिहिले आहे. तुमच्या भावनेने मी सुखावलो आहे. तुमच्या काव्यसाधनेत माझ्या कवितेने तुमच्याशी थोडेफार हितगुज केले. याचा मला आनंद आहे. प्रत्यक्षात आपण एकमेकांना ओळखत नसलो तरी कवितेने आपण एकमेकांचे चिरपरिचित झालो आहोत. शेवटी हेच नाते खरे. तुमच्या पुढील साधनेबाबतीत जे सांगावयाचे ते मी माझ्या लेखात तुम्हाला सांगितलेच आहे आणि ते तुम्ही कसोशीने पाळाल याविषयी माझी खात्री आहे. कधी सवड झाली तर गोव्याला याच. ही भूमी तुमच्या सौंदर्यसाधनेला नवी शक्ती आणि नवे संस्कार देईल. घरचा पत्ता वर दिलाच आहे. घर तुमचेच आहे, असे मानून सरळ माझ्याकडे उतरा. पाटील तर आमचे कुटुंबीयच. इथल्या खाक्या ते तुम्हाला सांगतीलच. भेटले तर त्यांना माझा आशीर्वाद सांगा. त्यांना म्हणावे चंद्रनाथ पुढील शिक्षणासाठी अमेरिकेला गेला आहे आणि दीपक डॉक्टर झाला आहे. आम्ही त्याची वारंवार आठवण काढतो. सवडीने त्यांना लिहायला सांगा.

तुमचा,

बा. भ. बोरकर

बोराडे, रा. रं.

परभणी

दि. १० ऑक्टोबर १९६७

प्रिय श्री. महानोर,

सप्रेम नमस्कार,

आपले पत्र मिळाले. बऱ्याच दिवसांनंतर पत्र आले. आनंद वाटला. अशात तुमची पत्रेदेखील दुर्मिळ झाली होती. निमित्तानं का होईना पत्र लिहिले याचा आनंद आहे.

'जळगाव समाचार'ला कालच कथा पाठविली आहे. तुम्हाला पत्र नंतर पाठवीत आहे. कथा देता येईल की नाही याचीच शंका होती. काय होतं, शेवटी निवड करणं आवश्यकच होतं. नाही तर एकट्या परभणी जिल्ह्यातल्या दिवाळी अंकांसाठी सहा कथा लिहाव्या लागतील. वाचक जिल्ह्यापुरता मर्यादित. 'जळगाव समाचार'चा अंक व इतर पत्रव्यवहार परभणीच्या पत्त्यावर करण्यास सांगावे. जळगावला गेला तर ती वाचकांच्या समोर ठेवावी वाटतं तशा स्वरूपात ठेवली जात नाही. मानधनाची तर गोष्टच सोडा. बरं. एकाला द्यावी तर दुसऱ्याला राग. एकदा अशा दिवाळी अंकात कथा प्रसिद्ध झाली की, मग ती इतरत्र प्रसिद्ध

करता येत नाही. त्यामुळे या मर्यादा. मग लोक चक्क शिव्या देतात. तुम्ही मोठे झालात म्हणतात म्हणा बुवा. ते परवडलं. 'रस रंग'ला कथा याच कारणासाठी दिली नाही. 'शब्दगंध'चा अनुभव जमेला होता. एखाद्याला मासिक किंवा दिवाळी अंक काढू नको असं सांगण्यापेक्षा आपण कथा देऊ नये हेच शेवटी ठीक. अर्थात हे सारं 'जळगाव समाचार'च्या संदर्भात बोलत नाही. तसं असतं तर गेल्या साली मुद्दाम पत्र लिहून कथा पाठवू का असं भागवतांना विचारलं नसतं; पण श्री. भागवतांकडून एक होतं आणि यंदाही तोच प्रकार झाला. शेवटच्या महिन्यातील महिन्या-दीड महिन्यात माझं लेखन सुरू होतं. लेखन (दिवाळी अंकाचे) संपवितो तेव्हा एकतर आजारी तरी असतो किंवा उभारी तरी संपलेली असते. (गेल्या आठ दिवसांपासून डोळे दुखत आहेत.) अशात भागवतांचं पत्र येतं. यंदाही तसंच झालं. बळं बळं कथा लिहिली. तुम्हाला आणि भागवतांना कदाचित आवडेल, कदाचित आवडणारही नाही. आवडली नाही तर नाराज होऊ नका किंवा माझ्याविषयी असला गैरसमज (मोठे झालात वगैरे) करून घेऊ नका. तर झाला हे पुरे.

'संध्याकाळच्या कविता' बाहेर पडल्याचे वाचले. आनंद वाटला. तुमच्या कष्टाचे चीज झाले. अल्पकाळात तुम्ही मारलेली आघाडी प्रशंसनीय आहे. कालच श्री. पु. भागवतांचं पत्र आलं आहे. दसऱ्याला पुस्तक बाजारात येत असल्याचं त्यांनी लिहिलं आहे.

इकडे कधी येता? [illegible] या. तुम्ही म्हणाल [illegible] या. [illegible] आहे; [illegible] सवडीने यावं म्हणतो. पत्रव्यवहार थांबवू नका. उगीच असे गैरसमज होतात.

रा. रं. बोराडे

बोराडे, विजय

जळगाव
दि. ४ मे २००७

महोदय,

महाराष्ट्रामध्ये सिंचनाचे क्षेत्र अत्यल्प आहे व ते वाढविण्यासाठी पाणलोटच्या कामांशिवाय पर्याय नाही हे आपल्यासारख्या जाणकारांना चांगले विदित आहे. आपल्या सर्वांच्या सहकार्याने राज्याचा जल व मृदसंधारणाचा कार्यक्रम पुढे न्यायचा आहे. जलसंधारणाबरोबरच मृदसंधारणाचाही कार्यक्रम महत्त्वाचा आहे. मृदसंधारणासारखा दुर्लक्षित प्रश्न जलसंधारणाला जोडला तरच शेतकऱ्यांचा फायदा होणार आहे.

जलसंधारणाची लोकचळवळ मोठी करण्यात आपला मोलाचा वाटा आहे. जल व मृदसंधारणाच्या कामात असलेला आपल्या अनुभवाचा फायदा राज्यास झालेला आहे. आपल्या अनुभवाचा फायदा महाराष्ट्र शासनाने वेळोवेळी घेतलेला आहे. आपण चालवत असलेल्या जल व मृदसंधारणाच्या चळवळीतून राज्यात मृद व जलसंधारणाचा प्रश्न मार्गी लागेल. आपल्या अनुभवाचा फायदा जल व मृदसंधारणाचे काम गतिमान करण्यासाठी होणार आहे.

महाराष्ट्र राज्य जलसंधारण सल्लागार परिषद ही शासनाला वेळोवेळी जल व मृदसंधारणाच्या क्षेत्रात सल्ला देत असते. जल व मृदसंधारणाची दिशा कशी असावी? सध्या चालू असलेल्या योजनांमध्ये कोणकोणते

बदल अपेक्षित आहेत याबाबत आपली मते असतील. मृदसंधारण, जलसंधारण व वनीकरण या बाबतीत सद्यःस्थितीत असलेली उपचारपद्धती व त्यात हवे असणारे बदल याबाबत आपली मुद्देसूद मते अपेक्षित आहेत. राज्याचा पाणलोट कार्यक्रम गतिमान करण्याच्या दृष्टिकोनातून आपली ही मते, धोरण लिखित स्वरूपात कळवण्याची मी आपणास विनंती करीत आहे. आपल्यासारख्यांकडून आलेल्या बहुमोल सूचना शासनास धोरण ठरविण्यासाठी उपयुक्त ठरतील.

आपला,

विजय सं. बोराडे

भ

भटकळ, रामदास

मुंबई

दि. ३१ ऑक्टोबर १९६६

सप्रेम नमस्कार, वि. वि.

आज प्रा. वा. ल. कुळकर्णी यांची भेट झाली. नवीन कवींबद्दल सहज बोलताना आपला विषय निघाला. आपल्या कवितांचा संग्रह आमच्या संस्थेतर्फे प्रकाशित व्हावा, अशी इच्छा आहे. आपण आपल्या कवितांची वही पाठवून देऊ शकाल काय? कळावे,

आपला,

रामदास भटकळ

मुंबई

दि. १८ जानेवारी १९६७

प्रिय श्री. महानोर,

आपले पत्र मिळाले. श्री. चंद्रकान्त पाटील यांच्या सूचनेनुसार छपाई मोहन मुद्रणालयाकडे सोपविली आहे. तेथे प्रुफे श्री. अशोक शहाणे पाहतील. छपाई येत्या महिनाभरात पूर्ण होईल. प्रकाशन समारंभ तुमच्या आणि ग्रेसच्या पुस्तकाचा एकत्र करू. सुर्वे यांचा संग्रह प्रसिद्ध झाला असला तरी ते त्या दिवशी काव्यवाचनात भाग घेऊ शकतील.

'नवे कवी नवी कविता' या मालेत सुरुवातीलाच दोन उत्तम कवी लाभल्याने ती माला यशस्वी होईल याची खात्री वाटते.

शक्यतो लवकर औरंगाबादला येण्याचा विचार आहे. त्या वेळी कळवीनच. जमल्यास तुमच्या शेतावरही येण्याचा प्रयत्न करीन.

कळावे,

आपला,
रामदास भटकळ

मुंबई
दि. ४ डिसेंबर १९६७

प्रिय महानोर,

मी मूळ योजनेपेक्षा युरोपमध्ये जास्त दिवस राहिलो. तरी परतून आता तीन आठवडे झाले. मी नसतानाची कामे इतकी साचली आहेत की तीन आठवडे कसे गेले ते समजले नाही.

'रानातल्या कविता' नेहमीप्रमाणे सर्वत्र अभिप्रायासाठी पाठविल्या आहेत. मलाही या पुस्तकाबद्दल आणि एकूण या नव्या योजनेबद्दल बरीच पत्रे आली आहेत. नेमाडेंचे पुस्तक शक्यतो लवकर हातात घेतो. त्याच्या कव्हरविषयी तुमच्या काही कल्पना आहेत का?

जालन्याचे निमंत्रण मला आले आहे. येण्याची तीव्र इच्छाही आहे. मी अजून निमंत्रण स्वीकारले नाही. कारण माझा यापुढील बराचसा कार्यक्रम लंडनहून येणाऱ्या एका महत्त्वाच्या पत्रावर अवलंबून आहे. पत्र या दोन-चार दिवसांत यावे. ते आले की, लगेच हो नाही काय ते कळवितो.

तुम्हाला मध्यंतरी जी पुस्तके पाठविली त्यांचे बिल रु. ५९.८० यापैकी रु. ५०.०० 'ललित'कडून जर घेतले तर बाकी रु. ९.८० राहतात. तुम्ही पाठविलेल्या प्रती दुर्गाबाई आणि राजाध्यक्ष यांच्याकडे पोचत्या केल्या आहेत.

कळावे,

आपला,
रामदास भटकळ

मुंबई
दि. ७ फेब्रुवारी १९६८

प्रिय महानोर,

तुमचे पत्र मिळाले. २४-२५ ला मी तुमची वाट पाहिली. रायभानलाही फोन केला होता. नंतर २९ ला पुण्याला गेलो होतो. तिथं उषाताईंची भेट झाली. त्याही वाट पाहत होत्या. तुम्ही कामात अडकला असाल हे लक्षात आले. मराठी प्रकाशनात माझा बहुतेक संबंध येतो. Full time साहित्यिकांनाही त्याचा काहीसा तापही होतो. लेखनात व्यग्र असलेला साहित्यिक कधी भेटला की बरं वाटतं.

आपण भेटलं पाहिजे यात शंकाच नाही. खरंतर मी पळसखेडला गेलं पाहिजे. ते आता कधी जमेल देव जाणे. तुम्ही इथं येताना कळवालच.

'कोसला' छापायला घेण्याच्या आठ दिवस आधी पाठवीन असे नेमाडे यांनी लिहिले आहे. 'मेलडी'चे वेळापत्रक मी एकटा ठरवू शकत नाही; पण मला वाटतं की मी मुद्रकाकडून ते मार्चअखेर पूर्ण करून घेऊ शकेन.

कळावे,

आपला,

रामदास भटकळ

मुंबई

दि. १९ डिसेंबर १९७०

प्रिय महानोर,

तुमची दोन्ही पत्रे मिळाली. चंद्रकान्तचे पत्र आणि 'वही'चे हस्तलिखित डीडी मिळाला. त्याआधी प्रा. वा. ल. कुळकर्णी यांच्यामार्फत निरोपही मिळाला होता.

माझ्या मूळ कार्यक्रमानुसार मी २५ला मद्रासला जाणार होतो. तुमचे पत्र आल्यावर बरीच खटपट करून कार्यक्रम बदलून घेतला. आता तुम्ही याल तेव्हा मी इथेच असेन. हा बदल नक्की होईपर्यंत तुम्हाला लिहिणे शक्य नव्हते.

तुम्ही पुण्यानंतर येथे येणे जास्त सोयीचे. तोपर्यंत प्रुफे तयार ठेवण्याची पराकाष्ठा करतो. कव्हरसंबंधी तुम्ही दोघांनीही जी सूचना दिली आहे, त्यावरून तुम्हाला 'रानातल्या कवितां'चे मुखपृष्ठ पसंत नसावेसे दिसते. तुमची कव्हरच्या Style बद्दल काही सूचना आहे का?

Blurb चीही व्यवस्था करायला हवी. तुम्ही इथे असताना प्रूफ O.K. झाला तर १५ जानेवारीपर्यंत पुस्तक तयार होऊ शकेल.

हृदयनाथ मंगेशकरांच्या भेटीची व्यवस्था करतो.

आपला,

रामदास भटकळ

मुंबई

दि. ३ ऑगस्ट १९७१

प्रिय महानोर,

तुमची कादंबरी मिळाली. लगेच वाचायला घेतली. एका बैठकीतच संपवली. कादंबरीला ओघ चांगला आहे. एका छोट्या गावाचे उत्तम चित्रण आहे. वेगवेगळी पात्रे आणि प्रसंग यांची गुंफण चांगली झाली आहे. थोडीशी शंका आली ती फक्त जगदेवच्या पात्राबद्दल. ते जरा typical villain अशा थाटाचे वाटते.

'गांधारी' दिवाळीनंतर लगेच छापायला घेतो. तोपर्यंत कव्हर तयार करून घेतो.

आपला,

रामदास भटकळ

मुंबई

दि. १३ सप्टेंबर १९७१

प्रिय महानोर,

तुमचे पत्र मिळाले. त्यानंतर तुमचे आणि अनंतराव भालेरावांचे कार्डही मिळाले. 'गांधारी'चे हस्तलिखित शनिवारीच 'मराठवाड्या'कडे पाठविले आहे. त्यांचे काम होताच हस्तलिखित आणि दोन कात्रणे माझ्याकडे आल्यास पुस्तकाची छपाई सुकर होईल.

एका अर्थी दिवाळी अंकात कादंबरी येणे प्रसिद्धीच्या दृष्टीने इष्टच आहे.

'वही'वर महत्त्वाचा असा अभिप्राय अजून आलेला नाही. अभिप्राय येतील तसे कळवत जाईन.

आपला,

रामदास भटकळ

मध्यंतरी Botany च्या पुस्तकासाठी चंद्रकान्तला लिहिले होते. त्याचे उत्तर नाही.

मुंबई

दि. २४ सप्टेंबर १९७१

प्रिय महानोर,

नारायण सुर्वे यांना पत्र पोस्ट केले आहे. चंद्रकान्तला पत्र पाठविले होते. आता पुन्हा लिहितो. अलीकडे बरीच पत्रे गहाळ होत असल्याचे नजरेला आले आहे.

सुहासिनी मुळगावकर यांनी तुमच्या एका कवितेला चाल लावली आहे. परवाच गाऊन दाखविली. मराठी कवितेवर आधारित एक कार्यक्रम करण्याचा त्यांचा विचार आहे. त्याला व्यावहारिक स्वरूप येताच तुम्हाला कळवेनच.

आपला,

रामदास भटकळ

मुंबई

दि. २८ ऑक्टोबर १९७२

प्रिय महानोर,

'गांधारी'चा काही भाग 'मौजे'त येत असल्याने हस्तलिखित त्यांच्याकडे गेले होते. साहजिकच छपाईची

काही व्यवस्था करता आली नाही. दोन-चार दिवसांपूर्वीच त्यांनी हस्तलिखित परत पाठविले. त्याचा उपयोग 'मौजे'त का करता आला नाही, याबद्दल त्यांनी तुम्हाला लिहिले असेलच.

आता छपाई दिवाळीनंतरच सुरू होईल. पुस्तक लांबणार नाही याची योग्य ती काळजी घेतो.

'गपसप'च्या प्रती आणि बिल मिळाले. चेक पुढील आठवड्यात पाठवितो. २३ तारखेला प्रा. प्रकाश देशपांडे मला भेटायला आले होते. त्या वेळी माझ्याकडे कुणीतरी आले होते. त्यामुळे भेट न होताच ते निघून गेले. ते भेटले तर त्यांना सांगा की, मला याबद्दल फार वाईट वाटले.

बीडचे श्री. प्रभाकरराव पाटील यांना मी पत्र लिहीत आहे. सौ. डहाके यांनाही सविस्तर पत्र पुढील आठवड्यात.

आपला,
रामदास भटकळ

मुंबई
दि. २४ डिसेंबर १९७५

प्रिय नामदेवराव,

पळसखेडला मजा आली. फक्त आणखी एक दिवस हवा होता. त्या दिवशी धावपळ करून कसाबसा मीटिंगला पोचलो. मुलांचं नाटकही ठीक झालं.

वहिनींना आणि तुमच्या वडिलांना आमचे धन्यवाद कळवा.

काल अचानक विष्णुपंत गेले. तुमचा त्यांचा परिचय कितपत होता मला माहीत नाही; पण ते एक खरोखर थोर गृहस्थ होते. आमचाही एक आधार गेला.

उद्या २७ ला सुहासिनी मुळगावकर सोनटक्केच्या निमंत्रणानुसार औरंगाबादला जाते आहे. तिचीही पळसखेडला जायची इच्छा आहे. तुम्हाला वेळ असल्यास कमलाकरकडे निरोप धाडा.

आपला,
रामदास भटकळ

मुंबई
दि. २३ जुलै १९९५

प्रिय महानोर,

परभणी संमेलनाला मी येऊ शकलो नाही. वृत्तान्त वाचून फारच चुटपूट लागली. सर्वप्रथम आनंद झाला तो तुमच्या प्रकृतीसंबंधाने. ज्या अर्थी तुम्ही हे सर्व झेपवू शकलात, त्या अर्थी आता प्रकृती चांगली असणार. तरीही योग्य तेवढी काळजी घ्या. तुमची मुलाखत छान झाली असं कळलं. मी तिथं असायला हवं होतं. टेप असेल तर पाठवून द्या.

नाशिकला प्रकाश होळकरची भेट झाली होती. मी त्यांच्या संग्रहाची announcement करतो आहे.

निवडणूक संपल्यावर आणि निकाल जाहीर होण्यापूर्वी आपल्याला शरदरावांना 'रियासती'संबंधी आठवण द्यावी लागणार आहे. तुम्ही मुंबईला कधी येणार?

कळावे,

आपला,

रामदास भटकळ

मुंबई

दि. १३ ऑक्टोबर १९९७

प्रिय महानोर,

मी कधीतरी मेधा पाटकर यांना चार दिवस विश्रांती घेण्याची विनंती केली होती. त्यानुसार त्यांनी दिवाळीचे चार दिवस शांतपणे राहायचं कबूल केलं आहे. त्यातून मग मला वाटले की, त्या जर पळसखेडे आणि तिथं तुम्ही केलेले पाण्याचे प्रयोग पाहू शकल्या तर त्या विश्रांतीच्या दिवसांचाही उपयोग होईल. काल, आज मी तुम्हाला फोन करायचा प्रयत्न केला; पण जमेना. मी आता त्यांना २८ ला रात्री इथून निघून जळगावचं booking करायला सांगितलं आहे. २९, ३०, ३१ व १ असे चार दिवस ती मंडळी विश्रांती घेऊ शकतील. तुम्ही चारही दिवस काढण्याची आवश्यकता नाही; परंतु फर्दापूरला किंवा शेतावर त्यांची राहायची व्यवस्था होऊ शकेल का? एखाददुसरा दिवस त्या परिसरातील तुमचं काम त्यांना दाखवता येईल. मुख्य हेतू विश्रांती. त्यामुळे इतर कोणतेही कार्यक्रम नकोत. त्यांच्याबरोबर विजया चौहान (उषा मेहताची बहीण) आणि एखाददुसरा त्यांचा कार्यकर्ता असू शकेल. (तीन किंवा चार माणसं एकूण) मी एखाद दिवस येईन; पण दिवाळीत संपूर्ण बाहेर राहणे शक्य नाही. मला तुमचा कार्यक्रम कळवाल का?

आपला,

रामदास भटकळ

भागवत, दुर्गा

मुंबई

दि. २ एप्रिल १९६९

प्रिय महानोर,

तुझे कार्ड मिळाले. कुमुदला पण दाखवले. आम्हाला राग मुळीच आला नाही. वाईट मात्र वाटले. कालच मनोहर ओक सांगत होता की नेमाडे पु.लं.वरचा लेख पूर्ण करून छापणार आहे. खरे का? माझे मत

आहे छापावा. थोडे इकडे-तिकडे कुणी काही म्हटले असले तरी ते नेमाडेंचे म्हणणे नव्हे. त्यानंतर इतरांवरही लेख येतीलच; पण कुणीतरी पायंडा घालावा लागतो.

तुझी,

दुर्गाताई

भागवत, श्री. पु.

मुंबई

दि. २४ मे १९६६

सप्रेम नमस्कार,

तुमचे पत्र कालच मिळाले. तुमची व माझी पुन्हा चुकामूक झाली याचे मला फार वाईट वाटले. तुम्ही फोन केल्याचे मला कळले होते. त्याचप्रमाणे बराच वेळ 'मौजे'त वाट पाहत थांबल्याचेही. दुसऱ्या दिवशी सकाळी मी तुमची वाट पाहत बसलो होतो. पटवर्धन म्हणाले, तुम्ही येणार आहात. मुंबईत नवख्या माणसाची जरा धांदल उडते खरी. पुन्हा याल, ते प्रथम इकडे या. मीही तिकडे आलो की, जुलैतच जरी नसले तरी, तुमच्या शेतावर येईल.

होय, वा.ल. व मी तुमच्या परिसंवादाबद्दल पुष्कळ बोललो. योग असा की, त्याच वेळी रसाळांकडून प्रश्नावलीचा खर्डा आला. त्यात मी काही प्रश्नांची भर सुचवली आहे. तुम्हाला लिहिलेले उत्तर मी वा.लं.ना सांगितले. 'सत्यकथा', 'मौज प्रकाशन', पटवर्धन व मी यांचे सर्व प्रकारचे सहकार्य या कामासाठी मिळू शकेल हेही.

तुमच्या 'रानातल्या कवितां'ची वही माझ्याकडे पटवर्धनांनी दिली आहे. त्यात नसलेल्या कविता तुम्ही जरूर पाठवून द्या. मी त्या सर्व आनंदाने वाचीन व आवडल्या तर 'मौज प्रकाशना'तर्फे संग्रहही प्रसिद्ध करीन. या बाबतीत विचारण्याला संकोच वाटायचे काय कारण? कवितांबाबत माझी अडचण मात्र सांगतो. कविता मी केव्हाही, कुठेही वाचू शकत नाही. मन निर्वेध असले तरच कविता मला खरी जाणवते आणि तेच खरे वाचन. त्यामुळे त्यासाठी मी वेळ फार घेतो. कवीचा अंतच पाहिल्यासारखा. काही माणसे उदा. पाडगांवकर कविता केव्हाही, शरीर-मन कितीही व्यग्र वा थकलेले असले तरी, सहज एकाग्र होऊन वाचू शकतात. त्यांचा मला हेवा वाटतो. तेव्हा माझे मत कळायची तुम्हाला घाई नसली म्हणजे झाले. वाचनापासून, या माझ्या एकूण कामापासूनच मी फार आनंद मिळवतो. मन पुरेसे एकाग्र झाले नाही की, तो आनंद तर मला लाभत नाहीच, पण त्या लेखनाचा व्यग्र मनाच्या वाचनाने असा अपमान करावा, असेही वाटत नाही. कुरुंदकरांना हे माहीत आहे. मला नव्या नव्या लेखक-कवींचे लेखन वाचायला आवडेल हेही. त्यांचे माझे त्यासंबंधी अनेकदा बोलणे झालेले आहे. परखड वाणीच्या पण चांगल्याबद्दल जिव्हाळा असलेला तो माणूसही मला आवडतो.

'कोसला'बद्दल तुम्ही लिहिले त्या योगाची गंमत वाटली. ती कादंबरी मी वाचली तेव्हाच ती आपण प्रसिद्ध करायला हवी होती असे वाटले होते. तो योग न आल्याबद्दल मी हळहळलो होतो. नेमाड्यांची व

माझी ओळख होती; पण ते कादंबरी लिहीत आहेत हे कळलेच नव्हते. काही महिन्यांपूर्वी देशमुखांशी त्यांच्या झालेल्या मतभेदाबद्दल ऐकले. तेव्हा 'कोसला'ची दुसरी आवृत्ती प्रसिद्ध करायला व नेमाड्यांचे नवे लेखनही त्या दृष्टीने वाचायला मला आवडेल, असे डॉ. कालेलकरांजवळ म्हणालो होतो. नेमाडे-कालेलकरांची त्यानंतर गाठ पडली की नाही व ते यासंबंधी काही बोलले की नाही न कळे. तुम्ही भटकळांचा निरोप सांगितल्यावर हेही नेमाड्यांना सांगा. त्यांनाच कोणाला कादंबरी द्यावी हे ठरवू द्या. त्यांची व माझी भेट झाली तर बरे होईल. ती प्रसिद्ध करायला मला आवडेल, इतकेच नव्हे तर 'मौज प्रकाशना'ने प्रसिद्ध केली तर त्याला विशेष अर्थ आहे, असेही मला वाटते. कोणाहीपेक्षा चांगली तर आम्ही काढूच. मात्र, भटकळांशी मला स्पर्धा करायची नाही. त्यांना शब्द दिला असेल तर तो मोडू नये.

बाकी ठीक. सवडीने लिहा.

आपला,

श्री. पु. भागवत

मुंबई

दि. २० जुलै १९६६

सप्रेम नमस्कार वि.,

तुमचे पत्र आले त्याला पाऊण महिना झाला. त्यानंतर तुमच्या कविताही मिळाल्या. मी असे करतो. सवडीने तुमच्या माझ्यापाशी असलेल्या सर्व कवितांची यादीच तुम्हाला पाठवतो. म्हणजे अजून काही पाठवायच्या राहिल्या असल्या तर तुमच्या ते लक्षात येईल आणि तेवढ्या तुम्ही पाठवून देऊ शकाल. त्या सर्व मी वाचीन व माझे मत कळवीन. गेला दीड महिनाभर कॉलेजात वर्षारंभाचे काम फार होते. यंदा नोकरदार विद्यार्थ्यांसाठी सकाळचे वर्ग सुरू झाले. त्यात माझे शिकवण्याचे काम वाढले व वेळापत्रकही गैरसोयीचे झाले. आता आता त्याची सवय होते आहे व दुसऱ्या कामाला सवड मिळू लागली आहे. त्यात पावसाने मुंबईकरांच्या तोंडचे पाणी पळवले होते. त्यानेही परवापासून कृपा केली आहे.

तुम्हाला उत्तर लिहायला मात्र या व्यवधानात उशीर झाला. क्षमा करा.

नेमाड्यांची संमती आहे, हे वाचून फार समाधान वाटले. तुम्ही त्यांचा पत्ता कळवणार होता. मग मी त्यांना लिहितो. की त्यांच्या कॉलेजच्या पत्त्यावर लिहिले तरी चालेल? त्यांच्याशी सविस्तर बोलावे लागेल. मला तसे त्यांच्याबरोबर बोलणे आवडते. देशमुखांचा व त्यांचा संबंध बिनसल्याचे मी ऐकले आहे; पण त्यासंबंधी मला अधिक फारसे माहीत नाही. मी स्वभावशः सर्वच साहित्यकारणाबद्दल उदासीन व अलिप्त असतो. उत्तम लेखनाच्या वाचन, संपादन, प्रकाशन या उद्योगात मला फार आनंद मिळतो व तो दुसरा कशाने बिघडवावा, असे वाटत नाही. असो. तुमच्या चर्चासत्राच्या निमित्ताने मी जर तिकडे येऊ शकलो, तर तुम्हा सर्व मंडळींप्रमाणे नेमाडे भेटतील आणि सगळ्या गोष्टी बोलता येतील. त्यांच्या नव्या कादंबरी-नाटकादी लेखनाबद्दल मला उत्सुकता व कुतूहल आहेच. तुम्ही पत्ता पाठवा, म्हणजे मी लगेच लिहितो. माझे अजून पत्र नाही, म्हणून मलाही त्यांच्या लेखनाबद्दल विशेष कदर नाही, असा कदाचित त्यांचा व तुमचाही समज व्हायचा. नाही ना?

चर्चासत्राची प्रश्नावली मला मिळाली. चांगली झाली आहे. मी रसाळांना त्याबद्दल लगेच लिहिलेही होते. १५ तारखेला तुमची बैठक झाली असली तर ते बोलले असतील. कार्यक्रम ठरवला असालच. अजून कोणाची उत्तरे आली नाहीत?

बाकी सर्व ठीक. तुमचा लोभ कायम राहावा, ही विनंती.

आपला,

श्री. पु. भागवत

मुंबई

दि. २९ जुलै १९६६

सप्रेम नमस्कार वि.

तुमचे पत्र मिळाले. आपल्या पत्रांची वारंवार चुकामूक झाली. त्यामुळे सगळा घोटाळा झाला. नेमाड्यांच्या पत्त्याबद्दल मी तुम्हाला लिहिले आणि तुमचे ते कळवणारे कार्ड मिळाले. त्यावर मी त्यांना पत्र टाकलेही. नंतरच्या तुमच्या पत्रांना सवडीने उत्तर लिहावे म्हणून थांबलो, तो तुमचे दुसरे (पत्ता कळवणारे) कार्ड काल मिळाले. तुम्ही काळजी करू नये म्हणून हे कार्डच घाईघाईने लिहीत आहे.

नेमाडेंना मी 'कोसला' व नंतरचे लेखन याबद्दल माझी इच्छा आग्रहपूर्वक कळवली आहे. देशमुखांबद्दल काही अडचणी असतील तर त्यांचा प्रत्यक्ष चर्चेतच मला अंदाज येईल व त्यांचा निरास करावा हे कळेल. भटकळांबद्दल मी तुम्हाला लिहिले होते ते त्यांनाही लिहिले आहे. तुम्ही म्हणता तसल्या साहित्यकारणात तुमच्याप्रमाणे मलाही गोडी नाही. चांगले साहित्य वाचल्याचा, संपादित व प्रकाशित केल्याचा त्यातही मुख्य म्हणजे वाचल्याचा आनंद खरा. त्यात कसली भेसळ मला करवत नाही व मानवतही नाही. असो वा.लं.च्या आग्रहाची गंमत वाटली. आश्चर्य मात्र नाही. त्यांचे तुमचे जिव्हाळ्याचे संबंध आहेत. त्यामुळे त्यांच्या आग्रहाचा मान करावा, असे तुमच्या मनात आले तर निःसंकोच लिहावे. मी कसलीही तांत्रिक भूमिका घेणार नाही की, तुम्हाला दोषही देणार नाही. असो. सवडीने सविस्तर लिहीन.

आपला,

श्री. पु. भागवत

मुंबई

दि. २० जानेवारी १९६७

सप्रेम नमस्कार वि.

तुमचे पत्र मिळाले. यापूर्वीच त्याला उत्तर लिहायला हवे होते; पण सवडच होईना. तुम्ही व्यर्थ काळजी करीत असाल.

पाटील व जाधवांना सांगितले ते पुन्हा सांगतो. तुमच्याबद्दल राग वा गैरसमज माझ्या मनात नाही. तुमचा संग्रह निघतो आहे, ही गोष्ट मला खरी आनंदाची वाटते. त्यापुढे बाकी सर्व दुय्यम. तेव्हा मी त्याबाबत कोणाला काही विचारणार नाही की बोलणार नाही. तुम्हीही या बाबतीत मनाला अवघड वाटून घेऊन मला काही खुलासा करण्याची गरज नाही.

मुंबईस जरूर या. जरूर भेटा. नेमाडे काय म्हणतात? त्यांना व जाधवांना नमस्कार सांगा.

आपला,

श्री. पु. भागवत

नवे काय लिहिलेत? ते महत्त्वाचे.

मुंबई

दि. २१ नोव्हेंबर १९७२

सप्रेम नमस्कार वि.

तुमचे पत्र मिळाले. त्यानंतर परवा 'गपसप'ची प्रत मिळाली. पुस्तक लहानसे, चांगले निघाले आहे. मी त्यातल्या एक-दोन कथा पूर्वी वाचलेल्या आहेत. पुस्तक आले तसे मुलगा व त्याची आई यांच्या हातात गेले आहे. तिथून मोकळे झाले की वाचतो. ते पाठविल्याबद्दल आभारी आहे. तुमची कादंबरी वाचायलाही मी उत्सुक आहे. तुमची दीर्घ कविता एकंदरीत मला आवडली होती. आपली भेट झाली असती व ती तुम्ही वाचलेली ऐकली असती तर बरे झाले असते. कविता वाचावी, तशी ऐकावी आणि मग पुन्हा वाचावी, म्हणजे तिचे रूप अधिक कळते असा माझा अनुभव आहे. तुम्ही तर विशेषच चांगले वाचता; पण तुमचे माझे योग चुकत आले आहेत खरे. मला त्याची हळहळ आहे. मी कमी बोलतो न लिहितो हे खरे; पण कधी अजिबातच नाही हे तितके खरे नाही. बोलण्यापेक्षा ऐकणे व लिहिण्यापेक्षा वाचणे मला आवडते आणि थोडेफार जमते असे वाटते. (आणि ते सोपे बिलकूल नाही!) पण मला वाटते, मी तुम्हाला काही वेळ दीर्घ पत्रे लिहिली आहेत आणि तुमची भेट झाली किंवा पत्र आले की मला मनापासून आनंद नेहमीच झाला आहे. तुमची कविता मला फार आवडते हे तुम्हाला माहीत आहे का? त्यामुळे तुमचे काय चालले आहे; काय लिहीत आहा, याबद्दल मला नेहमीच कुतूहल असते. असो. माझ्या मितभाषित्वाचा स्वभावदोष विसरून तुम्ही तरी लिहीत चला.

तुम्हीही या उशिराबद्दल रागावू नका.

आपला,

श्री. पु. भागवत

ना.घं.च्या दीर्घ कविता माझ्याजवळ बरेच दिवस आहेत खऱ्या.

मुंबई

दि. ३१ मे १९७३

सप्रेम नमस्कार वि.

तुमचे पत्र मिळाले. सरदेशमुखांची कादंबरी तुम्हाला इतकी आवडली याचा आनंद वाटला. तुम्ही त्यांना जरूर सविस्तर लिहा. त्यांना फार बरे वाटेल. सोलापूरसारख्या दूर ठिकाणी जरासे उपेक्षितच आपण राहिलो याची खंत त्यांना वाटत असावी. तसे ते बोलत नाहीत. फार मनस्वी आहेत. वाङ्मयकलेवर नितांत निष्ठा ठेवणारे, जीवनाचा गंभीरपणे अर्थ शोधणारे, संवेदनक्षम, भावनाशील वृत्तीचे ते आहेत. आपण जे मनःपूर्वक व्यक्त केले ते तुमच्यासारख्या कलावंत रसिकाला आवडले याचा त्यांना विशेष आनंद वाटेल खास. तुम्ही जरूर लिहा. मी त्यांना तुमचे मत कळवीनच; पण ते तुमच्याकडून कळण्यात अधिक स्वारस्य आहे.

सोनटक्क्यांच्या विवाहाच्या वेळी मी बाहेरगावी गेलो होतो. परवा परतल्यावर त्यांना पत्र लिहिले. ते आता सर्व तऱ्हेने स्थिरावलेले आहेत याचे मला समाधान वाटले. त्यांच्या कर्तबगारीला विद्यापीठात पूर्ण वाव मिळेल, अशी आशा आहे.

तुम्ही नवीन काय लिहीत आहा? मध्यंतरी पाडगांवकर प्रभृती तुमच्याकडे येऊन गेले ना?

आपला,

श्री. पु. भागवत

मुंबई

दि. २२ ऑक्टोबर १९७४

सप्रेम नमस्कार वि.

तुमची दोन्ही पत्रे मिळाली. सोबतच्या कथाही. खूपच दिवसांनी तुम्ही पत्र लिहिले. मला फार आनंद झाला. कधी मुंबईस येता तेव्हा इतके घाईत की नीट गाठभेट होत नाही. खूप वर्षांत आपल्या निवांतपणे गप्पा झाल्याच नाहीत. अर्थात मला तक्रारींचा अधिकार नाही. तुमच्या गावी यायचे, चार दिवस राहायचे, असे केव्हापासून म्हणतो आहे; पण जमत नाही. तसा प्रवासाचा मला मनापासून कंटाळा आहे; पण तुमच्याकडे यावेसे वाटते. कधी जमते पाहूया.

'भुताटकी' मी वाचली. सुरुवातीचा भाग पार्श्वभूमीदाखल केवळ तो लांबला आहे व दुबळाही झाला आहे; पण नंतर सगळी कथा चांगली वाटली. पटवर्धनांनी लिहिलेच आहे. ते माझेही मत समजा. आम्ही दोघांनी कथा वाचून चर्चा केली होती. दुसरी कथा ('अवदसा') मात्र मी अजून वाचली नाही. पटवर्धनांनी वाचली. त्यांना ती आवडली नसावी तेवढीशी. सैल बांधणीची व घाईघाईत लिहिलेली वाटली. मी वाचतो व पाहतो. पहिली वाचताना मला तिच्याबद्दलही थोडे तसे वाटले होते. असो. नव्या प्रकारावर हुकुमत येण्याचा हा प्रश्न आहे. काही वेळा ती जाणीवपूर्वक साधावी लागते.

तुम्ही कादंबरी लिहिली आणि आता कथालेखनाला सुरुवात करीत आहा ही गोष्ट मला चांगली वाटते. प्रत्येक वाङ्मयप्रकाराचा अनुभवाचा वेध घेण्याची ताकद वेगळी असते. मला नेहमी वाटते की, लेखकाने जास्तीतजास्त जीवन कवेत घेण्याची जिद्द तरी बाळगावी. त्यासाठी अनेक वाङ्मयप्रकार हाताळावे किंवा आपलासा जो वाटतो त्याच्याशी सर्व शक्ती व रूपे शोधावी. पुष्कळदा आपल्या प्रतिभेचा पिंड म्हणून जो आपण पत्करतो तो इतर शक्यता पुरेशा न शोधताच आपण स्वीकारलेला असतो. त्या शोधाचीही आव्हाने घ्यावी. क्वचितच अपयशही असो. तुम्ही कथा-कादंबरी लिहिली याचे मला महत्त्व वाटते ते का हे सांगण्यासाठी वरचे लिहिले.

तिथे तुम्ही शेतीच्या कामात गर्क असाल. सवडीने लिहा.

आपला,

श्री. पु. भागवत

मुंबई

दि. १७ डिसेंबर १९७५

सप्रेम नमस्कार वि.

तुमचे पत्र आल्यापासून तुम्हाला लिहायचे असे रोज म्हणतो आहे; पण कामाच्या गर्दीत ते घडेना. आजही हे कॉलेजात रिकाम्या तासात लिहायला घेतले आहे. काही काही वेळा त्या तासाचा असा सदुपयोग होतो. तुम्हाला यापूर्वी लिहायला हवे होते खरेच. तुमचे पत्र आल्यावर लगेच विजयाबाईंना मी तुमचा निरोप सांगितला होता. त्यांनी तुम्हाला लिहिलेही असेल. त्यांनी (किंवा कोणीच) तुमच्यावर राग धरला असेल असे मला वाटत नाही. तुमचे काय चालले आहे, तुम्ही नवे काय लिहिता आहा, इतके कमी का लिहिता आहा, अशा काळजीने व आस्थेनेच मीही पटवर्धनांकडे 'महानोरांना झाले तरी काय?' असे म्हटले. विजयाबाईंशी बोलताना तुमचा विषय काही वेळा निघतो आणि त्यांच्याशीही मी असे बोलतो. तुमची वारंवार भेट होती तर बरे झाले असते; पण माझा पाय इथून निघत नाही आणि तुमचेही मुंबईला येणे कमी झाले असावे. निदान सवडीने येणे.

तुमच्या पत्रातील खिन्न सूर वाचून फार अस्वस्थ झालो. शेतीचा व्याप व त्याच्या कटकटी यांची मला कल्पना नाही; पण एकूण दिवस सर्वांनाच कठीण आहेत. प्रत्येकाला त्याचा वाटा उचलावा लागतो आहे. तुमच्याही वाट्याला तो येतच असणार, एवढे मात्र कळते. कलावंताची परिस्थिती जसजशी प्रतिकूल बनत जाते, तसतसे एकाकी, उदास बनत जाणे स्वाभाविक असते. ते मूकही बनते; पण मला वाटते हे तर वास्तव आहे. त्याला सामोरे जायला हवे. आपल्या जाणिवेचा हा किंवा भागच कलेचा विषय असतो, असे तरी का मानावे? आपल्या पिंडधर्माची विशिष्ट कल्पनाच यथार्थ असेलही! कदाचित आपण त्याचा पुरेसा शोध घेतलेला नसेल. तो का घेऊ नये व त्यातले अपयशही का स्वीकारू नये?

अर्थात मी हे सहज, अंदाजाने लिहीत आहे. तुमच्यापुढील प्रश्नाची नीटशी कल्पना मला नाही. त्यामुळे माझे हे लिहिणे पूर्णपणे चुकीचेही ठरू शकेल; पण मला असेही वाटते की, प्रतिभेचे देणे ज्याला लाभले, त्याला असे गप्प राहता येणार नाही. निदान फार काळ तरी.

असो. तुम्ही सवडीने मुंबईस कधी येता? भेटूया. तुमच्याकडे यायचे मी घोकतोच आहे. ते घडेल नक्की. कळावे,

लोभ वाढावा ही विनंती.

आपला,

श्री. पु. भागवत

मुंबई

दि. १० फेब्रुवारी १९८४

सप्रेम नमस्कार वि.

तुमचे पत्र मिळाले. त्यासोबतचे बोरकरांना असलेले त्यांना लगेच पाठवून दिले.

बोरकर निवडून आले नाहीत याची मला फार हळहळ वाटली. खरातांचे लेखन व त्यांचे सुजन व्यक्तिमत्त्वही मला तसे आवडले; पण बोरकर ते बोरकर. इलाज नाही. असो. बोरकर निवडून आले नाहीत याचे वाईट वाटले, त्यापेक्षा निवडणुकीच्या निमित्ताने जे रामायण घडले त्यामुळे खिन्न अधिक झालो. बोरकरांची कविता व व्यक्तिमत्त्व यांचे थोरपण स्वयंभू स्वतःसिद्धच आहे. त्यांना निवडण्यात महाराष्ट्रीय साहित्यविश्वाची रसिकता व कृतज्ञताबुद्धी सिद्ध झाली असती. ती संधी अशी गमावायला नको होती.

ना.घं.चा अमृत महोत्सव व आणि विदर्भ साहित्य संमेलन याबद्दल कळले आहे; पण माझा तो योग हुकणार. त्या सुमारासच काही कौटुंबिक काम निघाले आहे. मी तसे त्या मंडळींना कळवले आहे. तुम्ही मंडळी दोन्ही समारंभ उत्तम साजरा करा.

भेटूया. जरूर.

आपला,

श्री. पु. भागवत

मुंबई

दि. १८ फेब्रुवारी १९८९

सप्रेम नमस्कार वि. वि.

तुमचे खूप म्हणजे खूपच दिवसांनी पत्र आले आणि तेही असे सविस्तर. क्षणभर माझा विश्वास बसेना. गेल्या काही वर्षांत तुम्ही इतक्या प्रकारच्या व्यापात गुंतत गेला की तुमची पत्रे व भेटी दुर्मिळ झाल्या. मीही माझ्या लहानशा कामात पूर्वीसारखा व्यग्र आहे. वयोमानाप्रमाणे हातून काम कमी होऊ लागले आहे. काही वर्षांपूर्वी अपघातात दुखापत झाली त्यामुळेही, नाही म्हटले तरी, कार्यशक्तीवर मर्यादा आल्या आहेत. जुने दिवस, तुमच्यासारखे लेखक-कवी-स्नेही, त्यांचे लेखन वाचताना वाटणारी थरारी व आनंद यांच्या आठवणी मात्र ताज्याच आहेत आणि कामातला आनंदही. तुमच्यासारख्याची कविता दुर्लभ झाली की वाटणारी हळहळ तशीच तीव्र आहे. असो.

तुम्ही योजिलेल्या साहित्योत्सवाची कल्पना चांगली आहे. त्या चर्चेसाठी कथा हा वाङ्मयप्रकार तुम्ही निवडला हेही उचितच केले. त्या प्रकाराच्या अंगभूत कलात्मक शक्तीविषयी निदान आजच्या वाङ्मयीन अवस्थेत व वातावरणात असलेल्या प्रस्तुततेविषयी अलीकडे शंका व्यक्त केली जात आहे. नवे-जुने कथाकार तरीही कथा लिहीत आहेत. काही वेळा चांगल्या कथा लिहिल्या जात आहेत; पण १९४५ नंतर वीसएक वर्षे राहिलेला कथेचा (व कवितेचा) बहर व वातावरण ओसरल्यासारखे दिसत आहे. अशा वेळी तुम्ही त्यासंबंधी गंभीर चर्चासत्र योजावे ही गोष्ट मला स्वागतार्ह वाटते. त्यात नवे जुने कथाकार व समीक्षक यांना बोलवावे हीही गोष्ट आनंदाची आहे. साहित्य संमेलनाचा उल्लेख तुम्ही केला आहे; पण संमेलनात असल्या वाङ्मयीन प्रश्नांची गंभीर चर्चा दुर्मिळच झाली आहे. तुम्ही उल्लेख केला आहे ती, आणि आणखीही, कथालेखक-समीक्षक मंडळी आली तर चर्चा उद्‌बोधक होईल, यात मला शंका नाही. त्यांनी आपले म्हणणे निबंधरूपाने मांडले तर त्याचे चांगले पुस्तक होऊ शकेल. त्या दृष्टीने प्रथमपासून योजना करायलाही हरकत नाही.

या साहित्योत्सवाला तुम्ही मला अध्यक्ष म्हणून बोलावून माझा बहुमानच करीत आहात. खरे तर तसला काही व्यासंगादी अधिकार माझ्यापाशी नाही. अशा कामाचा पिंडही नाही. साहित्योत्सवाला हजर राहून चर्चा ऐकणे मला आवडले मात्र असते; पण दुर्दैवाने तेही शक्य दिसत नाही. कारण त्या दिवसांत मी इथे नसेन. मुलाकडे डिट्रॉइटला गेलेला असेन. तो तिथल्या वेन स्टेट युनिव्हर्सिटीत शिकवतो. त्याला, सुनेला व मुख्य म्हणजे नवजात नातवाला भेटायला जाणार आहे. एप्रिलअखेर जाईन, ऑगस्टमध्ये परतेन. तिथे मुख्यतः विश्रांतीच घेईन. मला तिची फार गरज भासते आहे.

तेव्हा माफ करा. चांगला साहित्योत्सव हुकणार म्हणून मलाच हळहळ वाटत आहे. तुमच्या निवांत भेटीचा, गप्पागोष्टींचा योग हुकणार खरा.

बाकी ठीक. मुंबईस सवडीने आला व भेटला तर आनंद वाटेल.

घरी सर्वांना यथोचित नमस्कार व आशीर्वाद.

आपला,

श्री. पु. भागवत

मुंबई

दि. ९ मे १९९८

सप्रेम नमस्कार वि. वि.

गमतीने म्हणावे की वरातीमागून घोडे तसे माझे हे पत्र. 'मौजे'च्या रिवाजाला साजेल असे उशिरा. मात्र अगदी मनापासून लिहिलेले.

तुम्हाला 'पानझड' या कवितासंग्रहासाठी केशवराव कोठावळे पारितोषिक मिळाले याचा फार आनंद वाटला. मनःपूर्वक अभिनंदन. 'रानातल्या कविता'नंतर तुम्हाला अधिकाधिक लौकिक यश मिळत गेले, त्याचा मनात आनंद वाटायचा; पण दर वेळी अभिनंदनाचे पत्र लिहायला जमेल असे नाही. ती सारी अभिनंदने आज करीत आहे समजा. अर्थात जातिवंत कवी म्हणून लौकिक यश किती प्रस्तुत मानायचे याचा विवेक तुमच्या ठायी जागा आहेच. माझ्यासारख्या तुमच्या कवितेबद्दल जिव्हाळा वाटणाऱ्या वाचकाला

'पानझड'च्या गौरवाबद्दल विशेष समाधान याचे की तुमच्यातला कवी त्यात नव्या झळाळीने आणि प्रगल्भ आशयसंपन्नतेने व्यक्त झाला आहे. त्याचे हे यश आनंददायक. ते वाढते राहो.

त्या दिवशी तुम्ही आपल्या आजाराबद्दल सांगितले, त्यामुळे मनात कळवळून गेलो. ते प्राणसंकट टळले हे सुदैवच. तरी काळजी घेत राहावे.

आपला,

श्री. पु. भागवत

मुंबई

दि. ६ जून २००७

सप्रेम नमस्कार वि.

विमलच्या निधनाबद्दल झालेल्या दुःखात पत्र पाठवून, टेलिफोनवर बोलून अथवा प्रत्यक्ष भेटून आपण माझे सांत्वन केले, त्याबद्दल आभार मानण्यासाठी मी हे पत्र लिहीत आहे.

विमलच्या वियोगाचे दुःख मी यथाकाल विसरेन न विसरेन, पण त्यात आपल्या सहवेदनेची साथ व आधार मला असेल.

आपल्या सहवेदनेचा आधार आम्हा सर्व उर्वरित भागवत कुटुंबीयांना आणि माझ्या घरातील सेवाशुश्रूषा करणाऱ्या सर्वांना सदैव लाभो.

आपला,

श्री. पु. भागवत

प्रिय ना धों. महानोर यांस
स्नेहपूर्वक नमस्कार वि.

तुम्ही पाठवलेली 'गंगा वाहू दे निर्मळ' या तुमच्या नव्या कवितासंग्रहाची प्रत मिळाली. आभारी आहे. तुमची कविता वाचायला मी नेहमीच उत्सुक असतो; पण विमलच्या निधनाने मन भकास व उजाड झाले आहे. चार वर्षे ती अर्धांगाने अंथरुणात खितपत पडली होती. 'मरेन तर सुटेन', 'मला मारून टाका' असे म्हणायची. शेवटी ती सुटली म्हणायचे. त्यातल्या त्यात तिच्या समाधानाची गोष्ट म्हणजे मुलगा अशोक बाजूला होता. मी काही उपचारांसाठी कॉलनी नर्सिंग होममध्ये होतो. असो. सांगण्याचे तात्पर्य असे की मी तुमचा कवितासंग्रह जरा सवडीने वाचीन.

तुम्ही सर्व खुशाल असाल असा विश्वास वाटतो.

आपला,

श्री. पु. भागवत

मुंबई

दि. ९ जुलै २००७

प्रिय ना. धों. महानोर यांस
स्नेहपूर्वक नमस्कार वि.

तुमचे सांत्वनपर पत्र मिळाले. आभारी आहे. तुमच्यासारख्या स्नेहीजनांचा आधार मला अशा दुःखदसमयी फार मोलाचा वाटतो. यापुढेही तो राहील, असा विश्वास वाटतो.

तुम्ही पाठवलेला तुमचा 'गंगा वाहू दे निर्मळ' हा नवा कवितासंग्रह मिळाला. मी तो जरा मनाचे व शरीराचेही स्वास्थ्य मिळताच वाचीन आणि कसा वाटला ते कळवीन; पण एकंदरीत मला तुमची कविता आवडते. 'रानातल्या कविता' 'मौज प्रकाशनगृहा'तर्फे मी प्रकाशित करणार होतो हे तुम्हाला आठवेल; पण वा.लं.च्या सल्ल्याने तो संग्रह, वाटमारी केल्यासारखा, माझ्या टेबलावरून उचलला गेला; पण 'नवे कवी, नवी कविता' या मालिकेची कल्पना मला चांगली वाटली होती.

एक मात्र खरे. तुमचा नवा संग्रहही 'पॉप्युलर प्रकाशना'ने सुबक व देखणा काढला आहे. रामदासचे काव्यप्रेम त्यातून व्यक्त होते. असो. कधी मुंबईस आला तर जरूर भेटूया. कळावे,

आपला,
श्री. पु. भागवत

भालेराव, अनंत

औरंगाबाद
दि. २६ जून १९६४

प्रिय महानोर,

तुमचे पत्र मिळाले. जरा चकितच झालो; पण बरे वाटले. खरे म्हणजे या पत्राचे उत्तर सविस्तर द्यायला हवे; पण ताबडतोब म्हणून हे कार्ड देत आहे. तुमची कविता व शेती एक झालीच पाहिजे. तरच ती सकस होईल. अन्यथा संकुचित मध्यमवर्गीय जीवनातील शब्दांखेरीज काय द्यावयाचे? तुम्ही त्याला अपवाद ठरणारय.

'प्रतिष्ठान'कडे गोष्टी जरूर पाठवा. तु. शं. व रसाळांना मी सांगतोय. कवितासंग्रह एकदम एवढे घ्यायला हरकत नाही; परंतु पैशांचा विचार अवश्य ठरतो. तुम्ही सुचविलेली सर्व नावे मान्य होण्यासारखीच आहेत. चंद्रकान्त पाटील यांचा विचारही आम्ही केला होता. तथापि येत्या कार्यकारिणीत अवश्य विचार करू. जमेल तेवढे त्वरित हाती घेऊ. तुमच्या खेड्यात गोरगरीब वस्तीत सध्या धान्य व भाववाढीची काय स्थिती आहे? आगामी हंगामाचा आनंद व वर्तमानाच्या वेदना याविषयी लोकांच्या प्रतिक्रिया तुम्हाला जाणवल्या तर लिहून कळवा.

तुमचा,
अनंत भालेराव

औरंगाबाद
दि. ३१ जानेवारी १९६९

प्रिय श्री. महानोर,

'रानातल्या कविता' सरकारांत शिरल्या याबद्दल तुमचे अभिनंदन करावे का सरकारच्या गुणग्राहकतेबद्दल

त्याला धन्यवाद द्यावे हे कळत नसल्याने त्या भानगडीत पडत नाही. तुमच्यासाठी पारितोषिक ही चीज कःपदार्थ आहे. असे असूनही तुम्हाला पारितोषिक मिळाल्याचे वाचून खरोखरीच आनंद झाला.

तुमचा,

अनंत भालेराव

भावे, मधुकर

नागपूर

दि. ८ जानेवारी १९९६

प्रिय महानोरजी,

सप्रेम नमस्कार,

परवा आपणास औपचारिक पत्र पाठवले. रात्री आपण पाठविलेले पुस्तक वाचून काढले. आजच्या अंकात त्यावर माझ्या अल्पबुद्धीने तोडकंमोडकं काही लिहिलं. आपणास आवडेल की नाही माहीत नाही; पण आपण पाठविलेले पुस्तक वाचून मा. यशवंतराव चव्हाण यांच्यातील मोठेपण जसे कळले तसेच आपलेही मोठेपण भावून गेले. गेली ३५ वर्षे मी लिहीत आहे. 'लोकमत'मध्येच माझे 'हजार लेख' छापून आले आहेत; पण या लेखांमध्ये जे अगदी उशाशी ठेवावे असे माझे लेख आहेत, त्यात मनापासून लिहिलेला हा विश्लेषणात्मक लेख आहे.

कोणती पुण्ये अशी येती फळाला
जोंधळ्याला चांदण्यांनी लगडून जावे

या आपल्या ओळी मी माझ्या जीवनालाही स्पर्श करून जाणाऱ्या आहेत असे मानतो. पंडित जवाहरलाल नेहरू, इंदिरा गांधी, राजीव गांधी, संजय गांधी, डॉ. राजेंद्र प्रसाद, कृष्णन मेनन, जयप्रकाश नारायण, एस. एम. जोशी, एच. आर. गोखले, पंडित पंत, नाथ पै, हिरेन मुखर्जी, विठ्ठलभाई, मधू लिमये, अजय मुखर्जी, ए. के. गोपालन, ज्योती बसू, नंबोद्रीपाद, चरणसिंग, बाबूभाई पटेल, युवराज मेहता, यशवंतराव चव्हाण, वसंतराव नाईक, वसंतदादा, शंकरराव, आचार्य अत्रे, वि. स. खांडेकर, ग. दि. माडगूळकर किती नावे सांगू? या सर्वांच्या जवळ ३५ वर्षांत जाता आले, बोलता आले, त्यांच्यासंबंधी लिहिता आले. यापैकी अनेकजणांचे मनस्वी प्रेम मिळाले. माझे जीवन रिकामे असताना आई-वडिलांच्या पुण्याईने ते फळाला आले, असे मी समजतो. आपण निसर्गकवी आहात. त्यामुळे पांढऱ्याशुभ्र जोंधळ्याला चांदणं लगडण्याची कल्पना दिली; पण माझ्यासारख्या एका खेड्यातल्या छोट्या मुलाला जो परीसस्पर्श झाला, त्यामुळे जीवन उजळून निघाले असे वाटले. आपली अभिव्यक्ती आपण काव्यातून व्यक्त करू शकता. मला शब्दांसाठी उसनवारी करावी लागेल. तुमच्यासमोर शब्द नमस्कार करून उभे आहेत. माझ्यासारख्या अडाण्याला धक्का मारून मारून शब्द आणावे लागतील. तुमचे पुस्तक वाचून मन अगदी गदगद झाले. जे न्यून असेल ते माझे आहे. जे चांगुलपण असेल ते यशवंतराव तुमचे आहे.

पळसखेडला एकदा यायचं आहे. रात्रभर गप्पा मारता येतील. त्या दिवसाची वाट पाहत आहे. सोबत एका पत्राची प्रत पाठवत आहे. तुमची परवानगी न घेता हे पत्र पाठवत आहे. त्याबद्दल क्षमस्व.

कळावे,

आपला नम्र,

मधुकर भावे

कार्यकारी संपादक

भांड, बाबा

औरंगाबाद

दि. ६ ऑक्टोबर १९७३

प्रिय श्री. महानोर,

सप्रेम नमस्कार वि. वि.

आपली प्रत्यक्ष अशी ओळख नसतानाही हे पहिलंच लांब आणि कंटाळवाणं पत्र बघून आश्चर्य वाटेल. मागे एकदा तुम्ही मराठा विद्यालयात श्री. राजपूत यांच्याबरोबर आला होतात. तेव्हा मी आपणास भेटणार होतो; पण वर्गावर असल्याने येता आलं नाही. नंतर चौकशी केली तेव्हा आपण निघून गेल्याचं कळलं.

आपली प्रत्यक्ष ओळख नाही म्हटलं तरी इतर अनेक वाचकांप्रमाणे एक वाचक म्हणून मी बऱ्याच दिवसांपासून आपल्या कविता वाचत आलो आहे. प्रथमच 'रानातल्या कवितां'बद्दल कुणीतरी सांगितलं - दोन वर्षांपूर्वी! कुठून तरी ते पुस्तक मिळवून वाचलं आणि त्यानंतर त्या पुस्तकाची कितीतरी पारायणे झाली असतील. त्यानंतर 'वही' आणि अलीकडची 'गांधारी' पण वाचली. 'गपसप' अजून मिळालं नाही वाचायला.

'गांधारी'बद्दल 'केसरी' व नंतर 'सोबत'मधील प्रा. भालचंद्र फडके यांचं परीक्षण वाचल्यानंतर ती मिळविण्यासाठी बराच प्रयत्न केला. परवा वाचनालयातून आणून वाचली.

परवाच 'गांधारी'बद्दल श्री. नेमाडे सरांजवळ बोललोही! हो. मी त्यांचा विद्यार्थी आहे. स. भु. कॉलेजपासून! आता तर ते आम्हाला M. A. English I शिकवीत आहेतच.

'गांधारी'बद्दल जे काय वाटलं, ते सविस्तर वेगळ्या पत्रात एक-दोन दिवसांत लिहीत आहे.

'गांधारी' वाचताना मनात उगीच माडगूळकरांच्या 'बनगरवाडी'ची आठवण येत होती. हे मला मान्य आहे. तिची आणि 'गांधारी'ची प्रकृती अगदी भिन्न आहे. तीच चाकोरी, तेच कथानक, तेच नायक-नायिकेचे प्रेम, या साच्यातून काहीसं दूर जाऊन आपण 'गांधारी'त बरंचसं वेगळं सांगितलं आहे. असलाच पण काहीसा वेगळा अनुभव 'कोसला' वाचताना आला. पांडुरंग सांगवीकरांचं आत्मकथन हे मराठी कादंबरीच्या चौकटीच्या बाहेर झेप घेणारं आहे, हे सर्वांनी अगोदरच मान्य केलेलं आहे.

मूळ पुस्तक प्रथम वाचून नंतर जमल्यास त्याबद्दलचे परीक्षण वाचावे, असे मी बहुधा करीत असतो; पण 'गांधारी' प्रथम न मिळाल्याने 'सोबत'मधील परीक्षणच पहिल्यांदा वाचायला मिळालं. एखाद्या कलाकृतीचा रसास्वाद घेताना मूळ कलाकृती बघणेच महत्त्वाचे असते (असं म्हणतात वाटतं.) इतरांच्या मतांवर आपलं मत बनविणं योग्य नसूनही परीक्षण अगोदर अन् नंतर 'गांधारी' अशी स्थिती झालीय.

मराठी कविता वाचन (आणि इतर साहित्यप्रकारही) हा माझा छंद आहे आणि त्यामुळे मिळेल ते वाचत असतो. साहित्याबद्दल, त्यातील कलामूल्यांबद्दल आणि काव्यगुणांबद्दल मला काही जाणही नसेल कदाचित! फक्त आवडीपोटीच मर्ढेकरांपासून ढसाळच्या 'गोलपीठा'पर्यंत सारं वाचत आलोय. सोनाराचं 'अनाद' किंवा सावंत यांच्या 'स्वस्तिक' अशी कुठलीही कविता वाचत आलोय.

नेमाडे सरांची 'मेलडी' अन् ओकांची 'आयत्या कविता', त्यांच्यातील 'शून्यवाद' अथवा धुरींचा 'ग्लोरिया' यांनी तितकाच आनंद दिलाय. केचेंच्या 'दिंडीने' आणि 'आसवाच्या ठेव्यां'तील अभंगांशी तद्रूप होताना मिळणारा अनुभव आपल्या 'रानातल्या कविता'च्या तालचित्रांशी खूपदा अनुभवला.

त्यामुळेच आपणास खूप दिवसांपासून लिहावं वाटायचं; पण लिहणं झालं नाही. त्याला एक कारण आहे. स्वतः आपणास लिहायला संकोच वाटे; पण परवा 'गांधारी' वाचल्यानंतर मात्र ठरविलं की आता तरी लिहायला हरकत नाही.

इथे, माझ्या शाळेत, तुमच्या गावचा एक विद्यार्थी आहे. योगीराज शेवगण! मी वर्गात पोरांना नेहमी वेगवेगळ्या कवींच्या कविता वाचून दाखवीत असतो. तुमची एक कविता वाचून दाखवीत असताना तो म्हणाला, 'सर, महानोर माझ्या गावचे आहेत.'

कालच मी श्री. नेमाडे सरांकडे माझ्या काही कवितांच्या वह्या दिल्या आहेत. अधूनमधून लिहिलेल्या (दीड महिन्यातील) ३०० कविता आहेत. त्या कवितांमध्ये काव्यगुण आहे की नाही त्याबद्दल काही सांगता येणार नाही.

कारण? एकाच वेळी एका बैठकीत ५० कविता सुचू शकतात का? आणि सुचल्या तरी त्यांना कविता म्हणता येईल का? असे प्रश्न त्यामुळे उपस्थित होतील. कदाचित कविता कशा लिहू नयेत याचे एक उदाहरण म्हणून या कवितांकडे बघता येईल.

श्री. नेमाडे सरांना आपण अशात भेटला तर त्यांच्याकडे कविता बघायला मिळतीलच. भेट झाली नाही तर त्यांच्या वाचनानंतर मीच त्या सर्व आपणाकडे पाठवीन.

आपण सवडीने त्या वाचून बघाव्यात.

वाचल्यानंतर काही त्यात लिहिण्यासारखे आढळले तर एक पत्र पाठविण्याची 'तकलीफ' घ्यावी.

कळावे, लोभ असावा, ही विनंती.

आपला स्नेहांकित,

बाबा भांड

भोसले, शिवाजीराव

फलटण, सातारा

दि. १९ जुलै १९७८

कविराज,

आपल्या प्रतिभेचा उत्तुंग विलास प्रत्यक्ष पाहण्याची उत्कंठा शिगेला पोहोचली आहे. आपले दर्शन आमच्या महाविद्यालयातील विद्यार्थ्यांना केव्हा घडेल? कळवा.

आपला,

शिवाजीराव भोसले

ता. क. : प्रवासखर्च व मानधन याविषयीची प्रथा महाविद्यालय पाळतेच.

म

मयेकर, गोपाळ

प्रिय ना. धों. महानोर,

सहकारी मित्रांच्या आग्रहावरून व सहकार्याने एक नवा साहित्यिक उपक्रम हाती घ्यावयाचे ठरले. अध्ययन आणि अध्यापन यांना पूरक ठरलेल्या या हेतूने एखादे मासिक नियतकालिक काढावे, असा विचार गेले कितीतरी दिवस आम्हा मित्रांच्या मनात घोळत होता. या कल्पनेस निश्चित रूप देण्याच्या प्रयत्नास या दिवाळीपासून सुरुवात करावी म्हणून संकल्पित मासिकाचा दिवाळी अंक काढावा, असे सर्वांनुमते ठरले.

मासिकास 'जागर' हे नाव निश्चित केले आहे.

आमच्या या उपक्रमास तुमच्यासारख्या सुहृदांचे मार्गदर्शन आणि लेखनसाह्य निश्चित लागेल या विश्वासानेच पाऊल पुढे टाकले आहे. तुमच्या सद्भावना आणि आशीर्वाद आम्हाबरोबर असतीलच; परंतु या लेखनप्रपंचात तुमचा भरीव वाटा असावा, असे मनापासून वाटते. या पहिल्याच अंकास तुमचे लेखन लाभावे, अशी आग्रहाची विनंती. तेव्हा तुमची कविता त्वरित म्हणजे दि. १४/१०/७६ पर्यंत पोहोचेल अशा अंदाजाने पाठविल्यास आभारी होईन.

'जागर'मधील लेखनाबद्दल योग्य ते मानधन अर्थातच आपणास मिळेल.

अंक सर्वांग सुंदर व्हावा यासाठी आपला अभिप्राय आणि सूचना यांची अपेक्षा आहे.

कळावे,

आपला स्नेहांकित,

गोपाळ मयेकर

महाजन, गिरीश

जळगाव

दि. २७ डिसेंबर २०००

प्रति,

मा. कविवर्य ना. धों. महानोर,

मा. विधान परिषद सदस्य

पळसखेड, ता. सोयगाव,

जि. औरंगाबाद.

हार्दिक अभिनंदन!

आपण साहित्यक्षेत्रात प्रसिद्ध केलेल्या 'पानझड' या काव्यसंग्रहास साहित्य अकादेमीचा पुरस्कार आपणास नुकताच मिळाल्याबद्दल आपले हार्दिक अभिनंदन!

आपण साहित्यक्षेत्रात भरीव कार्य करून सर्वसामान्यांचे गाऱ्हाणे, अपेक्षा आणि सत्यस्थिती काव्यरूपाने प्रसिद्ध करीत असता. हे आपल्या हातून घडणारे समाजसेवेचे कार्य प्रशंसनीय आहे. या क्षेत्रातील आपल्या सेवेचे फळ आपणास या पुरस्काररूपाने मिळाले आहे. त्यामुळे संपूर्ण महाराष्ट्रात मराठवाडा व खानदेशाचा नावलौकिक वाढला आहे.

आपणाहातून साहित्यक्षेत्रात भरीव कार्य घडो हीच परमेश्वरचरणी प्रार्थना!

नववर्षाच्या आपणास हार्दिक शुभेच्छा!

आपला स्नेहांकित

गिरीश महाजन

महाजन, छाया

औरंगाबाद

दि. ३ जानेवारी २००१

श्री. महानोर,

स. न.

आपली एकाच मराठवाड्यात राहूनही कधी ओळख झालेली नाही; पण तुमचं साहित्य मी नियमित वाचत आलेय.

साहित्य अकादेमीचे पारितोषिक मिळाल्याबद्दल तुमचं मनस्वी अभिनंदन!

शेतीमुळे निसर्ग तुमच्या सान्निध्यात आहे; पण तो तुमच्या मनात आहे हे महत्त्वाचे आणि त्याचे रंग, आवाज, बदल तुम्ही शब्दानं बद्ध करू शकता. सबलपणे करता हे वाखाणण्याजोगे वाटत आलेय.

या पारितोषिकाच्या निमित्तानं लिहावसं वाटलं. एक साक्षर म्हणजे 'स' अक्षर शेतकरी समजू शकतो; पण अक्षरलेणं सहजी अंगीकारलेला शेतकरी म्हणून मला तुमचं नेहमीच औत्सुक्यपूर्ण कौतुक वाटलंय.

पुन्हा एकदा अभिनंदन.

कळावे,

आ. हितेच्छू

छाया महाजन

महाजन, नीळकंठ

जळगाव

दि. २४ जानेवारी १९७७

श्री. दादासाहेब महानोर यांना

स. न. वि. वि.

जळगावची खाजगी काव्यमैफल एकंदरीत आपण दणदणीत रंगविली. खरं म्हणजे मी आजपर्यंत स्वतःच्या आपल्या आवाजात रानातल्या कविता ऐकल्या नव्हत्या. इच्छा खूप दिवसांपासून ऐकण्याची होती. एकदा फक्त पुणे आकाशवाणीवरून कऱ्हाड साहित्य संमेलनाचे ध्वनिक्षेपणात आपला आवाज ऐकला होता. असो. पुन्हा अशा वेळा खूप लाभत राहो हीच ईशचरणी प्रार्थना. मैफलीनंतर मी आपणाला भेटलो होतो. त्यात आपण श्री. उत्तम क्षीरसागरांची दोन-तीन चित्रे माझ्याकडे लगेच पाठविण्याचे कबूल केले होते. संग्रहाचे काम सुरू झाले आहे. कव्हरसाठी अडून राहता कामा नये. आपण वेळ काढून लगेच 'पहाट' व 'नील-अंश' या संग्रहांना जुळणारी चित्रे पाठवून द्यावीत, ही नम्र विनंती. मोठ्यांना नमस्कार. लहानास आशिष.

कळावे, लोभ असावा.

आपला,

नीळकंठ महाजन

महाजन, प्रमोद

नवी दिल्ली

दि. १६ ऑगस्ट २००२

प्रिय ना. धों. महानोर,

आपली पुस्तके मिळाली.

अन्

सुंदरसे पत्र.

राजकीय धकाधकीत विमनस्क अवस्था येतेच. तुमची पुस्तकं—खासकरून कविता—निश्चितच अशा वेळी दिलासा देतात.

आभार औपचारिक वाटतील, पण मनःपूर्वक होतील, आहेत.

आपला बंधू,

प्रमोद महाजन

महाजन, राजा

जळगाव

दि. २५ ऑक्टोबर १९६३

प्रिय नामदेवराव,

कदाचित पत्रामागोमागच हे आंतरदेशीय पत्र तुम्हाला मिळेल. पत्रात लिहिल्याप्रमाणे आज चीफ कंडक्टर म्हणून काम करीत असताना वेळ जावा म्हणून हे पत्र लिहीत आहे. आजच मला कॉलेजच्या पत्त्यावर आलेला 'पंचशील'चा दिवाळी अंक मिळाला. त्यात माझी कविता आहे. याही अंकात प्रा. माळींनी लोकसाहित्यावर लिहिलं आहे. साध्या साध्या ओव्यांचा अर्थ या भल्या गृहस्थाला (लोकसाहित्य त्याला माफ करो आणि त्याचं कल्याणही करो.) लावता आला नाही. तुम्ही या अंकातील लेख व 'ज्योतिप्रकाश' या अंकातील असे दोन्ही अंक वाचा. त्यावरून तुम्हाला त्यांच्या लोकसाहित्याच्या अभ्यासाची कल्पना येईल. बुक्का, कांकण, वाण वाटणं यांचा त्यांनी काय अर्थ घेतला हे अवश्य पाहा. माझ्या ऑफिसातील प्यूनला मी प्रा. माळींनी लावलेले अर्थ दाखविले तर तोही हसायला लागला. मला तर खेद वाटला. वाटलं पत्र लिहून त्यांना कळवावं; पण म्हटलं आपण पामर माणसं. ते समितीवरील तज्ज्ञ सभासद! कशाला उगीच! म्हणून तुम्हालाच पत्र लिहायला बसलो. आहे की नाही गंमत! तुम्ही हे अंक अवश्य वाचा. तुमचीही चांगली करमणूक होईल.

तुम्हाला 'ज्ञानदूत'चा अंक आला का? त्यात माझी कविता आहे का?

काल कु. लताच्या आईचं पत्र आलं. त्यात तिची प्रकृती बरी नसल्याचं लिहिलं आहे. त्यामुळे कालपासून mood अगदी खराब झाला आहे.

आता तुम्हीच जमविलेल्या लोकसाहित्यावर लेख लिहायला प्रारंभ करा व प्रा. माळींच्या आधी ते उजेडात आणा. नाहीतर असं करता! शृंगारिक ओव्या असतील तर मला दाखवा. लेखक म्हणून (लेख मी लिहितो) आपल्या दोघांची नावे देऊ.

नवीन लिहिलेल्या कविता पाठवा. नवीन विशेष कळवा.

चि. राजास शुभाशीर्वाद

ती. सौ. वहिनीस सविनय प्रणाम.

लहानथोरांस आशीर्वाद व नमस्कार!

कळावे.

तुमचा,

राजा महाजन

जळगाव

दि. ४ डिसेंबर १९६४

प्रिय नामदेवराव,

मागे येऊन गेल्याचे कळले. 'अमरावती'च्या देवदूतांना भेटून आल्याने खूप समाधान वाटते. तेथील

वातावरण खरोखरच पोषक आहे. 'कंपनी' अगदी मस्त आहे. श्री. केचेंनी तुमची विचारपूस केली. तुमच्याकडे यायचं म्हणत होते. श्री. तल्हार, श्री. प्रभू, श्री. सिन्हा, श्री. उदापुरे इत्यादी मंडळी भेटली. श्री. भट व श्री. उद्धव शेळके यांची भेट होऊ न शकल्याने रुखरुख राहिली. दि. २६-२७-२८ डिसेंबरला पुसद येथे विदर्भ साहित्य संमेलन आहे. तेथे ही सर्व मंडळी येणार आहेत. तुम्हाला व वा. रा.ला आणतो असे मी सांगून आलो आहे. तेथून आपल्याबरोबर ते येथे व तुमच्याकडे येणार आहेत. श्री. तल्हारांना अजिंठा बघायचा आहे. शक्य झाल्यास पत्र मिळाल्यावर येथे या म्हणजे खूप बोलता येईल. मी परवा धुळे येथे जात आहे. तेथील पत्रकार संघाच्या शिबिरात कविसंमेलन आहे. रविवारीच (रात्री) परत येणार आहे. असो. ती. सौ. वहिनींना सविनय प्रणाम. चि. राजूस अनेकानेक आशीर्वाद.

कळावे,

आपला

राजा महाजन

महाजन, वना धर्मा

सांगवी बु.

ता. २५ जुलै १९७७

चि. महानोर यांस वना महाजन सांगवीकर यांचा शु. आ.

बऱ्याच वेळा तुमच्याविषयी भालचंद्रचे औरंगाबादहून आनंदाचे पत्र येत असतात; पण तुमचे वडील वारल्याचे पत्र आज मिळताच वाचून आम्हाला अत्यंत वाईट वाटले व बाबा हे वैष्णव मार्ग पत्करून त्यांना सहारा देत होते. म्हणून मला तरी दुःख होत आहे; पण असो. धीर धरा. त्यांना सद्‌गती मिळेलच व परमेश्वर त्यांच्या आत्म्यास चिरशांती देवो ही प्रभूचरणी प्रार्थना करतो. तुमचे गं. भा. आईस नमस्कार व लहानास व ढाके गुरुजी यांना शु. आ.

आपला हितचिंतक,

वना धर्मा महाजन

महाजन, स. दि.

नांदेड

दि. ११ जानेवारी १९७७

प्रिय श्री. महानोर

स. न. वि. वि.

मुद्दाम पत्र लिहीत आहे. तुझे अशात पत्र नाही. नांदेडच्या यशवंत महाविद्यालयाच्या वतीने गॅदरिंगसाठी निमंत्रण आवर्जून पाठविले गेले आहे. नांदेडला येऊन बरेच दिवस झाले. एकदा येऊन जावे अशी सगळ्यांची इच्छा आहे. कॉलेजचा कार्यक्रम हे एक निमित्त.

यशवंत महाविद्यालयाचे निमंत्रण स्वीकारावेस ही आग्रहपूर्वक विनंती. केवळ एका दिवसासाठी वेळ काढून यावे. अडचणींचा पाढा वाचू नये. अडचणी तर नेहमीच्याच आहेत. माझ्याकडेच उतरावे.

पत्रोत्तराची वाट पाहत आहे.

बाकी सर्व क्षेम.

कळावे, ही विनंती.

आपला स्नेहांकित,

स. दि. महाजन

महाडिक, लक्ष्मण

नाशिक

दि. १ फेब्रुवारी १९९१

प्रिय दादा,

सप्रेम नमस्कार.

साहित्यसेवेबद्दल आपणास साहित्य अकादेमीचा पुरस्कार मिळाला. त्याबद्दल आपले प्रथम अभिनंदन...

आपल्या 'रानातल्या कविता' मराठी मनाच्या सिंहासनावर आरूढ झाल्या. मराठी कविता वाचण्याकडे, ऐकण्याकडे रसिकांचा कल फारसा नव्हता; पण आपल्या कवितेने ज्ञानेश्वर, तुकाराम, एकनाथ यांच्यापाठोपाठ मराठी भाषेला प्रौढी दिली. वैभव मिळवून दिले. या आपल्या कार्याचा गौरव या पुरस्काराने नक्कीच झाला. आपला गौरव हा मराठी कवितेचा गौरव... मराठी बोलण्यापेक्षा मराठी जपणाऱ्या कवींचा गौरव आहे. याचा महाराष्ट्रातील प्रत्येक मराठी मनाला अभिमान आहे. आपणास पुरस्कार मिळाला याचा आम्हा मराठी कविमंडळींना अभिमान वाटला. कारण आपल्या मार्गदर्शनाखाली नवीन मराठी ग्रामीण कविता जोमाने फुलू लागली.

माझ्यासारखा कवी केवळ आपण प्रोत्साहन दिले म्हणून लिहिता झाला. 'अक्षर चळवळ', 'अनुष्टुभ', 'रुची', 'अभिरुची', 'कवितारती', 'वाङ्मयशोभा'सारख्या साहित्य चळवळीतल्या मासिकांनी कवितेची दखल घेतली. असं म्हणतात की देवापेक्षाही देवमाणसांचे आशीर्वाद श्रेष्ठ ठरतात. आपल्या आशीर्वादाचं फळ आपल्याकडे येऊन प्रत्यक्ष दाखवावं असं खूप दिवसांचं मनात आहे; परंतु योग येत नाही. दोन वेळा निघालो, फोन केला; परंतु आपण बाहेरगावी गेल्याचे समजले. माझ्या संस्थेत आपले श्री. मार्कंड नावाचे भाचेजावई आहेत. आम्ही दोघांनी दोन वेळा ठरवूनही भेटीचा योग लाभला नाही. बरे, असो. आम्ही येऊच.

माझ्या एक-दोन कविता पाठवितो. अभिप्राय सवडीने का होईना; पण पाठवा. वाट पाहीन.

सौ. वहिनींना दंडवत.

कळावे,

आपला कृपाभिलाषी,

लक्ष्मण महाडिक

माडगूळकर, व्यंकटेश

दि. १५ जुलै १९८१

रान (वट) कवी

महानोर यांसी सप्रेम नमस्कार,

तुमचे सुरेख पुस्तक व पत्र मिळाले. पुस्तक छान काढले आहे. एवढा गुणी प्रकाशक गुणी कवीला मिळावा हा दुर्लभ योग आहे. तो जमून आला हे विशेष.

महाराज, प्रस्तावना टाळली हा सर्व दोष आमचा कसा? धड कात्रणेसुद्धा आमच्याकडे वेळेवर पोचती झाली नाहीत. ही अगदी काल, परवा, श्याम महानोरांनी दिली.

बरे, आम्ही सुरुवातीपासूनच गयावया केली होती की प्रस्तावना वगैरे लिहिणे हे आम्हाला झेपण्यासारखे नाही. आम्ही 'कत्ता' खरडाव्या, ल्यबन्त विषयांचे मालक वेगळे. असो.

पुस्तक वाचतो आणि तसं तुम्हाला सविस्तर कळवतोही.

तुम्ही पेरणीत रंगला आहात हे उत्तम. 'कृषिकर्मातून मिळणारा लाभ हा सर्व लाभांत अतिशय पवित्र आणि न्यायपूर्ण लाभ असतो' असं थोरोच्या काटोन शेतीवरच्या आपल्या प्रबंधात म्हटले आहे. पवित्र आणि न्यायपूर्ण हे महत्त्वाचे. हा काटो रोमन साम्राज्यातील मोठा माणूस होता.

काव्य लिहिण्यातून एका कवीच्या आत्म्याला होणारा लाभ सोडला तर दृश्य स्वरूपातला लाभ कोणता बरे?

(बाकी, सर्जनात्मक असे कार्य दृश्य स्वरूपात दाखवता येतच नाही, जसे खंदलेला खड्डा, माती दाखविता येते. लेखकाच्या पुस्तकाचे गठ्ठे न खपता पडून राहिले तरच त्याला आपले श्रम पाहता येतात.)

मला तुमच्या शेतीवर एकवार यायचे आहे. कारण कृषिकर्म हे आमच्या भाग्यात नाही. मी गेले तीनएक महिने प्रापंचिक संकटांनी हतबल झालो आहे. मन अतिशय उदास आहे.

आपला,

व्यंकटेश माडगूळकर

पुणे

दि. २० मार्च १९८९

कविवर्य महानोर यांसी

स. न. वि. वि.

तुमची दोन्हीही पत्रे मिळाली. मी प्रपंचविवंचनेत गुंतून होतो. त्यामुळे त्वरित उत्तर पाठवले नाही. साहित्यातला गुण व्यवहारात शाप ठरतो. तल्लख कल्पनाशक्ती आणि संवेदनकविता इथे काही कामाची नसतात. असो.

कवी, पहिली गोष्ट अशी की आता सार्वजनिक व्यापातापातून बाजूला होऊन स्वतःचे असे जीवन काही वर्षे तरी जगावे असे म्हणतो. म्हणजे सभा, संमेलने, चर्चा हा नेमकेपणा मला आता नको वाटतात.

दुसरे असे की मी क्रिएटिव्ह रायटर आहे. समीक्षक नाही. (प्रत्येक लेखक काही समीक्षकही असतो हे मान्य करूनही) काही भाग्यवंत असे असतात की ज्यांना दोन्ही दोन्ही सुयांनी विणता येते. मला येत नाही.

तेव्हा वहिनी तुम्हाला विनंती आहे की मला या 'पन्नास वर्षांची मराठी कथा : एक आढावा' या जडशील कामातून सुट्टी द्या.

हल्ली काहीही बोलले की (व्यवस्थापत्रावर आक्षेप घेणारे रक्ताचे नातेवाईक निघतातच तसे) त्यावर आक्षेप घेऊन बोंबाबोंब करणारे आणि आपला रक्तदाब वाढवणारे निघतातच. वृत्तपत्रानांही काहीतरी स्वतंत्र विषय हवा असतोच. अलीकडच्या काळात याचा अनुभव येऊन चुकला आहे. म्हणून माझे मन आता वानप्रस्थाश्रमाकडे धावते. शिवाय, आता प्रकृती बरी नसते. रक्तदाब, मधुमेह यामुळे बोलताना तोंडाला कोरड पडते. शब्द ओघळतात. प्रवास, नेहमीच्या अन्नातील बदल, पाणी, मानसिक दडपण याचा ताप होतो.

तुम्ही खरंच मला सुट्टी द्या. क्षमा करा.

आपला,

व्यंकटेश माडगूळकर

ता. क. : माझा डाव मी ताकदीनुसार खेळून संपवला आहे, अशी आता माझी भावना आहे. तुम्ही लहरत आहात ना?

मुझुमदार, वासंती

मुंबई

दि. ३१ जानेवारी १९७८

प्रिय महानोर,

तुमचा माझा परिचय होऊन अनेक दिवस झाले. तुमच्या स्मरणात आता असेल की नाही हे कळत नाही. 'मौज'मध्ये इतरत्र भेट झाली होती. तुम्ही 'वासंती गजेंद्रगडकर' हे नाव आठवतं का बघा. मीच. या संमेलनाच्या निमित्ताने तुम्ही येत आहात. १७ तारखेला रात्री तुम्ही माझ्याकडे जेवायला या. म्हणजे खूप वेळ गप्पा करता येतील. शिवाय आणखीही आपल्या कवितांसंबंधी महत्त्वाचे बोलायचे आहे.

तुम्ही १७ ला येत आहात असं कळवा. मी वाट पाहीन.

'जैत रे जैत'च्या गाण्यांविषयी : तुमच्या खास गायनाचा ढंग सर्व चालींमध्ये दिसला.

फार आवडली. 'रानातल्या कविता' स्मरणात होत्याच. तुम्ही याल, तेव्हा बहुधा श्रीनिवास विनायक कुलकर्णी येथे असतील.

वासंती मुझुमदार

मुलाटे, वासुदेव

पुणे
दि. १३ सप्टेंबर १९९३

मा. महानोर,
स. न. वि. वि.

काही निमित्ताने 'यशवंतराव चव्हाण' हे आपले पुस्तक वाचण्यात आले. खरेतर ते पुस्तक 'यशवंतराव आणि मी' असेच आहे. मूळचेच अस्सल सोने. यशवंतरावांच्या सहवासाने त्याला झळाळी प्राप्त झाली.

ज्या प्रतिकूल परिस्थितीत तुम्ही कवी म्हणून आणि एक व्यक्ती म्हणूनही घडत गेलात याची मला पहिल्यांदाच ओळख झाली. यशवंतरावांच्या बरोबरच तुमच्या स्वभावाचेही काही पैलू पुस्तकातून व्यक्त झाले आहेत. तुमचे कर्तृत्व, तुमची कृतज्ञता मानणारी वृत्ती आणि आपल्या पद्धतीने जगणे मनाला भावले.

एक-दोन अपवाद वगळले तर आपल्या भेटी कधी झाल्या नाहीत. ज्या झाल्या त्याही फक्त माझ्या स्मरणापुरत्या.

पुढाकारून भेटण्याचा माझाही स्वभाव नसल्याने योग आला नाही

पण ज्या एका भारावलेल्या अवस्थेत तुमच्या या पुस्तकाचे वाचन घडले. त्यामुळे मी हा पत्रप्रपंच केला. बाकी आपल्या सर्व संकल्पनांस शुभेच्छा!

आपला स्नेहांकित,
डॉ. वासुदेव मुलाटे

औरंगाबाद
दि. १ जानेवारी १९९८

प्रिय श्री. महानोर,
स. न. वि. वि.

नवीन वर्षाच्या आपणास उदंड शुभेच्छा!

साकेत प्रकाशनाच्या वतीने राज्य पुरस्कारप्राप्त लेखकांच्या सत्कारप्रसंगी आपली भेट झाली. आनंद वाटला. एकतर आपली भेट फारशी होत नाही. ती झाली, तेवढ्यातल्या तेवढ्यात काही बोलणे झाले. दुसरे म्हणजे आपणासारखा प्रतिभावंत साहित्यिक व आत्मीय व्यक्तीकडून हा सत्कार झाला. म्हणून विशेष आनंद. मराठवाड्यातील साहित्यनिर्मितीचे स्वरूप सांगण्याच्या ओघात बोराडे, कोत्तापल्ले, चंदनशिव यांच्याबरोबरच माझ्याही नावाचा उल्लेख आपण केला. स्तुती कुणाला आवडत नाही? मलाही बरे वाटले.

याच प्रसंगी आपण मला 'ऐसी कळवल्याची जाती'बद्दल सांगितले होते; परंतु तोपर्यंत आपला हा व्यक्तिचित्रात्मक लेखांचा संग्रह मी बघितलेला नव्हता. गेल्या आठवड्यात तो मला प्राप्त झाला. माझ्या वाचण्याच्या पद्धतीनुसार (म्हणजे क्रम सोडून व झपाटल्यागत) दोन टप्प्यांत वाचला. आवडला.

आपली निवेदनबोलीच एवढी चांगली आहे की ती कथनात्मक वाटते आणि हे कथन वाचकाला पुढे पुढे वाचायला लावते. मोहविते. भाषेचा एक गोडवा एकूणच आपल्या लेखनातून, निवेदनातून जाणवतो.

मुळातच आपण ज्या व्यक्तींविषयी लिहिले आहे, त्या व्यक्ती त्यांच्या त्यांच्या क्षेत्रात मोठ्या असलेल्या आहेत. त्यातून आपण केलेल्या वर्णनातून त्यांचे मोठेपण जाणवत राहते; पण खरे मोठेपण जाणवत राहते ते महानोर या लेखक मनाचे. कारण आपल्या लेखनात कुठेही कुणाविषयीही कडवटपणा जाणवत नाही. मग कलेश सोनवणेसारखे कवितांची पाने फाडून घेतली म्हणून, पुस्तक चोरून घेतले म्हणून मारणारे शिक्षक असोत की तर्कतीर्थ लक्ष्मणशास्त्री जोशी असोत, आपण फार आत्मीयतेने व अंतरीच्या प्रेमाने लिहिले आहे. ग्रामीण साहित्य चळवळीच्या निमित्ताने आपले आनंद यादवांशी झालेले मतभेद, वृत्तपत्रातील उलटसुलट चर्चा माझ्या स्मरणात आहेत; पण आपण अनेक लेखांमधून अनुषंगाने केलेला उल्लेख कुठेही बोचरा, कडवट अथवा विरोधात्मक नाही. आपल्यातला श्रेष्ठ लेखक आणि श्रेष्ठ माणूस एकाच वेळी कसा सजग आहे हे जाणवले.

एक-दोन उल्लेख (कदाचित मुद्रणदोषांमुळे) दुरुस्त करणे आवश्यक वाटतात. उदा. पान १९ वर 'आई आहे त्याची' असे पुस्तकाचे नाव आहे. आपणास 'आई आहे शेतात' या र. वा. दिघ्यांच्या कादंबरीचा उल्लेख करावयाचा असावा असे वाटते. पान १७ वर आनंद धायगुडे असे नाव आहे. ते वास्तवात आनंद घाटुगडे असे असायला हवे. पान ११३ वर 'बीडचं बंकटस्वामी महाविद्यालय बंद पडलं' असं म्हटलं आहे. ते बंद पडलं नव्हतं. तिथे कोर्टाने 'रिसीव्हर' नेमला होता. भांडणामुळे हे घडले होते.

पान ११ वर १९६२ सालची शाहीर अमर शेख यांची आठवण सांगताना ते त्या वर्षी क्रांतिसिंह नाना पाटलांच्या प्रचारासाठी आले होते, असा उल्लेख आहे. माझ्या आठवणीनुसार क्रांतिसिंह नाना पाटील बीड लोकसभा मतदारसंघातून १९६७ साली उभे होते. ते निवडूनही आले व त्यांच्या प्रचारासाठी शाहीर अमरशेख त्या भागात आले होते.

या संग्रहातील लेख सुट्या स्वरूपात वृत्तपत्रातून आलेले असल्याने काही आठवणींची पुनरावृत्ती झाली आहे. उदा. १९६७ च्या 'प्रतिष्ठान'च्या केशवसुत जन्मशताब्दी काव्य विशेषांकाबाबतची आठवण किंवा 'पुन्हा कविता'च्या संपादनाबाबतची आठवण इत्यादी.

पण माझे हे लिहिणे म्हणजे 'दोष दाखविणे' नव्हे हे समजून घ्यावे. परिपूर्णतेच्या दृष्टीने मी याचा आत्मीय भावनेतूनच उल्लेख केला आहे हे नम्रपणे सांगू इच्छितो.

आपल्या साहित्याचा जेवढा परिचय आहे तेवढा आपल्या व्यक्तिगत जीवनाचा मला परिचय नाही. तो असलाच पाहिजे, असेही नाही; पण 'यशवंतराव चव्हाण' हे आपले पुस्तक वाचल्यानंतर तो पहिल्यांदाच काहीसा झाला. या पुस्तकातील व्यक्तिचित्रणांच्या निमित्ताने तो पुन्हा काही मर्यादेपर्यंत झाला. त्यामुळे अत्यंत प्रतिकूल परिस्थितीतही आपण आपल्यातला कवी-लेखक-विचारवंत, एक कष्टाळू, अभ्यासू शेतकरी व मुख्य म्हणजे 'माणूस' जोपासला याचे मला कौतुक वाटते. यापेक्षाही आपला मला हेवा जास्त वाटतो तो अशासाठी की, किती किती मोठी माणसे आपण आपल्या प्रेमात गुंतवून ठेवली आहेत. आपण खरोखरच किती भाग्यवान आहात की विविध क्षेत्रांतल्या दिग्गज माणसांचा सहवास व प्रेम आपणास लाभले. अर्थात आपल्या ठिकाणी असलेले प्रतिभासामर्थ्य, चिकाटी, कष्टाळूपणा, अभ्यासूवृत्ती, रसिकता, निसर्गासह माणसांवर ओतप्रत प्रेम करण्याची वृत्ती, विशाल जीवनदृष्टीही याला कारणीभूत आहे आणि हे खूप चांगले व अनुकरणीय आहे.

कारणे काहीही असतील; परंतु मला आपल्या सहवासात फारसे येणे जमले नाही; परंतु साहित्याबरोबरच आपल्या विचारांवर माझे प्रेम जडले आहे. कधीतरी सवडीने आपण औरंगाबादला याल तेव्हा माझ्या घरी आपण या. माझी आठवण करा. बोलवा, फोन करा.

'ऐसी कळवल्याची जाती'वर मी एखादे टिपण किंवा परीक्षण सवड मिळताच लिहिण्याचा प्रयत्न करतो.

एक चांगले पुस्तक 'ऐसी कळवल्याची जाती'च्या रूपाने वाचायला मिळाल्याचा पुन्हा आनंद व्यक्त करून माझे हे लांबलेले पत्र संपवितो. सौ. वहिनींना स. न, मुलांना अनेक आशीर्वाद.

आपला स्नेहांकित,

डॉ. वासुदेव मुलाटे

ता. क. : मी आता औरंगाबाद येथेच विद्यापीठाच्या मराठी विभागात प्रपाठक म्हणून काम करीत आहे. म्हणून वास्तव्य औरंगाबाद येथेच आहे.

डॉ. वासुदेव मुलाटे

मुळगांवकर, सुहासिनी

मुंबई

दि. २३ फेब्रुवारी १९७२

श्री. ना. धों. महानोर यांस

स. न. वि. वि.

'आविष्कार' या नाट्यसंस्थेतर्फे माझा 'बाई एके बाई' हा नवीन संगीत कार्यक्रम (Musical Review) ३ मार्च रोजी रवींद्र नाट्य मंदिर येथे सादर करण्यात येणार आहे.

'हिरव्या पानात' या आपल्या कवितेचा समावेश मी या कार्यक्रमात केला आहे.

आविष्कार ही एक प्रयोगशील नाट्यसंस्था आहे. माझी ही नवीन कलाकृती नाटक नसूनही त्यांनी स्वीकारली हा एक धाडसी प्रयोगच. म्हणून आपल्याला विनंती की या प्रयोगात आपली कविता विनामूल्य म्हणण्याची आपली परवानगी असावी. पहिल्या पाच प्रयोगांनंतर कलाकृती जर आर्थिक लाभ देत आहे असे दिसले तर पुढील प्रयोगासाठी विचारविनिमय करून योजना ठरवू; पण तोपर्यंत विनंतीचा अव्हेर करू नये, ही विनंती. कळावे.

आपली,

सुहासिनी मुळगांवकर

मुंबई

दि. १४ जुलै १९७५

श्री. महानोर यांस,

कृ. न. वि. वि.

दि. २३ रोजी 'नखानखावर रंग चढे' म्हणून मेंदीगीतांवर आधारित एक संगीत कार्यक्रम मी टीव्हीवर

ध्वनिमुद्रित करणार आहे. या विषयावर आपण एक खास गीत किंवा लावणी करून पाठवावी अशा विनंतीचे पत्र मी आपल्याला तीनएक आठवड्यांपूर्वी पाठवले. परवा तारही पाठवली. आज हे पुन्हा स्मरणपत्र पाठवले आहे. कृपया घाईने कविता पाठवावी, अशी कळकळीची विनंती.

कळावे,

आपली,

सुहासिनी मुळगांवकर

मेश्राम, केशव

दि. १४ मार्च १९६४

स. न. वि. वि.

आपले ७.३.६४ चे पत्र मिळाले. एका नव्या दमाच्या कविमित्रासोबत नव्याने होणाऱ्या परिचयाची नांदीच आपल्या पत्राने सूचित केली. औपचारिकपणा पत्करून मी प्रथम आपल्या स्नेहभावाबद्दल आभार मानतो.

तुमच्या कविता अधूनमधून वाचावयास मिळतात. नव्याने लिहिणाऱ्या सर्वांबद्दल मला स्वतःला मनस्वी जिव्हाळा वाटतो. कारण अखेर ज्यात कस असतो तेच या शर्यतीत उरतात आणि बाकीचे लाटेबरोबर झुगारले जातात. सतत चार-सहा वर्षे उमेदवारी करूनही ज्यांचा दम उखडत नाही अशा आपल्यासारख्यांना उज्ज्वल भविष्याची अपेक्षा करावयास हरकत नाही. कवितेच्या प्रांतात माझीही पाच वर्षांपासून वाटचाल चालू आहे. आपल्यासारख्या अनेक मित्रांच्या परिचयामुळे मधूनमधून केवढा दिलासा मिळतो म्हणून सांगू.

'सत्यकथे'तील तुमची कविता मी वाचली होती आणि थोडीशी विस्कटलेली वाटूनही तिच्यातल्या नाजूक अर्थव्यक्तीमुळे ती स्मरणात मात्र राहिली आहे.

प्रसन्नकुमारच्या व माझ्या परिचयाचा पहिला वाढदिवस साजरा झाला असावा. 'साहित्य स्वप्न'मध्ये सहसंपादक म्हणून मी असताना त्याचा परिचय झाला. कित्येक वेळा खटके उडाले. पुढेही कदाचित उडतील; पण तो टिकला.

'ग्रेस' ऊर्फ माणिक गोडघाटे माझे चांगले स्नेही आहेत. जुन्यातल्या साऱ्यांबरोबर जसा माझा परिचय आहे तसा नव्यातल्या बहुतेकांसोबत, कथाकार, कादंबरीकार, कविपरिचय आहेच. अर्थात याचा प्रत्यक्ष लिखाणात काहीच उपयोग होत नाही म्हणा; पण परिचय आहे. 'ग्रेस'ची कविता आजची काय किंवा दोन वर्षांपूर्वीची काय तीच आहे. मला स्वतःला तिच्यात बदल वाटत नाहीत. गुंगी आणणारे शह, ओढून गुरफटून टाकणारी लय आणि हळवी भावकृती हा त्यांचा विशेष आहे. असो.

मुंबईला मी चारचौघांसारखा 'भारतीय जनता की संपत्ती' असलेल्या रेल्वे खात्यात कारकून आहे. गेली दोन वर्षे एम.ए.च्या परीक्षेला बसण्याचा अपेशी विचार करण्यात गेलीत; पण या वर्षी निश्चित बसणार आहे. थोडक्यात म्हणजे प्रसन्न आणि मी आपापले घोडे घेऊन विद्यापीठाच्या दारावर ठाण मांडणार आहोत. असो.

चंद्रकान्त पाटील यांचेही नाव ऐकून परिचित आहे. अर्थात त्यांच्याशी पत्रापत्री झालेली नाही.

श्री. रायभान जाधव एकदा फक्त भेटले होते. सवड मिळाली की मी आरतींकडे जातो. पुष्कळदा तेही येतात. कारण आम्हा दोघांची 'ऑफिसे' जवळच आहेत. शक्य झाल्यास आपला नमस्कार त्यांना अवश्य पोचवेन.

औरंगाबादला मी ५९ साली आलो होतो. श्री. गजमल माळी यांच्याकडेच मुक्काम होता. प्रा. गंगाधर पानतावणे वगैरे मंडळी तिथेच आहेत. त्यांचाही आग्रह आहे. पुढे-मागे कधीतरी येण्याचा योग आला तर आपणास अवश्य भेटण्याचा प्रयत्न करीन.

'प्रतिष्ठान'मध्ये चार-पाच वर्षांपूर्वी मी लेखन केले होते; पण नंतर 'प्रतिष्ठान'ची साहित्याची अभिरुची बदलली असावी किंवा मीही वाईट लिहू लागलो असावा. त्यांनी एक-दोनदा कविता पाठवून कसलीही दखल घेतली नाही. (अर्थात दोन वर्षांपूर्वी) त्यामुळे तीन-चार वर्षांत मी इतका त्यापासून दूर गेलो की या नावाचे एक बऱ्यापैकी मासिक आहे, एवढे स्मरणात राहिले. तीन-चार वर्षांत पाहिली नाही.

सध्या अभ्यासात असल्याने माझ्याकडून पत्रास विलंब होण्याची शक्यता आहे; पण तुम्ही मात्र प्रदीर्घ पत्रावे.

बाकी कुशल कळावे,

आपला,

केशव मेश्राम

मोहिते, शेषराव

लातूर

दि. २० नोव्हेंबर २००१

आदरणीय ना. धों. महानोर,

स. न.,

आपण ९ तारखेला घरी येऊन गेलात आणि मी सहकुटुंब गावाकडे. दारात आपले कार्ड पाहिले आणि खूप रुखरुख लागून राहिली. क्षमस्व! खूप दिवसांत सलग पंधरा-वीस दिवस गावाकडे शेतीत राहिलो. जाताना सोबत तुमचे सर्व कवितासंग्रह नेलेले होते. पुन्हा एकदा सर्व कविता वाचून काढल्या. विशेषतः 'तिची कहाणी' मी अजून वाचलीच नव्हती. शेतात मस्त वाचून काढली. तुमच्या कविता लातुरात वाचून कळतात त्यापेक्षा गावाकडे जाऊन शेतात वाचल्यावरच अधिक कळतात. तुम्हीच लावलेल्या शेताच्या लळ्याने तुमचीच गाठभेट हुकवली; पण मी शेतातच होतो. त्यामुळे फार वाईट वाटून घेत नाही. पुन्हा जेव्हा लातूरला याल तेव्हा कृपया कळवा. मागे तुमच्या सत्काराच्या वेळी मी आजारी पडलो आणि कार्यक्रमास येऊ शकलो नाही. तुम्हाला काही कळवूही शकलो नाही. त्याबद्दलही दिलगीर आहे. तुम्हाला 'धूळपेरणी'ही द्यायची राहून गेली आहे. परवाच भा. ल. भोळेंचा सुंदर लेख त्यावर लिहिलेला त्यांनी पाठवून दिलाय. तुम्हाला मिळालेल्या मित्र परिवाराचा खरोखर हेवा वाटतो. आपण भेटूच. कंधारला येत आहात काय?

कदाचित तोपर्यंत माझा 'पानझड'वरचा रखडलेला लेख लिहून होईल. गावाकडल्या पंधरा दिवसांच्या वास्तव्याने तुमच्या कवितेवर लिहिण्याइतके बळ निश्चितच मिळालेले आहे.

आपला,

शेषराव मोहिते

मंगेशकर, भारती

दि. १८ जानेवारी १९७७

स. न. वि. वि.

आपले पत्र मिळाले; परंतु अपेक्षित उत्तराऐवजी माझे पत्र पाहून आपली घोर निराशा होईल. असो.

हे सध्या अमेरिकेला गेले आहेत. जायच्याच दिवशी आपले पत्र मिळाले. मला ताबडतोब उत्तर लिहायला सांगितले होते; पण बायकी स्वभाव (आळस), इतर कामे यामुळे थोडा वेळ झाला. तरी क्षमस्व.

काम असे की, श्री. गो. नी. दांडेकर यांचे 'जैत रे जैत' नावाचे पुस्तक आहे. त्या गोष्टीवर हे रंगीत चित्रपट (मराठी) काढीत आहेत. गावातल्या (आदिवासी) लोकांवर ती गोष्ट श्री. अप्पांनी लिहिली आहे. त्या कथेसाठी, चित्रपटासाठी आपण गाणी लिहावीत ही इच्छा आहे. तरी यासंबंधी आपण जब्बार पटेल यांच्याशी पुढील बोलणी करावीत. हे आपल्याला कथा समजावून देतील. दरम्यान, आपल्याला ते पुस्तक मिळाल्यास वाचावे. आपण जब्बार पटेल, दौंड या पत्त्यावर त्याच्याशी पत्रव्यवहार करावा. दौंड येथे त्यांचे हॉस्पिटल आहे. त्यांचा पत्ता देत आहे.

डॉ. श्री. जब्बार पटेल,
बलदोटो बिल्डिंग,
पुणे - ४११०३०

डॉ. श्री. जब्बार पटेल,
नीळकंठ प्रकाशन, टिळक रोड,
दौंड, जिल्हा पुणे

वरील दोन्ही ठिकाणी त्यांच्याशी पत्रव्यवहार करावा. म्हणजे त्यांना कुठल्या पद्धतीने आपल्याकडून गाणी हवी आहेत ते आपल्याला सांगतील.

हे फेब्रुवारीत परत येतील तेव्हा परत आपल्याशी पत्रव्यवहार करतील. बाकी सर्व ठीक. जमल्यास पत्राचे उत्तर द्यावे.

नवीन काही गाणी लिहिलीत का? थंडीचे दिवस गाणी लिहायला चांगले असतात, असे ऐकीवात आहे ते खरे का हो? काही छान सुचल्यास मला कळवाल?

घरातील सर्वांना यथायोग्य सा. नमस्कार व आशीर्वाद.

सौ. भारती मंगेशकर

मंगेशकर, लता

मुंबई

प्रिय श्री. महानोर,

सस्नेह नमस्कार,

आपले कृपापत्र मिळाले; परंतु २५ एप्रिलपासून ९ मेपर्यंत फ्लूने आजारी होते. १३ मेला मी लंडन, अमेरिकेचा प्रवास करून जुलैला परत आले आणि परत आजारी पडले. त्यामुळे आपल्या पत्राचे उत्तर देऊ शकले नाही.

आपण परत जोरात काम सुरू केले हे वाचून आनंद झाला. कोण कृतज्ञ? आणि कोण कृतघ्न? याचा विचार करू नका. या लोकांचा विचार करून तुमचा महत्त्वाचा वेळ फुकट घालवू नका.

तुम्ही आम्हा मंगेशकरांवर निरपेक्ष प्रेम करता याची जाणीव आहे आम्हाला.

चि. हृदयनाथ आताच अमेरिकेचा दौरा आटोपून आला आहे. आपण लवकरच भेटूया. बाकी सर्व क्षेम आहे.

कळावे, हे नमस्कार.

आपली,

लता

मुंबई

दि. २६ फेब्रुवारी २००५

प्रिय माननीय महानोर,

सस्नेह नमस्कार,

आपले पत्र आत्ताच मिळाले. वाचून फार फार वाईट वाटले. आपल्या सूनबाईंनी खूपच दुःख भोगले आणि त्याहून जास्त आपण सहन करीत आहात; परंतु ईश्वरी इच्छेपुढे माणसाचे काहीही चालत नाही, हेच खरे.

तो जगत्पिता हे सर्व सहन करण्याची शक्ती आपल्याला देईल हा विश्वास. मी काहीही करू शकत असेन तर मला अवश्य कळवावे. देवावरची श्रद्धा ढळू देऊ नका.

आपली,

लता मंगेशकर

मंगेशकर, हृदयनाथ

मुंबई

दि. १ ऑगस्ट १९७५

श्री. महानोर,

स. न. वि. वि.

माझे पत्र पाहून तुम्हाला आश्चर्याचा धक्का बसणार. तुमच्या प्रत्येक पत्राला मी उत्तर लिहूनही मी पत्र

लिहीत नाही, या तुमच्या तक्रारीबद्दल मला नेहमी आश्चर्य वाटायचे; पण परवा माझी लिहिण्याची बॅग (दफ्तर) सहज उघडून बघितली आणि त्यात तुम्हाला लिहिलेली आठ–दहा पत्रे सापडली. आता प्रत्यक्ष भेटीतच ती तुमच्या हवाली करीन. अस्तु.

तुमच्या 'वही'तल्या काही गीतांना चाली लावायचे ठरले होते; पण काही ना काही अडथळे येत राहिले. 'वही'ची एखादी प्रत असल्यास पाठवून द्यावी. तसेच काही नवीन रचना असल्यास पाठवून द्याव्या. 'संदर्भ'मध्ये मी माझ्या एका गाण्याची आठवण लिहून पाठविली. ती तुम्हाला कविता वाटावी हे पाहून आश्चर्य वाटले आणि काव्य करणे आणि कवी होणे इतके सोपे आहे हे पाहून तुम्हा कवींवर आक्रमण करण्याचा माझा बेत मी रद्द केला. तरी घाबरण्याचे कारण नाही. अस्तु.

तुम्ही गाजविलेली मैफील (साहित्य संमेलन) आम्ही 'दूरवाणी'वर ऐकली. तुम्ही मुंबईला येऊनही भेटत नाही हे बरे नाही. तुम्ही माझ्याकडे आल्यानंतर 'सत्यकथे'तल्या एका कवितेत 'गालीब'च्या एका मित्राची ओळ घेतली होती. 'जो तेरी बज्मसे निकला सो परेशा निकला'

भाईजान

आजकल हम भी परेशान है।

हृदयनाथ

मुंबई

दि. १४ जुलै १९७७

श्री. महानोर,

सप्रेम नमस्कार,

तुमची दोन पत्रे मिळाली. नेहमीप्रमाणे उत्तरास उशीर होत आहे. क्षमस्व.

आजच 'जैत रे जैत'चे चित्रण संपले. वाटल्या होत्या त्यापेक्षाही अनंत अडचणी चित्रणात आल्या. गेले दोन–तीन महिने कसे गेले हे सविस्तर लिहायला बसलो तर छान कादंबरी होईल. अन् कुणा कादंबरीकाराचे बक्षीस मला मिळाल्यामुळे त्याच्या शिव्याशापांचा धनी होईल. नवीन नवीन अनुभव आले. बरीचशी माणसे कळली; त्याचा निर्मितीला उपयोग होईल. अस्तु. पावसाळा सुरू झालाय. तुम्ही शेती आणि काव्य या दोन्ही क्षेत्रांत आघाडीवर असणार. काही नवीन लिहिल्यास पाठवून द्या.

'जैत रे जैत'ची गाणी बरी (चाली) झाली आहेत. तुमच्या शब्दांना सूर देण्याचे सामर्थ्य माझ्यात नाही; पण माझ्या सामान्य सुरावटींना आपले शब्द सामर्थ्य देतील याबद्दल खात्री आहे. म्हणून 'जैत'च्या संगीताबद्दल मी निर्धास्त आहे. या महिन्याच्या शेवटच्या आठवड्यात चित्र पुरी होतील. Editing च्या वेळी माझ्यासाठी आपल्या निसर्गरम्य शेतीचा विरह चार दिवस सोसणे, ही विनंती.

आपला नम्र

हृदयनाथ मंगेशकर

मुंबई

श्रीमंत ना. धों. महानोर,

स. न. वि. वि.

आपल्याला आमदार निवासात गाठण्याचा अनेकदा प्रयत्न केला; पण आपली भेट झाली नाही.

दिदीने महाराष्ट्र शासनाकडून मागितलेल्या जागेसंबंधी अजून काहीच उत्तर अथवा लेखी पत्र वगैरे काही आले नाही.

आपण त्या वेळी हे काम सहा-सात महिन्यांत होईल, असे म्हटल्याचे स्मरते.

मी आज आफ्रिकेला जात आहे. २० डिसेंबरपर्यंत परत येईन.

आपण मुंबईला केव्हा येणार आहात?

जागेसंबंधी केलेल्या अर्जाची आपण चौकशी करणार आहात का?

सविस्तर पत्र यावे. समक्ष भेटल्यास उत्तम.

आपला नम्र,

हृदयनाथ मंगेशकर

मुंबई

दि. १८ मार्च १९९५

श्री. ना. धों. महानोर,

स. न. वि. वि.

आपली दोन्ही पत्रे पावली. मजकूर समजला. कविता समजल्या, असे लिहिणे धारिष्ट्याचे होईल; पण कविता जाणवल्या. गतकालाला स्पर्श करून गेल्या. अस्तु.

सध्या अनेक कामे हातात आहेत. त्यामुळे आपल्या कवितांना चाली लावण्याचे काम जरा निवांतपणे करणार आहे. तोपर्यंत त्या कविता मनाच्या कोपऱ्यात कुठंतरी रुंजी घालीत असतील किंवा पेरल्याही गेल्या असतील. हा कालखंड सहा महिन्यांचा निश्चित आहेच; पण एखाद्या वेळेस तो वर्षापर्यंत लांबेलही. या कविता आपण माझ्यासाठी लिहिल्या आहेत, असा माझा समज आहे. तो कृपया गैरसमजात रूपांतरित करू नये. म्हणजे माझी ध्वनिमुद्रिका मुद्रित होईस्तोपर्यंत आपण या कविता इतर कुठल्याही संगीतकारास ऐकवू नयेत. तसेच कविसंमेलनात गाऊ नये. ही माझी विनंती नव्हे अट आहे. कारण यापूर्वी मी केलेले काम मी ध्वनिमुद्रित करण्याआधीच ते दुसऱ्याने ध्वनिमुद्रित केले आहे व मी निवडलेल्या कविताच नव्हे तर कवीही आम्हीच निवडले असे मलाच सांगण्यात आले. मी केलेले प्रयोग मलाच नव्याने नव्या नावावर ऐकण्याची मला आता सवय झाली आहे; पण या वेळी या कविता एका विशिष्ट कुटुंबाशी, प्रांताशी निगडित आहेत. म्हणून वरील अट स्पष्टपणे लिहिली आहे. ती मान्य नसल्यास तसे स्पष्ट कळवावे. मी ते निर्विकारपणे स्वीकारीन.

आपल्या उत्तराची वाट पाहतो.

हृदयनाथ मंगेशकर

य

यादव, आनंद

पुणे

दि. २७ जानेवारी १९६४

श्री. ना. धों. महानोर,

सप्रेम नमस्कार,

तुमचे पत्र आणि त्यातील कविता हे दोन्ही मिळाले. तुमच्या तीनही कविता मी मनःपूर्वक वाचल्या. चांगल्या वाटल्या. 'सत्यकथे'तील विशेष चांगली वाटली. कारण त्यात तुमच्या आसपास वावरणाऱ्या प्रतिमा त्यात दिसतात. म्हणून ती जास्त प्रत्ययकारी वाटली. तरुणपणात वाङ्मयनिर्मिती करीत असताना एक धोका नेहमी असतो. आपल्यावर आसपासच्या जीवनापेक्षा वाङ्मयाचाच परिणाम जास्त होतो आणि मग आपली निर्मिती ही बरीच अनुकृती होऊ लागते. एवढी गोष्ट कटाक्षाने लक्षात ठेवली की मग कशाचीही भीती नाही. अर्थात तुम्हाला हे अगोदरच माहिती असेल.

आनंदराव घाटुगडे तुमच्याविषयी मला अगोदर बोलले होते. ते तुम्हाला पत्र पाठवतील.

म. ना. अदवंत यांनी जळगावच्या कुठल्या दिवाळी अंकात ग्रामीण कथेवर लिहिले मला माहिती नाही. आपण जर तो अंक किंवा कात्रण पाठविल्यास मी त्यांचा लेख वाचून तुम्हाला पोस्टाने परत करीन, पाठवाल का?

तिकडचा प्रदेश, विशेषतः खेडी, मला पाहायची आहेत. वेळ आल्यावर मी तिकडे निश्चित येईन. तुमचा मला अनुभवता येईल.

बाकी सर्व ठीक. तिकडील बऱ्याच मंडळींच्या ओळखी नव्याने झाल्या. खूप समाधान वाटले. भेटल्यास त्यांना नमस्कार सांगावा.

तसेच आपणही पत्रव्यवहार चालू ठेवावा. बाकी सर्व ठीक. घरी सर्वांना सद्भावनापूर्वक नमस्कार.

आपला,

आनंद यादव

र

रसाळ, सुधीर

औरंगाबाद

दि. १६ सप्टेंबर १९६८

मित्रवर्य ना. धों. महानोर,

स. न.

'वाचा'चा अंक आताच मिळाला. नेमाडे 'ललित'मध्ये म्हणतात त्याप्रमाणे एकूण तुम्हीही 'धूर्तच'. आम्हाला हवी असलेली 'रंगरावची गोष्ट' आपण 'वाचा'ला दिलीत. असो.

'गपसप' पुढील महिन्यात टाकीत आहे. अंक मिळतात काय?

आपला,

सुधीर रसाळ

राजपूत, रामराव

चाळीसगाव

दि. २६ ऑगस्ट १९७१

पू. दादास सा. न.

पुष्कळ दिवसांपासून पत्र लिहिण्याचा विचार करीत होतो; पण पत्र लिहायला घेतल्यानंतर काय लिहावे? कळेना. मन अगदी गोंधळून जायचे आणि हाती घेतलेले पत्र अपुरे राहायचे; पण एवढी गोष्ट खरी की, केवळ त्यामुळेसुद्धा तुम्हाला जणू पत्र पाठविण्याचे समाधान मिळायचे.

आजच पुस्तके मिळालीत. चाळीसगावच्या स्टोअर्सवर पुस्तके मुळी मिळालीच नाहीत. प्रो. जोशी हे पुण्याला गेले होते. त्यांच्याजवळ सांगितली होती. आतापर्यंतचा अभ्यास जेमतेमच होता. आता पुस्तकामुळे फरक पडलेच.

गुरुवर्य ढाके यांच्याकडून तुमचा 'वही' काव्यसंग्रह मिळाला. अर्थातच वाचून आनंद वाटला. पुष्कळशा कविता अगदी तोंडपाठ झाल्या. आता कोणत्या मासिकात परीक्षण येईल याची वाट बघतोय.

जुलैच्या 'सत्यकथा' मासिकात प्रभाकर गाडगीळांनी आरती प्रभुच्या कवितांचे केलेले मूल्यमापन वाचले. काव्याच्या व्याख्येबद्दल लिहिताना केवळ भारतातल्याच नव्हे तर जागतिक कवींच्या काव्याबद्दलच्या व्याख्येबरोबर तुमची व्याख्याही विचारात घेतली हे वाचून किती आनंद वाटला, हे सांगून कुणाला कळणार नाही.

पुढे चालून गाडगीळांनी प्रभूंची एक छोटी कविता दिली आणि त्या कवितेवर 'महानोरी'छाप आहे, असे विधान केले (आणि मलासुद्धा वाटतं की त्यात त्यांनी गैर असे विधान केले नाही). एखादा काव्यसंग्रह वाचल्यानंतर त्या काव्यसंग्रहातील निर्माण केलेल्या प्रतिमांची, मांडणीची आणि धाटणीची पकड रसिकांच्या मनावर राहते. या दृष्टिकोनातून विचार केल्यास 'रानातल्या कविता' वाचल्यानंतर 'ती' कविता वाचली तर निराळी वाटणार नाही. याउलट प्रभूचा काव्यसंग्रह वाचल्यानंतर शेवटी ती कविता वाचली तर ती निराळी वाटेल. कारण ती सर्वथैव निराळी आहे. आणि तिचे साधर्म्य महानोरांच्या कवितांशी लावता येईल; पण ऑगस्टच्या अंकात प्रभूंनी या विधानाला जणू हरकत घेतली. त्यांचे मत असे की, (हे तुम्हाला माहीत असेलच म्हणा) 'ती' कविता त्यांच्या पहिल्या काव्यसंग्रहातली व त्या वेळी महानोर हे कवी म्हणून महाराष्ट्राला अपरिचित होते... विधानात तथ्य असेलही; पण मला वाटते गाडगीळांनी केलेल्या विधानाचा प्रभूंनी जणू विपर्यास केला. (माझ्या मते) 'ती' कविता महानोर 'धाटाची' आहे, असा गाडगीळांचा सांगण्याचा दृष्टिकोन आणि प्रभूंना वाटतं त्यांच्या पहिल्या काव्यसंग्रहावर महानोरांची छाप पडेल कशी?

गाडगीळांच्या सांगण्याचा दृष्टिकोन केवळ 'छाप'चा नसून 'छटाचा' असेल. बघू पुढल्या अंकात काय खुलासा करतात ते.

आज सकाळी येथे बरा पाऊस पडला. मग अगोदरची परिस्थिती फारच वाईट होती. आता ठीक आहे.

गुरुवर्य ढाके यांना सा. न. तुम्हाला पत्र पाठविण्यासही वेळ नसतो, हे माहीत असूनही पत्रोत्तराची अपेक्षा करतो.

रामराव

राजाध्यक्ष, विजया

दि. १ मार्च १९७०

स. न. वि. वि.,

तुमचे पत्र मिळाले.

'विदेही' तुम्हाला आवडली हे वाचून खूप आनंद झाला.

(आपल्या आवडत्या कवीला आपले काही आवडते ही भावना सुखाची आहे.) हे खरे म्हणजे वेळेवर कळवायला हवे होते; पण नेहमीप्रमाणेच माझे अनेक व्याप आडवे आले.

आता सुट्टी सुरू होईल. पहिले काम म्हणजे 'रानातल्या कविता'वर लिहिणे. काय सांगू माझी कात्रणेही तयार होती; पण गेले वर्ष घरचे आजार निस्तरण्यात खर्ची पडले. (सबबी नव्हेत, खरंच) तुम्ही रागावलात हे ठीकच. आणखी रागवा, म्हणजे परीक्षण लवकर लिहून होईल!

मधून मधून पत्रही पाठवा. बरे वाटते. मीही पाठवीन. (आणि पाठवूनच 'पाठवले' असे सांगीन.)

विजया राजाध्यक्ष

दि. २३ जून १९७१

प्रिय महानोर,

तुमचा संग्रह गेल्या आठवड्यात मिळाला. खूप आनंद झाला. हे तीन-चार दिवस तो संग्रह माझ्या हातातच होता. बऱ्याचशा कविता वाचलेल्या पण त्यांनी पुन्हा एकदा झपाटले.

एक-दोन गोष्टी स्पष्टपणे लिहिते. एक अशी : संग्रहाचे production मला आवडले नाही. (मुखपृष्ठासकट) छपाई फारशी बरी नाही. 'झोका' या कवितेची मांडणी किती वाईट आहे. असे का? मला वाटते, इतकी घाई करायला नको होती. कविता मात्र चांगल्या आहेत. निवडीबाबत दोन-चार मतभेद होतील; पण ते काही महत्त्वाचे नाही; पण या कवितेचा 'बाह्य' साज अधिक चांगला हवा होता. ब्लर्ब कोणाचा? तोही वाईट आहे.

हा उतारा कोणाचा? मला कुतूहल आहे. तुम्हाला ठाऊक असल्यास कळवा. तुम्ही या बाबतीत जरा अधिक आग्रह बाळगला असता तर बरे झाले असते. 'स्पष्टोक्ती'बद्दल राग मानू नका.

कादंबरी 'फेअर' झाली का? वाचायची उत्सुकता आहे. मी पण सध्या लिहिण्याच्या मूडमध्ये आहे. काही लिहून झाले तर कळवते.

बाकी ठीक.

तुमची,

विजया राजाध्यक्ष

दि. १२ एप्रिल १९७३

प्रिय महानोर,

खूप दिवसांनी आलेले तुमचे जरा मोठे पत्र वाचून बरे वाटले. इतके कशाने अस्वस्थ आहात? अशा मनःस्थितीत लिहून, बोलूनही बरे वाटते. तुम्ही कमलाकरच्या लग्नाच्या निमित्ताने इथे आलात तर बोलता येईल. याच.

माझे दिवसही असेतसेच चालले आहेत. वर्ष उजाडले तेच तऱ्हेतऱ्हेचे आजार घेऊन. आता आजारपणे नाहीत, कॉलेज बंद झाले आहे; पण मनाचे उदासपण ओसरत नाही. कसलीतरी भीती वाटते आणि खूप कामे करायची आहेत, वेळ वाया घालवता कामा नये हे कळत असूनही दिवसच्या दिवस फुकट जातात. काही लिहून होत नाही, असे होत राहिले तर कठीणच आहे; पण आपल्या हातात काहीच नसेल. नाही का?

'योगभ्रष्ट'ला बक्षीस नाही हा चमत्कारच आहे; पण 'विदेही' मात्र या वर्षी नव्हते. ते जूनमध्ये प्रसिद्ध झाले. त्यामुळे त्याचा विचार पुढच्या वर्षी होईल. तुम्ही म्हणता तेच खरे. बक्षिसे मात्र, वगैरे गौणच असतात.

'गांधारी'चे काय झाले? वाट पाहते आहे. एक चांगली बातमी म्हणजे आमची मुक्ता I.S.C. (S.S.C. प्रमाणेच) पास झाली. तिला ७८ टक्के मार्क मिळाले. शाळेत पहिली आली. आता ती आमच्या कॉलेजात इंटर आर्ट्सला येईल. म्हणजे मी आता म्हातारी! बरे नाही वाटत!

दुष्काळ कडक आहे ना? त्यात तुमची मनःस्थिती. ते काही नाही, तुम्ही मेमध्ये मुंबईला याच. तेव्हाच तुम्हाला relief वाटेल.

तुमची,

विजया राजाध्यक्ष

दि. १४ मे १९७३

प्रिय महानोर,

तुमचे पत्र मिळाले. 'गांधारी'ही आले. छान निघाले आहे. पुन्हा एकदा वाचते. तुम्ही कमलाकरच्या

लग्नाला येण्याचा विचार करा. बरे वाटेल तुम्हाला आणि खरे सांगू का, मलाही बरे वाटेल. मीही सध्या फार सोसते आहे.

तुम्हाला बरे वाटेल अशी एक गोष्ट सांगते. दहा–बारा दिवसांपूर्वी दि. के. बेडेकर गेल्याचे तुम्ही वाचले आहेच. मृत्यूपूर्वीच ते काही दिवस हॉस्पिटलमध्ये होते. त्यांनी चांगल्या मूडमध्ये राहावे म्हणून त्यांचे आमच्या कॉलनीत राहणारे स्नेही प्रा. भणगे यांनी त्यांना काही पुस्तके दिली. 'रानातल्या कविता' हे त्यातील एक होते. भणग्यांना ते एक–दोन दिवस मिळाले नाही. (आमच्याकडे यावे हे त्यांना सुचले नाही.) तर बेडेकरांनीच त्यांना आठवण केली. भणग्यांनी ते नेऊन दिले. बेडेकर वाचून म्हणाले, 'छान कविता आहेत हो!...' एका फार मोठ्या विचारवंताचे शेवटचे क्षण तुमच्या कवितांनी उजळून टाकले हे ऐकून मलासुद्धा फार फार बरे वाटले!

परवा पुरुषोत्तम पाटील भेटले खूप वर्षांनी. अगदी कळजून गेले आहेत. पत्रही आले त्यांचे. त्यांच्या भेटीने व पत्राने मला बरे वाटले. मी त्यांच्या कवितांची वही नुकतीच वाचली. आता एक–दोन दिवसांतच ती भागवतांकडे देते.

भेटा. निदान लिहा.

तुमची,

विजया राजाध्यक्ष

दि. २६ एप्रिल १९७६

प्रिय महानोर,

खूप दिवसांनी आलेले तुमचे पत्र वाचून बरे वाटले. माझीही मनःस्थिती सध्या ठीक नाही. अनेक काळजी आहेत. कष्ट आहेत. त्यातून पार पडण्याचा जिवापाड प्रयत्न करते आहे. त्या प्रयत्नातच सगळी शक्ती संपत आली आहे. काय होईल ते होईल.

साहित्यक्षेत्रातील मत्सराची मला थोडीफार कल्पना आहे. तुम्हाला त्याची झळ फार लागत असेल; पण तुम्ही कशाकडेही लक्ष देऊ नका. तुमचे लेखन व वाचन शांतपणे चालू ठेवा. भोवतीच्या माणसांकडे आपण फार लक्ष द्यायचे ठरवले तर आपल्याला जगताच येणार नाही. महानोर जगले पाहिजे. बरेचसे स्वतःसाठी जगले पाहिजे. तेव्हा त्रास करून घेऊ नका आणि खरेच मुंबईला या. कित्येक दिवसांत आपल्या गप्पा झाल्या नाहीत. मलाही बरे वाटेल. माझी कामे, घरातील आजार (आई गेले चार महिने जवळ जवळ अंथरुणावर) यामुळे मी अलीकडे फार कुठे जात नाही. घरातच असते. वाचते... लिहिण्याचा बेत करते... कधीतरी कोंडी असह्य होते. त्याचा मग प्रकृतीवर परिणाम होतो. पण हे पत्रातून सांगण्यात काय अर्थ. तुम्ही याच. कविता ऐकवा. (नवीन काय?)

आपली,

विजयाबाई

दि. ११ नोव्हेंबर १९७६

प्रिय महानोर,

पत्र मिळाले बरे वाटले. सुगरणीचा एक खोपा मला द्या आणि दुसरा एक मला देण्यासाठी म्हणून कायमचा तुमच्याकडे ठेवून द्या. तुम्हाला माझी नेहमी आठवण यावी हा (दुष्ट) हेतू!

तुमच्या दोन भेटींनी फार बरे वाटले. सुहासिनीबाईंकडील त्या कुंभमेळ्यात तुम्ही तेवढे खरे वाटत होता. आणि त्याचाच आधार होता. टीव्हीवरही तेच. तुमच्या कविता ऐकून जीव सुखावला. मला त्या कविता टेप करायच्या आहेत. त्यासाठी मुद्दाम या. प्रवासखर्च वगैरे देणार नाही. पळसखेडला यायचे असे टीव्हीचे लोकही म्हणत होते. पक्के ठरले तर आपली भेट होईलच.

बाकी काय? मी गडबडीत पण थोडे पीएच.डी.चे कामही करते आहे. घरी सर्व खुशाल.

तुमची,

विजया राजाध्यक्ष

दि. १३ एप्रिल १९७७

सप्रेम नमस्कार,

तुम्ही मुंबईला आलात; पण आपली चुकामूक झाली. आता मीच तुम्हाला भेटण्यासाठी जळगावला येते! थोडक्यात असेः मी इंदरहून ११ मेला धुळ्याला येईन. तेथून जळगाव व खान्देशातील धरणगाव, फैजपूर, बहादरपूर, असोदा, कानळदे व साकळी ही गावे. उद्देश मर्ढेकरांविषयीचा चरित्रविषयक तपशील गोळा करणे. धुळे–जळगाव येथील शाळांची कार्यालये त्या वेळी उघडी असतील का? तेथे काही माहिती मिळेल का? मर्ढेकरांना ओळखणारी कोणी जुनी माणसे तेथे आहेत का? इत्यादी चौकशी करण्यास व या गावांना जाण्यासाठी काही वाहनाची सोय होऊ शकेल का हे पाहण्यासाठी मी पुरुषोत्तम पाटील व सुशीला पगारिया यांना लिहिले आहे. तुम्हीही या कामात मदत केलीत तर उत्तम. तेवढी सवड आहे का? असली तर ११ मेला धुळ्याला या. आपण एकत्रच हिंडू. मजा येईल. ११ ते १४ मे या चार दिवसांत सगळे बसवायचे आहे. त्यानंतर जमले तर एखादा दिवस तुमच्या शेतावर; पण ते नंतर ठरवू. आधी काम. तेव्हा तुम्ही जेवढी चौकशी करता येईल तेवढी करून लगेच पत्र टाका म्हणजे पुढचे सगळे ठरवता येईल. वाट पाहते.

तुमची,

विजया राजाध्यक्ष

दि. १२ मे १९७७

प्रिय महानोर,

काल इंदूरहून परत आल्यावर तुमचे पत्र मिळाले. बऱ्याच दिवसांनी तुमचे पत्र पाहून फार आनंद झाला.

या खेपेला तुमची व माझी भेट होऊ शकली नाही याची मलाही फार हळहळ वाटली. आता दिवाळीच्या सुट्टीत मी नक्की तिकडे येते. तुम्ही सर्व माहिती काढून ठेवा. दिवाळीत थंडी असल्यामुळे फिरताही येईल.

मी सुट्टी सुरू झाल्यापासून प्रवासातच आहे. कलकत्ता-पाटणा ट्रिप छान झाली. मर्ढेकरांविषयी बरेच मटेरियल मिळाले. आता खान्देश सफरीतही चांगले साहित्य हाती येईल, अशी आशा करूया.

तुम्ही फार त्रस्त दिसता. त्या दृष्टीने आपली भेट लवकर झाली पाहिजे. मी काही फार करू शकेन, असे नाही; पण आपल्या माणसाजवळ बोलले की, मन मोकळे होते. मलाही तुमच्याशी अनेक विषयांवर खूप बोलायचे आहे. कधी येता? की आता दिवाळीतच? सध्या घरात पाहुण्यांची गडबड आहे. मुक्ताची २० मेपासून एम.ए.ची परीक्षा आहे. तेव्हा आता थांबते. पुन्हा लिहीनच. तुम्हीही लिहा. तुमचा मुलगा आता ठीक आहे ना?

तुमची,

विजया राजाध्यक्ष

दि. २१ ऑगस्ट १९७८

प्रिय महानोर,

जळगाव-धुळे आटोपून काल परतले. छान मुक्काम झाला. सर्वात कळस म्हणजे पळसखेड्याला घालविलेले पाच-सहा तास. फार फार बरे वाटले. स्वप्नातच होते...

तुमची कविता दोन-तीन दिवसांत पटवर्धनांकडे पोचवते.

लिहा. अगदीच केळी, मोसंबी नकोत. मधूनमधून आमच्याकडेही लक्ष द्या.

सौ. वहिनींना नमस्कार. त्यांचे अगत्य आत जाऊन पोचले आहे. मुलांना आशीर्वाद.

तुमची,

विजया राजाध्यक्ष

रानडे, प्रकाश

पुणे

दि. १६ मे १९७७

प्रिय महानोर साहेब,

मुहूर्त झाल्यावर मागील महिन्यात २५ एप्रिलला चित्रीकरणाला सुरुवात झाली आणि जास्तीतजास्त वेगाने आता शूटिंग आवरण्याचे काम चालले आहे. या महिनाअखेरपर्यंत सर्व शूटिंग संपेल.

आता १७ ते २१ पर्यंत खालापूर येथे काम संपवून नंतर कर्नाळा किल्ल्यावर सर्व युनिट जाईल. म्हणजे ३० तारखेपर्यंत कर्नाळ्यावर नक्की सर्वजण असणार. तेव्हा आपण नक्की तिकडे जाऊ शकता.

आतापर्यंत सहा गाणी आणि चार कवने यांची रेकॉर्डिंग झाली आहेत. पुढील काम सुरू आहे. झालेल्या कामांपैकी काही रशेस जब्बारने पाहिल्या. चांगल्या आल्या आहेत.

आपण शूटिंगसाठी डायरेक्ट जाणार की पुण्यावरून जाणार ते कळवावे.

दुसरे असे की बरेच दिवस विचारावे म्हणत होतो, आपण लिहिलेला नवीन कवितांचा संग्रह प्रकाशित करायची खूप इच्छा आहे. करता येईल काय, कळवावे. काही अडचणी असल्यास संकोच मानू नये. याबाबत काही कळविले नाही तरी चालेल. यात आपल्याला कोणालाही दुखवून काही करायचे नाही. कळावे.

बाकी उत्तम. येत असल्याचे कळवावे.

आपला,
प्रकाश रानडे

रेगे, पु. शि.

मुंबई
दि. १५ डिसेंबर १९७७

सप्रेम नमस्कार, वि. वि.

तुमचे १०/१२ चे पत्र मिळाले. 'रानातील कविता'ही काल मिळाल्या. कविता काही पूर्वी वाचल्याच होत्या. सवडीने व आवडीने पुन्हा वाचीन. पुस्तक मात्र चोपडेवजा काढले आहे. ते मला तितकेसे बरे वाटले नाही. बांधणी चांगली हवी होती.

'वाचा'बद्दल नेमाडेंने मला लिहिलेच होते. स्तुत्य आहे. शक्य ती मदत मी करीनच. एक कविता त्याला पाठविली आहे; गद्य तूर्त काहीच नाही. गेले तीन महिने पत्नीच्या आजारामुळे मन कशात रमतच नाही. अजून महिना-दीड महिना असाच जाणार आहे.

कादंबरी लिहायची आहे. थोडी परिस्थिती निवळताच हाती घेतो. तुम्ही तरुणांनी आता धडक मारली पाहिजे. पुष्कळ आणि पुष्कळांनी लिहिले पाहिजे.

सवडीने लिहीत असावे.

कळावे,

आपला,
पु. शि. रेगे

मुंबई
दि. १३ जुलै १९७८

सप्रेम नमस्कार, वि. वि.

तुमचे कार्ड मिळाले. आभारी आहे.

जळगावचे तुम्ही म्हणता ते आमंत्रण मला अद्याप आलेले नाही. तिकडे आल्यास अवश्य तुमच्या गावी येईन. पुष्कळ दिवसांची इच्छा आहे.

अलीकडे थोड्या कविताच लिहिल्या आहेत. कादंबरीचे अजून जमलेले नाही. मी लवकरच नोकरीतून (ऑक्टोबरला) निवृत्त होणार असल्यामुळे दुसऱ्या नोकरीच्या खटपटीत आहे. त्यामुळे मनासारखी सवड मिळत नाही. थोडी निश्चिती आली की लिहायला मन होईल.

बाळ गाडगीळांचा लेख वाचला. कशाचाही 'विनोद' करणे एवढीच त्यांच्या आजवरच्या लिखाणाची लायकी. फार मनावर घेऊ नये. मला आश्चर्य वाटते ते राम पटवर्धनांचे. त्यांना कशाचेच सोयरसुतक नाही. काहीही छापावे.

'सावित्री' व 'अवलोकिता' इंग्रजीत पुस्तक रूपाने ऑक्टोबरच्या सुमाराला प्रसिद्ध होतील. 'सावित्री'चे डॅनिश भाषांतर पुढील वर्षी प्रसिद्ध होईल. बंगालीतही झाले आहे.

बाकी सर्व ठीक आहे.

तुमच्या सविस्तर पत्राची वाट पाहतो.

पु. शि. रेगे

ता. क. : खाली कविता देत आहे

भर दुपारच्या उन्हात
ढगांच्या सावलीत
माळाला थोडा विसावा घेऊ द्यावा,
विसरायचं ते
विसरून झाल्यावर
तो पुन्हा नाही दया याचणार.

पु. शि. रेगे

व

वडेर, प्रल्हाद

गोवा

दि. २० डिसेंबर १९८४

श्री. ना. धों. महानोर यांना

स. न. वि. वि.

मराठी साहित्य महामंडळाने दि. १६/१२/८४ च्या नांदेड येथील बैठकीत गोमंतक साहित्य मंडळास

समाविष्ट संस्था म्हणून मान्यता देऊन हा वाद मिटवून टाकला. याबद्दल आनंद झाला. आपल्या पाठिंब्यामुळेच हे शक्य झाले. पहिल्यापासूनच आपण जी आस्था दाखवलीत त्याबद्दल मी आपला व्यक्तिशः व संस्थेतर्फे मनःपूर्वक आभारी आहे. यापुढेही आपले प्रेम व सहकार्य मिळत राहील याची खात्री वाटते.

कळावे, लोभ असावा.

आपला,
प्रल्हाद वडेर

वळसे-पाटील, दिलीप

दि. ८ जानेवारी २००१

आदरणीय श्री. महानोरसाहेब,
स. न. वि. वि.

आपणास साहित्य अकादेमीचा पुरस्कार प्राप्त झाल्याबद्दल आपले मनःपूर्वक अभिनंदन!

सरस्वती केवळ आपल्या तनामनातच आहे, असे नव्हे तर आपल्या खळ्यात, मळ्यात आणि तळ्यातही सरस्वतीचा चौफेर संचार असतो याची प्रचीती महाराष्ट्रातील साहित्य सारस्वताला होतीच; पण आता तर साहित्य अकादेमीच्या पुरस्काराने एका हिरव्या बोलीच्या शब्दाची कीर्ती साऱ्या भारतभर पसरली आहे याचा मला व्यक्तिशः रास्त अभिमान वाटतो.

भविष्यातही असेच मानसन्मान मिळो अशी सच्दिच्छा व्यक्त करून आपणास दीर्घायुष्य चिंततो!

दिलीप वळसे-पाटील

वर्दे, मोहिनी

मुंबई
दि. २४ डिसेंबर १९७३

श्री. ना. धों. महानोर,
स. न. वि. वि.

'गांधारी'बद्दल अभिनंदन!

आपल्या कवितांतून आपली ओळख झाली होती. ही कादंबरी वाचली. रेखाचित्राला रंग लाभले.

मराठी कादंबरीने असा वेगळा अनुभव खूप दिवसांनी मांडला. नेहमी नेहमी निराशा पदरी पडल्याने 'गांधारी' वाचायला घेतानाही मन सांशक होते.

किती ठळक आणि किती सूक्ष्म हे माणसामाणसांतले संबंध. सिनेमा किंवा वर्तमानपत्र याशिवाय आम्हाला गावाची आणि खेड्याची कुठली ओळख? आपलीच माणसे; पण जणू कुठच्या तरी परदेशस्थ लोकांची कथा वाचतोय असे वाटत होते. एवढे कधी जाणवले नव्हते. इतक्या आत्मीयतेने कुणी लिहिले नव्हते. या सर्वांवर आपण प्रेम करता. मनापासून प्रेम करता. नुसत्या कवितेतून नाही तर गद्यातून आपले आरसपानी प्रेम व्यक्त होते. त्या भावनेचा हा गौरव. असो.

प्रस्तावना वाचली. कादंबरीकडून नायक, नायिका, निसर्गवर्णन वगैरे सक्तीची अपेक्षा करणाऱ्या संपादकांबद्दल काय बोलावे? यातील एकेका प्रसंगावर दोनशे पानी कादंबऱ्या लिहिणारे खूप निघतील.

'गांधारी'ने पुष्कळ आनंद दिला. धन्यवाद. काही चुकीने गैरवाजवी लिहिले गेले असल्यास क्षमा असावी.

पुन्हा एकदा अभिनंदन! कळावे.

आपली,

सौ. मोहिनी वर्दे

वाघ, विठ्ठल / वाहोकार, वसंत

(शक्तीनगर), अकोला

श्री. प्रियश्री महानोर,

सप्रेम नमस्कार,

आपल्या पत्रानंतरच पत्र द्यायला हवे होते.

पण...

आपली प्रत्यक्ष गाठभेट घ्यावी ही हार्दिक तमन्ना. अन् त्या योगाच्या प्रतीक्षेतच इतके दिवस लोटले. आपण अकोल्याला यावे ही आंतरिक इच्छा. इथे आपला एक चाहतावर्ग आहे.

झकास बैठक होईल.

जमल्यास व आपली हरकत नसल्यास एखादा जाहीर कार्यक्रमही.

स्पष्टच लिहायचे तर हे अगदी घरगुती आवतन. खर्चाचा बोजा आमच्या महाविद्यालयाकडून उचलला जावा या खटाटोपात आहोत.

त्यासाठी खरं म्हणजे एक 'आयडिया' शोधली आहे. मागील वर्षाचा वार्षिकांक येत्या आठवड्यात छापून पूर्ण होईल. त्याचे 'प्रकाशन' आपल्या हातून व्हावे. तसे सूत प्राचार्यांशी जुळवीत आहोत.

एकूण कसेही करून गोदेचा प्रवाह पूर्णेच्या परिसराकडे यावा हा एकमेव उद्देश. तळमळ मग. आपल्या पत्राची प्रतीक्षा करीत आहोत... आता पेरणी संपली असणारच. शेतीबाडी गुंतवून ठेवी, यायला नकार देईल, असे सध्या काही नसणार. तेव्हा ही सबब पत्रातून येऊ नये. कळवावे. कळावे.

आपले,

विठ्ठल वाघ,

वसंत वाहोकार

प्रभू, वामन

अमरावती,
दि. २५ सप्टेंबर १९६४

श्री. महानोर,

सस्नेह नमस्कार

नुकताच तल्हारांकडून येत आहे. त्यांच्याकडे प्रतिष्ठानचा अंक पडला होता. जुन्या उत्सुकतेने तो चाळला. अन् आपल्या पहिल्याच कवितेने गार झालो!

या शेताने लळा लाविला असा, असा की,
सुख दुःखाला परस्परांशी हसलो-रडलो.
आता तर हा जीवच अवघा असा जखडला
मी त्याच्या हिरव्या बोलीचा शब्द जाहलो.

फारच सुंदर, सहजसुंदर आणि तरीही उत्कट अशी. अशा ओळी फार दिवसांनी वाचल्या. म्हणूनच न राहवून पत्राने दाद देण्याचा प्रयत्न करीत आहे. याच काव्याष्टकांतील सहावी कविताही छान आहे; पण ती आपण अर्धवट सोडलीत. असा माझा आक्षेप!

तसे तुझ्याही मनात येते भलते...
भलते - भरते.

छान डूब दिलीत. पण

...आणि तुझ्याही डोळ्यात गडे नभ उतरते-

एवढे सांगून कविता सोडून का दिलीत? काही झाले तरी आपण तुमच्या कवितेवर खूश आहोत एवढे खासच.

बऱ्याच दिवसांनंतर मला तरी एक चांगली कविता ऐकायला मिळाली असे मी मानतो. त्याबद्दल आपला आभारी आहे.

एका कवीचे मत नोंदवाल या अपेक्षेत.

आपला,
वामन प्रभू

अमरावती
दि. १३ फेब्रुवारी १९६५

श्री. महानोर,

एकूण मुक्काम पुसद ते आपण बरेच गोंधळून गेलात असे दिसते. खरेतर मी स्वतःच त्यामुळे गोंधळात पडलो आहे. पुसदला जाणार अन् 'ललित'साठी लिहिणार हे निश्चित होते; परंतु आकस्मिक कारणाने

पुसदला गेलो नाही. 'ललित'साठी मी लिहायचे हे इथे अनेकांना ठाऊक होते. बहुधा त्याचाच कुणी उपयोग केलाय असे दिसते. तसे कोठावळेंनाही मी विचारले. वामन प्रभू या नावाने टाइप केलेला मजकूर आमच्याकडे आला व तो आम्ही छापला एवढे त्यांच्याकडून कळले. म्हणजे लेख पाठविणारा बराच हुशार असावा? मी इथे, गिरीश राठी, तल्हार, सिन्हा, केचे, आदींकडे चौकशी केली; पण सर्वांनीच पेन झाडले. आता तुम्हीच बघा कशी गंमत आहे; पण त्याचे काय? असे काहीबाही चालायचेच. साहित्यक्षेत्रात अशा गमतीजमती नेहमीच व्हायच्या. केच्यांनी पुसदला सलगी न दाखविता नाही का तुमची गंमत केली. तशीच आमची आपली हीही गंमत! तुमचे मनोरंजन झाले ना? आता कुणाचे नाते प्रभूशी जोडायचे हा काय आपल्या हातचा खेळ आहे? नाही. झाले तर मग. आताच पाटलाला पत्रं लिहिलेय. तुम्ही औरंगाबादला गेला होता हे त्यांच्याच पत्रावरून कळले होते. 'वामन प्रभू' अन् मुक्काम पुसद या संदर्भात अर्थातच तुम्ही बोलले असणार! पाटलाचा शब्द अर्थातच भारी. मी मात्र तरी काय बोलणार?

एक अशीच प्रेमकथा आजच लिहून संपविली. त्यामुळे गरम झालेल्या लेखणीवर एखादी अधिक चांगली कथा अजून घेण्याच्या विचारात आहे. बघूया कशी काय भट्टी जमतेय ते!

राजा महाजन काय म्हणतात आणि तुमचे कसे काय? म्हणजे केळीची बाग व कवितेचीही बागच?

वामन प्रभू

अमरावती

प्रिय महानोर,

सस्नेह नमस्कार,

नुकतीच तीन-चार लांबलचक पत्रे लिहून संपवलीत. कंटाळा येत आहे; पण म्हटले तुम्हाला लिहून टाकावेच. बऱ्याच दिवसांपासून तुमचे पत्र अनुत्तरितच राहिले आहे.

पुसदला तुमची बरीच निराशा झाल्यासारखे वाटते. त्यातले त्यात केचेंची वागणूक आपल्याला फारशी रुचली नाही असे दिसते. या संदर्भात मी इतकेच म्हणेल की माझे अनुभव याहूनही वाईट आहेत. अर्थातच एका दृष्टीने ते बरेच झाले. कारण माणसाच्या स्वभावाचा खरा पैलू आपण अनुभवू शकला. खोट्या मोठेपणातच माणूस सारखा वावरतो असेच या घटनेतून ध्वनित होत नाही काय? आपल्यापुरता धडा घ्यावा.

आताच पाटलाला एक पत्र खरडलेय. लेकाचा मला धवस देतो की, त्याची परीक्षा होईपर्यंत वामन प्रभूने लिहून घ्यावे. नंतर तो लिहिणार आणि अर्थातच मग मराठी कथाक्षेत्रातील सारे काजवे त्याच्या सूर्यप्रकाशात विरून जाणार! पुरातन कवी दिसतोय लेकाचा! सूर्य तो सूर्य अन् काजवा तो काजवा. मी काजवा एवढी साधी गोष्ट त्याला कळू नये?

बाकी ठीक. आपली बाग फुलेलच. त्या क्षेत्रातला आपला अनुभव शून्य. तेव्हा मी काय बोलणार? तेव्हा क्षमस्व.

वामन प्रभू

अमरावती

प्रिय महानोर,

कविवर्य सुरेश भट आणि अकवी वामन प्रभू यांना आलेली आपली पत्रे पावलीत. आपली कल्पना छानच आहे. खरे म्हणजे, असे काम संमेलन आयोजकांनी शिरावर घ्यावयास पाहिजे. कारण त्याला प्रतिष्ठा लवकर मिळू शकते; अन् प्रयत्न करायलाही सोपे पडते. तू आणि चंदूने त्यामुळे नसत्या जळमटांत घाला घातला असं मी म्हणेल; पण हरकत नाही. कुठलीही धडपड वाया जात नसते. या न त्या स्वरूपात तिची फळे मिळतातच, मिळवाल. कारण काहीतरी करीत राहिल्याने काहीतरी होतेच हे मूलभूत तात्पर्य!

कालच भटांना तुझे पत्र दिले. एखादा नवाच गजल देतो असं तो म्हणाला. तसं न जुळल्यास त्याच्या व माझ्या आवडीच्या तीन-चार कविता तुझ्याकडे पाठवून देईन. स्वारी लहरी म्हणून 'न जुळल्यास'चे प्रयोजन.

मला वाटते. सिरासांचा तात्पर्यला विरोध राहणार नाही. ती परवानगी गृहीत धरून चालावी.

काजे इथं नसतात. त्यांचा पत्ता असा :

श्री. तुलशीराम काजे, सहायक अध्यापक,

मु. पो. लोणी, जि. अमरावती.

त्यांना विनंतीपत्र तूच टाकावेस. ते नकार देणार नाहीत, असे वाटते. 'ग्रेस'ची अन् माझी तशी ओळख नाही. किंवा मला त्याचा पत्ताही माहिती नाही. सिरासांना माहिती असण्याची शक्यता आहे. त्याला लिहावेस.

आता राहिला केचे ! त्याला लिहिलेल्या पत्रात तू माझा उल्लेख केलास काय? तसे असेल तर अर्धेअधिक कामच खलास झाले. कदाचित तो पैशाचीही मागणी आता करील किंवा मग आणखीही काही अटी घालील. अर्थ एवढाच की हे प्रकरण आपल्या क्षेत्रात मोडणारे नाही. हे तुम्ही लोकांनीच सांभाळावयास हवे.

'पुन्हा कविता' वा.लं.ना अर्पण करावयाची कल्पनाही स्तुत्य आहे. वा.लं.कडून या काळातील कवितांबाबत एखादा प्रकाशझोत टाकणारा वगैरे लेख लिहवून घेता आल्यास व तो यात समाविष्ट करणे शक्य झाल्यास कसे राहील?... वेळ थोडा अन् सोंग फार असे मात्र होऊ देऊ नका. भटांचा कुठला गजल तुम्ही पसंत केलात? ते कळवा. भटांची परवानगी गृहीत धरा.

तुझ्या पत्रावरून हैदराबादला येण्याचे उफाळून वर चढले आहे; पण का कोण जाणे, पण गर्दीला माझा जीव घाबरतो. संमेलनाला जावं, असं करावं, तसं करावं वगैरे काही वाटत नाही. शिवाय तथाकथित मोठ्यांना अन् कित्येकांना त्यांच्या वागणुकीला मी फार भितो. यास कित्येकदा त्यांचा रोष असतोच असे नाही. त्यांचे नि आपले संबंधच काय आले असतात? म्हणून मी नेहमीच ही संमेलने वगैरे टाळतो. अर्थात पिकनिक म्हणून यायला काहीच हरकत नाही. तेव्हा पाहू. निश्चिती नाही. सुरेश भटही येतात की नाही याबद्दल शंकाच आहे.

तुमची मुंबईची वारी फारच जोरदार ठरली असे दिसते. भट कविता वाचत नसतो. भट कविता गातो. तू गातोस की काय? छान! गायनाचं थोडं जरी अंग असलं तरी तू भाग्यवान आहेस असं मी म्हणेल. च्यायला आम्ही दुर्दैवीच. मुंबईला आणखी काय काय कळले? राम पटवर्धन काय म्हणाले? त्यांची तब्येत वगैरे ठीक होती ना? मुंबईच्या लोकांना कल्पना आवडली म्हणजे काय झालं? एक नम्र सूचना. मुंबईच्या जीवनाला काय झालं? मुंबईच्या जीवनाला इतका प्रचंड वेग आहे की, तिथल्या कुठल्याच शब्दावर विसंबून राहता येत नाही. शिवाय काय की, प्रत्येकाचा आपापला एक स्वतंत्र किल्ला आहे. या किल्ल्याच्या खिडक्यांतून ते

बाहेरच्या जगाकडे पाहतात व तेथूनच खूप जोराने टाळ्या पिटतात. उद्देश?... त्यांना खूप कौतुक करायचं असतं असा नसून या किल्ल्यातील आवाज पलीकडे जावा हा असतो!... असो. मुंबई समाचार सविस्तर कळवा. मुंबईला आम्ही आपणहून कुणालाच भेटलो नव्हतो. जे ओघात भेटले त्यांच्याच ओळखी झाल्या. सुदैवाने किंवा दुर्दैवाने त्यात कविजन कमी होते... दोन दिवसांपूर्वीच चंदूला एक प्रदीर्घ पत्र दिले. गडी खूप निराश झालासा वाटतोय? मुंबईवारीने त्याचा हा मूड जरा आता ठीक होईल. छानच झाले.

लेखन सीमा!

वामन प्रभू

वैद्य, सरोजिनी

दि. २१ मार्च १९८९

प्रिय श्री. ना. धों. महानोर,

सप्रेम नमस्कार,

'यशवंतराव चव्हाण प्रतिष्ठान'च्या वतीने आपण पाठविलेले पत्र मिळाले. पत्राबद्दल धन्यवाद. संमेलनाची कल्पना चांगली आहे. मी सहभागी होईन.

कळावे,

आपली,

सरोजिनी वैद्य

श

शहा, अनिल

जळगाव

दि. २३ सप्टेंबर २००३

आदरणीय महानोर,

सा. न.

२१ सप्टेंबर २००३ हा दिवस जळगावकर आणि एकंदरीतच कविताप्रेमी विश्वात अविस्मरणीय म्हणूनच नोंद होईल. तुमच्यातील 'धोधोत्वाचा' जेव्हा जेव्हा लाभ घेता येईल तेव्हा तेव्हा मी त्यात सहभागी व्हायचा प्रयत्न जरूर केला. प्रत्येक वेळी मला मनसोक्त डुंबता आले.

या कवितायनाच्या कार्यक्रमात १५०० लोक डोलत होते. प्रत्येक श्रोत्याने मनापासून दाद दिली. इतके आनंद तरंग सारखे उठत होते. तुम्हाला अनेक पुरस्कार मिळालेत. पुढेही ते मिळोत. तुमच्या बैलगाडीवरून

निघालेल्या यात्रेतही मी सहभागी होतोच; पण मला वाटते या कार्यक्रमात हे जे हेलावून जाणे होते त्याला तोड नाही. एका कवीने इतर कवींबद्दल इतकं भरभरून बोलणे सहसा घडत नाही. तुम्हाला मिळालेले सगळे पुरस्कार यापुढे खुजे वाटायला लागलेत. असा हा अनुभव होता.

प्रत्येक कवीची कविता कशी म्हणावी यामागची तुमची तयारी स्पष्ट जाणवत होती. म्हणणाऱ्यांनीही त्या खूप सकसपणे म्हटल्या. कविता घराघरांत जाऊन पोहोचल्या. मनात रुंजी घालू लागल्या. मी तर अजूनही त्या हिंदोळ्यावरच आहे. सर्वांचीच मने 'अळूमाळू कविताळू' होऊन गेलीत. अशा कवितांची अशी अनुभूती पुस्तक वाचनातून येऊच शकत नाही. नाद, लय आणि स्वर यांचा जो एकत्रित परिणाम श्रोत्यावर घडतो तो वाचकाला वाचनातून कसा येणार? माझ्यासारख्या सामान्यांसाठी तर तुम्ही तुमच्याजवळचा सर्व खजिना शब्दबद्ध आणि स्वरबद्ध करून रेकॉर्ड करावा. कारण तुमच्या तोंडून होणाऱ्या शब्दांच्या बरसातीची कल्पनाही लेखनातून जाणवणं शक्य नाही. स्वरनाद, लयींचा परिणाम हा वेगळाच.

पूर्ण कार्यक्रमभर या आनंदलहरी अनाहुतपणे येत होत्या. अतिशय मधुर आणि उत्तम पिकलेल्या आंब्याच्या फळांचा रसाळ गोडवा या कार्यक्रमाला होता. (आणि मध्यंतरालाही!)

खरं म्हणजे काही अनुभव शब्दांत सांगणे शक्य होत नाही. ओंजळभर मोगरा, पारिजात किंवा बकुळीची फुले घ्यावीत आणि त्यांचा सुगंध कसा आहे ते शब्दात सांगण्याचा, वर्णावयाचा व्यर्थ प्रयत्न करीत बसावं तसं काहीतरी.

किशोर कदमादींना आता सांगावे लागेल, त्यांच्या कार्यक्रमाच्या शीर्षकाचा अर्थ जळगावला जावे- असाच होणार.

याआधी तुमच्यापर्यंत पोहोचायचा प्रयत्न केला; पण परवा जयंत पाटलांनी लिहिले. 'लोकमत'ला, तसं काहीसं झालं खरं. तुम्ही 'निसर्गकवी' आणि निसर्ग हा आमचा 'वीक' पॉइंट. मी भरपूर भटकतो जंगलांतून, शेतीतून. जमेल तितकी फोटोग्राफी करतो. त्याविषयी वाचतो. असो. आपणा सर्वांचे आम्ही अभिनंदन काय करायचे? खरं म्हणजे आम्ही कृतार्थ आणि ऋणी आहोत.

या कार्यक्रमाचे पुढे जेव्हा केव्हा प्रयोग होतील त्यात आम्हाला सहभागी होऊ द्या. कुठल्याही स्वरूपात. अगदी ओझी वाहण्यासाठी का असेना. या पालखीचा भोई व्हायची माझी तयारी आहे. तिथपर्यंत पोहोचू द्या.

अधिक काय लिहिणे?

आपला,

अनिल शाह

शहा, कल्पना

नवी दिल्ली

दि. २७ ऑगस्ट १९८५

श्री. महानोर यास स. नमस्कार,

तुमचे पत्र आल्यानंतर बऱ्याच दिवसांनी पत्र पाठवते आहे. तुमचे पत्र उशिरा आले त्याचे काही नाही; पण तुम्ही आठवणीने पत्राला उत्तर पाठवले. त्याच्यासाठी तुमची अतिशय आभारी आहे. शिवाय माझ्या

पत्राचे तुम्ही कौतुक केले आहे हा तुमचा मोठेपणा; पण तुमचे पत्र आल्याचा अतिशय आनंद झाला. सगळ्यांना तुमचे पत्र वाचून दाखवले आणि पत्र तसेच सुंदर आहे. खरोखर एवढ्या सुंदर पत्राची अपेक्षा नव्हती. पत्र जपून ठेवले आहे.

आम्ही सर्व लोक एकत्र जमलो की, तुमच्या कवितांची आठवण निघतेच. तुमचा कार्यक्रम झाल्यावर बऱ्याच लोकांना कळले व खूप वाईट वाटले की तुम्हाला ऐकण्याची संधी हुकली. दिल्लीमध्ये तुमच्या चाहत्यांचा मोठा ग्रूप तयार झाला आहे आणि तुमचा एक मोठा कार्यक्रम करावा, अशी खूप इच्छा आहे. मुंबई टीव्हीवर तुमचा खूपच सुंदर कार्यक्रम झाल्याचे कळले. आम्हाला हे कुठलेच कार्यक्रम बघायला, ऐकायला मिळत नाहीत. म्हणूनच तुम्ही येऊन येथे कार्यक्रम करणे याला आमच्या दृष्टीने खूपच महत्त्व आहे. तुमचा मोठा कार्यक्रम करण्याची संधी मिळेल, अशी आशा आहे. आम्ही बोलावल्यावर तुम्ही याल ना? तसे काही नक्की नाही; पण तुम्ही येईन म्हटलात तर आनंद वाटेल एवढेच.

तुमच्या पत्राप्रमाणे सध्या तुम्ही कामात खूपच बिझी असणार; पण तरीही पत्राला छोटेसे उत्तर पाठवले तर आनंदच वाटेल. कालच आम्ही श्री. अरविंद गोखले आणि श्री. गंगाधर गाडगीळ यांचा कार्यक्रम केला. कार्यक्रम म्हणजे फक्त आठ–दहा लोकच होतो. नुसत्या गप्पा मारल्या. जास्त आनंद या गोष्टीचा वाटतो की बोलावल्यावर सगळे लोक जराही आढेवेढे न घेता यायला तयार होतात. अगदी अनोळखी जग, अनोळखी माणसांच्यात यायला तयार होतात. हा अर्थातच तुम्हा लोकांचा मोठेपणा. आमच्या घरी तुम्ही कार्यक्रम करायला तयार झालात तेव्हा मला खरेच आश्चर्य म्हणूनच तुमच्याबद्दल आदरही वाटतो.

तुमचे पत्र महेंद्रला जेवढे कळले तेवढे वाचून दाखवले. तुमचा मुंबई टीव्हीचा कार्यक्रम बघून माझ्या आईचे पत्र आले होते की तिला तुमच्या कविता अतिशय आवडल्या. तिला मी सांगितले होते की तुझे मत श्री. महानोरांपर्यंत पोचवायची जबाबदारी माझी. पुन्हा पुढच्या कथा कधी लिहिणार आहात? तुम्ही लिहिले आहे की कामाच्या गडबडीत लिहायला सवड मिळत नाही; पण यात आमचेही नुकसान आहे. माझ्या पत्रात लिहिल्याप्रमाणे तुमच्या कथा अधिक अस्वस्थ करून गेल्या. केवढे भयानक दुःख त्या बायकांच्या जीवनात आहे. आम्ही त्याची कल्पनाही करू शकत नाही. असेच काहीसे 'उपरा' वाचूनही वाटले होते. माझ्यासारख्या शहरात वाढलेल्या साधारण सुखवस्तू घरातल्या लोकांना कल्पनाही नाही की लोक असे जगतात. या पुस्तकांनी, तुमच्या गोष्टींनी एक मात्र केले की स्वतःच्या लहान सहान दुःखाची, अडचणीची लाज वाटायला लागली. आता वाटते आपले कसले दुःख. खरे दुःख आपण पाहिलेच नाही. आपण आपल्यातच एवढे गुरफटलेलो आहोत की आपण दुसऱ्यांकडे कधी पाहिले नाही. आपल्या कौतुकातच दंग राहिलो. स्वतःला मिळालेल्या लहान सहान गोष्टींना, स्वतंत्रतेला केवढे महत्त्व आहे हे ती पुस्तके वाचूनच कळेल. तुमच्या पुस्तकांचाही माझ्या दृष्टीने सगळ्यात मोठा भाग आहे.

पुन्हा दिल्लीला येण्याचा कार्यक्रम कधी आहे? कालच्या आमच्या कार्यक्रमात तुमची आठवण निघालीच होती. आणखी काही नवीन लिहिले तर जरूर कळवा. इथे काही मराठी मासिकेसुद्धा वाचायला मिळत नाहीत. त्यामुळे त्यात काही छापून आले असेल तर कळत नाही. तुम्ही सांगितले तर मात्र जरूर मागवून घेऊन वाचता येईल. तुम्ही पत्रात तुमच्या गावाला येण्याबद्दल लिहिले आहे. तुम्हाला भेटता येईल हे तर खरेच; पण वाटते तुमच्या त्या नायिका स्वतःच्या डोळ्यांनी बघायला मिळतील. त्यासाठी यायचा मोह खरंच पडतो. बघूया कधी योग येतो ते. त्यापेक्षा तुम्ही दिल्लीला येण्याने जास्त लोकांचा फायदा आहे. अशोक आणि सुनीतीच्याबरोबर तुमची आठवण निघतेच.

पत्राचे उत्तर जरूर पाठवा. खरेच माझ्या दृष्टीने त्या पत्रांना अतिशय महत्त्व आहे. तुम्ही व घरची सगळी

मंडळी बरी असतील, अशी आशा आहे. माझ्या पत्राचे तुम्ही कौतुक करता, त्याची शिक्षा म्हणून आता माझी पुढची पत्रे वाचणे आले. तुम्ही पत्राचे कौतुक करणे याला विशेष महत्त्व आहे.

बाकी ठीक. घरच्या सर्व मंडळींना नमस्कार.

आपली,

कल्पना शाह

शहाणे, अशोक

मुंबई

दि. १८ जानेवारी

नामदेवा,

पत्र नृ पावतीपुस्तकं मिळाली. आज-उद्या इतक्यात पॉप्यूलरकडून 'रानातल्या कविता' पण हाती येतील बहुतेक. ती काळजी नको.

दुर्गाताईंना तुझ्या आईकडून स्वयंपाक शिकायचाय. तो सगळा किस्सा त्यांच्याच तोंडून ऐकला. म्हणाल्या, तुम्ही पोरंपोरं मोट का बांधत नाही? लाख बाई आहे. त्यांचं अन् आमचं तुझ्या गावी येणं एकाच वेळी होतं का बघतो.

तुझ्याकडे आणखी २५ नंबरची एकेक पावतीपुस्तकं पाठवली होती. ती निदान मिळाली तरी का?

अरुणचा अंक अजून नाही; पण अंदाजानं लवकरच. मग लागोपाठ. वाढता वैताग ज्याने त्यानेच बाळगायला नको. निदान एखादा नीट असू दे की. मोठं पत्र लिहितो. वेळ आहे ना. फक्त निवांतपणा नाही; पण तुझे पत्र येऊ दे.

अशोक

मुंबई

नाम्या,

चंद्यानं बहुतेक आतापर्यंत तुला पत्र टाकून कळवलं असेल तर परत एकदा एक मासिक काढायचेय. म्हणजे काढणारे थोर लोक. आपण फक्त मजकूर जमवून द्यायचा. तीच मेख आहे. मजकूर आहे कुठं? शिवाय ज्यांच्याकडे नको आहे त्यांची नावे आपल्याला तोंडपाठ. अन् ज्यांच्याकडे हवाय त्यांची डोळ्यासमोर.

तर काय देतोस? कविता तर झाल्याच. अन् पॉप्युलरवाले जेव्हा केव्हा 'गांधारी' काढत असतील, तेव्हा त्यातले एखादे प्रकरण मागून घेता येईल. हे तर चंद्याने सुचवलेलंच. अन् ठीकच आहे. म्हणजे तू त्यांना पत्र लिहून तसे कळवून ठेव. मग प्रकरण मी इथल्या इथे घेतो. तर मासिकाचे नाव 'कथाली'. पहिला अंक जुलैत.

आता मुद्दा-टिपणांचे एक मोकळे सदर असणार आहे. त्यात काहीपण येईल. आताच्या

आराखड्याप्रमाणे नाटक करणारे लोक, लिपीचा इतिहास, कॉम्प्युटर कसा चालतो, मराठी पुस्तकांचा खप, सिनेमा अशी जंत्री असेल तर तू काय देतोस? कल्पना अशी की आपला संबंध असेल अशाच बाबतीत टिपण हवं. आता शेतीभातीची तर मला काहीएक कल्पना नाही; पण सगळ्यांना विचार करायला भाग पडेल, अशा लाख गोष्टी शेतीत असणार. अन् शेतकऱ्याइतका जमिनीवर पाय असणारा दुसरा नाही. आपल्याला नेमके तेच हवंय. हवाई गप्पा नकोत. आपण कुठं आहोत, कुठं चाललोय, याचा एक अंदाज काही काळ गेल्यावर आपोआप येईल असं वाटतं. कुठलीही टिपणं परिभाषेचा बडेजाव न माजवता म्हणजे शक्य तितक्या सोप्या, सरळ भाषेतच हवीत असा कटाक्ष आहे. यातून काही नाही तर आपल्या डोक्याची साफसफाई होऊन जाईल हा मला एक मोठाच फायदा दिसतोय. अन् शिकल्यासवरल्या लोकांच्या इतकी वास मारणारी माणसं नाहीत. त्यांना उतारा शेतकऱ्याचाच हवा, तर तुझं काय म्हणणं आहे?

उदाहरणार्थ, इंग्रजांचा काळ मोजायच्या पद्धतीचा काहीच शिरकाव गावात झाला नाही. तर ते काळ कसा काय मोजतात? तिथी प्रकरण खूप गुंतागुंतीचे तर ते कसं काय लक्षात येतं? मुळात हे प्रकरण आहे तरी काय? असे नाना प्रश्न कुणाला पडायला हरकत नाही; पण आम्ही मंडळी आमच्यातल्याच बहुसंख्य निरक्षर माणसांच्यापास्न इतके तुटून गेलो आहोत की आम्ही सगळा भर छापील ज्ञानावरच दिला. ही खाई रेसभर का होईना भरून निघाली तर हवी आहे. वगैरे नाना गोष्टी डोक्यात आहेत. तुझ्या डोक्यात काही घुसतंय का बघ. अन् मजकूर पहिला लगेच. अन् नंतर लिहून होईल तसा घेऊ दे. प्रेसच्या पत्त्यावर. हे मासिक म्हणजे एक पिंपळाचा पार होऊन जाऊ दे. सर्व मुंजे लोकांना जमण्याकरिता.

अशोक

मुंबई

दि. ४ जुलै १९७२

नामदेव,

तुझं न् चंद्रकान्तचं पत्र वेळीच मिळालं. उत्तर लिहू लिहू म्हणता राहून गेलं. अन् दरम्यान इतक्या गोष्टी झाल्या की दोन-तीन अंकांचा मजकूर जमवलेला असताना मासिक काढायची मूळ कल्पनाच बारगळली. तूर्त ज्याचं-त्याचं लिखाण परत करण्याचं काम करतोय्. जे लिहिणार होते त्यांची माफी. जे गृहस्थ मासिक चालवणार होते त्यांनीच अंग काढून घेतले. तेव्हा नाइलाज आहे. तूर्त डोक्यात फार वादळ चाललंय.

अशोक

मुंबई

दि. १ डिसेंबर १९६६

नामू

तुझ्या दिवाळीच्या झेंडूच्या पाकळ्या पुण्याला जाऊन इथं आल्या. रात्री उशिरा घरी गेलो. कुणाला

उठवायला नको म्हणून दिवा लावला नाही. कागदाची घडी उघडली. पाकळी दिसली. क्षणभर सगळं गप्प झालं. निवांत. नंतर उरली ती फक्त कृतज्ञता. ती अजून आहे. पुण्याला असतानाच आणखी एक कविता पाठवली होती. नंतर तुझं पत्र नाही. तेव्हा म्हटले झाली कविता बरी वाटलेली दिसत नाही. नंतर नेमाडे का चंदूकडनं कळलं तू आजारी होतास म्हणून (खरं म्हणजे ते कवितेचेच खरे असेल) तर या खेपेला कविता नाही. निवांत ऐस. बरे आता तब्येत काय म्हणते? का फारसं काही झालेलंच नव्हतं? इथं एकजण दहा महिने झाले अल्सरनं पीडलाय्. बिचारा पथ्यपाणी सांभाळत असतो कायम. तर नेमाड्यानं कळवलंय् तुझ्या कविता सातव्या 'हस्तक'मध्ये. म्हणून तर वाट आहे. पुस्तकाचं काय ठरलं? पॉप्युलरच का? का कोण?

बरी आठवण झाली. पावतीपुस्तकं पाठवली होती ती पोचली असतीलच; एक 'असो'चं न् एक 'हस्तक'चं. नेमाड्यांच्या सांगण्याप्रमाणं. तर तुझ्याकडली पावतीपुस्तकं संपली. म्हणजे भरली की लगेच परस्पर इकडे पाठवून दे.

पत्ता असा –
मोहन मुद्रणालय
ॲक्मे इस्टेट, शिवडी बंदर रोड
शिवडी बंदर रोड, शिवडी पूर्व, मुंबई – १५ डी. डी.

पैशाची हालवाहालव सावकाश झाली तरी चालेल; पण पावतीपुस्तकं मात्र लगेचच हवीत. एवढं पक्कं.
आणखी काय?
तुझी कामं करून वेळ मिळाला तर मोठ्ठं पत्र येऊ दे.

अशोक

शिरवळकर, सुजाता (महाजन)

पुणे

कविवर्य ना. धों. महानोर यांना,
स. न. वि. वि.

आपले पत्र मिळाले. आपण पुण्यात असताना तीव्र इच्छा असूनही प्रकृतिअस्वास्थ्यामुळे मी आपल्या भेटीस येऊ शकले नाही. गैरसमज नसावा.

वास्तविक ज्या कवीला आपण लहानपणापासून ऐकतोय, वाचतोय त्याला प्रत्यक्ष भेटण्याचा योग आलेला असूनही केवळ प्रकृती आड यावी या गोष्टीचा केवढा कल्पनातीत खेद वाटू शकतो. हे कदाचित तुम्हीच जाणू शकाल. आता या पत्राला उत्तर आले तरच कदाचित मनात सतत ठुसठुसणारी ती खेदाची जाणीव बोथट होईल.

आपण माझ्या कविता कुठे व कशा वाचल्या? कारण एवढ्यात तर माझे कथालेखनच प्रसिद्ध होत आहे. कविता फारशा नाहीतच. माझे सध्या सारखे फिरणे चालू आहे. आपले पत्रही त्यामुळे उशिराच मिळाले. हे पत्र मी इंदोरच्या कडक थंडीत कापऱ्या हातांनी लिहितेय. त्यामुळे अक्षर कळण्यासाठी प्रयास पडणार. मी

सध्या पुणे विद्यापीठात एम.ए. करीत आहे. ही आगाऊ माहिती देण्याचा उद्देश आपण त्या पत्त्यावर पत्रोत्तर पाठवावे. मी आता पुण्यालाच निघाले आहे.

क्षमा करा, प्रयत्न करूनही मला औपचारिक संयमाने लिहिता आलेले नाही. त्याची गाणी आपण सतत गातो, गुणगुणतो, त्याच्याबद्दल संयमित दूरत्व बाळगायचं म्हटले तरी येत नाही. आपल्याला काय वाटेल कोण जाणे.

'ग्रंथाली दिंडी'विषयी नुसतं वर्तमानपत्री वर्णन वाचून स्वस्थ बसावे लागले. 'ग्रंथाली'विषयी मला थोडीफार माहिती देऊ शकाल?

माझ्या दोन-चार कविता पाठवत आहे. त्या फारशा खास नाहीत. आपण पत्रोत्तर पाठवाल (सवडीने) अशी आशा आहे.

नूतन वर्षाच्या शुभेच्छांसह.

पत्र इंदोरहून लिहीत असले तरी पत्ता पुण्याचा दिला आहे.

आपली,
सुजाता शिरवळकर

शिंदे, फ. मुं.

मुंबई

आदरणीय,
श्री. ना. धों. महानोर, सौ. वहिनीसाहेब यांसी शि. सा. न.

दोघांचं दोघांतर्फे द्विगुणित अभिनंदन!

नरसी 'नामदेव' ते पळसखेड 'नामदेव' अटकेपार झेंडा मराठीचा ही मराठवाड्याच्या मातीची महती. तुम्ही तिचे सुपुत्र. तुमच्या प्रतिभेस आम्हा सर्वांचं अभिवादन!

जय हो!

तुमचा नम्र,
फ. मुं.

शिंदे, रावसाहेब

दि. २७ डिसेंबर २०००

मा. ना. धों. महानोर,
यांना सप्रेम नमस्कार वि. वि.

आपणास साहित्य अकादेमीचा पुरस्कार प्राप्त झाला हे ऐकून अतिशय आनंद झाला. आपले त्रिवार अभिनंदन करताना आपले व्यक्तिमत्त्व आणि वाङ्मय याचे योगदान महत्त्वपूर्ण वाटते.

मराठी साहित्य, भाषा, समाज, संस्कृती यांच्याविषयी आपण जे योगदान दिले आहे ते महाराष्ट्राला, समाजजीवनाला प्रेरक आहे. साहित्य अकादेमीचा पुरस्कार लाभणे हे महाराष्ट्राला भूषणावह आहे. २० फेब्रुवारी २००१ या दिवशी आपणास दिल्लीमध्ये हा मानाचा सन्मान पुरस्काराच्या रूपाने मिळणार आहे. तो सोहळाही आम्ही दूरदर्शनवर पाहूच. या निमित्तानेही आपणास हार्दिक शुभेच्छा व्यक्त करतो.

ग्रामीण जीवन आपल्या साहित्याचा मूलाधार आहे. आपल्या कवितेने मराठी माणसाचे जगणे, भोगणे आविष्कृत केले आहे. आपली कविता मनाला भिडणारी आहे. आपण आयुष्यभर मराठी कवितेवर प्रेम केले. ग्रामीण भागातला माणूस कर्तृत्वाच्या बळावर पुढे जाऊ शकतो, मानसन्मान प्राप्त करू शकतो ही प्रेरक जाणीव आजच्या ग्रामीण युवकांना दीपस्तंभासारखी आहे.

'या नभाने या भुईला दान द्यावे' या कवितेचा संदर्भ घेताच मी म्हणेल की, तुम्ही मराठी सारस्वताला आपल्या प्रतिभाशक्तीचे दान देऊन समृद्ध केले. आपण जे लिहिले आहे आणि जे लिहीत आहात ते सर्व सत्त्वशील आहे. आपले व्यक्तिमत्त्व सुसंस्कृत आहे. ते आपल्या लेखनातून पाझरत असलेले दिसते.

'रानातल्या कविता', 'वही', 'पावसाळी कविता', 'अजिंठा', 'प्रार्थना दयाघना', 'पानझड', 'तिची कहाणी' अशा कवितासंग्रहाने महाराष्ट्राचे वाङ्मयीन वैभव समृद्ध झाले आहे. लोकमाणसाची नस नि कस आपल्या शब्दप्रतिभेतून हुंकारत राहते. निसर्ग आणि ग्रामीण जीवन यांना आपण वास्तव रूपात आणले आहे. 'जैत रे जैत' या चित्रपटातील गीतांनी आपले व्यक्तिमत्त्व अनेकस्तरीय रसिकांना भारावून टाकणारे ठरलेले आहे.

'गांधारी' ही कादंबरी असो, 'गावातल्या गोष्टी,' यातल्या कथा असोत अथवा 'शेतीसाठी पाणी' ही अशी पुस्तके असोत, हा सगळाच वाङ्मयीन प्रपंच महाराष्ट्राबाहेरही प्रेरक ठरला आहे. अनेक भाषांमध्ये आपले साहित्याचे अनुवाद झाले आहेत. आपणास अनेक पुरस्कार लाभले. साहित्य अकादेमीचा पुरस्कार हा कळस म्हणावा का?

शेवटी आपल्याला शुभेच्छा व्यक्त करताना तुमची वाटचाल पुढील कवितेतून जाणवते.

मी माझ्या मुलुखात नांदतो ऐश्वर्याचा राजा
इथल्या मातीमध्ये रुजविल्या चैतन्याच्या बागा
इथले रानोमाळ सधन घन पसरीत हिरवी द्वाही
झुलत झुलत मस्तीत बुडाले गाणे आणिक मीही

या आपल्या शब्दांना साक्षी ठेवून आपणास याहीपुढे अनेक सन्मान प्राप्त होवोत. मराठी साहित्याच्या समृद्धीसाठी आपले आयुष्य सर्वांगीणदृष्ट्या संपन्न राहावे, अशी सदिच्छा व्यक्त करतो. कळावे.

जळगावला फोन केला होता. तथापि, तुम्ही जेवणासाठी बाहेर गेला होता. आम्हाला झालेला आनंद व्यक्त करावयाचा होता. तुमचे इकडे येण्याचे विचार! इच्छापूर्ती कधी होते बघूया. प्रा. गो. तु. पाटील यांनी आठवण केली.

आपला,
रावसाहेब शिंदे

शेळके, शांता

मुंबई

दि. १८ जानेवारी २००२

प्रिय श्री. महानोर,
सस्नेह नमस्कार विशेष.

तुमच्या पत्राला उत्तर धाडायला वाजवीपेक्षा जास्त उशीर झाला आहे; परंतु नुकतीच संक्रांत आटोपली असल्यामुळे या उशिरानेही तुम्ही रागावू नये, उलट गोड बोलावे, अशी पत्राद्वारे विनंती करीत आहे.

मध्यंतरी मी अनेक उद्योगांत गुंतले होते. (आताही ते संपले आहेत असे नाहीच.) त्यामुळे आज लिहू, उद्या लिहू करीत पत्राचे उत्तर द्यायचे लांबत गेले. तुमची आमच्याकडची भेट जरा घाईची, तरीही छान झाली. पुन्हा याल तेव्हा अशीच बैठक जमवू आणि खूप गप्पा मारू.

श्री. हृदयनाथ यांना तुमचा निरोप मी कळवला आहे. तुम्ही आणि मी मिळून जर काही ग्रामीण रचना शोधू शकलो तर हृदयनाथसारखा प्रतिभावंत नक्कीच त्यातून नवे काहीतरी निर्माण करील. तुम्ही परत मुंबईला कधी येता? याल तेव्हा हृदयनाथ, तुम्ही व मी असे तिघेजण एकत्र बसून या बाबतीत विचारविनिमय करू आणि निश्चित काही काम करू.

नवे लेखन काय? तुम्ही तिकडे निवांतपणे व निर्वेधपणे काळ घालवता हा फार मोठा लाभ आहे. ते स्वास्थ्य आम्हा मुंबईकरांना नाही. असो. नवे वर्ष तुम्हाला सुखसमृद्धीचे व भरपूर लेखनाचे जावो. पत्रोत्तर धाडा. कळावे.

तुमची स्नेहांकित,
शांताबाई शेळके

शेंडे, सरोज

मुंबई

दि. १७ डिसेंबर १९७५

प्रिय श्री. महानोर,
सप्रेम नमस्कार,

पत्र काही विशेष लिहिण्यासाठी लिहीत नाहीय; पण लिहिल्याशिवायचा अपुरेपणा अधिक अस्वस्थ करील ही भीती वाटतेय.

रविवारी रात्री (कराडला) तुमच्या कविता फार जवळून ऐकल्या. कवी आणि कवितेचा रसिक यांच्यातील अंतर निपटून काढणारा अनुभव विलक्षण होता. व्यासपीठावरून कविता ऐकणं किंवा आजही ती पुस्तकातून वाचणं यापेक्षा ती ओळखीतून भेटणं फार निराळं आहे, असं मला वाटतंय. तुमच्या वैयक्तिक आयुष्याची एक कविता तुम्ही ऐकवलीत. मी ती आधी वाचली नव्हती. कविता ऐकल्यानंतर जाणवलं की, कवितेच्या ऐकण्याला तिचं मूळचं अनौपचारिक रूप आणि नेमकं वातावरण माझ्यापुरतं तरी अवश्य होतं.

'गांधारी'विषयी थोडं ऐकलं. पुन्हा वाचायला घेतलीय.

सांगण्यासारखं इतकंच; पण अजूनही थोडं मागे जाऊन तुमच्याशी बोलावंसं वाटतंय.

मी कॉलेजच्या पहिल्या वर्षाला होते, १९७१ मध्ये ग्रेसच्या आणि दिलीप चित्र्यांच्या कवितांशिवाय अधिकही कविता असतात हे ठाऊक नव्हतं.

तशात श्री. प्रभाकर पाध्यांच्या सौ.ची ओळख झाली. त्यांच्या पुतणीकडे सहजच त्यांनी विचारलं, 'कविता वाचतेस तू? चित्रे आणि महानोरांची कविता तुला आवडते का?' मी चपापले. पुढे म्हणाल्याच त्या, 'अग, महानोरांची कविता वाच. शेती करता करता कविता करतो हा माणूस. आम्ही पाहिलंय त्याला.' इतकंच पुरेसं होतं. लगेच संग्रह मिळवला. अजूनही वाटतंय, सौ. पाध्ये म्हणतायत, 'महानोरांची कविता वाच.' आणि नव्यानेच मी ती पुन्हा वाचतेय.

औरंगाबादला बापटांबरोबर तुमच्या कविता ऐकल्या तेव्हा पुन्हा एकदा अशीच माघारी गेले होते.

ग्रूपमधलं कुणीतरी म्हणालं होतं, 'महानोरांची कविता मनमुराद आहे.'

आणि खरंच आहे ते.

शिवाय, रविवारी रात्री तुमच्या काव्यवाचनाविषयी विचारायला आले आणि चटकन कळलं की कवितेइतकाच हा कवीसुद्धा मोकळा आहे. यापेक्षा अजून काही बोलायचं राहिलंय, असं आता वाटत नाहीय.

कळावे,
सरोज शेंडे

स

सरदेशमुख, त्र्यं. वि.

सोलापूर
दि. ११ जुलै १९७३

प्रिय श्री. महानोर,

तुमचे पत्र मिळाले. खरंच आनंद झाला. फार आभारी आहे.

मध्यंतरी श्री. पुं.नी एका पत्रातून 'बखर'विषयीचा तुमचा अभिप्राय कळवला होता. तेव्हाच एका जातीचे समाधान मी अनुभवले. समानधर्मी जीवांपर्यंत पोहोचू शकलो तरी पुष्कळ झाले, असे वाटण्याजोगी एकूण परिस्थिती आहे. 'प्रतिष्ठान'मधील पुस्तकावरील अभिप्राय तुमच्या पाहण्यात आला असेलच.

मुद्दाम सोलापुरास येऊन भेटेन असे लिहिलेत. एवढ्याने मला पुष्कळ मिळाले. केव्हाही या. मी वाटच पाहीन. तुमच्या तिकडच्या भागात आजवर आलो नाही. आता वाटते तिकडची दिशा आपलीच आहे, केव्हाही उतरावे.

तुमच्या कविता मला फार आवडतात. 'गांधारी'सकट सगळी पुस्तके माझ्यापाशी आहेत. 'वही' नुकतीच पुन्हा वाचली. 'रानातल्या'पेक्षा 'वही'ने मला अधिक मोहवले आहे.

गेल्या पंधरा दिवसांत पाऊस (पाणी) चांगला झाला. दोन वर्षांचा उन्हाळा निपटून गेला. छान वाटते. बाकी माणसांनी अधिक कहर केलाय. ती कधी पान्हावतील?

नवीन सध्या तरी सांगण्यासारखे काही नाही. तुमचे काय?

श्री. चंद्रकान्त पाटील, रवींद्र किंबहुने या मित्रांना (भेट झाल्यास) नमस्कार सांगा. सध्या नेमाडे कोठे आहेत?

सवडीने पुन्हा लिहा. अगदी सहजही.

तुमचा,

त्र्यं. वि. सरदेशमुख

साधले, आनंद

हैदराबाद

दि. ८ जानेवारी १९७८

प्रिय कविराज,

म्हटल्यास मुळीच परिचय नाही.

म्हटल्यास खूप परिचय आहे.

२४/१/७८ ला तुम्ही इथे येत आहात. इथल्या मूळ कामात आमच्याकडे उतरावे, अशी विनंती आहे.

आम्ही साधी माणसे आहोत. स्वागतही मीठभाकरीने करावे एवढीच आमची शक्ती आहे. आमंत्रण करावयाचे ते फक्त प्रेमाच्या जोरावर. स्वीकारलेत तर आनंद वाटेल. आनंद घराच्या माणसांना. घराला. तसाच दारातील चार रोपांना आणि वेलींना.

सध्या रातराणी खूप बहरते. २४ पर्यंत तरी बहरावी अशी अपेक्षा आहे. म्हणजे साऱ्या अरसिकपणात त्या गंधाची तरी सोबत तुमच्या वृत्तींना लाभेल.

आमचे जेवण शाकाहारी असते.

तुमचे निमंत्रक श्री. जोशी यांना तुम्ही सांगितले तर ते तुम्हाला आमच्या घरी सोडतील.

२४ तारखेला सर्व दिवस दार तुमच्या स्वागताला उघडे आहे.

विनीत,

आनंद साधले

साधू, अरुण

मुंबई

प्रिय श्री. महानोर यांस,

स. न. वि. वि.

आपली औरंगाबाद विमानतळावर गाठ पडली होती. त्या छोट्याशा ओळखीवर हे पत्र.

सोबत 'ग्रंथाली' या संस्थेविषयीची पाच पत्रके पाठवीत आहे. केवळ ग्रंथप्रेमामधून आणखी वाचकांच्या सोयीसाठी निघालेली योजना आहे.

आपण स्वतः सभासद व्हावे आणि आणखी जमेल तेवढ्या ग्रंथप्रेमिकांना सभासद करून घ्यावे, ही विनंती.

पत्रोत्तराची अपेक्षा.

आपण मुंबईला येत असालच. अगोदर कळविल्यास भेट घेता येईल.

आपला,

अरुण साधू

सानप, किशोर

वर्धा

रा. रा. ना. धों. महानोर यांना,

स. न.

आजच 'पानझड'ला अकादेमी मिळाल्याचे वाचून आनंद झाला. उशिरा का होईना अकादेमीला 'कविता' समजली. अभिनंदन. आजच श्रीकांत देशमुखकडे नांदेडला 'समकालीन कविता आणि महानोरांच्या कवितेचे वेगळेपण' असा प्रदीर्घ परंतु अत्यंत वेगळा लेख रवाना केला आहे.

कळावे,

आपला,

डॉ. किशोर सानप

सावंत, वसंत

सावंतवाडी, रत्नागिरी

प्रिय कविवर्य,

श्री. ना. धों. महानोर

यांस, स. न. वि. वि.

आपली पुण्यातील 'साहित्य संमेलना'नंतरची ही पत्ररूप भेट. आपण आमच्या बाजूला यावे या हेतूने

हे पत्र. आमच्यावरील 'साहित्य संघा'चे सातवे वार्षिक 'कविसंमेलन' सावंतवाडीत भरत आहे. या कविसंमेलनास आजवर कविवर्य श्री. रामाणी, वा. रा. कांत, नारायण सुर्वे, बा. भ. बोरकर, कृ. ब. निकुंब इत्यादी मान्यवर अध्यक्ष म्हणून लाभले आहेत.

हे कविसंमेलन गेली सहा वर्षे 'कोजागिरीला' भरत असते. यंदा ते '१४ ऑक्टोबर' शनिवारी घ्यायचे ठरले आहे आणि अध्यक्षपदी आपली आम्ही सर्वानुमते निवड केली आहे. इथून गोवा केवळ तीस-चाळीस मैल राहते. हा एकंदर परिसर आपण पाहावा, अशी इच्छा आहे. (अनेक दिवस तुम्हाला बोलावण्याची माझी व्यक्तिगत इच्छाही इथे पुरी व्हावी!) तेव्हा आपण सावंतवाडीला या संमेलनाचे अध्यक्ष म्हणून येणार ना? होकार किंवा नकार वेळेवर कळवा, अशी विनंती. पुढील तयारीच्या दृष्टीने मुद्दाम आगाऊ कळवीत आहे.

सावंतवाडीला पुणे, कोल्हापूर व्हाया आजरा किंवा फोंडा असे यावे लागते. हा सारा बसचा प्रवास आहे. तो आम्ही देऊ व शिवाय रुपये १०१/- मानधनही देऊ. आम्ही ही नव्याने उभी केलेली संस्था आहे. आम्हा हौशी मित्रांचा केवळ पाठिंबा. तेव्हा आपण या सर्वांच्या विनंतीला मान देऊन अवश्य यावे. निमंत्रणाचा स्वीकार करावा. देवगड-गोव्यापासूनच्या नवोदित कवींना काही मार्गदर्शन करावे, ही विनंती.

आपल्या होकारयुक्त पत्राची वाट पाहतो.

आपला,

वसंत सावंत

सुर्वे, नारायण

परळ

दि. ४ ऑगस्ट १९६६

प्रिय श्री. महानोर,

स. न.

तुमचे कृपापत्र काल पोचले. आपुलकीने पत्र पाठवल्याबद्दल आभारी आहे. माझा निबंधही तुम्हाला आवडला. त्याबद्दलही आभारी आहे. इतरही कुणाकुणाचे निबंध आलेत ते कळवले असते तर बरे झाले असते. मुंबईहून आणखी कुणाचे निबंध आलेत? माझ्या निबंधावर इतरांची प्रतिक्रिया काय झाली? कळवा. तुमचीही प्रतिक्रिया कळवा.

जळगाव मुक्कामी माझ्याही कविता वाचल्याने त्याबद्दलही आभारी आहे.

मागे प्रा. चंद्रकान्त पाटील यांना एक पत्र धाडले होते; परंतु त्यांचे काही उत्तर नाही. सिरासचे 'युगवाणी'करिता कविता पाठवा म्हणून आजच पत्र आले आहे. प्रा. चंद्रकान्त पाटील यांना सांभाळा. खूपच वैतागलेले दिसतात आणि कवी पेटला म्हणजे आणखीच कठीण.

नुकतेच 'पॉप्युलर'चे श्री. रामदास भटकळ यांचे पत्र आले आहे. ते माझा नवा काव्यसंग्रह छापायला घेणार आहेत. प्रेसकॉपी मागितली आहे. तेव्हा त्या तयारीत सध्या गुंतलो आहे. संग्रहाचे नाव 'माझे विद्यापीठ' असेच असेल. 'ललित'मधल्या परिचयात मी त्याचा स्पष्टच उल्लेख केला होता. 'ललित'मधला माझा परिचय कसा वाटला तेही कळवा.

उशिरा का होईना 'प्रतिष्ठान'चे अंक मिळताहेत. खूपच दर्जेदार अंक आहेत. उषाहस्तक, तांबोळी व प्रा. नरहर कुरुंदकर यांचे लेख (परीक्षणेही) चांगली वाटली. प्रा. लक्ष्मीकांत तांबोळींचा कवितेवर चर्चा करणारा 'सत्यकथे'तील लेखही उल्लेखनीय आहे.

'साधना'मधील (३१ जुलै ६६) अंकातील श्री. वा. रा. सोनार यांनी 'पुन्हा कविते'वर लिहिलेले समीक्षण वाचलेत काय?

चर्चासत्रात भाग घेणारे कवी कोण कोण आहेत तेही कळवा. चर्चासत्र नक्कीच होणार का? का निबंधवाचनाने मंडळी कंटाळलीत. मलाही रजेची सोय करावी लागेल म्हणून विचारीत आहे. राग मानू नये.

'प्रतिष्ठान'साठी अवश्य लिहीन. तूर्त जरा सवड द्या. नव्या कविता डोक्यात आहेत; पण त्या कागदावर यायला तयार नाहात. अडचण आहे ती हीच. असो.

खूपच लिहिले. सध्या तुम्ही शेती करीत आहात? मधून मधून कविताही होतच असेल.

थांबतो. पत्रोत्तर यावे. तुमच्या सर्व मित्रांना आणि श्री. पाटील यांना नमस्कार.

कळावे,

आपला,

नारायण सुर्वे

परळ

दि. १ फेब्रुवारी १९६९

प्रिय महानोर,

स. न.

यंदाचे काव्य विभागातील कवी केशवसुत पारितोषिक आपल्या 'रानातल्या कविता' या संग्रहास मिळाल्याबद्दल मनःपूर्वक अभिनंदन!

आपला उत्तरोत्तर उत्कर्ष होत जावो हीच सदिच्छा!

पुन्हा केव्हातरी भेटूच.

कळावे,

आपला,

नारायण सुर्वे

सोनटक्के, कमलाकर

औरंगाबाद
दि. १ मे १९७७

स. न.,

तुझ्याकडून निघून मुद्दाम मुंबई आणि पुण्याला एक फेरी केली. 'भाई'कडे तीन तास गप्पा झाल्या. त्यांच्या आणि इतर मित्र आणि हितचिंतकांच्या दृष्टीने दिल्लीपेक्षा मुंबई हे कार्यक्षेत्र अधिक उत्तम.

हृदयनाथ मुंबईत नसल्यानं भेट झाली नाही. रायभानची भेट झाली. जागिरदारांना एका चित्रपटात साह्य करण्याचं ठरलंय.

तू सांगितल्याप्रमाणं १०-१३ मुंबईसाठी राखून ठेवलेत. तुझं कधी निश्चित होतंय कळव. १०ला पुण्याला जाऊन मी ११ला मुंबईला जावं असा बेत. बाकी क्षेम.

श्री. खोसला यांच्याकडे मुंबईत पोहोचल्यावर सहा महिन्यांत एका हिंदी चित्रावर काम करण्याचंही निश्चित झालंय. तुझा कार्यक्रम कळव. मला तारखा पुढं-मागं करता येतील.

तुझ्या पत्राची वाट पाहत आहे.

तुझा,
कमलाकर

२७ ला कांचन प्रसूत होऊन मुलगी झाली.

सोनवणे, अशोक नीळकंठ

जळगाव
दि. १४ डिसेंबर १९७६

आदरणीय कविवर्य,
श्री. महानोर,
स. न. वि. वि.

आमच्या कवितांच्या फाइली श्री. चौधरी सरांकडून मिळाल्या; पण या नाताळातच शक्यतो छपाईचा विचार आहे. मला आपल्याशी काही चर्चा करणे आवश्यक आहे. त्या फाइलीतील काही खुणांचे अर्थ कळलेत. काहींचे नाहीत. शिवाय नव्या कवितांपैकी काही समाविष्ट कराव्याशा वाटतात. आपला रिकामा वेळ मला व श्री. नीळकंठ महाजनांना अजून थोडा हवा आहे. कृपया गैरसमज न करता स्पष्ट कळवावे. आपण केव्हा भेटू शकाल ते. आपल्या व्यापाची जाण आहेच. कृपया तसे कळवावे.

घरातील सर्वांस वयाप्रमाणे नमस्कार.

आपले,
नीळकंठ महाजन

संत, इंदिरा

टिळकवाडी
दि. १२ डिसेंबर १९६८

सप्रेम नमस्कार वि.

आजच तुमच्या मित्राची (रायभान जाधव) यांची पत्रिका मिळाली. अर्थात तुम्हीही कोल्हापूरला येणार असालच.

आमच्या ट्रेनिंग कॉलेजची सहल सोमवारीच अजिंठा, वेरूळ पाहण्यासाठी बसने निघणार आहे. मंगळवारी रात्री आम्ही औरंगाबादला पोचू. बुधवारी सकाळी अजिंठा पाहण्यास निघू. वाटेत अजिंठामार्गे तुमचे गाव असल्याने हे कळवीत आहे. मुक्कामी असाल, कामातून सवड मिळेल तर भेटणे जमते का ते पाहा. मला त्या बाजूचा भूगोल फारसा माहीत नाही; पण अजिंठा येथे आपण आला तर होईल; पण मी वाट काही पाहणार नाही; पण अजिंठ्यावरून जाताना रानाच्या कवीला कळवावे हा एकच हेतू.

आपल्या मित्रवर्यांना माझे विवाहानिमित्त शुभाशीर्वाद.

आपल्या घरच्या मंडळींना यथोचित नमस्कार व आशीर्वाद कळावे.

आपला,
इंदिरा संत

कऱ्हाड
दि. ११ जानेवारी १९७५

प्रिय कविवर्य,

तुमचे पत्र मिळाले. अनपेक्षित असे पत्र आल्याने फार आनंद झाला.

संमेलन फार छान झाले. कायम आठवण राहील. तुमच्यासारखे दूरचे आप्तजन भेटले. श्री. पु. ल. देशपांडे माझे फार आवडते लेखक आहेत. त्यांच्यासाठीच संमेलनाला गेले. सहसा मी जात नाही. त्यांना सुवर्ण महोत्सवी संमेलनाचा मान मिळाला हे किती सुंदर.

तुम्ही बेळगावी जरूर या. तुमची उतरायची कुठे सोय नसेल तर आम्हाला तुमचा पाहुणचार करायला फार आनंद होईल. आमच्या रवीला आणि सौ. वीणाला तुमच्या कविता अतिशय आवडतात. त्यांना खूपच आनंद होईल. जालन्याला आले की तुमच्याकडे यायचे निमंत्रण मी स्वीकारले आहे. तिकडे आल्यानंतर कळवीनच. पुण्याला ताईंच्याकडे तुम्ही जरूर जा. ताईला फार बरे वाटेल. अंजू सध्या हैदराबादला आहे. अविनाशची नुकतीच तिथे बदली झाली आहे. तो फ्ला. लेफ्टनंट आहे. बाकी सर्व ठीक. तुमची कादंबरी मी वाचली. मला आवडली; पण तुमच्या कविता अधिक जीव लावतात. (हे माझे मत) तुमच्या घरच्या मंडळींना नमस्कार व आशीर्वाद.

कळावे,
इंदिरा संत

बेळगाव
दि. २५ जुलै १९७७

सप्रेम नमस्कार, वि. वि.

एक-दोन दिवसातील 'महाराष्ट्र टाइम्स'मध्ये तुमच्या वडिलांच्याबद्दल बातमी वाचली.

मला स्वतःला वडिलांची स्मृतीही नाही. काही अंधूक कल्पना आहे तेवढेच. लहानपणातच ते दुःख कुठल्या कुठे नाहीसे झाले.

पण ज्यांना वडिलांचा लाभ आयुष्यात मोठेपणापर्यंत झाला आहे ते भाग्यवान फार नशीबवान असे मला वाटते. वडिलांमुळे मनाला घरात म्हणा, बाहेर म्हणा जो आधार वाटतो तो काही वेगळाच असतो.

त्या आधाराला आता तुम्ही मुकलात. पासष्ट म्हणजे काही फार वय नव्हे; पण घरातील आधार असा एकाएकी गेल्यावर तुम्हा सर्वांना कसे कोसळल्यासारखे झाले असेल.

त्यातून सावरायला देवाने तुम्हाला तुमच्या बहीण-भावंडांना आणि मुख्यतः ती. आईंना धीर द्यावा. याहून अधिक मी काय सांगणार.

पण तुमच्या उमद्या कर्तृत्वाला, संसाराला ही झळ इतक्यात लागायला नको होती, असे मनोमन वाटते. तुमचे भाग्य बघत असतानाच ते गेले. आणखी कितीतरी त्यांनी बघायचे राहून गेले.

अशा क्षणी थोडा वेळ तुमच्या घरी येऊन क्षणभर बसावे या आंतरिक इच्छेने हे पत्र.

तुम्ही स्वतः लवकर स्वतःला सावरा. कारण सर्व घर आता तुमच्या आधाराने आहे. हेच तुम्हाला सांगणे.

कळावे,

आ.

इंदिरा संत

सॅम्युएल, फ्लोरा

रेऊट (इस्रायल)
दि. ८ ऑक्टोबर १९९३

कविवर्य ना. धों. महानोर यांस फ्लोरा सॅम्युएल
यांचा सप्रेम नमस्कार,

आपणाला पत्र लिहिले नाही याबद्दल क्षमस्व; परंतु माझ्यामागची अनेक कार्ये यात मी इतकी गुरफटून गेले होते की सवड मिळाली नाही; परंतु त्याचा अर्थ असा नव्हे की आम्ही सर्वजण आपणास विसरून गेलो. शिवाय 'मायबोली'चा ऑगस्ट-सप्टेंबरचा अंक आल्यावर पत्र लिहीन असेही वाटले. तेही शक्य झाले नाही. नंतर आपण दिलेला पत्ता एका पुस्तकावर आहे. आमच्या स्त्री मंडळात ते पुस्तक फिरतीवर आहे. सध्या ते पुस्तक ज्या व्यक्तीकडे आहे, त्या व्यक्तीची बरेच दिवस भेट नाही. कारण त्या परदेशी गेल्या होत्या. नंतर उन्हाळ्याची सुट्टी व आता आमच्या सणाच्या सुट्ट्या यामुळेही त्यांची भेट झाली नाही. शेवटी आर्ट इंडियाचे

डायरेक्टर श्री. राल्फ झिराड यांच्याकडे आपणाला हे पत्र पाठविण्याची जबाबदारी दिली आहे. त्यासोबत एक अंक व तीन फोटो पाठवीत आहे. एक फोटो आपले काव्यगायन चालू असताना, दुसरा फोटो अखिल इस्रायली भारतीय ज्यू संघटनेचे अध्यक्ष श्री. नोहा मस्सिल व कार्यकर्ते आणि कियीत गात येथील 'आदर्श' या संस्थेचे अध्यक्ष श्री. राजर ज्युडा यांच्या समवेत आहे आणि तिसरा फोटो 'मायबोली'चे कार्यकर्ते आणि लूदमधील स्त्री मंडळाच्या भगिनी यांच्यासोबतचा आहे.

आपल्या काव्यगायनाची सर्वजण अजून आठवण करतात. मोठमोठ्या साहित्यिकांना भेटण्याचे सौभाग्य अंतरामुळे शक्य होत नाही. तरीही आपल्या काव्यगायनाची संधी मिळाली हा सुयोगच म्हणता येईल. आपल्या काव्यगायनाचा अहवाल सोबतच्या अंकात सापडेल.

विशेष सांगायचे म्हणजे आपण लूदमधील सभागृहात आपली शाल विसरलात. दुसऱ्या दिवशी आपल्या हॉटेलवर फोन केला तेव्हा कळले की आपण हॉटेल सोडले आहे. त्यामुळे शाल कुणाकडे पोहोचवावी हा प्रश्न पडला. सुदैवाने रत्नागिरीचे श्री. अण्णासाहेब गिरगावकर यांनी ती शाल भारतात नेण्याचे स्वीकारले. ती शाल आमची एक मैत्रीण तिच्याकडे गिरगावमध्ये आहे. त्यांचा पत्ता खाली देत आहे. ती शाल त्यांच्याकडून आणण्याची व्यवस्था करावी व सर्व गोष्टी आपणाला मिळाल्याबद्दल आम्हाला कळवावे. बाकी सर्व ठीक आहे. मी जानेवारी १९९४च्या सुमारास ऑस्ट्रेलियातील माझ्या मुलाकडे जाताना मुंबईस एक महिना राहणार आहे. तेव्हा माधव गडकरी, ऊर्मिला पवार, आशा दामले वगैरे मंडळींना भेटण्याचा प्रयत्न करीन. आपण मुंबईत असाल तर आपलीही भेट घेईन.

मी हे पत्र दिवाळीच्या शुभेच्छेसह पूर्ण करीत आहे.

आपली स्नेहांकित,
सॅम्युएल फ्लोरा

माझ्या मैत्रिणीचा पत्ता -
Mrs. D. B. Phatak
11 new Bhatwadi, Cross Lane
Awantikabi Gokhale Rd.
Girgaon, Bombay 400004. India
Tele : 365063

ह

हलसगीकर, दत्ता

प्रिय सत्कवी ना. धों. महानोर,

सप्रेम नमस्कार,

आज दिवाळीचा पहिला दिवस. हातात सकाळचा दिवाळी अंक आला. त्यातली तुमची 'कहाणी तुझ्या कारुण्यगीताची' ही कविता वाचायला सुरुवात केली आणि गुंतत गेलो. कविता सलग वाचणं शक्यच नव्हते. कारण डोळे भरून यायचे. चष्मा पुसून पुन्हा वाचायला सुरुवात करावी तर पुन्हा डोळाभर पाणी. संपूर्ण कविता म्हणजे संवेदनेनं ओथंबलेलं, कृतज्ञतेनं भारावलेलं आणि भारतीय आईचं गुणसंकीर्तन करणारं स्तोत्रच आहे, असं वाटलं. आज मी खऱ्या अर्थानं तृप्त आहे. ही कविता आयुष्यभर माझ्या मनात राहील. अनेकांना फोन करून मी ही कविता वाचायला सांगितली आहे.

माझी आई आज ८३ वर्षांची आहे. वडिलांच्या पश्चात तिनं आम्हाला अत्यंत गरिबीत कसं सांभाळलं हे सगळं मला या वेळी आठवलं. तिच्यावर मीही एक कविता लिहिलीय. त्यात म्हटलंय.

देहमनानं थकती कुणाकडे न वाकती
वादळात थरारली ज्योत कधी ना विझती
तिने खुर्चुनिया जिणे पुन्हा उभारले घर
लता फुलांचा मांडव आता कौलारूंच्यावर

तुमची सगळीच कविता भावकविता आहे. ती मनाला सुख देते. तर कधी उदास करते. अलीकडे लिहिली जाणारी अन्य प्रथितयश कवींची कविता दिवसेंदिवस लौकिक होत आहे. वृद्धिंगत होत आहे. हृदयातील निर्मळ झरे तिच्यात नसल्यासारखं झालं आहे.

तुम्ही जसे कवितेत आहात तसेच चारचौघांतही आहात. पारदर्शक. इथल्या मातीचे घडलेले. सत्य, शिव आणि सुंदरतेचे उपासक म्हणून तर मी 'सत्कवी' म्हटलंय. ही कविता आवडली म्हणून उत्कटतेनं कळवावंसं वाटलं. तुमचं चार ओळींचं पत्र यावं. मला बरं वाटेल.

तुम्हाला आणि सर्व कुटुंबीयांना दिवाळी शुभेच्छा!

तुमचा,

दत्ता हलसगीकर

हातकणंगलेकर, म. द.

विश्रामबाग

दि. २२ फेब्रुवारी १९८९

प्रिय ना. धों. महानोर,

यांना सप्रेम नमस्कार,

तुमचे 'यशवंतराव चव्हाण प्रतिष्ठान'तर्फे पाठविलेले पत्र मिळाले. अत्यंत आभारी आहे. यशवंतरावांच्या स्मरणार्थ साहित्य उत्सव भरविण्याची कल्पना उत्तम आहे. त्यांचे साहित्यप्रेम अभिजात होते. अनेक ठिकाणी या प्रकारचे कार्यक्रम सुरू होत आहेत असे दिसते. मार्च ११/१२ ला कराड येथे दलित

आत्मचरित्रावर एक चर्चा यशवंतराव चव्हाण प्रतिष्ठानतर्फेच आयोजित होत आहे. या ठिकठिकाणच्या कार्यक्रमात मध्यवर्ती संस्थेकडून काही सुसूत्रता आणण्याचा प्रयत्न व्हावा, असे वाटते. असो.

नाशिक येथे आयोजित करण्यात येत असलेल्या साहित्य उत्सवासाठी मराठी कथेवर एक लेख मी तयार करीत आहे. मे महिन्याच्या पहिल्या आठवड्यात लेख तुमच्याकडे पाठवून देईन. तात्यासाहेबांच्या अध्यक्षतेखाली साजऱ्या होणाऱ्या या उत्सवास साहित्यप्रेमी मोठ्या संख्येने उपस्थित राहतील यात शंका नाही. अन्य कुणी समीक्षक मराठी कथेवर लिहितात की नाही याची कल्पना नाही; पण काही नवी नावे असावीत, असे वाटते. दोन नावे सुचतात : १. श्री. एस. डी. इनामदार, विश्वकोश कार्यालय, वाई, २. डॉ. अशोक जोशी, इंग्रजी विभाग, गोवा विद्यापीठ, पणजी. तसेच या स्पर्धेत 'दलित, ग्रामीण, आदिवासी : साहित्य की चळवळ?' असाही एक विषय असावा. कवितेवर चर्चा असेल तर एक विषय सुचतो : 'काव्यातील अभिजात आणि समकालीन घटक'.

तुम्ही औरंगाबादेत आहात हे कळाले. डॉ. चंद्रशेखर जहागिरदार, डॉ. गो. मा. पवार कदाचित येतील. पळसखेडला जाण्याचे अनेक वर्षे राहून गेले आहे.

आपला,

म. द. हातकणंगलेकर

सांगली

दि. २८ नोव्हेंबर २००७

प्रिय,

श्री. ना. धों. महानोर,

सप्रेम नमस्कार,

अध्यक्षीय निवडणुकीच्या प्रक्रियेत आपण माझ्यासाठी मोलाची मदत केलीत आणि माझ्यासंबंधी प्रशस्तीपर लेखनही केले. त्याबद्दल मी आपला मनापासून आभारी आहे. माझ्या यशात आपला बहुमोल वाटा आहे याची मला जाणीव आहे.

कळावे,

आपला,

म. द. हातकणंगलेकर

हिराणी, एन. पी.

मुंबई

दि. १ जानेवारी २००१

प्रिय, श्री.

स. न वि. वि.

साहित्य अकादेमीचा प्रतिष्ठित पुरस्कार आपणास मिळाला याबद्दल आपले हार्दिक अभिनंदन!

प्रतिभेच्या बळावर साहित्यप्रेमिकांच्या अंतःकरणात ज्या मोजक्या व्यक्तींनी अढळ स्थान मिळविलेले आहे त्यात आपला समावेश आहे याचा मला वैयक्तिक अभिमान वाटतो.

आपणास नवीन वर्ष भरभराटीचे जावो व आपल्यावर प्रेम करणाऱ्या रसिकांना आनंद मिळो, अशी मी शुभेच्छा व्यक्त करतो.

आपला,

डॉ. एन. पी. हिराणी

क्ष

क्षीरसागर, उत्तम

पुणे

दि. २७ मार्च १९७३

श्री. रा. रा. नामदेवराव,

सध्या आम्ही तिथे खडकवासल्यास.

मुद्दाम पत्र 'गाधारी' मिळणेबाबत.

चंद्रकान्त म्हणाला २० ला निघेन व नाम्यास प्रत आली असेल. आली असल्यास बाजूच्या पत्त्यावर पाठवाल काय? जास्त काय लिहिणार?

जिथे वैताग. नुस्तच वारं सुटतंय. धूळ, पाचोळा उडतोय आणि दिवस मावळतोय. सर्व जगावर. रात्री स्वप्नात झाडांची नागडी शरीरं होतात आणि वितळलेल्या डोंगरावर चिकट उन्हात नाचायला लागतात. एकटे असणे भयंकर आणि अत्यंत... शक्यतो लवकर कळवा. आता भेट केव्हा?

उत्तम

क्षीरसागर, भगवंत

औरंगाबाद

दि. १० ऑगस्ट १९६५

मित्रवर्य महानोर,

स. न.

माझे हे आपणास पहिलेच पत्र असल्यामुळे आपणास कदाचित आश्चर्य वाटेल किंवा वाटणारही नाही. पत्र लिहिण्याचे कारण तसे काही नाही आणि वाटल्यास असेही. आपल्या रानमळ्यातील आपल्या

काव्यदर्शनाचे वृत्त मी कालच 'मराठवाड्या'त वाचले. तुमच्या कविताबरोबरच आपण मराठीतील इतर श्रेष्ठ व ज्येष्ठ कवींच्या कवितांचेही वाचन करून तुमच्या येथील शिक्षकश्रोत्यांना मराठी कवितेची तोंडओळख करून दिलीत त्याबद्दल खरोखरच मला तुमचे मनःपूर्वक अभिनंदन करावेसे वाटते. हा उपक्रम खरोखरच नवीन म्हटला पाहिजे. 'आपल्या कविता वाचून दाखवा' असा आग्रह कुण्या कवीला झाला तर तो स्वतःशिवाय दुसरे सर्व कवी क्षुद्र समजून वाचून दाखविण्याचीच जास्त शक्यता असू शकते; पण ती वृत्ती आपल्यात नाही हेच या उपक्रमावरून सिद्ध होण्यासारखे आहे. दुसरी चांगली कृती करण्याची, appreciate वृत्ती ही प्रत्येक जातिवंत कलावंताजवळ असणे आवश्यक ठरते. ती जर नसेल तर ती त्याच्या विकासासही बाधकच ठरण्याची शक्यता असते. सुदैवाने आपण खऱ्या अर्थाने कलावंत आहात आणि आपल्याजवळ हा गुणही असल्यामुळे दुधात साखर पडल्यासारखे झाले आहे. असो. आपणास मी जास्त काय लिहावे. आपणापुढे यासारखे अधिक काही लिहिल्यास आपला गैरसमज होण्याचा संभव. म्हणून जास्त काही लिहीत नाही; पण वृत्त वाचून मला जे काही मनापासून वाटले ते लिहिल्यावाचून राहवले नाही. ते अशा तोडक्यामोडक्या शब्दांत मांडले आहे. विशेष काही लिहिण्यासारखे नाही. मी या वर्षी एम.ए. इंग्रजी जॉइन केले आहे, regular student म्हणून. मध्यंतरी रायभान जाधव आले होते. त्यांची Deputy Collector म्हणून M.P.S.C. कडून निवड झाली आहे. हे आपण ऐकले वा वाचले असेल. प्रा. बाळकृष्ण कवठेकर शुक्रवारी आले होते. ते आज परत पैठणला गेले. चंद्रकान्त पाटील यांच्या दोन कविता (पुण्याच 'प्रतिष्ठान'मधील) चालू 'सत्यकथे'त आल्या. त्या वाचल्या असतीलच. आपले नवीन लेखन अशात काहीच वाचायला मिळाले नाही. येत्या 'प्रतिष्ठान' अंकात काही असल्यास वाचायला मिळेलच; पण दिवाळी अंकाच्या दृष्टीने काही कविता लिहिल्यात का? अशात आपण येणार असल्यास ऐकायला मिळतील, अशी आशा बाळगतो. पाटील सध्या आपल्या व्यवसायात मग्न असतात. माझ्या पाठीमागेही मास्तरकी येत्या १५-१६ तारखेपासून लागण्याची शक्यता आहे. बघूयात कितपत आम्हास त्यात यश मिळते ते! लेखन करायचा खूप विचार करतो; पण काही जमत नाही आणि लिहिले तरी ते थोडक्याच काळात माझे मलाच विशेष वाटत नाही. असो. इंग्लिश सुरू केल्यामुळे काही नवीन वाचले जात आहे आणि नवीन ऐकायलाही मिळते; पण तसा seriously काहीच अभ्यास सुरू केलेला नाही. येत्या १ तारखेपासून सुरू करावा, असा विचार करीत आहे.

पत्रोत्तर द्यावे.

कळावे, लोभ असावा.

स्नेहांकित,

भगवंत क्षीरसागर

धर्माबाद

दि. १३ डिसेंबर १९६७

प्रिय महानोर यांस,

प्रेमपूर्वक नमस्कार,

तुझे पत्र मिळाले. 'वाचा'बद्दल अगोदरच चंदूकडून वाचले होते. त्यासाठी आर्थिक जबाबदारी माझीही

आहे. हे वाचून आनंद वाटला; परंतु सध्याच माझा Share मी पाठवू शकलो नाही. १.१.६८ ला मात्र, कुठल्याही परिस्थितीत मी माझा Share रु. २०/- पाठवून देईन; परंतु तुमच्या संकल्पित नियतकालिकाचे स्वरूप काय याबद्दल मी अनभिज्ञच आहे. माझ्या कवितांबद्दल तू लिहिलंस; परंतु मी अशात काहीच लिहिले नाही. लिहिण्यासारखे खूप असूनही. हेच एक या गेल्या काही महिन्यांचं वैशिष्ट्य.

'रानातल्या कवितां'बद्दल मी चंदूला लिहिले होते; परंतु तू म्हणतोस त्याप्रमाणे 'मोठ्यां'ना देणे झाल्यावर तरी माझी आठवण ठेव. दुसरे काही नाही. मी इथे फक्त 'सुखात' आहे. 'सुख' कसले ते मात्र कळत नाही. तुझी वहिनी म्हणजे माझी सौ. हिचा त्यात खूपच वाटा आहे. Innocent आहे बिचारी. साहित्य वगैरे तिला काही आठवत नाही. कारण तीच मूर्तिमंत साहित्य आहे. तू म्हणशील मग मला वेगळे श्रम घेण्याची गरज नाही. कारण जे जे ती बोलेल ते सगळे साहित्यच असणार; पण तसे नाही. बऱ्याच वेळा त्यात माझ्यावरच प्रखर टीका असते. असो.

एकूण तुमचा उपक्रम चांगला आहे. तो अल्पायुषी ठरू नये. एवढेच पथ्य पाळणे आवश्यक आहे. दुसरे काही नाही. प्रथमांक पाहण्यास उत्सुक आहे. लवकर पाठव.

वडीलधाऱ्या मंडळीस सा. न. लहान मंडळीस शुभाशिष.

तुमचा,
भगवंत क्षीरसागर
